Chính luận Trần Trung Đạo

CHÍNH LUẬN TRẦN TRUNG ĐẠO

Tập II

- Tuyên Truyền & Tẩy Não
- • Giá Trị Của Việt Nam Cộng Hòa

Nhà xuất bản Cổ Loa

CHÍNH LUẬN TRẦN TRUNG ĐẠO II
Tác giả: Trần Trung Đạo

Cổ Loa xuất bản lần thứ hai tại Hoa Kỳ, 2025
Biên tập: Khánh Kim, Nguyễn Phú Nhuận,
Đặng Hoàng Lân, Trần Trung Tín
Trình bày nội dung: Minh Quân
Bìa: Uyên Nguyên
Tranh trừu tượng: Jessica Thục Vy Trần
ISBN: 979-8-3492-5988-3

Tặng vợ, Trần Thiếu Phụng,
để nhớ những ngày có nhau trong cuộc đời này.
Thương gởi đến ba con, Thảo, Hiếu, Vy và các cháu.

Tặng tuổi trẻ Việt Nam

Chúng ta có nhiều quá khứ nhưng đất nước chỉ có một tương lai, đó là tương lai tự do, dân chủ, nhân bản và khai phóng cho những ai, sau những điêu tàn đổ vỡ còn biết nhận ra nhau, còn biết yêu thương mảnh đất thiêng liêng, vinh quang và thống khổ Việt Nam.

CHẤT TÙY BÚT TRONG CHÍNH LUẬN TRẦN TRUNG ĐẠO

Trong suốt hơn bốn thập niên định cư ở hải ngoại, Trần Trung Đạo miệt mài hoạt động và miệt mài viết.

Trước hết, anh làm thơ. Đã một thời, tiếng thơ Trần Trung Đạo cũng là tiếng lòng của những người con lưu lạc xứ người. Phát biểu trong lần ra mắt tập thơ của anh tại Boston vào năm 1996, tôi nhận định, "*Thơ Trần Trung Đạo tràn trề đời sống. Anh đưa những mảnh đời vô cùng cụ thể, bình thường, tầm thường mà ta có thể nhìn thấy, nghe thấy, cảm thấy, thậm chí có thể sờ mó được, vào thơ. Đọc anh, ai cũng cảm thấy có một chút gì của mình trong đó, rất gần, rất đậm, rất thân, tưởng như không phải đang đọc thơ, mà như đang nói, đang tâm sự với mình.*"

Bắt đầu từ cuối thập niên 1990, anh cho biết, anh "*ngưng làm thơ*" để "*tập trung viết bình luận chính trị cho các báo Việt Ngữ tại hải ngoại.*"[1] Từ đó, anh trở thành một nhà chính luận. Các tác phẩm của anh xuất hiện đều đặn, liên tục trên các tạp chí mạng và giấy trong suốt hơn hai thập niên, bây giờ được tập hợp lại trong bộ "Chính Luận Trần Trung Đạo" bốn tập dày dặn, với hơn 220 bài, trải dài trên hai ngàn trang. Được viết dưới

---

[1] Tiểu sử TTĐ, Chính Luận tập I.

dạng, hoặc là những tiểu luận chuyên môn hoặc là những tạp bút hay bút ký, tập chính luận tâm huyết này đề cập đến nhiều đề tài khác nhau: từ các sự kiện thời sự nóng hổi cho đến các nhân vật và biến cố lịch sử; từ các cuộc tranh chấp hay chiến tranh cho đến các vấn đề tư tưởng; từ những vấn nạn quốc gia đại sự cho đến các sinh hoạt đời thường; từ những sự kiện xã hội cho đến các bi kịch cá nhân.

Có gì khác nhau giữa thơ và chính luận?

Khác nhiều, tất nhiên. Thơ dựa vào xúc cảm; chính luận dựa vào lý trí. Thơ sử dụng ngôn ngữ và hình ảnh; chính luận sử dụng tài liệu và sự kiện. Thơ lan man, chính luận chặt chẽ.

Thế nhưng, ở chính luận Trần Trung Đạo, dường như cảm hứng thơ của anh không hề biến mất. Có lẽ do ở chỗ anh đã sống, đã làm người tình với thơ quá lâu, ngay từ thời thơ ấu. Chính vì thế, trong một số bài, tôi tìm thấy dấu vết và âm hưởng - cách này hoặc cách khác - của những bài thơ da diết tình người tình nước của anh dạo nào, như "Em bé Việt Nam và viên sỏi", "Thương Paris như nỗi nhớ Sài Gòn", "Con sinh ra trên đất Mỹ"... Đọc, tưởng như anh ngồi viết chính luận trong tâm cảm của một nhà thơ. Trong một số bài khác, tuy tính chính luận bao trùm qua các dữ kiện và số liệu tham khảo, nhưng cách diễn đạt không hoàn toàn khô khan, duy lý như một nhà nghiên cứu tháp ngà chỉ biết chăm chăm đi một mạch từ tiền đề đến phản đề rồi kết luận. Ngược lại, anh biến những gì sưu khảo được thành những "sinh thể", những "sự vật' có liên quan đến đời sống và tâm tư tình cảm chính mình. Có vẻ như anh không tìm cách lập thuyết để trở thành một học giả, muốn hoàn tất các công trình học thuật để đời. Cũng không băn khoăn suy gẫm về những vấn đề triết lý xa vời như hư vô-tồn tại, như chuyện tử sinh, như "hạt bụi nào hóa kiếp thân tôi", như chuyện thành bại hay những dằn vặt hơn thua cuộc đời. Thay vào đó, anh hoàn toàn tập trung vào một cùng đích: đất nước Việt Nam. Dù nói chuyện Nelson Mandela ở Nam Phi, Tập Cận Bình ở Trung Quốc, Jawaharlal Nehru ở Ấn Độ hay Pavlik Morozov ở Liên Xô, dù nói đến hội nghị Geneve, chuyện Tiệp Khắc, Latvia, Estonia, dù kể chuyện người nông dân xứ Sierra Leone hay chuyện người Mỹ bỏ phiếu bằng gì, anh đều quay về với nỗi niềm quê hương. Chuyện lớn hay chuyện nhỏ, tất cả đều chỉ là cái cớ. Ngừng đèn đỏ ở thành phố Nara bên Nhật, anh suy ngẫm về tinh thần tôn sư trọng đạo thời VNCH; nhân chuyến viếng thăm Việt Nam bốn ngày của hàng không mẫu hạm Mỹ "USS Carl Vinson", anh nghĩ đến "con thuyền không bến" của nước Việt Nam hiện nay; nghiên cứu bài học "thoát Nga" của quốc gia Lithuania, anh tìm thấy những tiền đề thích hợp mà Việt Nam có thể áp dụng để đương đầu với Trung Cộng. Không đâu thiếu vắng bóng dáng Việt Nam.

Nói cho đúng, chính luận Trần Trung Đạo không hoàn toàn là chính luận, mà tiềm ẩn trong đó là những ray rứt và thao thức. Thao thức Việt Nam. Trong Lời tựa ở tập I, anh quả quyết:

"Mỗi chúng ta tuy có hoàn cảnh sống khác nhau, quá khứ khác nhau, tôn giáo khác nhau và có thể mang trên thân thể những thương tích khác nhau nhưng đất nước chỉ có một tương lai. Không ai có quyền bắt đất nước phải đau giống cái đau của cá nhân mình hay bắt cả dân tộc phải chịu đựng, phải hy sinh từ đời này sang đời khác cho quyền lợi của đảng phái mình. Sinh mệnh của dân tộc Việt Nam không nằm trong tay thiểu số người, dù là đảng Cộng Sản hay là ai, mà phải do chính nhân dân Việt Nam quyết định."

Trong một bài tưởng niệm tháng Tư, anh ngậm ngùi:

"*Nhìn viên đạn của Nga và Tàu, tôi nghĩ đến trái tim của người lính trẻ miền Nam, giống như khi nhìn chiếc chiến đấu cơ của Mỹ cất cánh tôi chợt nghĩ đến các anh lính từ miền Bắc xấu số đang di chuyển bên kia sông Thu Bồn. Vũ khí là của các đế quốc. Không có khẩu súng nào chế tạo ở miền Nam hay miền Bắc. Các bà mẹ Việt Nam chỉ chế tạo được những đứa con và đóng góp phần xương máu.*" (Câu hỏi tháng Tư).

Chính ở điểm này, tôi tìm thấy một đặc điểm trong lối viết chính luận Trần Trung Đạo: chất tùy bút.

Tính cách này xuất hiện rất rõ ở những tạp bút, bút ký và thấp thoáng xuất hiện - cũng có khi chen khá sâu vào - trong những trang nghiên cứu có tính cách chuyên môn. Chất tùy bút hầu như đóng vai trò chính trong một số ít bài nằm lai rai ở tập này tập kia, nhiều nhất là ở tập hai (II). Chưa vội nói đến nội dung, chỉ cần đọc các tựa đề là ta thấy rõ: *Tiếng hát Lộc Vàng, Khi bài hát trở về, Số phận một loài chim, Thời sinh viên ở Sài Gòn, Nửa thế kỷ một dòng sông, Đoàn xe tang trên đường phố Hội An, Suy nghĩ bên đèn đỏ ở Nara, Không phải nước mắt nào cũng mặn, Sông Gianh chảy giữa lòng Hà Nội, Xin đừng bắn sau lưng, Nỗi đau chưa thấm...*

Thử đọc bài viết về Nguyễn Văn Lộc, một người Hà Nội, phải ngồi tù cộng sản đến mười năm vì phạm tội... hát nhạc vàng:

"*Boston, nơi tôi ở, trời đã cuối thu. Những cơn mưa đêm tuốt đi những chiếc lá cuối cùng. Lá rơi đầy trên những con đường trong xóm, trên mặt hồ và hàng cây trước mặt nhà chỉ còn những cành trơ trụi. Sáng thức dậy là nghe tiếng chổi vọng về từ phía sân thiền viện bên kia đường. Những cánh chim Cardinal màu đỏ thắm, Blue jay màu xanh mới hôm nào nhộn nhịp đã không về nữa. Bầy ngỗng không còn kêu trên mặt hồ lạnh giá. Khu vườn chỉ còn là một thảm lá dày. Cô con gái út lặng lẽ đem cất bình đựng thức ăn dành cho chim vào trong kho đựng đồ đạc góc vườn và bảo chúng đã di cư về miền nam, hy vọng sang mùa nắng ấm chúng sẽ nhớ đường về."* (Tiếng hát Lộc Vàng)

Đoạn dạo đầu nghe chẳng khác gì một đoản văn nói trên sẽ lần lượt dẫn người đọc đến nhiều suy gẫm qua suốt bài viết về số phận Lộc Vàng, một "nạn nhân/tù nhân văn hóa" của chế độ miền Bắc:

"Trong những bài phỏng vấn anh mà tôi được đọc, không ai hỏi anh hay vì không muốn gây khó cho anh, có bao giờ anh đã hát tình ca trong tám năm sống trong tù. Chắc là có dù có thể không hát lớn. Anh hát khi đứng nhìn những chiếc lá vàng bay qua cửa sổ nhà tù. Anh hát khi thức dậy nửa đêm nhìn ánh trăng thu soi bóng trong sân nhà tù vắng lặng. Và anh hát vì biết ngoài kia có một người con gái đang vượt qua bao nhiêu khổ đau để chờ đợi anh về. Ngày đó anh chị chưa cưới nhau nên những bản tình ca, ngoài ước mơ về một mái ấm gia đình còn mang nhiều mơ mộng phiêu du của hai trái tim son trẻ."

Một trích đoạn khác nói về thời thơ ấu ở quê nhà:

"Tôi sinh ra và lớn lên ở Quảng Nam, nơi đã từng diễn ra những trận đánh vô cùng ác liệt. Phần lớn các ông anh họ của tôi, ra đi theo bên này hay bên kia, đều không trở lại. Những ngày còn bé, tôi thường đứng xem những chuyến trực thăng tải thương hạ cánh trong sân trường cấp một của tôi. Trong số những người chết trên đường đến bệnh xá, có người bên này và cũng có cả

người ở phía bên kia. Họ có thể khác nhau khi còn sống vì khẩu súng họ mang, chiếc áo họ mặc, chiếc mũ họ đội, nhưng lại rất giống nhau khi đã chết, vẫn mái tóc đen, vẫn màu da vàng sạm nắng, và ở một nơi nào đó trên đất nước mình, những người mẹ Việt Nam vẫn ngày đêm mong ngày họ trở về trong căn nhà tranh, bên ngọn đèn dầu hiu hắt. Cánh cửa nhà mẹ cũng như cánh cửa tâm hồn mẹ vẫn mở, vẫn đợi chờ và đợi chờ." (Nỗi đau chưa thấm)

Giọng văn và hơi văn như thế, dù trong chuyện nhỏ hay chuyện lớn, đều nghe khắc khoải nỗi niềm, nghe da diết ưu tư, đậm đà tính cách tùy bút.

Tùy bút là gì?

Nhà văn Trịnh Y Thư tóm gọn: "*Tùy bút là một thể tài văn xuôi không đề tài nhất định, theo dòng cảm hứng mà viết, tùy hứng mà phóng bút. Nó tựa như nghị luận mà không phải nghị luận, bởi nó tùy hứng và đầy cảm xúc chủ quan (...) không cao kỳ, mà hấp dẫn, thân mật như câu chuyện tâm tình giữa hai người tri kỷ. Vì đề tài phóng túng, tùy cảm hứng mà viết nên Tùy bút rất thích hợp với những tâm hồn văn chương yêu chuộng tự do, không thích cái cương tỏa của hàn lâm, cái chiết tỏa của giáo điều.*"[1]

Tính cách đó khiến ngôn ngữ tùy bút thường khá gần gũi với ngôn ngữ thơ. Tùy bút đưa hơi thở đời sống vào thế giới khô khan của lập luận, thổi cái động vài cái tĩnh. Nó vừa làm cho các con số và sự kiện "mềm" đi, đồng thời tăng cường thêm sức thuyết phục. Chính đó là một trong những yếu tố khiến các bài

---

[1] Văn Việt https://vanviet.info/nghien-cuu-phe-binh/tan-van-ty-bt-v-k-giong-khc-nhau-cho-no/

chính luận của Trần Trung Đạo thường có sức lôi cuốn đối với nhiều thành phần độc giả, nhất là những độc giả ưu tư thời cuộc và mặn mà tình quê hương.

Anh không chỉ viết cho cá nhân anh, mà cho cả nhiều thế hệ khác cùng lớn lên và được hưởng thụ cuộc sống tự do của xã hội miền Nam trước 1975. Trong một số bài của anh, tôi tìm thấy chính mình ở trong đó: đọc anh, tôi cứ tưởng như đọc bài viết của mình. Chẳng hạn khung cảnh của Sài Gòn trong hai năm cuối cùng của chế độ Việt Nam Cộng Hòa (VNCH):

"Sài Gòn ngày tháng đó buồn như một đám ma. Những cụm mai vàng chào đón xuân sang không làm phai đi màu đen tang chế đang phủ trùm lên cả miền Nam. Những cuộc biểu tình rầm rộ từ Huế, Đà Nẵng, Sài Gòn, Cần Thơ không làm vơi đi nỗi buồn nhược tiểu trong lòng những người đang ưu tư cho vận nước. Những bản hùng ca xen lẫn với những tiếng kèn truy điệu của các chương trình phát thanh quân đội đã làm người dân rơi nước mắt xót thương cho số phận hẩm hiu của tổ quốc mình. Hạm đội thứ bảy hùng hậu của Mỹ khóa súng an toàn nhìn hải quân Trung Cộng đổ bộ Hoàng Sa, hai phái đoàn Việt Nam Dân chủ Cộng hòa và Chính phủ Cách mạng Lâm thời miền Nam Việt Nam từ chối lời kêu gọi của phái đoàn Việt Nam Cộng hoà tố cáo Trung Cộng xâm lăng. Đồng minh dửng dưng, đồng bào ngoảnh mặt. Có nỗi xót xa nào lớn hơn nỗi xót xa của số phận một tiền đồn và có vết thương tâm linh nào sâu hơn, đau hơn vết thương của một người mẹ bị bỏ rơi bởi chính những đứa con yêu quý của mình." (Tuổi trẻ Việt Nam, học lịch sử để làm lịch sử)

Một khung cảnh càng hiếm thấy hơn: các sinh viên học sinh nằm vùng của cộng sản hoạt động ở các trường đại học Sài Gòn như Huỳnh Tấn Mẫm, Trịnh Đình Ban, Trần Thị Lan, Lê Văn Nuôi, Võ Như Lanh, Nguyễn Xuân Lập... đang chờ đợi để được trao trả về phía bên kia như những tù binh, sau hiệp định Paris 1973. Tôi đã có lần chứng kiến cảnh trao đổi tù binh, những người lính chiến của hai bên, ở bờ sông Thạch Hãn, Quảng Trị, nhưng chưa bao giờ biết đến loại "tù binh" đặc biệt - những con ngựa thành Troy (Trojan horses) - này. Anh ghi lại cảm nghĩ của mình như sau:

"Thời sôi nổi trong giảng đường đại học, trên đường phố Sài Gòn đã là dĩ vãng, giữa rừng cao su Lộc Ninh họ là những thanh niên thành phố đang bước vào một cuộc đời mới ở một nơi hoàn toàn xa lạ. Như những con cá bị vớt khỏi sông và bỏ vào trong chậu, ngơ ngác, rụt rè, sợ hãi. Họ không còn là bè bạn của nhau, không còn gọi nhau bằng tên, bằng thứ mà sẽ là đồng chí. Đồng chí cũng đồng nghĩa với nghi ngờ, kiểm soát và dò xét lẫn nhau. Họ hối hận không? Họ thật sự có phải là Cộng sản không? Họ có phân biệt được, dù chỉ là căn bản, những điểm khác nhau giữa xã hội mà họ vừa bỏ lại và xã hội mà họ đang tìm đến không? Không ai hỏi và họ cũng sẽ không trả lời thật với lòng. Có những tâm sự, sống giữ kín chết mang theo, chứ không bao giờ chia sẻ với ai. Hồi xưa tôi cũng có cái nhìn khắt khe về những người bỏ đi. Các anh có quyền biểu tình, có quyền chống độc tài, chống tham nhũng, chống độc diễn nhưng khi bỏ đi sang hàng ngũ của những người ném lựu đạn vào quán ăn, pháo kích vào trường học, đặt mìn trên quốc lộ, các anh đã phản bội quyền sống trong hòa bình của nhân dân miền Nam. Giống như những đứa con lớn lên trong một gia đình nghèo, có bà mẹ bịnh tật, có người cha say rượu hay đánh đập con cái và còn một bầy em nhỏ dại. Thay vì khuyên răn người cha, săn sóc người mẹ, che chở cho đám em khờ, các anh

lại bỏ đi, và chẳng những đã bỏ đi mà còn dắt kẻ gian về đốt phá nhà mình." (Thời sinh viên ở Sài Gòn)

Cảm nghĩ này phản ảnh đúng tâm trạng phổ biến của người miền Nam khi nhìn về những người khác chiến tuyến: "giận" thì giận lắm nhưng "thù hằn" đến độ phải tàn sát, thì không. Viết về cuốn nhật ký của bác sĩ Đặng Thùy Trâm, một đảng viên cộng sản trẻ được điều vào công tác ở chiến trường miền Nam, anh nhận xét:

"Chị Thùy Trâm phấn đấu để được vào Đảng, vì đơn giản đó là nơi duy nhất chị được dạy để tin vào, để dựa vào, để vươn lên và đó cũng là chiếc thang xã hội mà mọi người, trong đó có chị, phải tìm cách trèo lên chứ chưa hẳn phát xuất từ tình yêu giai cấp. Nếu để ý, chúng ta sẽ thấy chị viết về tình yêu, tình người, tình chị, tình em tự nhiên, ngọt ngào hơn nhiều khi viết về tình đảng. Cái nhiệt tình, đúng ra là háo hức mang tính thời thượng của một người trẻ mong được trở thành đảng viên cộng sản cũng nguội lạnh dần ngay khi chị đưa tay tuyên thệ làm một đảng viên. Nhật ký của chị trong ngày gia nhập Đảng 27-9-68: "Còn niềm vui, sao nhỏ nhoi quá so với ý nghĩa của ngày vui. Vì sao vậy hả Thùy? Phải chăng như hôm nào Thùy đã nói như một đứa con khát sữa mẹ khóc đã mệt rồi, miếng sữa nuốt vào không còn nguyên hương vị thơm ngon và cái thú vị của nó nữa."

Riêng đối với cá nhân tôi, một trong số nhiều nhân vật Trần Trung Đạo viết sâu và viết kỹ (đến hai bài) mà tôi rất mến mộ là Nelson Mandela, nguyên tổng thống Nam Phi, một chính gia mà cũng là một nhân cách lạ thường, hiếm có.

"Hãy tưởng tượng, Nelson Mandela, người bị tù hơn 27 năm và đã có thời gian chọn lựa phương pháp đấu tranh bằng võ lực,

không chủ trương hòa giải mà nhất định trả thù cho bằng được thiểu số da trắng một thời đã áp đặt những chính sách bất công, phân biệt chủng tộc lên trên số phận của đa số người da đen rồi nước Cộng hòa Nam Phi ngày nay liệu có thể là quốc gia ổn định và phát triển hay không? Chắc chắn là không."

Với giọng văn lẫn lộn vừa tự sự vừa bày tỏ tâm tình, anh đã dựng nên hình ảnh Mandela, không như một vĩ nhân, không như một bậc thánh, cũng không như một anh hùng "sống mãi trong sự nghiệp của chúng ta", mà như một người sống trong, sống bằng và sống với nghịch cảnh và vượt lên nghịch cảnh để tồn tại và đi tới. Ngoài sự chịu đựng bi kịch chung của đất nước, Mandela còn chịu đựng một bi kịch hoàn toàn cá nhân, bi kịch tình yêu:

"Khi còn ở trong tù, Nelson Mandela đã biết vợ mình đang ngoại tình với Dali Mpofu, một luật sư nhỏ hơn bà 27 tuổi. Việc ngoại tình giữa Winnie Mandela và Dali Mpofu còn lén lút kéo dài ngay cả sau khi Mandela được tự do. Bà Winnie gặp Nelson Mandela khi chỉ mới 23 tuổi và Mandela đã gần 40 tuổi. Họ yêu nhau và cưới nhau trong vội vàng. Ba năm sau, Mandela rút vào hoạt động bí mật cho đến ngày bị bắt và vào tù. Winnie Mandela viết trong hồi ký "Tôi có rất ít thời gian để yêu chồng". Khi biết vợ ngoại tình, Mandela dĩ nhiên đau xót nhưng cảm thông và tha thứ. Ông chỉ viết thư yêu cầu bà Winnie đưa tình nhân ra khỏi nhà." (Bước đường dài đến tự do của Nelson Mandela)

Viết về nhân vật này, Trần Trung Đạo dường như có ý thả lỏng ngòi bút của mình, tự do bay nhảy trong thế giới suy gẫm và cảm xúc cá nhân. Rốt cuộc, theo anh, một trong những thành tựu lớn nhất của Mandela, chính là sự hòa giải: hoà giải với xã hội, với đất nước, với kẻ thù và với chính mình.

"Người kêu gọi hòa giải trước hết phải hòa giải được với chính mình, nếu không, đó chỉ là khẩu hiệu tuyên truyền chính trị được dùng để lừa gạt người khác. Nelson Mandela đã hòa giải được với một Nelson Mandela trong lòng chất chứa hận thù chủng tộc, với một Nelson Mandela từng chủ trương khởi nghĩa võ trang như con đường duy nhất để xóa bỏ ách thống trị của thiểu số da trắng, với một Nelson Mandela 27 năm sống trong xà lim chật hẹp đầy bóng tối, với một Nelson Mandela đang bị vi trùng lao đục phá hai lá phổi, với một Nelson Mandela thân cộng sản, trước khi hòa giải cả đất nước Nam Phi." (Nelson Mandela và tiến trình hòa giải tại Nam Phi)

Hiếm có nhận định nào chính xác hơn!

Nghĩ đến Nelson Mandela, tôi tự hỏi: biết bao giờ Việt Nam ta mới có được một "nhân cách" lớn lao như thế, để hàn gắn lòng người.

*

Tôi quen với Trần Trung Đạo chỉ một thời gian ngắn sau khi đến định cư ở Boston vào giữa thập niên 1990. Cùng chia xẻ một cái nhìn về đất nước và về cuộc sống, hai chúng tôi sát cánh bên nhau trong hơn hai thập niên vui buồn đủ kiểu, qua nhiều loại sinh hoạt khác nhau: văn hóa, nghệ thuật, chính trị, xã hội, tôn giáo...Tại địa phương và tại nhiều nơi khác. Chúng tôi cũng còn có chung một sở thích: viết. Tuy mỗi người một cách, một người một hướng, nhưng tựu trung, được viết là hạnh phúc.

Còn sống là còn viết. Viết là bày tỏ, là nói lên, là gửi gắm, là giữ lại...

Chúc mừng Chính Luận Trần Trung Đạo!

Trần Doãn Nho

(Đầu Xuân Ất Tỵ - 2025)

TRẦN TRUNG ĐẠO
BIỂU TƯỢNG HÀNH TRÌNH TỰ DO

Nhân Duyên Gặp Nhau

Anh Trần Trung Đạo là một nhà văn, nhà thơ ưu ái, mà ai trong chúng ta cũng yêu thương và kính trọng. Anh Đạo quê ở Duy Xuyên, Quảng Nam. Anh từng là cựu học sinh trường Trung Học Trần Quí Cáp ở Hội An; anh cũng là cựu sinh viên đại học Luật Khoa và Vạn Hạnh tại Sài Gòn. Sau biến cố 30 tháng 4, anh đã trải nghiệm hơn 6 năm sống với chế độ "Xã hội Chủ nghĩa". Cùng với biết bao nhiêu người con Việt khác, anh phải rời bỏ quê hương thân yêu để tìm kiếm tự do và nhân bản, anh vượt biển vào tháng Sáu năm 1981 và đến đảo Palawan, Phi Luật Tân. Sau năm tháng tỵ nạn ở Palawan, Philippines và định cư tại Boston, Massachusetts, Hoa Kỳ vào tháng 11 năm 1981. Ở đó, anh theo học ngành khoa học điện toán tại Wentworth Institute of Technology và Boston University và đã tốt nghiệp kỹ sư điện toán và đang làm việc cho một hãng đầu tư tài chánh tại Boston. Nhà thơ/nhà văn Trần Trung Đạo còn là một người rất có nhiều tâm huyết cho giới trẻ và anh đặt trọn niềm tin yêu của mình vào thế hệ trẻ, nhất là tuổi trẻ Việt Nam.

Chúng tôi biết anh khi còn đang học ở trường đại học University of Nebraska - Lincoln từ năm 1994, khi đó hai tác phẩm đầu tay của anh: *Đổi Cả Thiên Thu Tiếng Mẹ Cười* và *Thao Thức*, xuất bản lần đầu tiên vào năm 1992, đã đi vào lòng người. Rồi nhân duyên đưa đẩy, chúng tôi biết anh trong tổ chức Gia Đình Phật Tử nơi mà cá nhân chúng tôi vẫn còn sinh hoạt. Anh cũng tâm sự trong cuốn *Dưới Bóng Đa Chùa Viên Giác* rằng: "*Gia Đình Phật Tử dạy tôi cách sống hòa mình vào tập thể, cho tôi thấy được sự quan trọng và trách nhiệm của một con người trong cộng đồng xã hội, biết sống cho mình và sống cho người khác*" (trang 281). Có lẽ vì thế mà chúng tôi càng gần gũi nhau hơn. Rồi chúng tôi quen biết qua thơ văn, cũng viết về gia đình, phận người, đất nước, dân tộc và đạo pháp. Cuối cùng chúng tôi tìm đến nhau, thương yêu và kính trọng nhau trong tình pháp lữ và trong niềm vui văn học nghệ thuật. Chúng tôi là những người đi sau anh, cũng học đòi làm thơ văn để giữ gìn tiếng Mẹ đẻ, để giữ gìn truyền thống tốt đẹp, phát huy văn hóa, thuần phong mỹ tục Việt Nam, và hoằng dương chánh pháp.

Cái Tâm Và Tấm Lòng Của Người Con Yêu Nước

Người xưa có câu "*Họa hổ họa bì nan họa cốt, tri nhân tri diện bất tri tâm*", quen biết anh thì chúng ta càng phục cái tâm của anh hơn. Tôi đã đến thăm gia đình anh Trần Trung Đạo vào một ngày thu đẹp trời ở Boston, được anh chị dẫn đi thăm viếng Thiền Viện Bồ Đề, đi chơi, chụp hình và đi thăm những trường đại học nổi tiếng trong vùng như MIT - Massachusetts Institute of Technology, Harvard... nhìn thấy những thanh niên, sinh viên nam nữ đang tản bộ, tập thể dục, hoặc đang cặm cụi học bài dọc bên bờ sông Charles thơ mộng, anh nói với tôi rằng: "*Đất nước Hoa Kỳ này, thành phần trẻ đang lo lắng học hành để xây dựng tương lai cho chính mình và cho tổ quốc, còn đất nước*

Việt Nam của chúng ta, ở cái tuổi này thì các em đang làm gì...? Nhìn cảnh tuổi trẻ Việt Nam muốn tìm mọi cách ra nước ngoài học tập hoặc lao động. Số còn lại thì café, thuốc lá, nhậu nhẹt, hút sách, cờ bạc..." Giọng anh nghe có chút buồn man mác và khi nói đến đây thì cả hai chúng tôi có chút gì đó nghèn nghẹn ở trong lòng. Anh có nói: Chiến tranh phá hủy xóm làng, nhà cửa, thì chúng ta có thể xây dựng lại nhà cửa, xóm làng, nhưng một khi TÌNH NGƯỜI bị phá hủy thì hậu quá rất tai hại, về lâu về dài. Nên chúng ta cần phải có sự Thương Yêu và Tha Thứ để xây dựng Tình người Việt Nam. Anh Đạo là một con người lạc quan, anh có một niềm tin vững chắc vào tuổi trẻ Việt Nam và tương lai của Dân tộc. Anh có nhắc với tôi rằng: "*Chúng ta viết văn hay làm thơ cũng phải giữ lòng mình trong sáng, nhân bản, hướng thiện.*" Thơ và cái tâm của anh là như vậy đó: đầy cương lĩnh, nhân hậu, đầy tình người, tình đồng bào và tình nhân loại. Anh dấn thân, sống hài hòa, dễ chịu, khiêm cung, bao dung và hỷ xả.

Trở lại thi nghiệp của anh. Văn, Thơ và Tiểu luận của anh sâu sắc và trung trực, nói lên nỗi xót xa thân phận làm người, tấm lòng yêu quê hương và dân tộc. Những tác phẩm của anh luôn viết về tình cảm, thân phận của người vượt biển, vượt biên, nỗi khao khát tự do của người con Việt tha hương được nhiều độc giả tiếp cận và biết đến. Anh Đạo nổi tiếng từ thuở đó. Về sau anh lại viết rất mạnh và khỏe, trong cả nghĩa đen và nghĩa bóng, không những trong văn thơ mà còn tâm bút và chính luận.

Có thể nói, những chính luận của anh là tiếng nói yêu nước chính thức của người dân bình thường, không có đảng phái chính trị nào. Đó là những khắc khoải, những ưu tư, những giải pháp và hy vọng. Tầm nhìn đó rất trung thực, không thêm bớt, hiện hữu như là, có khác chăng với những người khác, thì ở anh, lối viết rất nghiêm túc, có nghiên cứu, có tinh thần xây dựng, đầy nhiệt huyết, đầy từ tâm và trong sáng.

Con Người Và Gia Đình Anh Trần Trung Đạo

Con người anh và văn thơ anh đi trên cả những đảng phái, đi trên cả những lằn danh tôn giáo, và đi trên cả những phím diện tương đối phù du. Hiện thân anh là nỗi khổ và niềm vui của người Việt Nam hải ngoại nói riêng và người Việt Nam quốc nội nói chung. Anh sinh ra trong một già đình nghèo nàn ở vùng quê khô cằn Xứ Quảng, lớn lên theo vận mệnh nổi trôi của Đất nước. Anh đã trải nghiệm và biết được bản chất thực sự của "Xã hội Chủ nghĩa", anh đã không muốn sống với chế độ vô thần, thối nát, tham nhũng, mọc trên hoang tàn của chiến tranh, cũng như gần cả triệu người Việt khác, anh vượt biển tìm tự do, thuyền anh bập bềnh trên biển cả, đói và khát giữa đại dương mênh mông, tiếp xúc với hải tặc, tử thần, niềm tin và hy vọng, cũng như lòng khao khát được sống còn.

Thế rồi anh được sống, và vươn lên trong xã hội Tây phương này. Anh thành tài, thành danh và thành nhân. Có thể nói, gia đình anh cũng như nhiều gia đình Việt Nam tại hải ngoại khác đã hội nhập và vươn lên trên xứ sở mới. Anh và chị Phụng có 3 đứa con, cháu nào cũng dễ thương và thành đạt. Em lớn nhất, Nguyên Thảo, đã ra trường Bác sỹ tại New York Medical College và được chọn thực tập ở Đại học Yale - New Haven Hospital. Em Trung Hiếu, con trai anh, vừa hoàn tất chương trình Tiến Sĩ Kỹ Thuật Không Gian tại Rensselaer Polytechnic Institute và em út Thục Vy đang học lớp 11. Nói chung gia đình anh đã công thành danh toại, và là một gia đình Việt Nam gương mẫu tại hải ngoại.

Thế nhưng anh không bao giờ quên nơi chôn nhau cắt rốn của mình. Anh lúc nào cũng tìm cách để xây dựng lại một quê hương Việt Nam nhân bản, công bằng, tự do, giầu tình người và dân chủ.

Tiếng Nói Lương Tri

Khi nói đến nhà thơ/nhà văn Trần Trung Đạo là nói đến những hạnh nguyện, thao thức, và ước mơ của nhiều thế hệ, trong đó có thế hệ của Cha Ông chúng ta, và cả thế hệ chúng ta, hay nói cho cùng là cả một Dân tộc Việt Nam. Nói đến anh là nói đến tấm lòng đối với Quê hương, Tổ quốc và Dân tộc. Nói đến anh là nói đến sắc thái, bản lĩnh, tấm lòng của người con Việt yêu quê hương. Có lần anh đã nói "*Quê hương Việt Nam sau 1975 là quê hương để nhớ để thương, chứ không phải để sống.*" Chắc có lẽ anh nói rất rõ và rất chính xác. Vì sao tôi nói như vậy, phải chăng đất nước Việt Nam của chúng ta đang thiếu sự tự do, bình đẳng và nhân quyền. Thiếu đi một biểu hiện chân chính, một tư tưởng Việt Nam, trái tim và thuần túy phong tục Việt. Mà nói đến đất nước Việt Nam là nói đến những quá khứ huy hoàng và tang thương, và cả một chiều dài lịch sử. Nhưng nói đến Việt Nam là nói đến một tương lai mà chúng ta có quyền hy vọng là văn minh, thanh bình, tự do và tất cả những gì chúng ta đang chờ đợi và mong muốn bao nhiêu thế kỷ qua.

Anh Đạo hiểu rằng, triều đại nào, chế độ nào cũng mai một, chính sách nào cũng phải đổi thay để cùng hòa nhịp tiến của nhân loại. Thêm vào đó, anh nhận chân được sự xuống dốc trầm trọng về nhiều mặt từ giáo dục đến kinh tế, từ chính trị đến nhân quyền, từ đạo đức lãnh đạo đến tinh thần dân tộc của người Việt Nam trong chế độ hiện nay. Có không ít thành phần trong xã hội đang chạy theo vật chất xa hoa bên ngoài, mà quên đi truyền thống văn hóa tốt đẹp của dân tộc. Nhưng đó là những gì anh hay bất cứ ai trong chúng ta không có thể kiểm soát được, vì thế anh lúc nào cũng tích cực, hòa nhã, và đối xử với nhau bằng tất cả tấm lòng, nhất là quê hương Việt Nam. Vì đó là những gì anh có thể kiểm soát được chính mình. Những suy nghĩ, lời nói và hành động của anh luôn trong sáng, hướng thiện, và từ tâm khi nói về quê hương yêu dấu. Mà nói đến quê hương Việt Nam (xin được nhấn mạnh một lần nữa) là nói đến sự cầu tiến, khát vọng vươn lên, đổi thay để chúng ta có những gì chúng ta chưa có. Và có lẽ những gì chúng ta chưa có nên chúng ta cứ hằng ấp ủ, vẫn đang còn lo sợ, mong chờ, còn chạy theo những cái huyễn bên ngoài. Chạy theo thời đại, chạy theo tranh chấp, chạy theo bản ngã và những cám dỗ của thế gian mà chúng ta quên đi bản thể Chân Như của chính mình. Bản thể chúng ta vốn là thanh tịnh và uyên nguyên. Cũng như đất nước Việt Nam của chúng ta ngàn đời vẫn vậy, mãi mãi là xứ Việt, bất khuất, hiên ngang, rộng lượng, trong sạch, bao dung, yêu thương và tha thứ.

Quay Về Nguồn Cội

Anh Đạo nhận chân được đều đó, và anh về lại với chính mình. Anh biết là anh cần gì, nói gì, và làm gì cho anh, cho gia đình anh và cho dân tộc anh. Anh cũng hiểu rằng nơi nào có tình thương là nơi đó có ánh sáng, có trí tuệ, có tình người. Và khi nói đến người Việt Nam là nói đến sự hy sinh, cần cù, cầu tiến và cải thiện cho hoàn cảnh và cho con người của thế hệ chính mình, mà cho thế hệ tương lai. Vì đó là biểu tượng chung của người Việt chúng ta.

Những điều gì chúng ta chưa nói được, nhà văn/nhà thơ Trần Trung Đạo đã nói hộ cho chúng ta. Tiếng nói của anh có thể nói là tiếng gọi lương tâm, đại diện cho biết bao nhiều người Việt Nam ở quốc nội và hải ngoại hay những người con tỵ nạn tha hương trên thế giới, không phân biệt màu da và tôn giáo, còn có tấm lòng biết hướng về, yêu thương tổ quốc và dân tộc mình. Nói tóm lại, nhà văn nhà thơ Trần Trung Đạo là biểu tượng của người đi tìm hành trình tự do. Mà theo anh, "*Ý nghĩ thứ nhất* (trong) *hành trình tự do là giữ lại những gì chúng ta đã có và phát huy để ngày càng tốt đẹp hơn.*" Vậy thì chúng ta hãy cố gắng giữ gìn và phát huy những gì chúng ta đang có, đó là bản thể Chân Như, là Bát Nhã, là đức tính Chúa trời, là Bản lai diện mục, là Phật tánh thường hằng sẵn có của chính mình.

Tiến sĩ Bạch Xuân Phẻ

• TUYÊN TRUYỀN & TẨY NÃO

BÀN VỀ TẨY NÃO

Tẩy não hay kiểm soát tinh thần là một tiến trình làm thay đổi nhận thức và niềm tin trong con người, qua đó một người hay một nhóm người sử dụng các phương pháp phi đạo đức để khuất phục kẻ khác làm theo các quyết định của một người hay của một nhóm người đó. Khái niệm tẩy não được biết đến từ lâu qua các tà đạo, chiến tranh, tình báo, tuy nhiên chỉ dưới các chế độ Cộng Sản (CS) kỹ thuật này mới được nâng lên thành quốc sách và được thực hiện một cách triệt để, có hệ thống, bao trùm mọi lãnh vực xã hội và trong mọi tầng lớp nhân dân.

Tẩy não một người

Chính sách tẩy não nhắm vào từng cá nhân được phát hiện lần đầu tiên qua hành vi của các tù binh Mỹ bị Trung Cộng bắt trong chiến tranh Triều Tiên. Một số binh sĩ Mỹ sau khi được trao trả đã thay đổi hoàn toàn cách suy nghĩ, thái độ và cả hành động. Tác giả Edward Hunter phỏng vấn nhiều tù binh bị bộ máy tuyên truyền Trung Cộng tẩy não và ghi lại trong tác phẩm gây tiếng vang lớn *Tẩy não tại Trung Cộng* (Brainwashing in Red China) xuất bản 1951. Nhà báo Edward Hunter trong tác phẩm *Tẩy não, câu chuyện của những người đã thách thức nó* (Brainwashing, The Story of Men Who Defied It) xuất bản 1956 cũng mô tả nhiều trường hợp những lính Mỹ bị bộ máy tuyên truyền Trung Cộng tẩy não.

Một vài trường hợp điển hình như Đại Tá Frank H. Schwalbe sau khi bị tẩy não đã lên đài phát thanh Trung Cộng tố cáo chính phủ Mỹ phát động chiến tranh vi trùng hoàn toàn tưởng tượng chống lại nhân dân Triều Tiên hay trường hợp Trung Sĩ Claude Batchelor từ chối trở lại Mỹ. Nhiều cựu tù binh, ngoại trừ giọng nói là của họ, từ câu văn đến dấu phẩy, dấu chấm, cách lên giọng, xuống giọng đều giống như vẹt đã được huấn luyện thuần thục.

Năm 1957, nhà xã hội học Albert D. Biderman trong bản tin của Viện Hàn Lâm Y Khoa New York đã liệt kê 8 biện pháp mà các quốc gia CS dùng để tẩy não một người gồm:

(1) Cô lập, tước đoạt mọi nguồn ủng hộ, làm cho nạn nhân tùy thuộc vào kẻ tẩy não.

(2) Độc quyền hóa khả năng nhận thức, tập trung sự chú ý vào một mối quan hệ giữa kẻ tẩy não và nạn nhân.

(3) Làm suy yếu khả năng đối kháng về mặt tinh thần cũng như làm kiệt quệ về thể lực.

(4) Đe dọa, trồng cấy sự lo lắng, bất an và tuyệt vọng vào ý thức của nạn nhân.

(5) Ban đặc ân để khuyến dụ sự tuân hành.

(6) Làm cho thấy việc chống lại chỉ là hành động vô ích mà thôi.

(7) Phát triển một thói quen tuân phục.

(8) Chứng tỏ việc phản kháng chỉ làm thiệt hại cho lòng tự trọng hơn là việc đầu hàng có điều kiện.

Các phương pháp tẩy não của Trung Cộng đã làm quốc hội Mỹ phẫn nộ. Edward Hunter và nhiều tác giả khác đã được mời ra điều trần trước quốc hội Mỹ. Dù sao, nhờ cuộc chiến Triều Tiên mà nhân loại mới biết nhiều hơn về tẩy não, được gọi một cách văn hóa là "cải tạo tư tưởng" tại Trung Cộng và các nước CS, trong đó có Việt Nam.

Tẩy não một dân tộc

Những năm sau 1990, nhiều nhà sử học, nhiều nhà phân tích đổ xô đi tìm lý do tại sao phong trào CS thế giới sụp đổ, nhưng cũng có nhiều nhà phân tích, nhà sử học khác cho rằng việc truy tìm hiểu lý do là thiếu khoa học, chủ nghĩa CS sụp đổ là chuyện đương nhiên, câu hỏi đúng nên đặt ra là yếu tố gì đã giúp CS tồn tại đến hơn 70 năm tại Liên Xô và các nước Đông Âu. Phần lớn đồng ý là chính sách tuyên truyền tẩy não là cây cột chống đỡ chế độ CS. Có người còn cho rằng tẩy não đồng nghĩa với CS, đơn giản vì không có tẩy não, chế độ CS đã sụp đổ từ lâu lắm chứ không đợi đến thập niên 1990.

Hai cơ quan cầm đầu chính sách tẩy não tại các quốc gia CS là Ban Tư Tưởng Trung Ương Đảng (Việt Nam gọi là Ban Tuyên Giáo Trung ương) và Ban Tổ Chức Trung Ương Đảng. Ban Tư Tưởng Trung Ương Đảng CS kiểm soát toàn bộ đời sống tinh thần của đất nước bằng một chính sách tuyên truyền tinh vi và có hệ thống khống chế tuyệt đối mọi lãnh vực từ truyền thanh, truyền hình, báo chí đến phim ảnh, bích chương, hội họp, nghệ thuật, nhà hát, sách vở... Ban Tổ Chức Trung Ương Đảng là cơ quan bảo vệ sự sống còn của đảng CS như một tổ chức chính trị và đóng vai trò "*tham mưu của Ban Chấp hành Trung ương Đảng CS Việt Nam, trực tiếp và thường xuyên là Bộ Chính trị, Ban Bí thư về chủ trương và các chính sách lớn thuộc lĩnh vực tổ chức cán bộ của hệ thống chính trị; đồng thời là cơ quan chuyên môn nghiệp vụ về công tác tổ chức, cán bộ, đảng viên của Trung ương*". Tại các quốc gia CS, không một sinh hoạt xã hội nào thoát khỏi sự kiểm soát của hai cơ quan nêu trên.

Để tẩy não một dân tộc đảng CS thay đổi mọi giá trị và nền tảng văn hóa, lịch sử và truyền thống dân tộc, nói chung phải xây dựng những con người tuân phục và đất nước tuân phục. Bộ máy tuyên truyền CS nặn ra nhiều khái niệm chưa từng có trước đó "con người mới", "xã hội mới", "văn hóa mới", "anh hùng lao động", "lãnh tụ kính yêu". Cái gì cũng mới nhưng thực chất đều là giả tạo. Tại các quốc gia Đông Âu ngày nay, các "anh hùng" do các đảng CS dựng lên bị khám phá là sản phẩm tuyên truyền và bị xóa bỏ. Đảng không chỉ có khả năng thay đổi hiện tại, vẽ ra một tương lai nhưng còn có khả năng thay đổi cả quá khứ của cả dân tộc. Lịch sử một dân tộc được viết bằng sử quan của đảng CS và được giải thích phù hợp với đường lối, chính sách của đảng CS trong từng thời kỳ chứ không phải là những sự kiện đã diễn ra trong quá khứ thăng trầm, vinh quang và thống khổ của dân tộc. Bộ máy tuyên truyền CS chi phối không chỉ trong các sinh hoạt nhân văn, xã hội mà cả khoa học tự nhiên như trường hợp lý thuyết kế thừa giống lúa của Trofim Lysenko trong sản xuất lúa tại Liên Xô những năm 1930, tuy không làm sản lượng lúa tăng được bao nhiêu nhưng đảng đánh bóng y thành một thiên tài.

Có người cho rằng chế độ CS thực chất là chế độ phong kiến hiện đại nhưng so sánh đó không hoàn toàn đúng, ít ra về mặt danh xưng. Khác với các triều đại phong kiến, các vị trí xã hội dưới chế độ CS thường được đặt ngược. Những kẻ ăn trên ngồi trốc, thực sự làm chủ đất nước, nắm trong tay quyền sinh sát cả dân tộc lại được gọi là "đầy tớ nhân dân" trong lúc những tầng lớp cùng đinh trong xã hội, sống không một túp lều tranh để ở và chết không một chiếc chiếu để bó xác lại bị gán cho một danh xưng rất đẹp "chủ nhân của đất nước".

Đặc tính văn hóa của mỗi quốc gia cũng làm cho chính sách tẩy não thực hiện tại châu Âu và châu Á khác nhau chút ít. Châu Âu như Liên Xô và các nước CS Đông Âu đặt nặng yếu tố vật chất, thể xác trong lúc Trung Cộng, Việt Nam yếu tố tư tưởng, tinh thần được chú trọng nhiều hơn. Một đối tượng tẩy não bị bắt tại Liên Xô sẽ bị hành hạ thể xác cho đến khi thú nhận những tội ác dù không làm, thừa nhận là sự thật dù biết đó là giả dối trong lúc tại Trung Cộng và CSVN đối tượng đó sẽ bị "cải tạo tư tưởng" cho đến khi gục quỵ xuống mới thôi.

Tẩy não một quốc gia thù địch

Kiểm soát tạm thời hành vi và ý chí của một cá nhân có thể chỉ cần một thời gian ngắn như trường hợp các tù binh Mỹ trong chiến tranh Triều Tiên nhưng kế hoạch của Liên Xô nhằm tẩy não nước Mỹ cần nhiều chục năm. Tại sao phải cần đến vài chục năm, theo Yuri Bezmenov cựu nhân viên KGB đào thoát và được định cư tại Canada năm 1970, giải thích đó là thời gian cần có để xây dựng một thế hệ con người trung thành với lý tưởng CS ngay tại Mỹ.

Yuri Alexandrovich Bezmenov là một cựu nhân viên KGB hoạt động tại Ấn Độ trong thập niên 1960. Cha của ông là một lãnh đạo cao cấp của tổ chức KGB. Năm 17 tuổi ông theo học ngành ngôn ngữ học tại đại học Moscow State University do KGB trực tiếp kiểm soát. Nhiệm sở đầu tiên sau khi tốt nghiệp của Yuri Bezmenov là Ấn Độ với trách nhiệm thực thi các chính sách nhằm lật đổ chế độ dân chủ Ấn. Tuy nhiên, sự thán phục của ông dành cho nền văn hóa Ấn và sự bất mãn chế độ CS mỗi ngày một gia tăng đã thúc đẩy Yuri Bezmenov đào thoát khỏi ý thức hệ CS.

Năm 1985, trong một buổi phỏng vấn đặc biệt với chủ đề "Làm thế nào để tẩy não một quốc gia", Yuri Alexandrovich Bezmenov giải thích chiến lược của Liên Xô để thay đổi tư duy của một quốc gia đối nghịch, trường hợp này là Mỹ.

Không giống như các phim ảnh do Hollywood dàn dựng với những màn gián điệp gay cấn, hấp dẫn kiểu James Bond, tẩy não nước Mỹ là một tiến trình được thực hiện từng bước, rất nhẹ nhàng, diễn ra trước mắt và trải qua bốn giai đoạn gồm (1) lũng đoạn nền tảng đạo đức, (2) tạo sự bất ổn, (3) gây khủng hoảng và (4) bình thường hóa. Trong bốn giai đoạn, hủy hoại nền tảng đạo đức của một quốc gia là giai đoạn quan trọng nhất.

Mặc dù mục đích của buổi phỏng vấn nhằm giải thích cuộc chiến tranh văn hóa tư tưởng mà Liên Xô dùng để đánh gục nước Mỹ, tẩy não cũng là chính sách chung mà lãnh đạo các đảng CS trên toàn thế giới áp dụng.

Mỹ chẳng những không bị đánh gục mà trái lại đã góp phần quan trọng trong việc hạ gục toàn bộ hệ thống Liên Xô. Tuy nhiên, phía thế giới tự do, trong thời kỳ chiến tranh lạnh cũng tổn thất khá nặng với Cuba (1959), Congo (1970), Ethiopia (1974), Cambodia (1975), Việt Nam Cộng Hòa (1975), Lào (1975), Angola (1975), Mozambique, (1979), Nicaragua (1979) bị rơi vào quỹ đạo CS.

Tạm gác qua bên cuộc chiến bằng súng đạn, trong bốn giai đoạn mà Yuri Alexandrovich Bezmenov phân tích, giai đoạn thứ nhất, đầu độc một quốc gia, đáng được phân tích để thấy cuộc chiến tranh văn hóa tư tưởng do CSVN phát động đã ảnh hưởng thế nào đến sự sụp đổ của VNCH. Trong buổi phỏng vấn Yuri Alexandrovich Bezmenov cũng nhắc đến Việt Nam và tiết lộ các chính sách do CSVN thực hiện chẳng phải là sản phẩm riêng gì của đảng CSVN nhưng hoàn toàn rập theo khuôn mẫu của Liên Xô. Do đó, phần còn lại của bài sẽ thay VNCH vào chỗ Mỹ.

Để hủy diệt nền tảng đạo đức văn hóa của VNCH, trước hết phải đầu độc thành phần trí thức. Giới lãnh đạo CSVN đã tiến hành một chính sách quy mô nhằm mua chuộc, lũng đoạn, phân hóa hàng ngũ trí thức miền Nam Việt Nam.

Nhiều người hiểu lầm rằng đối tượng của chính sách tuyên truyền CS áp dụng vào các thành phần ít học, dễ tin, đói khát, cùng khổ, hay "không có gì để mất" nói theo quan điểm Marx. Không phải. Mục tiêu hàng đầu của đảng CS là thu hút thành phần có lý tưởng, có học thức như nhà báo, nhà xuất bản sách, nhà giáo dục, văn nghệ sĩ, nói chung là những thành phần có khả năng hướng dẫn dư luận. Hàng khối trí thức miền Nam đã bị CS tuyên truyền, đầu độc và trở thành những công cụ của CS trong thời chiến, khi VNCH gục xuống trong máu và nước mắt, và mãi cho đến ngày nay. Những thành phần thân Cộng này không nhất thiết phải được kết nạp vào đảng nhưng là những người biện hộ cho quan điểm của đảng CS bởi vì tiếng nói của họ được xem "khách quan", "độc lập". Những trí thức và chính khách này tự nhận là "thành phần thứ ba" như được gọi trong sinh hoạt chính trị tại miền Nam Việt Nam trước năm 1975. Thực tế chính trị đã chứng minh, không có quan điểm nào gọi là "độc lập" hay "khách quan" và tại miền nam Việt Nam trước đây cũng không có thành phần nào đúng nghĩa là thành phần chính trị thứ ba, ngoài hai lập trường chính trị quốc gia và CS.

Cuộc chiến VN sau hiệp định Geneve là cuộc chiến giữa tự do và độc tài, giữa quốc gia và CS. "Ba thành phần" là cách viết cho hợp tình để rút lui của Mỹ trong hiệp định Paris. Những người trong "Thành phần thứ ba" đều nằm trong sự kiểm soát của đảng CS và hoạt động dưới sự chỉ đạo trực tiếp của đảng chứ chẳng "độc lập", "khách quan" gì cả, như đã chứng minh sau 1975 khi họ hợp tác một cách tích cực và nhận các chức vụ dù hữu danh vô thực của chế độ. Một số hiện nay tuy bất mãn nhưng vẫn hãnh diện với chức vụ bắt đầu với chữ "cựu" và "nguyên" đó. Trước 1975, có nhiều lãnh tụ đảng phái quốc gia đối lập (Đại Việt, Việt Nam Quốc Dân Đảng...) và nhiều chính khách đối lập (Gs Trần Văn Tuyên, Gs Nguyễn Ngọc Huy...) nhưng họ vẫn là chính khách quốc gia và nhiều trong số họ đã chết trong tù. Chống chính quyền, chống tham nhũng tại miền Nam trước 1975 khác với hoạt động cho CS. Trong bài "Những người đi tìm tổ quốc" trên talawas trước đây tôi có viết về sự khác nhau này: "*Các anh có quyền biểu tình, có quyền chống độc tài, chống tham nhũng, chống độc diễn nhưng khi bỏ đi sang hàng ngũ của những người ném lựu đạn vào quán ăn, pháo kích vào trường học, đặt mìn trên quốc lộ, các anh đã phản bội quyền sống trong hòa bình của nhân dân miền Nam. Giống như những đứa con lớn lên trong một gia đình nghèo, có bà mẹ bịnh tật, có người cha say rượu hay đánh đập con cái và còn một bầy em nhỏ dại. Thay vì khuyên răn người cha, săn sóc người mẹ, che chở cho đám em khờ, các anh lại bỏ đi, và chẳng những đã bỏ đi mà còn dắt kẻ gian về đốt phá nhà mình.*"

Alexandrovich Bezmenov cũng giải thích xa hơn, thành phần thân Cộng chỉ cần thiết trong giai đoạn làm sụp đổ quốc gia thù địch nhưng khi mục đích của đảng CS đã đạt, thành phần này chẳng những không còn cần thiết mà có thể trở thành một chướng ngại. Nhiều trong số họ phải bị giết, bị tù và bị thanh trừng qua nhiều hình thức. Lý do? Những kẻ thân Cộng trong chiến tranh rất dễ bị bất mãn khi thấy đảng CS nắm hết quyền hành và do đó sẽ trở thành thù địch về mặt quyền lực với chế độ và chống đối về mặt tư tưởng với chủ nghĩa Marx Lenin. Họ bị thanh trừng, ngoài ra, còn vì cái tội biết CS quá nhiều. Yuri Alexandrovich Bezmenov nêu lên trường hợp Nicaragua nơi một phe thân CS trước đó đã hoạt động chống lại tổ chức CS Sandinistas do José Daniel Ortega lãnh đạo. Tại Afghanistan nơi lãnh tụ CS Taraki bị Amin giết, rồi Amin bị Kamal giết, và tại Bangladesh nơi Mujibur Rahman bị chính những người cùng chiến tuyến với y giết.

Để chiến thắng trong trận chiến quân sự và văn hóa, ngoài khối thân CS nêu trên, đảng CS cần một mạng lưới nằm vùng trung thành, dã man, cuồng tín và hữu hiệu. Thành phần này cần thiết để trực tiếp thi hành các chính sách của đảng CS tại các địa phương.

Yuri Alexandrovich Bezmenov nhấn mạnh đến thành phần nằm vùng bởi vì không có mạng lưới nội ứng tại địa phương các lực lượng CS bên ngoài không thể xâm nhập được. Trong buổi phỏng vấn, cựu nhân viên KGB này có nhắc đến trường hợp một thành phố ở Việt Nam, được viết trong văn bản là Hua, có thể ông muốn nói Huế, để nhấn mạnh đến vai trò của mạng lưới CS nằm vùng: "*Tương tự, trong một quận của Huế tại Nam Việt Nam, nhiều ngàn người bị xử tử trong một đêm khi thành phố bị CS chiếm chỉ trong hai ngày; CIA không thể nào trả lời được câu hỏi, làm thế nào CS có khả năng biết từng cá nhân người bị xử tử, ông ta sống ở đâu, đến nơi nào để bắt ông và để bắt trước bình minh, bỏ ông ta lên xe, lái ra khỏi thành phố và bắn ông ta. Câu trả lời rất đơn giản. Thật lâu trước khi chiếm thành phố đã có một mạng lưới của những CS nằm vùng; họ là dân địa phương và là những người biết một cách tuyệt đối những ai trong thành phố có ảnh hưởng với quần chúng, kể cả những anh thợ hớt tóc và tài xế taxi. Những ai có cảm tình với Mỹ đều bị xử bắn."*

Thước đo của mức độ bị tẩy não

Mức độ bị tẩy não cũng có mức trầm trọng khác nhau. Một người bị tẩy não hoàn toàn sẽ không còn khả năng để đánh giá sự thật. Sự kiện và bằng chứng không có nghĩa gì với họ. Yuri Alexandrovich Bezmenov phát biểu từ kinh nghiệm ở Liên Xô "*Ngay cả mang anh ta tới tận Liên Xô và chỉ cho anh ta thấy trại tập trung, anh ta cũng không tin... cho đến lúc anh ta bị đá ngay vào đít, khi giày đinh đạp lên anh, rồi anh ta mới hiểu. Nhưng không phải trước đó. Đó là thảm kịch của trình trạng bị băng hoại về đạo đức trong con người*". Nhiều người Việt Nam hiện nay vẫn chịu đựng mức độ tẩy não trầm trọng như vậy.

Tuy nhiên, cũng có những người bị tẩy não ở mức độ thấp hơn. Họ thấy được những hiện tượng sai trái, những bất công, tiêu cực của chế độ nhưng vẫn "chấp nhận đặc ân để sau đó tuân hành", vẫn cho rằng "chống lại chỉ là hành động vô ích", vẫn "trải qua nhiều chục năm tuân phục thành một thói quen", và vẫn nghĩ rằng "phản kháng chỉ làm thiệt hại cho lòng tự trọng hơn là việc đầu hàng có điều kiện" đúng như các điểm mà nhà xã hội học Albert D. Biderman liệt kê. Điều đó cho thấy, trên thế giới, chủ nghĩa CS chỉ là một bóng ma hãi hùng của quá khứ, các dân tộc từng bị CS cai trị từ Âu sang Á đã thức tỉnh sau bảy mươi năm chịu đựng chủ nghĩa tàn bạo nhất lịch sử loài người nhưng tại Việt Nam vẫn còn nhiều người bị tẩy não. Giống như đảng CS không bao giờ thừa nhận đã và đang tẩy não cả dân tộc, không ai muốn thừa nhận mình bị CS tẩy não.

Thước đo mức độ tẩy não không phải là quá khó để xác định mà nằm ngay trong câu trả lời cho câu hỏi rất đơn giản "Anh (chị) thật sự muốn gì cho đất nước?"

Con đường duy nhất hiện nay là tập trung sức mạnh dân tộc, gạt bỏ mọi bất đồng, vận dụng các điều kiện quốc tế thuận lợi để đẩy mạnh cuộc vận động dân chủ tại Việt Nam đến thành công, xóa bỏ chế độ độc tài toàn trị CS, thiết lập một chế độ dân chủ pháp trị, hiện đại hóa đất nước toàn diện làm nền tảng cho việc phục hồi chủ quyền đất nước, mở đường cho một Việt Nam thăng tiến lâu dài.

Không có con đường nào khác. Tuy nhiên, không phải ai cũng có một câu trả lời dứt khoát và giống nhau như thế. Ngay cả trong tầng lớp có học thức, nhà khoa học, nhà văn, nhà thơ, nhà báo không ít người vẫn còn nghĩ rằng nói gì thì nói đảng CS trong suốt dòng lịch sử của đảng đã đồng hành với dân tộc, nói gì thì nói chỉ có đảng CS mới có khả năng đưa đất nước ra khỏi nghèo nàn lạc hậu, nói gì thì nói đảng CS là đảng nắm trong tay ngọn cờ chính nghĩa, nói gì thì nói Việt Nam vẫn cần ổn định để phát triển và mọi thay đổi đột biến sẽ dẫn đến hỗn loạn, nói gì thì nói các lãnh tụ CS vẫn là những người yêu nước, những anh hùng dân tộc và xứng đáng được kính trọng khi họ sống và tôn thờ, tiếc thương, than khóc khi họ chết.

Lịch sử thế giới chỉ riêng từ thế chiến thứ hai cho đến nay có nhiều anh hùng đã đóng góp trí tuệ hay máu xương vào công cuộc bảo vệ tự do cho đất nước họ hay giải phóng dân tộc họ khỏi ách thực dân. Vài trường hợp điển hình như Mahatma Gandhi (Ấn Độ), Winston Churchill (Anh), Charles de Gaulle (Pháp), Tưởng Giới Thạch (Trung Hoa Dân Quốc), Franklin D. Roosevelt (Mỹ). Nhưng khi họ chết, ngoài tang quyến, không có cảnh "Đời tuôn nước mắt, trời tuôn mưa" như khi Hồ Chí Minh chết và "ôm thật chặt cột nhà khóc cho thỏa nỗi xót thương" như khi Võ Nguyên Giáp vừa chết ở Việt Nam. Bởi vì những lãnh đạo thế giới nêu trên là những anh hùng thật, con người thật, có thành công và thất bại, có điểm tốt và điểm xấu và cuộc đời họ được phô bày trước dư luận chứ không phải là sản phẩm do nhà máy tuyên truyền sản xuất trong một xã hội bị bưng bít thông tin. Tuy mức độ có khác nhau, "khóc lãnh tụ" là đặc điểm của văn hóa CS và chỉ tồn tại tại các nước CS.

Trở lại với thành phần "nói gì thì nói". Giới hạn trong hoạt động tri thức của thành phần "nói gì thì nói" mỗi thời kỳ có thể được nới rộng hơn chút ít nhưng đó không phải là sự mở rộng thuận theo đà phát triển của văn minh nhân loại mà từ sự thỏa hiệp với đảng CS. Như kẻ viết bài này có lần đã viết, xã hội Việt Nam là một xã hội được khoanh vùng có biên giới rõ rệt giữa các thành phần và các thành phần này cùng tồn tại bằng cách thỏa hiệp với nhau. Không được vượt đèn đỏ, không được lấn lề, vi phạm sẽ bị phạt. Đảng CS thỏa hiệp với các thành phần trí thức vì mục đích duy trì quyền cai trị đất nước. Giới trí thức thỏa hiệp với đảng để được ban phát bổng lộc, lợi danh. Giới văn nghệ sĩ thỏa hiệp với đảng để các điều kiện sáng tác, in ấn, phát hành được nới rộng hơn, được đi Tây, đi Mỹ dễ dàng. Các bè phái tham ô thỏa hiệp với lãnh đạo đảng để được tiếp tục tham nhũng cho đến khi bị lộ. Chỉ có những người cùng khổ, thấp cổ bé miệng nhưng chiếm đa số trong xã hội, là không ai cần thỏa hiệp mà họ cũng chẳng biết thỏa hiệp với ai ngoài số phận hẩm hiu đầy bất hạnh của mình.

Không có gì đáng hãnh diện. Hồ nước rộng mà thành phần "nói gì thì nói" đang bơi trong đó hôm nay hai chục năm trước là một chiếc ao nhỏ và bốn mươi năm trước là một lỗ chân trâu nhưng dù là lỗ chân trâu, ao hay hồ cũng chỉ là nơi tích tụ của những giọt nước tuyên truyền cùng một nguồn nhỏ xuống suốt hơn nửa thế kỷ qua. Dù thừa nhận hay không, tầng lớp của những người "nói gì thì nói" chính là những người bị CS tẩy não, và Việt Nam hôm nay vẫn còn chịu đựng dưới chế độ độc tài trong khi đại đa số nhân loại sống trong tự do dân chủ không phải vì tài năng của giới lãnh đạo CS nhưng chỉ vì số người bị tẩy não còn quá đông.

Tham khảo:

Albert D. Biderman, Herbert Zimmer, Manipulation of Human Behavior (The), Delhaye, 1961.

Kathleen Taylor, Brainwashing THE SCIENCE OF THOUGHT CONTROL, Oxford University Press 2004.

Transcript of G. Edward Griffin interviews Ex-KGB Soviet Defector Yuri Bezmenov, Wed Jun 3 1985.

EDWARD HUNTER, Brainwashing, The Story of Men Who Defied It, New York, 1956.

Louis R. Stockstill, The Forgotten Americans of the Vietnam War, Prisoners of War-A Special Report, US Air force.

Biderman's Chart of Coercion.

http://vi.wikipedia.org về Ban Tuyên Giáo Trung Ương và Ban Tổ chức Trung Ương đảng CSVN.

Former KGB Agent Yuri Bezmenov Explains How to brainwash a nation.

Archie Brown, The Rise and Fall of Communism, HarperCollins, New York, NY 2011.

TANG LỄ VÕ NGUYÊN GIÁP, MỘT TRƯỜNG HỢP NGHIÊN CỨU VỀ TẨY NÃO

Việt Nam có hai ông Võ Nguyên Giáp. Một ông Võ Nguyên Giáp đã chết từ năm 1984 và một ông Võ Nguyên Giáp khác vừa mới qua đời. Hai ông Võ Nguyên Giáp về thịt xương chỉ là một ông nhưng trong quan điểm của lãnh đạo CS lại là hai. Khi Võ Nguyên Giáp còn sống đảng xem như đã chết nhưng khi Võ Nguyên Giáp tắt thở đảng lại quyết định ông ta phải sống như một "anh hùng dân tộc".

Ngày ông Giáp qua đời, các trang mạng "lề dân", các hãng tin quốc tế trong đó có *BBC* loan tin sớm nhất. Hai mươi bốn giờ đầu tiên, tờ *Nhân Dân* và cả *Thông Tấn Xã Việt Nam*, hai cơ quan ngôn luận chính thức của đảng CSVN không đưa tin ông Giáp từ trần. Lý do, Bộ Chính trị cần phải họp để quyết định có nên cho phép ông Giáp chết chưa, chết như thế nào, chết ngày nào và an táng ra sao.

Hơn một ngày sau, đảng quyết định Võ Nguyên Giáp "*nguyên Ủy viên Bộ Chính trị, nguyên Bí thư Quân ủy Trung ương, nguyên Phó Thủ tướng Thường trực Chính phủ; nguyên Bộ trưởng Bộ Quốc phòng, Tổng Tư lệnh Quân đội nhân dân Việt Nam; Đại biểu Quốc hội từ khóa I đến khóa VII… đã từ trần hồi 18 giờ 9 phút, ngày 4-10-2013 (tức ngày 30 tháng 8 năm Quý Tỵ), tại Bệnh viện T.Ư Quân đội 108; hưởng thọ 103 tuổi.*"

Thông cáo chỉ dài một trang nhưng cố tình viết sót. Thông thường trong cáo phó hay tiểu sử, chức vụ cuối cùng là chức vụ chính thức và các chức vụ khác trước đó được viết sau hay bỏ sót cũng không sao. Chức vụ về mặt nhà nước cuối cùng trước khi nghỉ hưu của ông Giáp không phải là Bộ trưởng Bộ Quốc phòng, Tổng Tư lệnh Quân đội nhân dân Việt Nam mà là Phó Thủ tướng kiêm Chủ tịch Ủy ban Quốc gia Dân số và Sinh đẻ Có Kế hoạch chiếu theo Quyết định bổ nhiệm số 58/HĐBT do Phạm Văn Đồng ký ngày 18 tháng 4 năm 1984. Khi đó ông đã rời chức Bộ Trưởng Quốc Phòng đến bốn năm. Một chức vụ cả thế giới đều biết mà đảng còn giấu được nói chi những chuyện khác. Việc xóa đi chức vụ lo phần sinh đẻ của ông Giáp là một cách thừa nhận chức vụ đó chẳng qua là vết chàm nhục nhã do Lê Duẩn và Lê Đức Thọ đóng lên trán của ông Giáp.

Dù sao ông Võ Nguyên Giáp là một người may mắn. Khi còn sống ông có nằm mơ cũng không nghĩ mình được ca ngợi, vinh danh và thương tiếc nhiều đến thế. Ngoại trừ Hồ Chí Minh, những lãnh tụ CS cùng thế hệ không ai được ca ngợi như ông. Việc chọn được an táng ở một nơi vắng vẻ thay vì nghĩa trang Mai Dịch cho thấy tâm trạng của Võ Nguyên Giáp là tâm trạng của kẻ thua cuộc và từ lâu đã bị bỏ rơi. Ngoài ra, chắc ông cũng cảm thấy khó chịu khi nghĩ đến việc phải nằm cạnh Lê Duẩn, Văn Tiến Dũng, Trường Chinh. Nếu Võ Nguyên Giáp chết vào đầu thập niên 1980 khi Lê Duẩn còn sống hay khi Đỗ

Mười làm tổng bí thư có lẽ cũng không hơn gì những sĩ quan cấp tướng khác như Lê Trọng Tấn (1914-1986), Hoàng Văn Thái (1915-1986). Trường Chinh so với Võ Nguyên Giáp còn cao hơn cả đảng tịch lẫn chức vụ nhưng khi chết cũng không được tổ chức đình đám hơn.

Dưới chế độ CS, khóc thương, nguyền rủa, ca ngợi hay phê bình kiểm thảo cũng đều có chủ trương, có chính sách chứ không phải là một tình cảm tự nhiên. Tận diệt kẻ thù còn sống nhưng lợi dụng mọi ảnh hưởng có lợi của kẻ thù đã chết cũng là một trong những đặc điểm trong bộ máy cai trị CS khắp thế giới. Stalin khóc Sergey Kirov, Fidel Castro khóc Ernesto "Che" Guevara, Đặng Tiểu Bình khóc Mao Trạch Đông. Tình đồng chí trong giới lãnh đạo đảng CS chỉ có trong các điếu văn.

Cùng phát xuất một nguồn nên CSVN cũng chẳng tốt hơn Liên Xô, Trung Cộng. Ca tụng kẻ chết không gây tác hại gì. Xác chết không nghe được lời ca tụng, không nếm được mỹ vị cao lương, không sống trong các biệt thự có kẻ hầu người hạ, chỉ có đám độc tài đang thống trị đất nước mới thật sự là những kẻ hưởng thụ quyền lực, sống trong chiếc bóng những người đã chết. Họ đối xử nhau còn tệ hơn giới giang hồ đâm thuê chém mướn. Danh vọng và quyền lực làm mờ nhân tính trong con người họ. Lê Duẩn liên minh với Lê Đức Thọ để loại Võ Nguyên Giáp, rồi Lê Đức Thọ tính hại Lê Duẩn ngay cả khi y đang nằm trên giường bịnh vì không chịu viết di chúc truyền chức tổng bí thư. Đoàn Duy Thành kể trong hồi ký Làm người là khó, khi Lê Duẩn sắp chết con cái y còn lo cánh Lê Đức Thọ sẽ giết chết hết cả gia đình.

Nhưng tại sao lãnh đạo CSVN lại muốn Võ Nguyên Giáp tiếp tục sống như một "anh hùng dân tộc" trong giai đoạn này?

Lãnh đạo CSVN cố dựng lại tấm bình phong chính danh lịch sử

Như người viết đã trình bày trong bài *Cách mạng dân tộc dân chủ trong tình hình mới* trên talawas trước đây, một câu hỏi thường được đặt ra, tại sao các nước CS Đông Âu và Liên Xô sụp đổ mà CS tại các nước Á châu như Trung Cộng, Việt Nam không sụp đổ. Mặc dầu mỗi nhà phân tích chính trị có thể giải thích nguyên nhân một cách khác nhau tùy theo góc độ họ đứng và mục đích nghiên cứu, đa số đã đồng ý rằng các nước CS tại Á Châu có một điểm mà các nước CS Đông Âu không có, đó là sự liên hệ lịch sử giữa dòng sống của đảng CS và dòng sống của đất nước nơi đảng ra đời. Đảng CS Trung Quốc được thành lập 1921 trong cuộc kháng chiến chống Nhật, đảng CS Việt Nam ra đời 1930 trong cuộc kháng chiến Pháp. Lãnh đạo Trung Cộng và CSVN đã vận dụng tối đa mối liên hệ này.

Tại Trung Cộng, Đặng Tiểu Bình và các lãnh đạo CS Trung Cộng biết rõ hơn ai hết, cây cột duy nhất có thể giữ chế độ CS khỏi sụp đổ là tính chính danh lãnh đạo của đảng CS. Giáo sư Peter Hays Gries, một chuyên gia về Trung Cộng, viết "*Thiếu vắng tính hợp luật dựa theo thủ tục để bầu ra các chính phủ theo các nguyên tắc dân chủ, và đối phó với sự sụp đổ của hệ tư tưởng CS, đảng CS Trung Hoa gia tăng phụ thuộc vào các tiêu chuẩn dân tộc để cai trị đất nước.*"

Lãnh đạo CSVN sao chép toàn bộ lý luận của Đảng CS Trung Quốc kể cả việc lợi dụng mối liên hệ lịch sử ngắn ngủi giữa đảng CS và dân tộc để giải thích tính chính danh của đảng trong tương lai lâu dài của dân tộc. Đừng quên, trong thời điểm chống thực dân Pháp, không phải chỉ có đảng CS mà rất nhiều đảng, nhiều phong trào cách mạng khác ra đời từ nam đến bắc để cùng đánh đuổi thực dân. Tuy nhiên, không có một phong trào nào, một đảng phái nào trong cương lĩnh tự cho rằng vì họ đánh Pháp nên đảng của họ có đặc quyền lãnh đạo cách mạng, đặc quyền lãnh đạo đất nước, không chỉ hôm nay và mãi mãi về sau như đảng CSVN. Đó là lý luận của kẻ cướp nước.

Sau 38 năm cai trị, chưa bao giờ đảng CSVN bị phải đương đầu với nhiều khó khăn như hôm nay. Ngoài sự phân hóa nội bộ và một nền kinh tế suy sụp, những thành phần từng nhiệt tình ủng hộ đảng, chấp nhận chiến đấu dưới sự lãnh đạo của đảng đang lần lượt ra đi. Nhiều trong số đó đang công khai thách thức quyền cai trị của đảng. Hơn bao giờ hết, đảng cần sự ủng hộ của quần chúng, và muốn vậy, phải hâm nóng lại chiêu bài yêu nước. Võ Nguyên Giáp là những que củi cần thiết để đốt lên lò lửa "chống thực dân và đế quốc" đã nhiều năm nguội lạnh. Giới lãnh đạo CS dùng chiếc khăn chính danh lịch sử để bịt mắt nhân dân và đã nhiều lần chứng tỏ thành công. Giáo sư Archie Brown thuộc đại học Oxford, Anh, cho rằng sở dĩ các chế độ CS tại Việt Nam, Trung Cộng còn tồn tại vì khái niệm tình cảm dân tộc nhiều giai đoạn có lợi cho CS.

Lãnh đạo CSVN đánh giá đúng trình độ của các thành phần bị tẩy não

Nếu so sánh Việt Nam, Trung Cộng và Bắc Hàn, Việt Nam còn quá nhiều người bị tẩy não, mê muội và lạc hậu hơn cả Trung Cộng và Bắc Hàn. Người dân Trung Hoa ít ra chứng tỏ cho thế giới thấy khát vọng dân chủ của họ qua biến cố Thiên An Môn với một triệu người vùng dậy chiếm cứ khuôn mặt của thủ đô Bắc Kinh suốt gần một tháng. Chế độ CS tại Trung Hoa đang đi trên lưỡi dao cạo, chỉ cần mất thăng bằng, mất kiểm soát sẽ bị đứt chân và rơi xuống vực sâu. Khi dựng bức tượng

Nữ Thần Tự Do làm biểu tượng cho cuộc đấu tranh, các lãnh đạo của phong trào Thiên An Môn chọn dứt khoát một con đường, đó là con đường tự do dân chủ và không có một con đường nào khác.

Bắc Hàn chìm đắm trong tăm tối, hoàn toàn bị cô lập nhưng từ 1952 đến nay, mỗi năm vẫn có hàng ngàn người dân vượt thoát được khỏi địa ngục Bắc Hàn bằng những cách vô cùng nguy hiểm. Một người Bắc Hàn vượt biên bị bắt, nếu bị bắn ngay tại chỗ, là một may mắn. Không, phần lớn phải trải qua những trận tra tấn vô cùng dã man, bị bỏ đói dần dần cho đến khi thân thể chỉ còn máu và mủ. Hầu hết người bị bắt lại hay bị Trung Cộng trao trả về Bắc Hàn đều bị giết. Tuy nhiên, những người dân Bắc Hàn đó đã chứng tỏ khát vọng tự do là một quyền bẩm sinh trong mỗi con người từ khi mới chào đời, không ai ban cho và cũng không cần ai chỉ dạy. *Harvard International Review* phỏng vấn anh Ji Seong-ho, người đã vượt sáu ngàn dặm qua các nước Trung Cộng, Thái Lan, Lào và Đài Loan để tìm tự do năm 2006 và được anh cho biết chế độ CS Bắc Hàn đã đánh mất niềm tin trong lòng dân, và khi tôi còn ở đó người dân đã nghĩ đến sự thay đổi. Họ sợ thảo luận nơi công cộng nhưng trong riêng tư họ đã bàn đến. Áp bức vẫn tiếp tục, nhưng sự yêu chuộng cũng như uy tín của chế độ giảm nhiều.

Việt Nam thì khác. Để tồn tại, từ 1981 đến nay, giới lãnh đạo CS buộc phải hé cửa và tự diễn biến hòa bình qua các chính sách đổi mới kinh tế. Ánh sáng văn minh nhân loại theo những kẽ hở đó lọt vào. So với Bắc Hàn, người Việt Nam có nhiều điều kiện hơn để nhìn ra thế giới. Lẽ ra, người dân, nhất là thành phần trí thức, có cơ hội học hỏi, so sánh các chế độ chính trị, sở hữu một nhận thức chính trị và chọn lựa một lập trường chính trị phù hợp với xu hướng phát triển thời đại, nếu không công khai chống lại chế độ độc tài ít ra cũng biết tự trọng làm im.

Khi còn sống, những lá thư của ông Võ Nguyên Giáp lên tiếng về chủ trương xây dựng Nhà Quốc Hội ở khu di tích 18 Hoàng Diệu hay ít nhất ba lần về Dự án khai thác bô xít ở Tây Nguyên cũng bị ném vào sọt rác. Ngoại trừ một số rất nhỏ, không ai binh vực ông. Thế nhưng, khi đảng cho phép tiếc thương, nhiều bồi bút tận dụng cơ hội để lập công, khẳng định sự trung thành và chứng tỏ mình luôn đi sát với lập trường, quan điểm của đảng. Trên mấy trăm tờ báo đảng, bấm vào là đọc một mẩu chuyện về "cuộc đời", "sự nghiệp" và "chiến công" của Võ Nguyên Giáp. Đọc những bài thơ, bài văn tâng bốc Võ Nguyên Giáp mà cảm thấy tội nghiệp cho tiếng Việt. Những cây đinh tuyên truyền tẩy não lại tiếp tục đóng vào nhận thức của các thế hệ Việt Nam chẳng khác gì thời chiến tranh. Tang lễ của Võ Nguyên Giáp cho thấy nhiều người vẫn còn bị lừa gạt một cách quá dễ dàng và thành phần xu nịnh trong xã hội Việt Nam còn quá đông. Thì ra, dù nhân loại bắt đầu thám hiểm những vì sao xa nhiều triệu dặm, chiếc đồng hồ báo thức tại Việt Nam 60 năm vẫn chưa gõ lên một tiếng nào.

Như đã viết trong bài *Bàn về tẩy não*, sau 38 năm, tầng lớp có học thức, nhà khoa học, nhà văn, nhà thơ, nhà báo không ít người vẫn còn nghĩ rằng nói gì thì nói đảng CS trong suốt dòng lịch sử của đảng đã đồng hành với dân tộc, nói gì thì nói chỉ có đảng CS mới có khả năng đưa đất nước ra khỏi nghèo nàn lạc hậu, nói gì thì nói đảng CS là đảng nắm trong tay ngọn cờ chính nghĩa, nói gì thì nói Việt Nam vẫn cần ổn định để phát triển và mọi thay đổi đột biến sẽ dẫn đến hỗn loạn; nói gì thì nói các lãnh tụ CS vẫn là những người yêu nước, những anh hùng dân tộc và xứng đáng được kính trọng khi họ sống và tôn thờ, tiếc thương, than khóc khi họ chết. Đảng không từ chối đã phạm nhiều sai lầm trong quá khứ nhưng đó là những sai lầm khách quan. Đảng không từ chối đang có nhiều tình trạng tiêu cực xã hội nhưng đó chỉ là hiện tượng không phải bản chất của chế độ. Từ những năm đầu ăn bo bo sau 1975 cho đến gần bốn chục năm, một học sinh cho đến các "tiến sĩ" cũng đều bị tẩy não bằng những lập luận như vậy qua các lớp chính trị.

Đảng biết rất rõ thành phần "nói gì thì nói" là ai và quá khứ xuất thân của từng người trong số họ. Họ yêu nước không? Có. Họ muốn đất nước Việt Nam giàu mạnh không? Có. Họ muốn xã hội Việt Nam trong sạch không? Có. Họ muốn điều kiện chính trị tại Việt Nam được nới rộng nhưng đảng CS vẫn tiếp tục lãnh đạo đất nước không? Cũng có luôn. Nhà tâm lý học Michael Langone mô tả đó tình trạng tâm thần của những người đang trôi giữa hai bờ, bờ đúng và bờ sai, bờ thực và bờ ảo, bờ chánh và bờ tà. Họ thoạt trông như có tinh thần cách mạng nhưng trong thực tế là vật cản cho một cuộc cách mạng xã hội toàn diện và đắp đập để giữ cho cơ chế độc tài tồn tại lâu dài hơn.

Những nhà khoa học, nhà văn, nhà thơ đó có bao giờ nửa khuya thức dậy pha một bình trà thật đậm, vừa uống và vừa tự hỏi những nhận thức chính trị của mình từ đâu mà có? Những kiến thức về lịch sử của mình do ai cấy vào? Ông Võ Nguyên Giáp thực sự là nạn nhân hay cũng chỉ là kẻ sát nhân thất thế như nhiều lãnh đạo CS khác? Ông Võ Nguyên Giáp là anh hùng dân tộc hay là một trong những người đưa đất nước vào vòng nghèo nàn, độc tài, lạc hậu hôm nay? Nếu ông Võ Nguyên Giáp là anh hùng dân tộc rồi ai sẽ là người chịu trách nhiệm cho cái chết của hàng triệu đồng bào miền Nam từ 1954 đến 1975, chẳng lẽ những nạn nhân vô tội kia không phải là một bộ phận của dân tộc Việt Nam sao? Và cứ thế, hãy đặt ra những câu hỏi ngược với những khẳng định và kết luận mà đảng đã trang bị, không chỉ riêng về ông Võ Nguyên Giáp mà cả một giai đoạn lịch sử dài từ khi đảng CSVN có mặt. Phải biết hoài nghi, so sánh và đặt vấn đề một cách khách quan và độc lập để thấy những gì được gọi là "chân lý" và "sự thật" dưới chế độ CS chỉ là những bùa ngải tuyên truyền.

Các phương pháp giải tẩy não

Bác sĩ Robert J. Lifton là nhà nghiên cứu tiên phong về tẩy não dưới chế độ CS. Trong tác phẩm *Cải tạo tư tưởng và tâm lý học về chế độ toàn trị: Một nghiên cứu về "Tẩy não" tại Trung Cộng* (Thought Reform and the Psychology of Totalism: A Study of "Brainwashing" in China) ông đã đưa ra 8 đặc điểm về cải tạo tư tưởng của CS: (1) Kiểm soát môi trường (Giới hạn tối đa sự liên lạc giữa nạn nhân và thế giới bên ngoài, giữa nạn nhân và xã hội chung quanh và cả giữa nạn nhân và chính nhận thức cũ của nạn nhân); (2) Vận dụng huyền bí (Vận dụng cá nhân bằng mọi cách và không giới hạn ở một phương tiện nào); (3) Đòi hỏi sự thuần khiết tuyệt đối (Một quá trình phấn đấu liên tục để đạt đến trình độ tự giác); (4) Tự thú công khai (Con người trong xã hội CS phải phô bày mọi suy nghĩ, quan tâm và lo âu một cách công khai, không có riêng tư về thể chất cũng như tinh thần); (5) Chủ thuyết là tuyệt đối đúng (Chủ thuyết CS được đảng lý luận như đồng nghĩa với khoa học và phê bình chủ thuyết CS chẳng những sai lầm về đạo đức mà còn vi phạm các nguyên tắc "khoa học"); (6) Khẩu hiệu chuyên chở ngôn ngữ (Những vấn đề phức tạp, khó hiểu và sâu xa nhất của con người được cô đọng thành những khẩu hiệu có sức cám dỗ cao, dễ giải thích, dễ hiểu và dễ nhớ); (7) Giá trị của chủ thuyết đặt cao hơn giá trị con người (Kinh nghiệm quá khứ của một người sẽ không giá trị gì nếu kinh nghiệm đó mâu thuẫn với chủ thuyết, lịch sử của dân tộc được viết lại, sửa đổi hay cắt xén để phù hợp với chủ thuyết); (8) Thành phần cần thiết và không cần thiết tồn tại trong xã hội (Có hai hạng người trong xã hội CS, một hạng thuộc giai cấp ưu việt gồm công nhân, nông dân, buôn bán lẻ có quyền tồn tại và thành phần khác gồm tư sản, địa chủ, phản động không cần phải tồn tại).

Các điểm mà Bác sĩ Robert J. Lifton trình bày về chính sách tẩy não tại Trung Cộng, đã và đang được áp dụng tại Việt Nam, cho thấy chính sách tẩy não CS vô cùng thâm độc, tận gốc rễ và có hệ thống tinh vi.

Chính Mikhail Gorbachev cũng gián tiếp thừa nhận mình từng bị tẩy não. Lần đầu tiên được đi ra nước ngoài vào những năm 1970, xã hội Tây phương đã giúp ông ta sáng mắt. Những chuyến đi trong thập niên 1980, trong tư cách Ủy viên Bộ Chính trị, đã củng cố quyết tâm thực hiện các chính sách đổi mới sau này. Gorbachev kể lại, một lần, khi tháp tùng phái đoàn đảng CS Liên Xô tham dự tang lễ của lãnh đạo CS Ý Enrico Berlinguer, ông ta ngạc nhiên khi thấy hầu hết các chính trị gia thuộc các đảng dân chủ kể cả Tổng thống Ý Alessandro Pertini cũng đến cúi chào tiễn biệt trước quan tài của Enrico Berlinguer. Đảng CS Ý trong thập niên 1980 đóng vai trò tích cực trong đời sống chính trị Ý và có hậu thuẫn rộng lớn trong quần chúng. Gorbachev thán phục tính đa nguyên và cách cư xử văn hóa trong chính trị Tây phương. Ông nghĩ điều đó không thể nào xảy ra với chủ thuyết CS mà ông được đào tạo.

Nhiều người Việt Nam tự hào học cao, hiểu rộng, đọc nhiều sách Anh, sách Mỹ, du học tại các trường đại học nước ngoài, nghĩ rằng mình không bị tẩy não. Không phải. Quan điểm lịch sử và nhận thức chính trị của họ bị tẩy từ trong bào thai cho đến tuổi trưởng thành để chấp nhận những kết luận phản khoa học như là chân lý. Áp dụng ví dụ của Yuri Alexandrovich Bezmenov trong bài trước vào điều kiện Việt Nam, dù có mang những người này ra tận các "trại cải tạo" Suối Máu, Cổng Trời và chỉ họ những nơi CS đã bỏ tù hàng trăm ngàn sĩ quan, công chức VNCH chưa hẳn họ tin cho đến khi chính họ bị nhốt vào trong các thùng sắt, bỏ đói và chịu rét, lúc đó họ mới tin.

Giải tẩy não

Tiến trình giải tẩy não vì thế là một tiến trình hết sức khó khăn và chỉ có thể thành công nếu nạn nhân can đảm đối diện với sự thật, thừa nhận tình trạng bị tẩy não và giải tẩy não liên tục.

Can đảm đối diện với sự thật

Mọi hành trình bắt đầu từ chính con người. Nếu những người bị tẩy não còn đủ khôn ngoan để hiểu rằng những kiến thức mình đang có là kiến thức một chiều, là thuốc độc được nhỏ từng giọt vào nhận thức và thấm dần qua thời gian, từ thuở còn thơ cất tiếng đầu đời cho đến trường mẫu giáo, tiểu học, trung học, đại học, trường đoàn, trường đảng, hãy đem những kiến thức đó trả lại cho chủ nhân của chúng. Không nên tự kết án vì người bị tẩy não chỉ là nạn nhân chứ không phải là kẻ gây ra tội ác. Hàng ngàn người khóc vật vã trên đường phố trong tang lễ của ông Võ Nguyên Giáp không quan trọng vì ngày mai đảng bảo cười họ cũng sẽ cười, nhưng các nhà văn, nhà thơ, nhà báo thì khác. Họ là những tiếng nói gây ảnh hưởng và được ví như là những phát ngôn nhân của thế hệ và thời đại. Không nên tiếp tục bị nô lệ tri thức. Nô lệ vật chất chỉ thiệt hại bản thân nhưng nô lệ tri thức thiệt hại cho những người chung quanh, người đọc và nhiều thế hệ con cháu sau này. Hãy nhổ mũi tên độc ra khỏi vết thương và tiếp tục cuộc hành trình xây dựng một nhận thức mới, độc lập, khách quan và tự do.

Thừa nhận tình trạng bị tẩy não

Con người thường bất đồng với những điều nghịch lý nhưng khó chống lại những điều rất hiển nhiên và hợp lý. Người bị tẩy não thường không thừa nhận bị tẩy não và luôn sống trong tình trạng từ chối. Tuyên truyền tẩy não CS không kê súng vô đầu một người để buộc người đó phải tin nhưng thuyết phục bằng một lý luận rất hợp với nhân tính. Những tù binh Mỹ bị bắt trong chiến tranh Triều Tiên không bị tra tấn về thể xác và không bị kết án giết người. Các cán bộ tuyên truyền Trung Cộng xác định họ là những người tốt, chỉ vì phải có mặt tại Triều Tiên trong một thời điểm sai để làm một công việc trái với đạo lý con người do chính phủ Mỹ chủ trương. Người tù binh cũng là "nạn nhân" như những người dân Triều Tiên vô tội bị bom đạn Mỹ giết chết. Người tù binh được tiếp đãi tử tế, được cấp các tiêu chuẩn ăn uống cao hơn những tù binh khác. Sau đó, anh ta được có trao cơ hội để giải phóng khỏi niềm tin cũ và xây dựng một niềm tin mới.

Giải tẩy não là một tiến trình liên tục

Tẩy não dưới chế độ CS nhằm thay đổi tận gốc rễ, diễn ra có hệ thống và tập trung vào mục đích thuần hóa con người. "Trăm năm trồng người" là mục tiêu đầu tiên và tối hậu của đảng CS. Tuyên truyền CS diễn ra như sóng vỗ vào bờ, hết đợt này đến đợt khác. Khác với các tù binh Mỹ trong chiến tranh Triều Tiên bị tẩy não trong một giai đoạn ngắn, phần lớn sau khi về lại nhà, thay đổi môi trường giáo dục, thông tin và tình cảm, họ nhanh chóng trở lại bình thường. Những người sống ngay giữa lòng chế độ, việc giải tẩy não khó hơn nhiều. Họ phải chiến đấu liên tục về mặt tư tưởng để chống lại các thông tin tẩy não bằng mọi hình thức và trong mọi lãnh vực của đời sống xã hội. Chống lại chính sách tẩy não là một nỗ lực vô cùng khó khăn, đòi hỏi ý chí quyết tâm cao và tinh thần bền bỉ.

Sự thật sẽ thắng

Để trả lời câu hỏi tại sao Liên Xô sụp đổ, người viết tin rằng phần lớn người có kiến thức chính trị căn bản sẽ nghĩ ngay đến vai trò của cựu Tổng bí thư đảng CS Liên Xô Mikhail Gorbachev, người đã đưa ra hai chính sách quan trọng Perestroika (cải cách kinh tế) và Glasnost (cải cách văn hóa xã hội); một số người khác sẽ nghĩ đến vai trò của Tổng thống Mỹ Ronald Reagan, người đã tăng cường chạy đua vũ trang đến mức làm nền kinh tế Liên Xô kiệt quệ; một số có thể nghĩ đến vai trò của Đức Giáo Hoàng John Paul II, người với câu nói "Các con đừng sợ hãi" đã là chỗ dựa tinh thần của phong trào Công Nhân Đoàn Kết Ba Lan và phong trào dân chủ tại các nước Đông Âu; một số có thể nghĩ đến cố thủ tướng Anh Margaret Thatcher, người "phụ nữ sắt" như báo chí Liên Xô mô tả và đã được tác giả John O'Sullivan xem như là một trong ba người (Roldnald Reagan và Đức Giáo Hoàng John Paul II) đã góp phần quan trọng vào việc làm sụp đổ phong trào CS châu Âu.

Tất cả những người nêu trên thật sự đã có đóng góp quan trọng vào việc làm tan rã hệ thống CS. Tuy nhiên, họ chỉ là những giọt nước tràn ly và ly nước không thể tràn bằng vài giọt nước. Lý do chính làm tan vỡ các chế độ CS châu Âu phát xuất từ chỗ nhân dân các nước Đông Âu và Liên Xô đã vượt qua được căn bịnh tẩy não. Các chính sách tuyên truyền tẩy não từ thời Lenin, Stalin đã không còn hiệu quả, không thuyết phục và cũng không làm người dân sợ hãi, không còn ai kể cả các lãnh đạo đảng tin tưởng vào chủ nghĩa CS. Một khi chính sách tuyên truyền không tác dụng, chế độ độc tài sẽ sụp đổ.

Như một định luật của phát triển xã hội, ở đâu có áp bức ở đó có đấu tranh. Khát vọng tự do trong con người chưa bao giờ chết dù giữa mùa đông tuyết giá trong các trại tập trung Siberia hay trên đường phố Budapest ngập máu trong tuần lễ từ ngày 4 đến ngày 10 tháng 11, 1956. Sau hơn 70 năm đối kháng trong âm thầm nhẫn nhục giữa lừa dối và chân thành, giữa bạo lực trấn áp và khát vọng tự do, giữa độc tài và dân chủ, giữa cổ võ chiến tranh và yêu chuộng hòa bình, giữa hận thù và tình yêu, cuối cùng, sự thật đã thắng tại châu Âu và sẽ thắng ở Việt Nam. George Orwell đã viết "trong thời đại lừa dối, cất lên một tiếng nói thật là một hành động cách mạng", hơn bao giờ hết, Việt Nam đang cần những con người làm cách mạng bằng cách sống thật và nói thật.

LENIN VÀ CHÍNH SÁCH "TUYÊN TRUYỀN TƯỢNG ĐÀI"

Trong thời gian qua, hầu hết bài viết dù phê bình việc dựng tượng đài Hồ Chí Minh ở Sơn La đều nhấn mạnh đến những yếu tố như tốn kém tiền bạc, nuôi sống tham nhũng, làm cho dân tình thêm đói khổ... Những phê bình đó không sai nhưng chỉ là những tác hại về vật chất, các tác hại tinh thần do những tượng đài CS gây ra còn sâu xa và nguy hiểm hơn nhiều.

Tượng đài CS, một vấn nạn của các nước cựu CS

Khi người dân giành lại được quyền tự do, tượng đài cũng là nơi họ trút hết những hờn căm, phẫn uất đã bị dồn nén, chịu đựng bao nhiêu năm. Để bày tỏ thái độ dứt khoát với quá khứ, phản ứng cụ thể nhất của phong trào dân chủ cũng là giật sập tượng đài. Chỉ trong tháng 11, 1990, tại Ukraine và các quốc gia vùng Baltic, 70 tượng đài Lenin bị giật đổ. Để ngăn chặn làn sóng giật sập tượng Lenin, tháng 10, 1990 Mikhail Gorbachev, lúc đó còn là Tổng Bí Thư CS Liên Xô, ra sắc lịnh ngăn cấm việc phá hủy tượng Lenin. Nhưng đã quá trễ, phong trào giật đổ tượng đài các lãnh đạo CS đã lan rộng không chỉ các quốc gia Trung Á thuộc Liên Xô mà ngay cả tại quê hương Nga của ông ta.

Từ cuối năm 1989, hàng ngàn tượng đài các lãnh đạo CS tại 15 nước thuộc Liên Xô cũ, các quốc gia Đông Âu, Mông Cổ, Ghana, Ethiopia, Afghanistan đã bị giật sập, đập phá hay hủy hoại. Tuy nhiên, số lượng tượng đài các lãnh tụ CS cũng còn lại khá nhiều bởi vì kéo đổ hết là một việc khó khăn, đơn giản vì chúng quá nhiều, quá tốn kém và trong nhiều trường hợp dân chúng chẳng còn quan tâm đến những khối xi măng vô tri không làm ai sợ hãi nữa.

Hành động kéo đổ tượng Lenin tại thành phố Kharkiv, Ukraine vào tháng Chín năm ngoái, do đó, không phải là mới lạ. Tượng đài Lenin ở Kharkiv cũng không phải là tượng đầu tiên mà là tượng thứ 390 bị kéo xuống chỉ trong vòng 2 năm 2013 và 2014.

Trước đây, Ukraine đã từng là một trong vài nước đầu tiên phá đổ tượng đài Lenin vào đầu thập niên 1990. Việc kéo đổ tượng Lenin ở Ukraine lần này chỉ là cách để chứng tỏ là thái độ dứt khoát đối với Nga.

Số lượng tượng đài Lenin tại Nga còn lại nhiều nhưng không có nghĩa người dân Nga xem Lenin như là biểu tượng của nước Nga. Dân chúng Nga yêu dân chủ kết án Lenin như một tội đồ dân tộc vì đã (1) xây dựng một chính quyền khủng bố có hệ thống để cai trị Nga suốt 74 năm; (2) tàn phá Đế Quốc Nga và giết sạch gia đình Nga Hoàng; (3) ký hiệp ước bán nước Brest-Litovsk sang nhượng đất đai của Nga cho Đức và các cường quốc Trung Âu; (4) gây ra cuộc nội chiến Nga sau khi cướp chính quyền 1917 dẫn đến cái chết của 15 triệu dân Nga vô tội; (5) tịch thu tài sản dân chúng, tàn phá nhà thờ, tu viện; (6) ký hàng loạt mật lịnh ám sát nhiều trăm ngàn người dân vô tội, nông dân có đất đai, tu sĩ và tín đồ Thiên Chúa Giáo.

Nguồn gốc của chính sách "Tuyên truyền Tượng đài"

Gần như quốc gia nào cũng có xây một số tượng đài để tưởng niệm các danh nhân, các anh hùng dân tộc của quốc gia họ như George Washington, Abraham Lincoln của Hoa Kỳ, Simon Bolivar, Manuel Carlos Piar của Venezuela, Trần Hưng Đạo, Quang Trung của Việt Nam... nhưng chỉ có dưới các chế độ CS, tượng đài các lãnh đạo CS được sử dụng như một phương tiện tuyên truyền gây tác hại vô cùng độc hại, nhất là đối với các thế hệ trẻ.

Sắc lịnh "Tuyên truyền Tượng đài" do Lenin đề xướng có một tên khá dài "Về việc dời các Tượng đài được Dựng lên để Vinh danh các Nga Hoàng và Quan chức và việc Phát triển Đề án Tượng đài đã Cống hiến cho Cách mạng Xã hội chủ nghĩa Nga" (On Removing Monuments Erected in Honor of Tsars and Their Servants and Developing a Project for Monuments Dedicated to the Russian Socialist Revolution) được công bố ngày 12 tháng Tư, 1918.

Chỉ trong vòng một tháng, các tượng đài vua chúa Nga bị kéo sập hay bị dời đi. Thời đó Lenin còn sống nên tượng đài được dựng lên đầu tiên là tượng đài Karl Marx do điêu khắc gia E. V. Revde đúc và đặt tại Penza. Hội đồng Ủy Viên Nhân Dân ngày 30 tháng Bảy, 1918 chấp thuận một danh sách đảng viên CS gồm 69 tên được xây tượng đài tưởng niệm. Lễ khai mạc mỗi tượng đài được tổ chức trọng thể. Sau khi Lenin chết, bộ máy tuyên truyền đảng CS tập trung vào việc biến Lenin thành bất tử qua việc đúc hàng ngàn tượng Lenin đủ kiểu và đặt tại khắp nơi.

Để gia tăng sản xuất tượng đài Nhà Máy Điêu Khắc Tượng Đài được chính thức khai mạc tại Leningrad năm 1922 để đúc tượng các "anh hùng lao động," "anh hùng Xô Viết," các lãnh đạo CS. Có nhiều năm nhà máy sản xuất đến 5 ngàn tượng đài CS. Trả lời phỏng vấn của báo Christian Science Monitor tháng 11, 1990, điêu khắc gia Albert Charkin, tác giả của nhiều mẫu tượng Lenin cho biết những hình ảnh Lenin đơn giản, khiêm cung, thân mật, gần gũi chỉ là những hình ảnh giả tạo.

Người đời nguyền rủa Stalin nhiều hơn Lenin nhưng quên rằng tất cả tội ác của Stalin đều phát sinh từ nền móng của cơ chế toàn trị do Lenin dựng lên, trong đó có cơ quan mật vụ Cheka khủng khiếp do hung thần Felix Dzerzhinsky lãnh đạo. Chỉ trong vòng một tháng từ tháng Chín đến tháng Mười, 1918, ước lượng đã có 10 ngàn đến 15 ngàn người bị cơ quan Cheka thủ tiêu. Danh từ "Khủng bố Đỏ" xuất hiện trong giai đoạn này.

Tượng đài các lãnh đạo CS tại 5 nước CS

Tại Bắc Hàn, toàn quốc có khoảng 34 ngàn tượng đài Kim Nhật Thành. Một tượng đài cho mỗi 3.5 kilômét và cứ 750 người dân có một tượng đài họ Kim. Không giống như một số tượng Lenin làm bằng đá, tượng cha con họ Kim đúc bằng đồng rất tốn kém. Tháng Bảy vừa qua, hai bức tượng đồng của cha con họ Kim được khánh thành một cách trọng thể tại tỉnh Pyongan. Để củng cố đặc điểm kế nghiệp, Kim Jong Un sẽ lần lượt cho thay thế tượng ông nội y đứng một mình bằng tượng của ông nội và cha y đứng cạnh nhau.

Tại Trung Cộng, theo *BBC*, nhiếp ảnh gia Cheng Wenjun đã đi khắp Trung Hoa lục địa để chụp hình các tượng đài Mao

Trạch Đông và ông ta ghi nhận khoảng 2 ngàn tượng đài. Điều đáng lưu ý, một phần ba số tượng đài nằm trong khu vực các trường đại học. Nhân dịp kỷ niệm 120 năm sinh nhật của Mao, lãnh đạo Trung Cộng cho đúc một tượng Mao ngồi gác chân trên ghế bằng vàng và cẩm thạch, cao chỉ 80 cm, nặng 50 kilograms nhưng có giá thành lên đến 16 triệu Mỹ kim.

Tại Lào, tượng lãnh tụ CS Kaysone Phomvihane cũng có mặt trên nhiều công viên, cơ quan nhà nước. Năm 2004, Bắc Hàn đúc tặng Lào 200 tượng Kaysone Phomvihane bằng đồng để đặt tại các cơ quan đảng và nhà nước Lào.

Tại Cuba, mặc dù Fidel Castro chưa chết, tượng đài của y cùng với Che Guevara cũng đã được dựng nhiều nơi trên quốc gia hải đảo này.

Tại Việt Nam, theo số liệu của Bộ Văn Hóa, Thể Thao & Du Lịch, Việt Nam hiện có 134 tượng đài Hồ Chí Minh, trong đó gồm 103 tượng đặt tại các trụ sở cơ quan, 31 tượng được dựng tại các quảng trường. Theo kế hoạch từ nay đến 2030 sẽ xây thêm 58 tượng họ Hồ, nâng tổng số lên 192 tượng.

Tượng đài CS không phải là biểu tượng văn hóa của một dân tộc

Để binh vực việc xây tượng đài Hồ Chí Minh, ông Đào Ngọc Nghiêm, Phó Chủ tịch Hội Quy hoạch và phát triển đô thị Việt Nam, phát biểu: "*Tôi cho rằng, không nên đặt vấn đề xây dựng những tượng như thế đắt hay rẻ. Trước khi phán xét phải nhìn nhận tổng thể giá trị văn hóa. Tượng đài sẽ là động lực cho sự phát triển, nên không thể nói vì còn nhiều người đói thì phải mua cơm trước. Đôi khi văn hóa cũng phải đi trước.*" Ông Đào Ngọc Nghiêm không hiểu văn hóa là gì mà nói sảng, tượng đài Hồ Chí Minh không có liên hệ gì đến văn hóa Việt Nam.

Văn hóa được định nghĩa khác nhau ít nhiều tùy thuộc vào mục đích nghiên cứu nhưng tựu chung là đời sống vật chất và tinh thần đặc thù của một dân tộc. Trong tuyên bố về các dạng văn hóa thế giới vào ngày 2 tháng 11, 2001, UNESCO định nghĩa văn hóa là "*tập hợp của các đặc điểm cảm xúc, trí thức, vật chất, tinh thần riêng biệt của một xã hội hay một nhóm xã hội trong đó bao gồm cách sống, hệ thống các giá trị, truyền thống và niềm tin.*"

Tạm gác qua chuyện đói no, chỉ bàn về văn hóa thôi thì tượng đài Hồ Chí Minh không phải là biểu tượng văn hóa hay một phần của văn hóa dân tộc Việt Nam vì hai lý do chính:

1. Tượng đài CS không mang tính văn hóa đặc thù

Với định nghĩa của UNESCO, các tượng đài CS, trong trường hợp này là tượng đài Hồ Chí Minh, không phải là biểu tượng văn hóa đặc thù của một dân tộc mà chỉ là sản phẩm tuyên truyền phát xuất từ một nguồn gốc CS do Lenin đề ra vào ngày 12 tháng Tư, 1918 tại Nga và đã được áp dụng giống nhau một cách chính xác tại hầu hết các quốc gia CS.

Lấy hình tượng các lãnh tụ CS hôn nhi đồng làm một thí dụ. Để che giấu tội ác, bộ máy tuyên truyền Liên Xô giới thiệu một Stalin hiền từ yêu nhi đồng. Ngay sau đó, Hồ Chí Minh ở Việt Nam cũng yêu nhi đồng, Mao Trạch Đông ở Trung Cộng yêu nhi đồng, Todor Zhivkov ở Bulgary yêu nhi đồng, Kim Nhật Thành ở Bắc Hàn yêu nhi đồng. Lãnh tụ khác nhưng cách thức, nội dung và mục đích đều giống hệt nhau.

2. Tượng đài CS không tồn tại với thời gian và truyền thống dân tộc

Như lịch sử thế giới cận đại chứng minh và người viết đã phân tích ở trên, tượng đài các lãnh đạo CS được dựng lên vì mục đích tuyên truyền nên phải bị phá hủy sau khi cơ chế chính trị tồn tại nhờ tuyên truyền và khủng bố sụp đổ. Như hai tác giả W. Logan và K Reeves viết trong tác phẩm biên khảo *Những nơi đau nhức và nhục nhã: đương đầu với một "gia tài nan giải"* (Places of pain and shame: dealing with "difficult heritage"), chế độ CS sụp đổ để lại những tượng đài như một gia tài không ai muốn nhận.

Chính sách "Tuyên truyền Tượng đài" dù đã chấm dứt trên quê hương của tác giả nó tròn một phần tư thế kỷ nhưng chất độc tư tưởng vẫn còn gieo rắc lên các thế hệ Việt Nam cho đến hôm nay. Tiền bạc của cải dù thiếu thốn bao nhiêu cũng có ngày làm lại được, tương tự, các phương tiện khoa học kỹ thuật dù tiên tiến bao nhiêu cũng có thể học được nhưng giá trị văn hóa dân tộc rất khó phục hưng. Cuộc tranh đấu để chống lại các tư tưởng CS ngoại lai, vong bản, vì thế, là một cuộc đấu tranh đầy khó khăn, đòi hỏi nhiều hy sinh, kiên nhẫn và phải bắt đầu ngay hôm nay chứ không phải đợi đến khi chế độ CS sụp đổ.

TUYÊN TRUYỀN ĐỨC QUỐC XÃ VÀ TUYÊN TRUYỀN CỘNG SẢN

Buổi sáng ngày 19 tháng 8, 1934 là ngày nhân dân Đức đi bỏ phiếu để hợp thức hóa vai trò lãnh đạo tối cao của Adolf Hitler. Một cột báo lớn trên trang nhất long trọng công bố "Hôm nay Hitler là biểu tượng của nhân dân Đức". Tổng thống Paul von Hindenburg qua đời hai ngày trước đó. Hitler được chọn làm Thủ tướng vào tháng Giêng năm 1933 và chỉ cần hơn một năm để thực hiện hàng loạt các hoạt động vừa hợp pháp và bất hợp pháp để củng cố quyền lực. Sau cái chết của Tổng thống Hindenburg, Hitler nắm lấy cơ hội hủy bỏ chức vụ tổng thống và thay bằng quốc trưởng, lãnh đạo tối cao của toàn dân và toàn quân. Gần chín chục phần trăm nhân dân Đức đã bỏ phiếu cho Adolf Hitler vào chức vụ Quốc Trưởng và Lãnh Tụ Tối Cao.

Nhiều lý do giúp Hitler thôn tính quyền hành đã được thảo luận, trong đó gồm tham vọng chinh phục thế giới của y, đại khủng hoảng kinh tế thế giới 1928, hiệp ước Versailles và khuynh hướng chủ hòa của phe đồng minh Anh Pháp. Tuy nhiên, các lý do đó không đủ để đưa một chính trị gia chỉ được 32% số phiếu bầu hai năm trước trở thành "lãnh tụ anh minh" với gần 98.9% cử tri Đức ủng hộ trong lần bầu cử 1934 và không đủ để đưa một Adolf Hitler bốn năm trước chưa phải là công dân Đức trở nên một "cứu tinh dân tộc".

Lý do chính là tuyên truyền.

Vũ khí tư duy thâm độc này đã giúp Hitler nắm được quyền hành tuyệt đối tại Đức. Theo sử gia Sebastian Haffner ngay cả một số người Đức bỏ phiếu chống Hitler trước đó cũng quay sang ủng hộ Hitler. Bộ máy tuyên truyền đã dựng Hilter thành một anh hùng dân tộc, một thiên tài quân sự, một con người thiêng liêng đầy huyền nhiệm.

Trong diễn văn tại đại hội Quốc Xã Đức ngày 28 tháng Tư, 1938, Hitler tóm tắt các công trạng của y: "*Tôi đã vượt qua những hỗn loạn tại Đức, tái lập trật tự, gia tăng sản xuất một cách ồ ạt trong mọi lãnh vực kinh tế quốc gia... Tôi đã thành công trong việc đưa vào sản xuất 7 triệu người thất nghiệp... Tôi chẳng những đoàn kết nước Đức về mặt chính trị mà còn tái võ trang và bước xa hơn trong việc xóa bỏ Hiệp Ước Versailles. Tôi đã sáp nhập Đức các tỉnh bị chiếm đoạt từ năm 1919... Tôi đã hoàn thành các mục đích đó mà không nhỏ một giọt máu của nhân dân, và không gây ra sự chịu đựng cho người dân Đức cũng như các dân tộc khác.*"

Câu "*không nhỏ một giọt máu của nhân dân, và không gây ra sự chịu đựng cho người dân Đức cũng như các dân tộc khác*" là những lời đường mật rót vào tai người dân Đức cho đến khi thế chiến thứ hai bùng nổ mọi hối hận đã trễ tràng.

Người có công lớn nhất trong việc đưa Hitler lên ngôi vị Lãnh tụ tối cao và Quốc Trưởng Đức (Führer und Reichskanzler) không ai khác hơn là Joseph Goebbels, Bộ trưởng Bộ Tuyên Truyền Đức từ 1933 đến 1945.

Sau khi tốt nghiệp Tiến Sĩ tại Heidelberg University 1921 với luận án nghiên cứu kịch nghệ lãng mạn Đức, Goebbels gia nhập đảng Quốc Xã Đức năm 1923. Joseph Goebbels ủng hộ chính sách diệt chủng Do Thái và là một trong những cố vấn của đề án này. Trong tất cả phụ tá thân cận Hitler, Joseph Goebbels gần gũi với Hitler cho đến giờ phút cuối cùng.

Dù được ca ngợi là một "thiên tài đen", Goebbels không phải là cha đẻ của chính sách tuyên truyền tẩy não. Cha đẻ của kỹ thuật tuyên truyền thời hiện đại là các tổ CS trong đó có Lenin, Stalin và Mao Trạch Đông. Joseph Goebbels "học hỏi, vận dụng một cách sáng tạo" phần lớn các phương pháp tuyên truyền CS tại Liên Xô và ngay cả từ CS Trung Quốc dù lúc đó chưa chiếm toàn lục địa, để áp dụng tại Đức.

Dưới đây là những mục đích chính của tuyên truyền CS:

- Xóa bỏ nền văn hóa

Xóa bỏ nền văn hóa giáo dục cũ và thiết lập nền văn hóa xã hội chủ nghĩa là mục tiêu đầu tiên và được tiến hành liên tục dưới chế độ CS.

Ngày 10 tháng Năm 1933, một buổi đốt sách do "đạo quân áo nâu" dưới quyền của Joseph Goebbels tổ chức tại Bebelplatz với khoảng 20 ngàn tác phẩm của các tác giả được yêu thích bị đem ra đốt. Thật ra, đốt sách là một trong những biện pháp xóa bỏ quá khứ mà các chế độ độc tài từ thời vua Jehoiakim xứ Judah trước Tây lịch đến Tần Thủy Hoàng từng sử dụng.

Khác với Đức Quốc Xã, tại các nước CS, chiến dịch đốt sách như một biện pháp đầu tiên và được thực hiện liên tục để xóa bỏ tận gốc rễ một nền văn hóa giáo dục.

Trong tác phẩm *Quần đảo ngục tù* Aleksandr Solzhenitsyn có nhắc đến các chiến dịch đốt sách tại Liên Xô. Tại Trung Cộng sau, ngay sau khi chiếm Trung Hoa lục địa năm 1949 cũng như nhiều năm trong thời kỳ Cách Mạng Văn Hóa sau đó, không chỉ sách vở mà các di tích văn hóa đều bị phá hủy.

Trong số 20 ngàn tác phẩm bị Joseph Goebbels đem đi đốt tại Bebelplatz có một tác giả rất quen thuộc với độc giả Việt Nam. Đó là Erich Maria Remarque. Các tác phẩm của ông được dịch sang tiếng Việt và được tuổi trẻ miền Nam trước 1975 yêu thích như *Chiến hữu, Một thời để yêu và một thời để chết, Mặt trận miền Tây vẫn yên tĩnh*. Chỉ trong vài ngày sau ngày 30 tháng Tư, 1975, các tác phẩm của Erich Maria Remarque lần nữa lại nằm trong số những sách bị đem ra đốt. Erich Maria Remarque qua đời năm 1970 nên không biết tin buồn từ CSVN.

- Thuần khiết lãnh đạo

Hitler và Stalin, như cả thế giới biết là hai trong những kẻ sát nhân tập thể tàn bạo nhất nhân loại nhưng chính Hitler đã nhiều lần bày tỏ sự thán phục dành cho Stalin và ca ngợi y trong việc làm thuần khiết hóa đảng CS Liên Xô qua việc loại bỏ các mầm mống Do Thái như Leon Trotsky, Grigory Zinoviev, Lev Kamenev, Karl Radek khỏi nội bộ lãnh đạo đảng.

Không ai phủ nhận Joseph Goebbels có một năng khiếu đặc biệt về tuyên truyền và được nhiều nhà phân tích xem như là một "thiên tài đen" vì y đã khá thành công trong việc tiêm chích chủ nghĩa dân tộc cực đoan vào tâm lý nhân dân Đức. Tuy nhiên, so với Lenin, Joseph Goebbels chỉ thuộc vào lớp học trò.

Lenin đưa kỹ thuật tuyên truyền lên mức độ cao nhất khi khai thác mâu thuẫn giữa các thành phần xã hội thành cuộc đấu tranh giai cấp đẫm máu, không khoan nhượng. Các cán bộ tuyên truyền CS không chỉ tuyên truyền mà còn là những chuyên viên xách động, tố cáo. Bắc Hàn, CSVN thừa hưởng các kỹ thuật tuyên truyền của Liên Xô và Trung Cộng, và đã vận dụng một cách tinh vi để thích hợp với điều kiện văn hóa Á Châu.

Trong diễn văn khá dài đọc trước đại hội đảng Quốc Xã vào tháng Chín, 1935, Joseph Goebbels phân tích chủ trương tuyên truyền CS "bắt đầu với nguyên tắc cứu cánh biện minh cho phương tiện. Đối với các đảng CS tại Á Châu, Joseph Goebbels cho biết "*Tháng 11 1934, Thống chế Tưởng Giới Thạch công bố trước dư luận, riêng tại tỉnh Giang Tây khoảng một triệu người đã bị CS giết và sáu triệu người khác bị cướp sạch tài sản.*" Cũng trong diễn văn này Joseph Goebbels tố cáo rất nhiều tội ác khác của CS diễn ra sau 1917 tại nhiều nơi ở châu Âu.

- Xây dựng "con người mới"

CS tin tưởng vào việc tái sản xuất con người. Lý lịch ba đời không chỉ duy trì tính kế tục về dòng giống mà còn bảo đảm mục đích của chế độ được hoàn thành trong chính sách ngắn hạn cũng như dài hạn. Stalin phê bình quan điểm chủng tộc của Hitler và gọi đó là Phát Xít nhưng chính trị lý lịch qua đặc tính giai cấp xã hội vốn là nền tảng cho tính kế thừa của chế độ CS.

Không lấy làm lạ khi các lãnh tụ CS thích hôn nhi đồng. Hình ảnh "hiền từ" của họ bên cạnh nhi đồng là hình ảnh tuyên truyền phổ biến nhất trong thế giới CS bởi vì mục tiêu hàng đầu của tuyên truyền tẩy não CS là đào tạo những con người tuân phục từ khi mới ra đời. Lenin từng nói "*trao cho chúng tôi một em bé và trong vòng tám năm, em bé đó sẽ mãi mãi là người CS.*"

Từ khi biết nói, tuổi thơ tại các nước CS đã bắt đầu được đoàn ngũ hóa dưới tổ chức Thiếu Nhi Tiền Phong. Các cháu được giáo dục để tuân phục và hãnh diện được thuộc về lãnh tụ. Các cháu thi đua sống và làm việc theo gương lãnh tụ vĩ đại. Sự phát triển tâm lý xã hội đóng vai trò quan trọng trong đời sống của thiếu nhi. Lễ gia nhập vào đội Thiếu Nhi Tiền Phong là biến cố quan trọng đầu tiên trong đời một em bé vì đó là bước thay đổi đầu tiên trong đời em bé. Mỗi em bé được nhận một cà-vạt đỏ và lớn lên với niềm kiêu hãnh vì đã trở thành một phần không thể thiếu trong xã hội CS. Joseph Goebbels áp dụng hầu hết các phương pháp tuyên truyền của Lenin vào việc phát triển chủ nghĩa Quốc Xã tại Đức.

- Xây dựng "trật tự xã hội mới"

Trước các hung thần khát máu Heinrich Himmler, Heinrich Müller của Đức Quốc Xã, hung thần đầu sỏ của các chính sách trấn áp tại Liên Xô là Felix Dzerzhinsky.

Tên đồ tể khát máu này gốc Ba Lan nhưng là người thành lập cơ quan mật vụ Cheka khủng khiếp nhất tại Nga ngay sau khi cách mạng CS 1917. Sau khi một lãnh đạo tổ chức Cheka bị ám sát hụt tại St. Petersburg, Dzerzhinsky ra lịnh bắt 800 người và tất cả đều bị xử bắn không qua một phiên tòa nào. Chỉ trong vòng một tháng từ tháng Chín đến tháng Mười 1918, ước lượng đã có 10 ngàn đến 15 ngàn người bị giết. Danh từ "Khủng bố Đỏ" xuất hiện trong giai đoạn này.

Dzerzhinsky kiêm nhiệm hàng loạt chức vụ cấp bộ trưởng ngoài việc điều hành ngành an ninh Sô Viết. Y thông thạo nhiều ngoại ngữ mặc dù học hành bị dang dở vì tham gia hoạt động CS, bị tù nhiều lần trong đó có lần bị lưu đày tận vùng băng tuyết Siberia. Vượt thoát khỏi Siberia và hoạt động CS tại Đức. Là nhân vật nổi tiếng trong phong trào CS Đông Âu, sau 1917, Felix Dzerzhinsky thay vì hồi cư về Ba Lan đã quyết định ở lại Nga và được bầu vào đảng ủy CS thủ đô Moscow. Felix Dzerzhinsky chia sẻ quan điểm của Lenin về vai trò toàn trị của Soviet và là người đầu tiên nhận trọng trách thành lập cơ quan an ninh CS.

Joseph Goebbels cũng rập theo khuôn mẫu đó và tung ra chiến dịch tôn sùng cá nhân với khẩu hiệu "Hitler vì nước Đức" và "Toàn nước Đức của Hitler".

Những điểm khác nhau giữa tuyên truyền Đức Quốc Xã và tuyên truyền CS

- Bộ máy tuyên truyền Đức Quốc Xã đặt nặng vai trò của trung ương tức Bộ Tuyên truyền, nơi kiểm soát, phân phát chỉ thị và điều hành mọi hoạt động tuyên truyền trong lúc dưới các chế độ CS tuyên truyền là cả một hệ thống hiệu quả từ trung ương cho đến từng tổ ba người.

- Mặc dù sở hữu và khai triển hệ lý luận Quốc Xã trong đó có cả sự quan tâm về một "chủ nghĩa xã hội" trong tương lai Đức, Joseph Goebbels không có nhiều thời gian để thực hiện chủ trương vừa tận diệt tàn tích cũ và để trồng lên một lớp người mới với nhận thức mới như chủ trương của Lenin và các thế hệ lãnh đạo CS đàn em ở Liên Xô cũng như tại các nước CS khác.

- Hàng ngũ cán bộ tuyên truyền của Đức Quốc Xã đều là những cán bộ mới được đào tạo, vừa học tập vừa tuyên truyền, không sở hữu một căn bản lý luận vững chắc, trong lúc đó, tại các nước CS khả năng tuyên tuyền là tiêu chuẩn xác định trình độ chính trị và chủ nghĩa CS của mỗi đảng viên.

- Tuyên truyền Quốc Xã chỉ trở nên hữu hiệu khi sau khi Hitler nắm được chính quyền, trong lúc đó, khi hoạt động trong bí mật các đảng viên CS đã thực hiện công tác tuyên truyền, sống sót nhờ vũ khí tuyên truyền, tờ báo bí mật Pravda của trung ương đảng CS Nga cũng ra đời trong thời gian hoạt động bí mật.

- Đối tượng tuyên truyền của Đức Quốc Xã là nhân dân Đức và đối tượng để tiêu diệt là người Đức gốc Do Thái, trong khi đó đối tượng tuyên truyền lẫn tiêu diệt tại các nước CS đều là dân của các nước đó. Lý thuyết Marx, kể cả Tuyên ngôn Đảng CS do Mác và Friedrich Engels soạn, cũng còn trong phạm vi triết học và lý luận, chỉ được thực tế hóa một trách triệt để sau khi Lenin và đảng CS Nga chiếm được quyền lực sau Cách mạng CS tháng 10, 1917.

Boris Efimov, họa sĩ hí họa tuyên truyền chính trị thời CS Liên Xô thú nhận ông đã dành 70 năm chỉ để làm công việc bôi đen nhận thức của bao nhiêu thế hệ con người trong mười lăm nước thuộc Liên Xô. Ông không có chọn lựa. Anh ruột của ông bị Stalin xử bắn nhưng có lẽ nhờ tài năng ông được cho phép sống để vẽ hí họa tuyên truyền. Theo Boris Efimov, hệ thống tuyên truyền CS vô cùng khủng khiếp và có khả năng thôi miên cả một dân tộc. Không ít người Việt Nam đã từng và đang bị thôi miên như thế.

Hôm nay, bức tường tuyên truyền CSVN còn dày nhưng so với 42 năm trước đã có nhiều kẽ hở. Ánh sáng tự do dân chủ theo cuộc cách mạng tin học tràn vào và giúp làm thay đổi nhận thức của một số người. Có thể chưa đủ làm nên một lực lượng cách mạng nhưng rõ ràng mỗi ngày một đông và sẽ đông hơn.

Một ngày không xa, những con nước nhỏ hôm nay sẽ làm nên thác lũ.

Tham khảo:

Ian Kershaw, The Führer Myth: How Hitler Won Over the German People, SPIEGEL ONLINE International.

Joseph Goebbels, Communism with the Mask Off, speech was delivered to the annual congress of the Nazi Party on 13 September 1935.

Jean Marie Domenach, Political Propaganda, Kỹ Thuật Tuyên Truyền Chính Trị, bản dịch của Thế Uyên, nxb Thái Độ Sài Gòn 1969.

Michael Mccarty, The Historical Roots Of Chinese, Communist Propaganda, Baylor University.

Archie Brown, The Rise and Fall of Communism, HarperCollins, New York, NY 2011.

SỐ PHẬN MỘT LOÀI CHIM

Cách đây không lâu, anh chủ nhiệm của một tờ báo địa phương đến thăm và nghe các con tôi nói chúng thích nuôi thú vật kiểng (pet). Lần sau anh trở lại với một chiếc lồng và hai con chim nhỏ để tặng các cháu. Anh dặn kỹ: "Chim này chỉ nuôi trong nhà, đem ra ngoài gió chúng sẽ chết." Tôi thật không tin. Chim là phải bay nhảy chứ làm gì ngay cả gió cũng sợ. Tôi đến một tiệm bán chim hỏi lại. Bà chủ tiệm cũng đồng ý với anh chủ nhiệm: "Đây là loại chim được sản xuất theo lối công nghiệp chứ không phải chim sinh nở tự nhiên. Nếu đem ra ngoài trời, chúng sẽ chết vì không thích hợp với môi trường."

Tôi đành giữ kỹ chim trong nhà. Vài hôm sau, một người bạn cùng quê của tôi tới thăm. Anh nghiêm chỉnh khiển trách: "Mày là Phật tử mà bỏ tù sinh vật. Người ta chẳng ví cảnh tù đày như cá chậu chim lồng đó sao. Phải thả chúng bay đi." Tôi thật khó xử, vừa cảm thấy việc "bỏ tù sinh vật" là không nên làm nhưng thả bay đi chúng sẽ chết. Tôi phân trần với anh: "Đây là chim công nghiệp, đem ra ngoài chúng sẽ chết, và thả bay đi chúng càng chết nhanh hơn." Anh bạn Quảng Nam đáp: "Nếu chúng chết thì chúng sẽ trọn nghiệp vì biết đâu kiếp sau chúng sẽ là những con chim tự do."

Tôi chưa hẳn đồng ý với cách cãi của anh ta nhưng phải công nhận việc tôn trọng tự do của mọi sinh vật là đúng, nên viết thư về Việt Nam hỏi ý một vị Đại Đức ở Hội An. Thầy trả lời theo lối "vạn sự do tâm": "Chim công nghiệp vẫn là chim. Nếu môi trường xấu làm cho chúng xấu đi thì môi trường tốt sẽ làm cho chúng tốt trở lại. Hãy tập cho chúng quen dần, từng bước và khi chúng hoàn toàn quen thuộc với môi trường bên ngoài thì phóng sinh chúng đi."

Tôi cho đó là giải pháp hợp lý. Rất tiếc tôi lại quá bận để tập cho chim quen với thiên nhiên, bèn tặng chúng cho người em và dặn chú ấy tập cho chúng quen dần với đời sống bên ngoài, định bụng khi chúng hoàn toàn làm quen sẽ bàn với chú em làm lễ phóng sinh.

Tháng sau tôi trở lại nhà người em nhưng không thấy chim. Chưa kịp hỏi, chú em trả lời: "Chẳng giấu gì anh, ngày nào em cũng đem chim ra vườn tập. Chúng tiến bộ lắm. Chúng rất thích cảnh thiên nhiên. Vừa thấy cảnh cây lá sum sê là chúng kêu ríu rít lên ngay. Tuần trước, trong lúc em để chúng trên sân sau, chạy vào nhà trả lời điện thoại, khi trở ra thì chỉ còn mấy cái lông rơi rớt bên cạnh chiếc lồng vỡ nát và con mèo của hàng xóm đang nhảy sang bên kia hàng rào."

Tôi an ủi chú em theo lý luận của anh bạn Quảng Nam: "Hai con chim đó đã trọn nghiệp trong kiếp này, hy vọng đời sống sau, chúng sẽ làm chim của núi rừng tự do thay vì làm kiếp chim công nghiệp."

Mỗi khi nhớ đến câu chuyện hai con chim, tôi lại ngậm ngùi nghĩ đến số phận của các em bé Bắc Hàn. Cuộc đời của các em không khác gì những con chim công nghiệp kia. Ngay khi các em ra đời, các cơ chế chính trị và xã hội đã được chuẩn bị sẵn để các em sống, suy nghĩ và hành động một cách thích nghi.

Tương tự như môi trường dành cho loại chim công nghiệp, cơ chế chính trị Bắc Hàn được xây dựng và tồn tại bằng niềm tin tuyệt đối nơi lãnh tụ của họ. Trong cơ chế đó sự nhầm lẫn, hoài nghi dù hợp lý đều không được cho phép tồn tại.

Trong buổi phỏng vấn dành cho tuần báo Time, người cận vệ của Kim Chính Nhật đào thoát nhắc lại câu chuyện của một người lái xe vô tình chạy lạc vào khu vực dinh thự của Kim Chính Nhật. Sau khi thẩm vấn anh tài xế, đám cận vệ của Kim Chính Nhật đều đồng ý rằng anh ta thật sự đi lạc. Tuy nhiên cách giải quyết họ chọn trong trường hợp đó là bắn chết anh ta ngay tại chỗ. Gia đình anh tài xế được thông báo rằng anh đã "đền nợ nước" và thưởng công cho gia đình một cái tủ lạnh.

Nhiều câu chuyện, đối với người sống bên ngoài bán đảo Bắc Hàn, có thể là chuyện hoang đường đến độ buồn cười, nhưng với người dân Bắc Hàn lại là chân lý, đúng như một nhà thơ Việt Nam có lần đã định nghĩa: "Chân lý là đường đảng đã vạch ra và sự thật là gì đảng đã dạy ta."

Giờ sinh của Kim Chính Nhật, con trai Kim Nhật Thành và là đương kim lãnh tụ Bắc Hàn, được mô tả trong giáo trình tiểu học: "Lãnh Tụ Kính Yêu sinh ra trong một căn cứ quân sự bí mật bên rặng núi thánh Paektu-san (Bạch Đầu Sơn), lúc Người ra đời một có hai cầu vồng rực rỡ và một ngôi sao sáng hiện ra trên nền trời" (Người dân Bắc Hàn gọi Kim cha là Lãnh Tụ Vĩ Đại hay Lãnh Tụ Vĩnh Cửu và Kim con là Lãnh Tụ Kính Yêu).

Thật ra làm gì có căn cứ quân sự nào, chẳng trên núi thánh nào và lại càng không có chuyện thần thoại như hai vòng cầu vồng ngũ sắc hiện ra trong giờ Kim Chính Nhật giáng trần. Theo sử liệu của Sô-Viết cũ, anh chàng Kim Chính Nhật sinh ra trong một đồn lính nhỏ hẻo lánh ở Siberia vì cha anh ta, Kim Nhật Thành, làm lính cho Stalin sau khi trốn khỏi Mãn Châu.

Một mẩu chuyện khác về Kim Chính Nhật: "Mặc dù trước kia chưa bao giờ chơi gôn (golf), khi cầm cây gôn lần đầu Lãnh Tụ Kính Yêu đã đánh trúng ngay 5 lỗ một lần." Và nữa, "một lần nọ, Lãnh Tụ Kính Yêu đến kiểm tra súng của một đơn vi quân đội và trước mặt binh sĩ Người đã rút súng bắn trúng ngay mắt trái của mười con bò rừng." Kim Chính Nhật không phải là người thường, trong ý thức của người dân Bắc Hàn, anh chàng là hiện thân của một thiên thần.

Chàng ta tuy chưa bao giờ đi lính một ngày nhưng được gọi trong sách là "Tướng Trời". Tại Bắc Hàn, ngay cả chiếc khăn để lau tấm ảnh của hai cha con họ Kim cũng không được phép dùng để lau các đồ vật khác trong nhà. Giống như những con chim công nghiệp, các em bé Bắc Hàn cũng líu lo mỗi sáng, nhưng nếu ai lắng tai nghe, bài hát các em hát trong giờ vào lớp luôn bắt đầu bằng câu: "Hoa nở nhờ có không khí và các em cười nhờ ơn của Kim Lãnh Tụ Vĩ Đại."

Học sinh Bắc Hàn được dạy phải "yêu tổ quốc và yêu đồng bào" nhưng tổ quốc của em được mô tả trong sách vở không phải là một quốc gia nghèo đói, cô lập với thế giới bên ngoài mà một thiên đường trên trái đất dưới sự lãnh đạo anh minh của Kim Lãnh Tụ.

Trong các ví dụ được dùng ở trường học, từ văn chương đến toán học, cuộc đời và sự nghiệp của hai cha con họ Kim luôn được dùng để ví những điều tốt đẹp và "đế quốc Mỹ xâm lược" luôn được dùng để ám chỉ những điều xấu xa tội lỗi nhất trên đời.

Sinh viên học sinh Bắc Hàn rất kiêu căng khi nói về lịch sử và dân tộc Triều Tiên vì một lý do đơn giản, ngoài những câu chuyện tuyên truyền được dạy ở trường, họ không biết gì về lịch sử loài người và cũng không biết đúng về lịch sử của tổ tiên họ. Và với một môi trường như thế, nhiều thế hệ người dân Bắc Hàn, hơn nửa thế kỷ qua đã tiếp tục sinh ra, lớn lên trong số phận một loài chim công nghiệp.

Mặc dù những mẩu chuyện trên có thể gợi lại trong ký ức của những người Việt lớn tuổi những hình ảnh, những tiếng thì thầm nghe rất quen quen, tuổi thơ Việt Nam ngày nay dù sao cũng may mắn hơn những người cùng tuổi với họ ở Bắc Hàn.

Trong lúc nhiều nơi vẫn còn khó khăn, thiếu thốn, đa số tuổi thơ Việt Nam đang có một đời sống tinh thần dễ chịu hơn tuổi thơ Bắc Hàn. Bài học của thiếu nhi Việt Nam học hôm nay không đến nỗi hoang đường như của thiếu nhi Bắc Hàn và bài hát của các em bé Việt Nam hát không trơ trẽn khó nghe như những câu mà thiếu nhi Bắc Hàn dùng để ca tụng cha con họ Kim. Ánh sáng bên ngoài đã theo những khe hở của "chính sách đổi mới" rọi vào căn nhà Việt Nam mang theo kiến thức mới lạ từ những phương trời khác. Qua những khe hở đó, chúng ta cũng được nghe nhiều tiếng nói chân thành vọng ra từ trong nước tương tự như chúng ta đang nghe những ưu tư trăn trở của những người Việt đang sống ở ngoài nước dù họ đã một thời lớn lên bên này hay bên kia sông Bến Hải.

Như vậy có gì giống nhau trong hoàn cảnh của hai em thiếu nhi Bắc Hàn và Việt Nam không?

Có chứ. Hai cơ chế chính trị ảnh hưởng đến đời sống của các em bé Bắc Hàn và Việt Nam về căn bản vẫn giống nhau. Hai con nước đều bắt nguồn từ thượng lưu sông Volga trong những thập niên năm đầu của thế kỷ 20 và vẫn còn đang chảy xiết.

Cả hai cơ chế chính trị đều nhằm ngặn chặn mọi suy nghĩ độc lập và hủy diệt mọi khả năng phản kháng của con người. Quyền căn bản đầu tiên trong nghiên cứu khoa học là quyền đặt vấn đề, thế nhưng quyền đó không đươc tôn trọng trong hai xã hội Bắc Hàn và Việt Nam.

Hiện nay, nhiều quốc gia và hàng trăm tổ chức thiện nguyện, tôn giáo, nhân đạo khắp thế giới đang tìm mọi cách để cứu giúp thiếu nhi Bắc Hàn, nhưng đồng thời, mọi người cũng đồng ý rằng, tất cả những gì họ đang làm chỉ là những biện pháp vá víu trong lúc chờ đợi một sự thay đổi toàn diện và căn bản.

Đúng vậy, sinh mệnh của một quốc gia không thể thay đổi bằng vài bao bột mì, hướng đi của một đất nước không thể được lót bằng dăm ba lon sữa và hạnh phúc của một dân tộc không bao giờ đến bằng sự vuốt ve an ủi từ những bàn tay thương xót bên ngoài.

Số phận của một dân tộc phải được quyết định bằng mồ hôi nước mắt, bằng những tấm lòng tận tụy với tương lai dân tộc, bằng đức tính kiên nhẫn làm việc vì đất nước của chính người dân nước đó. Và dù diễn ra dưới bất cứ hình thức nào, nhẹ nhàng hay cứng rắn, xói mòn hay cường tập, thay đổi cơ chế chính trị vẫn là mục tiêu quyết định của mọi cuộc cách mạng xã hội.

HAI CĂN BỊNH TRẦM KHA CỦA GIÁO DỤC VIỆT NAM: NÓI TRỄ VÀ NÓI DỐI

Sinh viên, học sinh Việt Nam vẫn nghĩ khẩu hiệu: "*Vì lợi ích mười năm trồng cây, vì lợi ích trăm năm trồng người*" là nguyên tác bất hủ của ông Hồ. Thật ra, câu nói đó lấy ý từ câu "Nhất niên chi kế, mạc như thọ cốc, thập niên chi kế, mạc như thọ mộc, bách niên chi kế, mạc như thọ nhân", nghĩa là: "*Kế hoạch cho một năm, không gì bằng trồng lúa, kế hoạch cho mười năm, không gì bằng trồng cây, kế hoạch cho trăm năm, không gì bằng trồng người*" của Quản Trọng. Dù sao, sau hơn nửa thế kỷ trồng người, nền giáo dục xã hội chủ nghĩa tại Việt Nam, ngoài việc sinh ra các tình trạng mà Giáo sư Hoàng Tụy gọi là "nguy kịch" như chạy theo bằng cấp, bằng giả, học giả, làm luận án thuê... còn gây ra hai căn bịnh rất phổ biến trong xã hội Việt Nam, theo tôi, còn trầm trọng và khó chữa trị hơn nhiều, đó là bịnh nói trễ và nói dối.

Trẻ con trung bình vào khoảng hai, ba tuổi là bắt đầu tập nói. Nếu đến bốn tuổi mà chưa nói được, đứa bé sẽ bị xem như mắc triệu chứng nói trễ (Autism Spectrum Disorders). Nghe đâu nhà bác học Albert Einstein cũng từng mắc phải triệu chứng này. Theo các tài liệu y khoa, đây không phải là căn bịnh làm chết người, nhưng vẫn là một mối lo canh cánh bên lòng các bậc cha mẹ khi nghĩ đến việc con mình không biết nói. Chúng ta không hiểu được nỗi lòng của các em bé, nhưng chắc các em cũng khổ tâm ghê lắm khi không nói được một cách bình thường như những đứa trẻ khác. Nếu quý vị vào Internet để tìm các tài liệu về triệu chứng Asperger hay Autism Spectrum Disorders, quý vị sẽ có cơ hội đọc hàng trăm câu chuyện cảm động của các bà mẹ chia sẻ với nhau niềm vui khi lần đầu nghe con gọi tiếng "mẹ ơi" gọn gàng, suôn sẻ.

Tôi không biết Việt Nam có bao nhiêu em bé bị mắc phải triệu chứng nói trễ, tuy nhiên, phát biểu trễ, trong đó tính chung cả nói và viết, thì rất đông. Đông đến nỗi, khi có một em phát biểu được những gì em suy nghĩ, ai nấy đều xem đó như một hiện tượng lạ, không những cha mẹ em mừng, anh chị của em mừng, bà con em mừng, mà tám chục triệu đồng bào trong nước và cả hai triệu người Việt ở hải ngoại cũng mừng theo. Đó là trường hợp của em Nguyễn Phi Thanh, học sinh lớp 11A18 trường THPT Việt Đức, Hà Nội. Có một điểm khác nhau giữa bịnh Autism Spectrum Disorders và nói trễ ở Việt Nam, trong lúc Autism Spectrum Disorders là do sự phát triển chậm của khu vực nói trong hệ thần kinh trẻ em, bịnh nói trễ ở Việt Nam là do nền giáo dục xã hội chủ nghĩa gây ra và tồn tại không chỉ trong trẻ em mà cả trong nhiều người lớn tuổi.

Nhận xét của em Phi Thanh về đề thi "Giới thiệu vẻ đẹp của tác phẩm Văn Tế Nghĩa Sĩ Cần Giuộc" đã được báo chí trong và ngoài nước đăng tải khá nhiều, tôi chỉ trích một đoạn ngắn:

"*Em nghĩ, đứng trước một tác phẩm văn học bao giờ cũng có ý kiến trái ngược khen-chê, hay-dở nhưng dường như học sinh bọn em chỉ có quyền thích, chỉ có quyền khen hay mà không có quyền nói lên chính kiến của mình, và việc phê bình văn học hình như chỉ là việc của các nhà phê bình. Phải chăng vì tư tưởng bảo thủ này mà suốt 63 năm qua, văn thơ của chúng ta chưa được "mới"? Nhìn ra, chỉ ra cái hay của một tác phẩm văn học đã khó, nhưng chỉ ra cái hạn chế, thiếu sót của tác phẩm ấy còn khó hơn nữa, vậy mà chưa bao giờ bọn em được tỏ rõ chính kiến của mình trong một bài thi cả, tất cả chỉ vì áp lực điểm số.*"

Tại các quốc gia tiên tiến, một học sinh lớp 11 viết những câu như thế thì không có gì đặc biệt. Năm ngoái nơi tôi ở một học sinh cũng lớp 11 chẳng những viết mà sau đó còn đưa cả Thống đốc và Sở Giáo dục Tiểu bang ra tòa với tội vi phạm hiến pháp chỉ vì số lượng học sinh trong lớp em học đông hơn số lượng mà Bộ Giáo dục quy định. Việt Nam thì khác, viết được như Phi Thanh là một biến cố lịch sử, chưa từng xảy ra, nói chi đến chuyện đưa nhà nước ra tòa. Học sinh Phi Thanh viết "*Em có thể chắc chắn rằng trong số mười học sinh như em thì có chín người cũng không thích tác phẩm này*", điều đó cũng có nghĩa em may mắn nói được còn chín em kia vẫn còn mắc phải triệu chứng nói trễ.

Sự đồng tình của nhiều người, nhiều giới, trong đó có một số người đang làm công tác giáo dục, về bài viết của em Phi Thanh, chứng tỏ sự khát khao, chờ đợi của người dân dành cho một tiếng nói trung thực, một phản ứng tích cực thay vì rập khuôn một cách thụ động theo dấu chân của đảng trên con đường mòn giáo dục xã hội chủ nghĩa như năm chục năm qua. Đó là một dấu hiệu tốt. Ít ra, mỗi ngày có thêm nhiều người ý thức rằng cuộc vận hành của lịch sử là một chuyến tàu không bao giờ chạy ngược và không dừng lại lâu ở một sân ga nào mà luôn hướng đến một sân ga mới, mang theo hành khách mới với hành trang và ước vọng riêng cho thời đại họ. Những khái niệm, phạm trù được xem như là chân lý cách đây nửa thế kỷ có thể không còn đúng nữa. Xã hội ngày nay không phải là xã hội của năm mươi năm trước. Những suy tư, trăn trở, lo âu, ước vọng, đam mê của thế hệ trẻ ngày nay cũng hoàn toàn khác với thế hệ cha anh, và vì thế, mục đích lẫn phương pháp giáo dục phải thay đổi một cách thích nghi theo nhu cầu thời đại.

Lấy bài "Văn tế nghĩa sĩ Cần Giuộc" làm ví dụ. Không ai phủ nhận giá trị lịch sử của tác phẩm, đặc tính anh hùng cách mạng của nghĩa sĩ Cần Giuộc cũng như tinh thần bất khuất của cụ Nguyễn Đình Chiểu, tuy nhiên, buộc các em, các cháu học sinh phải xúc động theo cách xúc động của ông bà các em khi đọc những câu như "*Tiếng phong hạc phập phồng hơn mươi tháng, trông tin quan như trời hạn trông mưa; mùi tinh chiên vấy vá đã ba năm, ghét thói mọi như nhà nông ghét cỏ*" hoặc "*Chùa Tông Thạnh năm canh ưng đóng lạnh, tấm lòng son gửi lại bóng trăng rằm; đồn Lang sa một khắc đặng trả hờn, tủi phận bạc trôi theo dòng nước đổ*" thì không đúng. Thất bại của hệ thống giáo dục là không làm cho các thế hệ ngày nay rung động được cái rung động của người xưa bằng ngôn ngữ của thời đại các em, không làm dấy lên trong lòng thế hệ măng non một tình yêu nước trong sáng như tình yêu nước trong lòng của các bậc tổ tiên, ông bà các em. Yêu nước ngày nay đồng nghĩa với yêu chủ nghĩa xã hội, nhưng chủ nghĩa xã hội là gì, giống ai, hình dáng ra sao, mập ốm thế nào thì ngay cả ông Tổng bí thư cũng không hình dung được, nói chi là các em học sinh lớp 11.

Nền giáo dục vẹt như thế tồn tại trong xã hội Việt Nam từ bao nhiêu năm qua đã giết chết mọi mầm mống sáng tạo tự nhiên trong con người. Tôi nhớ những ngày còn học ở Đại học

Kinh tế sau 1975 như một sinh viên chế độ cũ chuyển sang, ngồi nghe một cán bộ giảng dạy trình bày về toàn bộ lịch sử phát triển của nhân loại từ vượn đến người không khác gì một câu chuyện khoa học giả tưởng. Lý do, trong suốt bài giảng ông không dựa vào một kết quả nghiên cứu khoa học hay một công trình khảo cứu giá trị nào, mà chỉ lập lại gần như nguyên văn bài viết dài chưa đến hai mươi trang, "Quá trình chuyển biến từ vượn thành người" của Engels, trong *Tuyển tập Marx-Engels.* Trong vỏn vẹn hai chục trang sách thôi, Engels đã phác họa toàn bộ nguồn gốc nhân loại như đã chính mắt mình trông thấy. Rằng ngày xửa ngày xưa, có một bầy vượn đi kiếm ăn, vì nhu cầu thực phẩm nên phải leo trèo, hai chân trước vì vậy đã phát triển để thích nghi với việc hái nên dần dần biến dạng ra cái mà chúng ta gọi là hai tay. Trong lúc hai chân sau vì sử dụng như là những điểm tựa nên vẫn được gọi là hai chân... Và thủy tổ con người đã hình thành không khác gì một cuốn phim hoạt họa thế đó. Tuy nhiên, tác phẩm nầy, cùng với các tác phẩm kinh điển khác của các lãnh tụ đảng, được đảng viên các cấp tôn kính tuyệt đối, và là nền tảng của hệ thống giáo dục tại Việt Nam. Bất cứ tác phẩm nào viết về nguồn gốc loài người được xuất bản tại các quốc gia CS đều trích dẫn hay tập trung chung quanh câu chuyện kể lại từ hai chục trang nầy. Lý do là vì Engels viết. Mặc dù không phải là nhà khảo cổ học hay nhân chủng học, nhưng Engels, người bạn vĩ đại và cảm động của Marx, viết thì phải được xem như là chân lý, không cần thiết phải chứng minh. Từ những người làm công tác giáo dục, nhà văn, nhà báo, cho đến các lãnh đạo đảng và nhà nước, đều say mê trích dẫn các tác phẩm của Marx, Engels, Lenin một cách chân thành và trịnh trọng. Không một giáo án, giáo trình, diễn văn, tham luận, tuyên ngôn, tuyên cáo nào mà không trích dẫn vài câu nói của họ. Văn bản nào không có trích dẫn những "lời dạy" của các lãnh tụ CS thì văn bản đó bị coi như không có giá trị gì. Sự nô lệ trí thức, vì vậy, như là một loại vi trùng sinh sôi và lan rộng trong từng con người, qua nhiều thế hệ, xói mòn và tàn phá tính khai phóng, làm thui chột tính sáng tạo trong con người.

Trong lúc bịnh nói trễ dù sao cũng tùy trường hợp mỗi người, bịnh nói dối là cả một hệ thống, dối có chủ trương, dối có sách vở, dối có tổ chức. Đó chính là một hậu quả tai hại khác của nền giáo dục xã hội chủ nghĩa tại Việt Nam nói riêng và các nước xã hội chủ nghĩa nói chung. Vài ví dụ về hậu quả tai hại của tính nói dối tại nước CS đàn anh Trung Quốc. Trong tác phẩm Cuộc đời riêng tư của Chủ tịch Mao Trạch Đông (The Private Life of Chairman Mao), bác sĩ Lý Chí Thỏa kể lại nhiều câu chuyện về bịnh nói dối tại Trung Quốc trong giai đoạn Bước tiến nhảy vọt và Công xã nhân dân. Một lần, Mao đi thăm tỉnh Hồ Bắc, để chứng minh tỉnh mình vượt chỉ tiêu lúa gạo, viên bí thư tỉnh chỉ thị nông dân dời cả những thửa ruộng nằm sâu trong làng ra sát đường rầy xe lửa để gây cho Mao ấn tượng là mùa màng đang dư dả. Lúa được dời, nhiều khi trồng quá sát nhau đến nỗi dân địa phương phải đặt quạt điện bốn góc ruộng để thổi không khí vào cho thông, nếu không lúa sẽ chết trước khi xe lửa của Mao chạy ngang. Một phụ tá của Mao nói riêng với bác sĩ Lý rằng tất cả các con số thống kê lúa gạo đều là giả vì không có đất nào có thể thu hoạch được mỗi mẫu hai chục hay ba chục ngàn cân thóc. Tương tự, sản phẩm được sản xuất từ những nhà máy luyện kim của công xã mà bác sĩ Lý gọi mỉa mai là "lò luyện kim sau hè" đều vô dụng. Sắt thành phẩm trình lên Mao chẳng qua là sắt thật, mang đến từ nhà máy luyện kim hiện đại. Không cần phải là nhà khoa học, nhà kỹ thuật, mà những người bình thường với một chút kiến thức căn bản cũng biết rằng những nồi niêu xoong chảo dù nấu chảy ra cũng không thể biến chúng trở lại thành sắt thép. Thế nhưng các ủy viên trung ương đảng, các ủy viên bộ chính trị và gia đình họ cũng tích cực tham gia xây dựng các "nhà máy luyện sau hè," đến nỗi đêm nào khu vực Trung Nam Hải, nơi ở và làm việc của Trung ương Đảng CS Trung Quốc, cũng sáng rực vì lửa của nồi nấu chảy các đồ dùng bằng thiếc, kẽm trong nhà. Tất cả các lãnh tụ cao cấp đều không ai dám bình luận điều gì. Tiếng nói duy nhất phát ra trong giai đoạn nầy là của Mao. Cho đến một ngày, chính Mao cũng cảm thấy có điều gì đó bất ổn đang xảy ra và thắc mắc, "*Tại sao Anh, Mỹ, Liên-Xô phải xây dựng những nhà máy luyện kim khổng lồ và tốn kém, chẳng lẽ họ ngu hơn dân Trung Quốc?*" Thật ra chính Mao mới là người ngu và cả nước phải ngu theo. Hậu quả của sự ngu xuẩn và dối trá đó là cảnh chết đói oan uổng của trên 30 triệu dân Trung Quốc.

Vì hoàn cảnh, con người phải lừa dối nhau để tồn tại. Điều đó đôi khi còn có thể thông cảm. Thế nhưng một tác phẩm văn học xây dựng trên sự lừa dối và nhằm mục đích lừa dối người khác là một điều không thể chấp nhận được. Rất tiếc, việc hình thành một đội ngũ của những người viết dối để phục vụ cho chế độ, cũng là một trong những đặc điểm của nền giáo dục xã hội chủ nghĩa.

Để chứng minh cho tính nói dối trong văn học Việt Nam, tôi xin giới thiệu đến độc giả một đoạn văn của nhà văn Lê Lựu viết về thành phố Boston, nơi tôi đang sống, trích trong tác phẩm *Một thời lầm lỗi và Trở lại nước* Mỹ của ông, do Nhà xuất bản Thanh Niên xuất bản năm 2000.

Trước khi đánh máy lại đoạn văn của nhà văn Lê Lựu, tôi xin giới thiệu vài dòng về Boston, để độc giả chưa đến hay chưa biết nhiều về thành phố lịch sử này của nước Mỹ, có một khái niệm tổng quát về thành phố.

Boston là trung tâm lịch sử và một trong những thành phố trù phú nhất của liên bang Hoa Kỳ. Nơi đây, từ bốn trăm năm trước đã có những di dân đầu tiên trên chiếc tàu Mayflower giong buồm tiến vào vịnh Provincetown, Cape Cod. Tên tuổi và địa danh của những quận như Concord, Lexington, Bunker Hill đã đi vào lịch sử vẻ vang của cuộc chiến tranh giành độc lập từ tay đế quốc Anh. Mỗi năm, hàng trăm ngàn người Mỹ từ khắp nơi đổ về Boston để đi dọc theo con đường vào ngày 18 tháng 4 năm 1775, ông Paul Revere đã từng cỡi ngựa đi qua từ Charlestown Neck đến Concord, Lincoln, Lexington để báo động "Quân Anh đang đến!" Boston cũng là thành phố kỹ thuật lớn, với hàng trăm công ty kỹ thuật cao cấp nằm hai bên các xa lộ chung quanh thành phố, và là trung tâm giáo dục hàng đầu thế giới với Đại học Harvard, Học viện Kỹ thuật Massachusetts (MIT), Đại học Boston, Đại học Massachusetts và hàng chục trường đại học tên tuổi khác. Theo thống kê năm 1990 (thời gian nhà văn Lê Lựu đến thăm), Boston có dân số là 574.282 người, với lợi tức trung bình của một gia đình Boston khoảng 40 ngàn Mỹ kim một năm. Giống như các thành phố lớn khác của Mỹ trong xã hội tư bản, bên cạnh sự thịnh vượng của thành phố, Boston cũng có những người không nhà. Hai lý do chính của tình trạng không có nơi ở (homelessness) là lợi tức tăng chậm hơn tiền mướn nhà và giá nhà ở tại Boston quá cao. Mỗi năm, Thị trưởng Boston công bố một thống kê chính thức về tình trạng không nhà của người dân Boston và các biện pháp ngăn ngừa. Năm 1992, Boston có 4411 người không có nơi riêng để ở và phải ở trong các khu nhà tạm trú (shelter) do chính phủ cung cấp với điều kiện sống chật chội và thiếu tiện nghi hơn ở nhà riêng.

Và sau đây là đoạn văn tả thành phố Boston của nhà văn Lê Lựu sau chuyến viếng thăm Boston của nhà văn vào năm 1989:

"Boston, thủ đô của nền văn hóa sang trọng, lịch lãm nhất nước Mỹ. Nhìn về Boston, người Mỹ có thể vênh vang ngửa mặt ra bốn phương mà kiêu ngạo, mà tự tin chỉ cần mặc chiếc quần soóc, chiếc áo may ô, bất kể đàn ông hay đàn bà có thể nghênh ngang đi khắp trái đất, không thèm nhìn ai. Vậy mà giữa bão tuyết của đêm mùa đông ngoài trời có hơn 130 ngàn người không cửa, không nhà. Chị Liliên (bạn của nhà văn và là người làm việc ở trung tâm cứu trợ người nghèo) nói: Con số này tự tôi và đồng nghiệp của tôi đã đi đếm suốt đêm. Bằng mọi cách phản đối, kiến nghị lên chính phủ địa phương, chính phủ liên bang và kêu gọi lòng từ thiện của nhân dân, đến nay mới kiếm được chỗ ở cho 54 ngàn người, còn 77.600 người vẫn đêm đêm nằm lại vườn hoa và hè phố. Nhưng trong thực tế sẽ lớn hơn nhiều so với 77.600 vì mùa đông năm ngoái chúng tôi chưa đếm lại."

Và trong đoạn sau, nhà văn Lê Lựu so sánh Boston và Hà Nội:

"Ở đất nước ta nghèo túng là thế, ở thủ đô có số dân bằng số dân Boston, mà đã ai trông thấy, đã ai đếm được con số một nghìn người đêm đêm lăn lóc ở lề đường, trong các vườn hoa Hà Nội! Sự giàu sang ở Hà Nội không thể đem so sánh với Boston. Ai làm công việc đó được coi như kẻ mắc bịnh tâm thần, kẻ dở hơi. Nhưng sự vất vưởng của con người Boston đem so sánh với Hà Nội cũng là giữa trời và vực."

Nếu những dữ kiện của nhà văn Lê Lựu viết ra là đúng thì Boston, thành phố đầy kiêu hãnh của nước Mỹ, trong mùa đông đã có gần một phần tư dân số phải chịu cảnh màn trời chiếu đất.

Số người do chị Liliên nào đó và các bạn chị đếm cao hơn con số do Thị trưởng Boston công bố gấp 30 lần!

Con số của chị Liliên chỉ cần đúng một nửa thôi, chẳng những Thị trưởng Boston mất chức, Thống đốc bang Massachusetts mất chức, mà cả Tổng thống Mỹ cũng phải từ chức vì nạn đói năm Ất Dậu ở Việt Nam hình như đang tái diễn ngay tại quốc gia cường thịnh nhất thế giới này. Chị Liliên (tạm cho là một nhân vật có thật), trong tư cách là người làm việc cho một cơ quan xã hội và hẳn nhiên am tường tình trạng không nhà, đào đâu ra con số vô cùng khủng khiếp và phi lý đến thế?

Hình ảnh 130 ngàn người lây lắt trong một thành phố với diện tích 125 cây số vuông như Boston, ngay cả đạo diễn các phim chiến tranh thế giới, chắc cũng không nghĩ ra. Boston, nếu quả thật như vậy, không còn là thành phố cảng tuyệt vời và là quê hương của John F. Kennedy, George Herbert Walker Bush, Quincy Adams, John Quincy Adams, Henry Wadsworth Longfellow, Ralph Waldo Emerson, Emily Dickinson mà là Rwanda, Bangladesh, Ethiopia.

Và cho dù chị Liliên là người có thật và thích bịa chuyện đi nữa, trong tư cách một nhà văn đã viết nhiều tác phẩm, mang quân hàm Đại tá Quân đội Nhân dân, không phải lần đầu tiên viếng thăm Mỹ, nhà văn Lê Lựu cũng nên có một thái độ nghi ngờ dữ kiện cần thiết, một lý trí trưởng thành để cân nhắc và đánh giá những gì nhà văn nghe, nhà văn thấy, trước khi cầm bút viết lại câu chuyện và in thành sách. Và "một thời lầm lỡ" in thành sách rồi, khi tái bản vào năm 2000, nhà văn cũng nên xét lại những đoạn viết dối quá lố lăng để khỏi làm trò cười cho độc giả, nhất là các em du học sinh đang theo học tại Boston. Nhưng không, nhà văn vẫn nghĩ rằng những dữ kiện lạ lùng đó là sự thật và in lại mà không cần cắt bỏ. Nếu tác phẩm hay đoạn văn đó được dịch sang tiếng Anh, độc giả Mỹ sẽ nghĩ sao về tư cách và trình độ kiến thức phổ thông của một nhà văn Việt Nam? Chắc chắn họ sẽ vô cùng thất vọng. Người Mỹ bỏ tiền mua vé máy bay cho nhà văn, lo chỗ ăn chỗ ở, đưa đón, hướng dẫn tham quan, tiếp xúc, thảo luận, không phải để nhà văn ca ngợi nước Mỹ hay chửi cha mắng mẹ họ, nhưng chính là để nhà văn được thấy sự thật và mang về lại Việt Nam sự thật của đời sống Mỹ, con người nước Mỹ, và qua trung gian nhà văn, các thế hệ trẻ Việt Nam có cơ hội hội nhập vào thế giới trong tinh thần cảm thông và đối thoại. Nhà văn may mắn được đi tham quan nước ngoài, lẽ ra nên mang về lại nhà những tin tức khách quan, những cái mới, cái hay cái đẹp đang xảy ra phía bên kia ô cửa của ngôi trường nhỏ hẹp, để giúp cho sinh viên học sinh cơ hội được nhìn xa hơn, rộng hơn đến những chân trời văn minh của nhân loại. Nếu không được như Nguyễn Trường Tộ, Phạm Phú Thứ, thì nhà văn cũng không nên đào sâu thêm hận thù, ganh ghét trong lòng người dân hai nước.

Đọc xong tác phẩm *Một thời lầm lỗi và Trở lại nước Mỹ*, các em học sinh Việt Nam có thể nghĩ rằng không chỉ Việt Nam nghèo nàn, mà ngay cả một siêu cường cỡ Mỹ cũng đang khốn đốn vì miếng cơm manh áo; không phải chỉ Việt Nam có những kẻ khố rách áo ôm, mà nước Mỹ cũng đầy những cảnh đầu đường xó chợ.

Thưa nhà văn, thời đại của "trăng Trung Quốc tròn hơn trăng nước Mỹ, đồng hồ Liên Xô tốt hơn đồng hồ Thụy Sĩ" đã qua xa rồi. Hãy để cho các em có cơ hội được thấy những đổi thay bên ngoài đất nước. Không có sự so sánh thì làm sao các em biết nỗ lực để vươn lên.

Nhà văn cũng không cần phải bôi đen thành phố lịch sử Boston của Mỹ chỉ để chứng minh cho cái nghèo nhưng sạch, rách nhưng thơm của Hà Nội như là "giữa trời và vực". Kỹ thuật tự khen mình bằng cách bêu xấu đối phương không phải tư cách của một người lương thiện, và tương tự, hạ thấp giá trị của thành phố nhà văn đang thăm viếng chỉ để biện hộ cho cái mặc cảm nghèo nàn của một thành phố Việt Nam không phải là cách viết của một nhà văn trưởng thành và thái độ của một con người lịch sự. Hà Nội không cần nhà văn ca ngợi hay binh vực bằng phương cách đó. Trong trái tim của mỗi người Việt Nam, dù trong nước hay ngoài nước, Hà Nội tuy nghèo, Hà Nội tuy xưa, Hà Nội tuy cũ, nhưng Hà Nội vẫn uy nghi như một trung tâm văn hóa lịch sử bốn nghìn năm của dân tộc Việt Nam. Nếu ai nói khác hay khinh thường Hà Nội, không đợi đến nhà văn đứng ra bảo vệ mà tám chục triệu người, trong đó có kẻ viết bài này, sẽ làm công việc đó. Ca ngợi Hà Nội như cách của nhà văn chẳng khác gì trét bùn lên một bức tranh tuyệt mỹ.

Độc giả sẽ thắc mắc, làm thế nào một nhà văn như Lê Lựu lại có thể viết những chuyện xa vời thực tế như thế. Câu trả lời chắc sẽ dành cho nhà văn mặc dù những tham luận, bút ký có khả năng giết người vẫn nhan nhản trong xã hội CS, sá chi là chuyện vài con số tuyên truyền. Với tôi, câu trả lời rơi vào một trong hai trường hợp, nếu chị Liliên không nói thì chính nhà văn đã viết dối và nếu chị Liliên không biết đếm thì nhà văn là người không có khả năng phân biệt sự khác nhau giữa giả dối và thành thật. Và dù trường hợp nào, thủ phạm cuối cùng chịu trách nhiệm cho sự dối trá vẫn là nền giáo dục xã hội chủ nghĩa tại Viêt Nam.

Chúng ta thường lo âu về những tình trạng chậm tiến về khoa học kỹ thuật, nghèo nàn lạc hậu về kinh tế, nhưng nghĩ cho cùng, cái nghèo đói tri thức, nghèo đói tinh thần, nghèo đói đạo đức tại Việt Nam còn trầm trọng và thúc bách hơn nhiều. Với óc cần cù, thông minh của người Việt và cơ hội học hỏi khắp năm châu, chúng ta không phải quá lo lắng về một nền khoa học hiện đại, một nền kỹ thuật hiện đại. Điều đáng lo lắng nhất vẫn là làm thế nào để có những con người Việt Nam biết sống lương thiện và thành thật, làm thế nào có được một nền giáo dục biết đặt cơ sở trên tinh thần nhân bản, dân tộc và khai phóng thật sự làm nền tảng cho một xã hội dân chủ pháp trị tiên tiến trong tương lai. Đó là một cuộc cách mạng tư duy và tâm thức lâu dài.

Mới chỉ năm mươi năm thôi mà các giá trị luân lý, đạo đức Việt Nam đã suy đồi và băng hoại đến thế này, nếu đợi đúng "một trăm năm trồng người" xong thì đất nước sẽ ra sao?

NGUỒN GỐC CỘNG SẢN CỦA NGÀY QUỐC TẾ PHỤ NỮ 8 THÁNG BA

Ngày Quốc Tế Phụ Nữ có một lịch sử dài gắn liền với các phong trào phụ nữ đòi quyền ứng cử và bầu cử, quyền lao động tại Hoa Kỳ trong thập niên đầu của thế kỷ 20, lẽ ra phải được vinh danh tại nhiều quốc gia, nhưng không, ngày này chỉ là lễ tại số rất ít nước, trong số đó là những nước CS.

Lịch sử Ngày Quốc Tế Phụ Nữ

Ngày 28 tháng 2, 1909, các lãnh tụ Đảng Xã Hội Mỹ tổ chức tưởng niệm cuộc đình công của các thành viên thuộc Nghiệp Đoàn May Mặc Nữ Quốc Tế (International Ladies' Garment Workers' Union) nhưng theo nhiều nghiên cứu, không có một cuộc đình công nào xảy ra tại New York trong ngày 8 tháng 3 năm trước đó.

Nghiệp đoàn May Mặc Nữ Quốc Tế thành lập năm 1900 và giải tán 1995 là một trong những nghiệp đoàn có đông đảo hội viên nhất nước Mỹ và đóng vai trò quan trọng trong lịch sử lao động Hoa Kỳ trong các thập niên 1920 và 1930. Phần lớn thành phần lãnh đạo nghiệp đoàn cũng là lãnh đạo Đảng Xã Hội Mỹ.

Năm 1919, Đảng Xã Hội Mỹ bị phân chia thành nhiều nhóm có khuynh hướng chính trị khác nhau. Một số nhóm cánh tả tách ra thành lập các đảng CS nhưng sau đó thống nhất lại dưới tên Đảng CS Mỹ với khoảng 50 ngàn đảng viên trong đó có cả các thành phần cực tả và vô chính phủ (anarchists).

Tháng 8, 1910, trước ngày Hội Nghị Quốc Tế Đảng Xã Hội được tổ chức tại Copenhagen, Denmark, các lãnh tụ đảng Xã Hội Mỹ, Đức đề nghị chọn một ngày đoàn kết phụ nữ toàn thế giới. Đề nghị này được các lãnh tụ Xã Hội và CS đồng ý và được đại hội với khoảng 100 đại biểu từ 17 quốc gia biểu quyết hoàn toàn đồng ý.

Một trong những người khởi xướng việc thành lập Ngày Quốc Tế Phụ Nữ và được hầu hết tài liệu về nguồn gốc Ngày Quốc Tế Phụ Nữ thừa nhận công lao sáng lập là bà Clara Zetkin.

Bà Clara Zetkin là ai?

Bà Clara Zetkin sinh năm 1857 tại Đức. Bà gia nhập đảng Công Nhân Xã Hội Đức năm 1878. Năm 1917 bà hoạt động tích cực trong Đảng Dân Chủ Xã Hội Đức, sau đó gia nhập Đảng CS Đức. Bà đại diện cho đảng CS tại Quốc Hội Đức suốt 13 năm từ 1920 đến 1933.

Bà Clara Zetkin là nhà Marxist Đức nổi tiếng và là lãnh tụ đảng CS Đức trong thời kỳ tranh chấp giữa Hitler và đảng CS Đức. Năm 1920 bà Zetkin phỏng vấn Lenin về "Vấn đề của phụ nữ." Năm 1921 đến 1925, bà Zetkin là ủy viên của Đệ Tam Quốc Tế CS. Tháng Tư 1920 bà thành lập Quốc Tế Phụ Nữ CS, một bộ phận của Đệ Tam Quốc Tế và là chủ tịch đầu tiên của phong trào. Mặc dù người Đức, bà đã tham gia cuộc biểu tình "Bánh mì và hòa bình" nổi tiếng được tổ chức St. Petersburg, Nga trước Cách Mạng CS 1917.

Sau khi lưu vong sang Liên Xô, bà Clara Zetkin được Stalin tặng thưởng Huân Chương Cờ Đỏ (1927) và Huân Chương

Lenin (1932). Khi bà chết, 1933, tro được đặt dưới chân tường điện Kremlin.

Phong trào Quốc Tế Phụ Nữ sau khi thành lập

Vì hầu hết thành viên sáng lập, nếu không phải thuộc Đảng Xã Hội cũng là đảng CS nên các hoạt động của Ngày Quốc Tế Phụ Nữ sau ngày thành lập đều tập trung vào các hoạt động ủng hộ CS, chẳng hạn cuộc tuần hành tại Vienna để tưởng nhớ các "thánh tử đạo" của Công Xã Paris.

Năm 1913, sau khi được thảo luận, Ngày Quốc Tế Phụ Nữ được ấn định là ngày 8 tháng 3 và được duy trì cho đến ngày nay.

Năm 1917, phong trào phụ nữ Nga tổ chức cuộc đình công với khẩu hiệu "bánh mì và hòa bình" như đã từng dùng tại Mỹ, để chống việc Nga Hoàng tham gia Thế Chiến thứ Nhất gây ra cái chết của hàng triệu thanh niên Nga. Các cuộc biểu tình của phong trào phụ nữ Nga đã đóng góp một phần quan trọng dẫn đến việc Nga Hoàng thoái vị và đưa Cách Mạng CS Tháng Mười đến thành công.

Liên Hiệp Quốc và Ngày Quốc Tế Phụ Nữ

Mặc dù ngay từ khi thành lập đã bị CS chi phối, phong trào phụ nữ quốc tế này cũng đã có những hoạt động mang sắc thái xã hội dân sự như đòi hỏi quyền bỏ phiếu và tham gia các chức vụ hành chánh công quyền tại Mỹ, Anh, chính sách đãi ngộ công nhân, lương bổng và giờ giấc làm việc.

Rất đông trong số phụ nữ qua các thế hệ từ những năm đầu thế kỷ 20 cho đến nay đã tham gia với tinh thần thiện nguyện để đấu tranh cho quyền lợi phụ nữ một cách chân thành, nhiệt tình và trong sáng. Để ghi nhận những đóng góp đó, năm 1975,

Liên Hiệp Quốc chọn là Năm Phụ Nữ Quốc Tế và năm 1977, Đại Hội Đồng Liên Hiệp Quốc thông qua quyết nghị công nhận vai trò của phụ nữ trong các nỗ lực hòa bình và phát triển.

"Ngày Quốc Tế Phụ Nữ" do các nước CS tổ chức và Ngày Quốc Tế Phụ Nữ của Liên Hiệp Quốc có ý nghĩa khác nhau Một số người lầm lẫn giữa Ngày Liên Hiệp Quốc dành cho Quyền Phụ Nữ và Hòa Bình Quốc Tế 1977 và "Ngày Phụ Nữ Quốc Tế" được các quốc gia CS tổ chức sau Cách Mạng CS Nga 1917.

Như Liên Hiệp Quốc minh định: "*Vào tháng 12, 1977, Đại Hội Đồng Liên Hiệp Quốc thông qua một nghị quyết công bố một Ngày Liên Hiệp Quốc dành cho Quyền Phụ Nữ và Hòa Bình Quốc Tế được cử hành vào bất cứ ngày nào trong năm do Quốc Gia Hội Viên chọn phù hợp với truyền thống và lịch sử của quốc gia đó.*" (In December 1977, the UN General Assembly adopted a resolution proclaiming a United Nations Day for Women's Rights and International Peace to be observed on any day of the year by Member States, in accordance with their historical and national traditions.)

Mỗi năm Liên Hiệp Quốc kỷ niệm hàng trăm ngày lễ, từ những ngày quan trọng như Human Rights Day 10 tháng 12 cho đến Ngày Hiến Máu 11 tháng 6 hay Ngày Di Dân 18 tháng 12, Ngày Núi, Ngày Đất... Ngày Phụ Nữ Quốc Tế 8 tháng 3 là một trong danh sách dài và chỉ chính thức từ 1977.

Việc Liên Hiệp Quốc vinh danh phong trào phụ nữ qua nhiều thế hệ đã hy sinh để đấu tranh cho quyền của phụ nữ là một điều chính đáng. Ngày đó đang được cử hành tại khắp nơi trên thế giới nhưng chỉ dưới hình thức phong trào xã hội như tại thư viện, các câu lạc bộ phụ nữ, các mạng xã hội (Facebook)...

Một mai khi chế độ CS tại Việt Nam không còn, Ngày Phụ Nữ Quốc Tế của Liên Hiệp Quốc vẫn được kính trọng và thực hiện nhưng cũng sẽ hoàn toàn mang tính cách xã hội dân sự chứ không phải là ngày do chính phủ chỉ đạo và hoàn toàn có mục đích chính trị như dưới các chế độ CS tại Liên Xô, Đông Âu trước đây hay như tại Trung Quốc, Bắc Hàn, Lào, Cu Ba, Việt Nam hiện nay.

Lenin, Trotsky, Stalin, Mao, Kim, Hồ và Ngày Quốc Tế Phụ Nữ

Lenin biết ơn và xem trọng các đóng góp của phong trào phụ nữ trong cách mạng CS. Ngay sau khi thiết lập nhà nước chuyên chế CS, Lenin chỉ thị đặt Ngày Quốc Tế Phụ Nữ 8 tháng 3 thành ngày lễ và các lãnh đạo CS sau y đã sử dụng ngày đó như một phương tiện tuyên truyền suốt 74 năm CS.

Ngày 4 tháng Ba, 1920, Lenin khẳng định điều này "*Nhưng các bạn không thể thu hút quần chúng vào chính trị nếu thiếu sự thu hút phụ nữ... Không có một đảng hay cách mạng nào trên thế giới có ước muốn đào sâu vào cội rễ áp bức và bất công của nữ giới hơn là cách mạng Soviet, Bolshevik đang làm. Tại Liên Xô, không còn một vết tích bất bình đẳng nam nữ nào căn cứ vào luật pháp.*" Lenin hô hào "*Không có gì có thể ngăn được làn sóng giải phóng con người khỏi ách chủ nghĩa đế quốc và giải phóng nam và nữ giới khỏi ách tư bản.*"

Những đóng góp của các lãnh đạo phong trào phụ nữ quốc tế tại Nga lớn đến nỗi Leon Trotsky cũng phải ngạc nhiên. Trotsky viết: "*Ngày 23 tháng Hai (tức 8 tháng 3) là Ngày Quốc Tế Phụ Nữ và các phiên họp, các buổi mít-ting, các sinh hoạt được thực hiện. Nhưng chúng tôi không thể tưởng tượng Ngày Quốc Tế Phụ Nữ cũng là ngày phát động cách mạng.*"

Ngày 8 tháng 3, 1925 trên tờ *Pravda*, Stalin chỉ thị "*Ngày Quốc Tế Phụ Nữ phải trở nên phương tiện chuyển hóa tầng lớp phụ nữ lao động và phụ nữ nông dân từ một nguồn hậu thuẫn của giai cấp lao động thành một đạo quân của phong trào giải phóng của giai cấp vô sản. Ngày Quốc Tế Phụ Nữ muôn năm!*"

Nối gót Lenin và Stalin, năm 1927, Mao Trạch Đông trong tác phẩm *Sách Đỏ Nhỏ* in những bài viết của mình, y viết: "*Tại Trung Quốc, một người đàn ông thường giữ vai trò thống trị trên ba quyền (chính quyền, gia quyền và tôn giáo quyền). Đối với phụ nữ, ngoài việc bị thống trị bởi ba quyền trên, họ còn bị trị bởi một quyền khác do người chồng định đoạt.*" Mao đánh giá cao vai trò của phụ nữ và đã từng phát biểu "*Phụ nữ nâng cao một nửa bầu trời.*" Năm 1922, khi Đảng CS Trung Quốc vừa mới ra đời, đảng CSTQ đã tổ chức mừng Ngày Quốc Tế Phụ Nữ và khi chính thức thành lập nhà nước CS trên toàn lục địa vào năm 1949, Ngày Quốc Tế Phụ Nữ trở thành ngày lễ quốc gia.

Tại Bắc Hàn, cả ba đời họ Kim đều xem Ngày Quốc Tế Phụ Nữ là ngày trọng đại. Sáng ngày 8 tháng 3 vừa qua, Kim Jong-un, lãnh đạo CS Bắc Hàn và là tên độc tài dã man, bệnh hoạn nhất nhân loại hắn phải thức dậy sớm hơn thường lệ. "Nguyên Soái Kim" phải tham gia hàng loạt sinh hoạt trong ngày này không chỉ để mừng Ngày Quốc Tế Phụ Nữ mà còn là kỷ niệm 20 năm "lý thuyết khoa học về vai trò của người phụ nữ" do cha y, Kim Jong-il, khám phá. Báo chí cũng tràn ngập bài vở ca ngợi ông nội y, Kim Nhật Thành, là người đầu tiên trong lịch sử Bắc Hàn đã bảo đảm quyền bình đẳng nam nữ. Báo chí đăng tải hình ảnh Kim Jong-un phân phát son phấn cho các phi công Bắc Hàn sáng ngày 8 tháng 3 và qua họ tặng lại cho các phụ nữ trong gia đình. Tuy nhiên trong cùng ngày, có bài bình luận do các phụ nữ đào thoát khỏi Bắc Hàn viết về phụ nữ tại Bắc Hàn, theo đó mặc dù được chính quyền Bắc Hàn gọi là "hoa của đất nước" nhưng trong thực tế, ngoài đời sống nghèo đói, phụ nữ Bắc Hàn còn phải làm nô lệ tình dục cho các sĩ quan cao cấp trong quân đội của Kim Jong-un. Phụ nữ Bắc Hàn không được giáo dục cách ngừa thai, khi có thai, đơn giản là phải đi phá.

Tại Việt Nam, không cần phân tích cũng biết đó là ngày lễ lớn. Hồ Chí Minh, một đệ tử trung thành của Lenin, Stalin và Mao Trạch Đông đã tích cực ủng hộ Ngày Quốc Tế Phụ Nữ 8 tháng 3 từ khi thiết lập nhà nước CS tại miền Bắc 1954 cũng như trên cả nước Việt Nam từ 1975.

Các quốc gia chọn Ngày Quốc Tế Phụ Nữ 8 tháng 3 như ngày lễ

Một người Việt Nam chưa có dịp tìm hiểu có thể nghĩ rằng Ngày Quốc Tế Phụ Nữ là ngày trọng đại trên toàn thế giới. Không phải. Các quốc gia chọn Ngày Quốc Tế Phụ Nữ 8 tháng 3 như ngày lễ gồm: Afghanistan, Angola, Armenia, Azerbaijan, Belarus, Burkina Faso, Cambodia, China, Cuba, Georgia, Guinea-Bissau, Eritrea, Kazakhstan, Kyrgyzstan, Laos, Macedonia, Madagascar, Moldova, Mongolia, Nepal, Nga, Tajikistan, Turkmenistan, Uganda, Ukraine, Uzbekistan, Zambia, Bắc Hàn và Việt Nam.

Nga là nước lớn không CS vẫn còn duy trì Ngày Quốc Tế Phụ Nữ 8 tháng 3, một phần để ghi nhận nỗ lực hòa bình của phong trào phụ nữ Nga trước Thế Chiến thứ Nhất và được tổ chức trong hình thức Ngày Mẹ với hoa và bánh mì theo truyền thống dân tộc hơn là các hình thức phô trương chính trị như thời CS.

Trước đây, 15 "nước cộng hòa" thuộc Liên Xô và các quốc gia thuộc khối CS Đông Âu cũng xem Ngày Quốc Tế Phụ Nữ

8 tháng 3 như ngày lễ. Phong trào CS Châu Âu sụp đổ cũng đã cuốn theo Ngày Quốc Tế Phụ Nữ tại các quốc gia này. Những lãnh đạo Cộng Hòa mới ra đời biết rõ ngày gọi là "Ngày Quốc Tế Phụ Nữ," thực tế, chỉ là một hình thức tuyên truyền lừa bịp nhân dân nói chung và nữ giới nói riêng. Dưới chế độ CS, giống như nam giới, người phụ nữ cũng bị tước đoạt mọi quyền căn bản nhất của con người. Nền Cộng Hòa mà các quốc gia Đông Âu như Ba Lan, Tiệp Khắc, Hungary, Romania v.v... vừa gầy dựng lại đặt nền tảng trên hiến pháp dân chủ chứ không bằng lời đường mật, những chiếc bánh vẽ dưới thời CS.

Hầu hết quốc gia dân chủ tây phương và đại đa số các nước thành viên Liên Hiệp Quốc khác không công nhận Ngày Quốc Tế Phụ Nữ 8 tháng 3 như ngày lễ chính thức của quốc gia họ mà chỉ xem như là một trong nhiều sinh hoạt mang hình thức xã hội dân sự trên phạm vi quốc tế.

Mới đây khi một số thành viên đảng Dân Chủ Xã Hội Tiệp Khắc đề nghị tái lập Ngày Quốc Tế Phụ Nữ 8 tháng 3 đã bị nhiều người phản đối vì làm như thế là lập lại những hình thức tuyên truyền bỉ ổi thời CS.

Phân tích để thấy đặc tính CS bắt nguồn từ trong cội rễ của Ngày Quốc Tế Phụ Nữ 8 tháng 3 từ thuở phôi thai thành lập và các lãnh đạo CS quốc tế sử dụng ngày đó như một phương tiện tuyên truyền đã bị phần lớn nhân loại nhận diện.

Thực tế Việt Nam

Con người sinh ra thường chấp nhận những phong tục, tập quán thể hiện qua những hội hè, đình đám, lễ lộc và tiếp tục sống với những gì đã có mà không suy nghĩ hay thắc mắc. Họ không biết rằng, dưới chế độ CS, không có một ngày hội, ngày lễ nào mà không mang một ý nghĩa chính trị và không phục vụ cho mục đích chính trị của đảng CS trong mỗi thời kỳ.

Xóa bỏ ý thức dân tộc, trồng cấy nhận thức CS là một trong những mục tiêu dài hạn và thường trực của bộ máy tuyên truyền CS.

Có người sẽ cho tôi viết quá đáng. Không. Thực tế đã diễn ra đúng như vậy tại Việt Nam. Những năm ngay sau 1975 ngày sinh của Karl Marx 5 tháng 5 là ngày quan trọng. Từ sáng đến tối không biết bao nhiêu chương trình, bao nhiêu buổi mít-tinh để tưởng nhớ đến người được đảng ca ngợi như một vĩ nhân đã chỉ đường cho nhân loại bước ra khỏi những nhọc nhằn tăm tối của cảnh người bóc lột người để hướng đến xã hội CS khoa học. Tiểu sử của Marx được đọc trên đài phát thanh, đài truyền hình, học tập tại mỗi tổ dân phố, sinh viên học sinh Việt Nam phải học thuộc lòng tiểu sử Marx. Thế nhưng, không ai được nhắc rằng trước đó vài tuần lễ, một ngày vô cùng trọng đại đối với dân tộc Việt Nam đã lặng lẽ trôi qua gần như trong quên lãng: Mùng 10 tháng 3 Âm lịch Giỗ Tổ Hùng Vương. Ngay cả Nguyễn Huệ cũng gián tiếp được kết nạp vào đảng CS qua những tập truyện "cờ đào khởi nghĩa" nhuộm đỏ tâm hồn trong trắng của thế hệ măng non dân tộc.

Tội ác của chế độ CS không chỉ dâng đảo, bán đất cho Trung Cộng nhưng trầm trọng hơn vì đã và đang tàn phá, hủy hoại các giá trị tinh thần mà tổ tiên đã tạo dựng, hun đúc suốt bốn ngàn năm. Cuộc tranh đấu phục hưng các giá trị tinh thần, do đó, phải được thực hiện trong nhiều lãnh vực, thể hiện bằng nhiều phương cách và một trong những cách tích cực, dễ thực hiện nhất là tẩy chay những ngày lễ CS như Ngày Quốc Tế Phụ Nữ 8 Tháng 3 chẳng hạn.

Tham khảo:

United Nations: History of International Women's Day *http://www.un.org/womenwatch/feature/iwd/history.html*

Communist Party USA *http://en.wikipedia.org/wiki/Communist_Party_USA*

Lenin on International Women's Day (1920, March 4). *https://www.marxists.org/archive/lenin/works/1920/mar/04.htm*

Mao on Women 1919-1966

http://sfr-21.org/mao-women.html

International Ladies' Garment Workers' Union *http://en.wikipedia.org/wiki/International_Ladies%27_Garment_Workers%27_Union*

Stalin on International Women's Day. (1925, March 8)

https://www.marxists.org/reference/archive/stalin/works/1925/03/08.htm

Shim, E. (2015, March 7). North Korea prepares to observe International Women's Day. *UPI.*

http://www.upi.com/Top_News/World-News/2015/03/07/North-Korea-prepares-to-observe-International-Womens-Day/4471425705521/

International Women's Day *http://www.internationalwomensday.com/about.asp#.VQDjgOGYHYi*

Public holidays in North Korea

UN Holidays http://www.vercalendario.info/en/event/days-unitednations-year-calendar-2016.html

NGUỒN GỐC CỘNG SẢN CỦA "NGÀY NHÀ GIÁO VIỆT NAM"

Phản ứng tự nhiên của một người sinh ra và lớn lên trong một nền giáo dục không có nhiều chọn lựa là chấp nhận nó theo kiểu "nắng mưa là bệnh của trời", trong lúc những người lớn lên trong một nền giáo dục tự do là phản kháng nó.

Những phản kháng của sinh viên có sự ủng hộ của nhiều nhà giáo Pháp mùa hè năm 1968 được xem như là một cuộc cách mạng dân sự (civil revolution) vì làm lung lay chính quyền của Tổng Thống (TT) De Gaulle. TT De Gaulle sợ đến nỗi ông định di tản ra khỏi Élysée Palace để sinh viên không có lý do tàn phá cung điện lịch sử này. Các phản kháng của sinh viên, nghiệp đoàn lao động, giáo chức Pháp mang tính tả khuynh vẫn là các tổ chức xã hội dân sự trong một xã hội dân chủ.

Dưới chế độ CS thì khác. Các hội chuyên nghiệp được lập ra không phải là để hoạt động, phát triển, tương thân tương trợ giữa những người cùng nghề nghiệp mà để cho đảng dễ kiểm soát. Hội Nhà Giáo cũng trong cùng số phận và được chỉ đạo chặt chẽ từ trên cấp trung ương đến từng trường học, từng tổ giảng dạy. Tinh thần "Tôn sư trọng đạo", "kỹ sư tâm hồn" chỉ là những mỹ từ làm mát lòng các thầy cô.

Nội dung Ngày Nhà Giáo Việt Nam

Tại Việt Nam, ngày 20 tháng 11 được đảng chọn làm Ngày Nhà Giáo Việt Nam. Ngày này, từ nguồn gốc đến nội dung và ý nghĩa đều mang tính CS.

Hai mệnh đề chính giải thích nội dung hoàn toàn có tính cách chính trị và đấu tranh giai cấp của ngày Nhà Giáo Việt Nam do đảng đưa ra:

(1) "Đấu tranh chống mọi quan điểm và phương pháp giáo dục lạc hậu, phản động, phản dân chủ, phản khoa học của nền giáo dục tư sản, phong kiến nhằm xây dựng nền giáo dục tiến bộ, dân chủ và khoa học."

(2) "Trong những năm kháng chiến chống thực dân Pháp xâm lược, Công đoàn Giáo dục Việt Nam đã liên hệ với FISE với mục đích tranh thủ các diễn đàn quốc tế, tố cáo âm mưu tội ác của bọn đế quốc xâm lược đối với nhân dân ta cũng như đối với giáo viên và học sinh. Đồng thời, giới thiệu những thành tích của nền giáo dục cách mạng, tranh thủ sự đồng tình ủng hộ của toàn thể giáo viên trên thế giới đối với cuộc kháng chiến chính nghĩa của nhân dân ta."

Nguồn gốc CS của FISE

Trong nội dung của Bộ Giáo Dục Việt Nam có nhắc đến tổ chức FISE theo tiếng Pháp của Fédération Internationale Syndicale des Enseignants (Liên hiệp quốc tế các công đoàn giáo viên) và xem đây là nguồn gốc dẫn đến Ngày Nhà Giáo Việt Nam.

Nhắc lại, những thập niên đầu của thế kỷ hai mươi hàng loạt các tổ chức giáo dục quốc tế được ra đời, như một tổ chức có tên khá dài gọi là Ủy Ban Quốc Tế của các Liên Đoàn Giáo Chức Quốc Gia trong Hệ Thống Trung Học (FIPESO) được thành lập tại Bỉ năm 1912, Liên Đoàn Thế Giới các Hội Giáo Dục Thế Giới (WFEA) thành lập tại San Francisco năm 1923...

Sau Thế chiến Thứ Hai, với sự bành trướng của Liên Sô sang Đông Âu, sự phân cực về ý thức hệ CS và Tự Do rõ nét và điều này cũng ảnh hưởng đến các tổ chức lao động, giáo dục trước đây hoạt động độc lập.

Được thành lập tại Paris, năm 1946, FISE là chữ viết tắt của tổ chức nhà giáo quốc tế có tên là Fédération Internationale Syndicale des Enseignants hay tiếng Anh là World Federation of Teachers' Unions (Liên hiệp quốc tế các công đoàn giáo viên). Giống như một số tổ chức lao động khác, FISE bị CS khuynh loát.

Tài liệu "Facts about International Communist Front Organizations" công bố tại Mỹ năm 1957 tiết lộ FISE là tổ chức ngoại vi CS và hoàn toàn bị chi phối bởi Đệ Tam Quốc Tế CS. Chủ tịch đoàn của FISE do các đảng viên CS quốc tế hay các nhà trí thức thân CS điều khiển.

Ban lãnh đạo của FISE, sau khi tái tổ chức năm 1949, do các đảng viên CS khắp nơi trên thế giới điều hành như Antonio Banfi, Thượng Nghị Sĩ đảng viên CS Ý, Fan Ming, đảng viên đảng CS Trung Quốc, Cesar Godoy Urrutia, đảng viên đảng CS Chile...

FISE không phải là thành viên của UNESCO và chỉ gián tiếp có quan hệ với UNESCO qua trung gian của Liên Hiệp Công Đoàn Thế Giới (World Federation of Trade Unions) gọi tắt là WFTU, trong đó FISE là thành viên.

Không phải chỉ thời kỳ phong trào CS còn mạnh mà ngay cả ngày nay, WFTU vẫn còn khống chế bởi tư tưởng và đảng viên CS. Các thành viên WFTU tham gia trong cuộc biểu tình mừng "Cách mạng Tháng Mười Vĩ Đại" tại Nga ngày 7 tháng 11, 2017 vừa qua. Đương kim chủ tịch của WFTU là George Mavrikos, lãnh tụ đảng CS Hy Lạp.

Ngày Nhà Giáo Thế Giới Liên Hiệp Quốc

Ngày Nhà Giáo Thế Giới do UNESCO quy định là ngày 5 tháng 10 và tuyên bố lần đầu năm 1994. UNESCO chọn 5 tháng 10 để vinh danh ngày công bố Đề Nghị liên quan đến Định Chế của các Nhà Giáo (Recommendation concerning the Status of Teachers) được công bố vào ngày 5 tháng 10, 1966 do sự phối hợp của hai tổ chức UNESCO và ILO.

ILO là tên viết tắt của International Labour Organization (Tổ Chức Lao Động Quốc Tế.) Tổ chức này được thành lập năm 1919 với ý nguyện đoàn kết các lực lượng lao động để theo đuổi nền hòa bình lâu dài cho thế giới. Đây là tổ chức chuyên nghiệp đầu tiên hoạt động trong khuôn khổ của Liên Hiệp Quốc từ ngày thành lập năm 1946 và có 187 quốc gia hội viên.

Không giống WFTU CS, ILO là một tổ chức độc lập với một lịch sử lâu đời. Ngay cả CSVN cũng đã gia nhập ILO năm 1992 và văn phòng của ILO tại Việt Nam bắt đầu hoạt động vào năm 2003.

Một số quốc gia ủng hộ quyết định của Liên Hiệp Quốc nên dù có ngày khác họ cũng đổi sang ngày 5 tháng 10 như trường hợp Canada, Đức, Armenia, Azerbaijan, Bangladesh, Bulgaria, Cameroon, Lithuania, Macedonia, Pakistan, Philippines, Nga, Serbia...

Lưu ý, nhiều nước cựu CS như Nga, Bulgari, Serbia, các nước Baltics đều đổi sang ngày do UNESCO công bố.

Việt Nam là nước duy nhất chọn ngày do tổ chức CS quốc tế ấn định. Bảng tổng kết Ngày Nhà Giáo thế giới viết về trường hợp Việt Nam: "*Lễ Ngày Nhà Giáo có nguồn gốc trong một hội nghị giữa các nhà giáo trong khối CS được tổ chức tại Warsaw 1957.*"

Người viết tin rằng phần lớn những người làm nghề giáo tại Việt Nam không biết ý nghĩa thật sự của Ngày Nhà Giáo và dù biết họ cũng không mấy quan tâm. Với họ đó chỉ là ngày truyền thống, ngày để được tặng hoa, được nghe lời cám ơn. Thật khó trách, sống trong guồng máy phải cuốn theo guồng máy và dần dần yêu nó. Erich Maria Remarque viết trong tiểu thuyết của ông "hạnh phúc bắt đầu từ thói quen", tuy nhiên, lịch sử không chuyển động theo thói quen mà theo lẽ phải.

Tham khảo:

Tài liệu "Facts about International Communist Front Organizations", 1957.

Victor Yves Ghébali, Roberto Ago, Nicolás Valticos, The International Labour Organisation: A Case Study on the Evolution of U.N pp 33 - 45.

World Federation of Trade Unions: What it is and what it wants, Ideological and Political issues of the International Trade Union Movement, 16 Speeches - by the General Secretary, First Edition - 2013, Printed in Johannesburg, South Africa.

The ILO/UNESCO Recommendation concerning the Status of Teachers (1966) and The UNESCO Recommendation concerning the Status of Higher-Education Teaching Personnel (1997),

Copyright © United Nations Educational, Scientific and Cultural Organization and International Labour Organization 2008.

Website of World Federation of Trade Unions http://www.wftucentral.org.

Website of UNESCO (https://en.unesco.org)

Website of ILO (http://www.ilo.org)

The ILO in Viet Nam (http://www.ilo.org/wcmsp5/groups/public/---asia/---ro-bangkok/---ilo-hanoi/documents/publication/wcms_470847.pdf) - List of Teachers' Days https://en.wikipedia.org/wiki/List_of_Teachers%27_Days

NGUỒN GỐC CỦA "TƯ TƯỞNG HỒ CHÍ MINH": LUẬN CƯƠNG VỀ CÁC VẤN ĐỀ DÂN TỘC VÀ THUỘC ĐỊA CỦA V.I. LENIN

Mỗi năm đến ngày 19 tháng 5 hay đầu tháng 9, các loa tuyên truyền ở VN thường rêu rao khẩu hiệu "tư tưởng Hồ Chí Minh".

Tư tưởng và lý luận quyết định hướng đi của một tổ chức chính trị và của một quốc gia. Biết rõ vai trò tư tưởng, những kẻ độc tài dù cướp quyền và cai trị bằng bạo lực khủng bố cũng phải nặn ra "tư tưởng" làm chỗ dựa tinh thần. Muammar Gaddafi có Sách Xanh (Green book), Mobutu Sese Seko có "tư tưởng Mobutu", các nước CS có tư tưởng Marx Lenin.

Tháng Chạp 1991, ý thức hệ Marx-Lenin chính thức cáo chung tại Châu Âu. Để cứu vãn, Đặng Tiểu Bình đưa "tư tưởng Mao" vào hiến pháp. CS Việt Nam sao chép nguyên văn cách thức của họ Đặng, đưa "tư tưởng Hồ Chí Minh" vào "hiến pháp 1992".

Điểm chính của "tư tưởng Hồ Chí Minh" theo cách giải thích của đảng là "tư tưởng độc lập dân tộc".

Những người có nhận thức chính trị và lịch sử Việt Nam căn bản cũng biết đó là cách ăn cắp ngay giữa ban ngày các giá trị lịch sử của dân tộc đã được hun đúc từ nhiều ngàn năm trước. Nếu Việt Nam không có "tư tưởng độc lập dân tộc" thì đã là tỉnh Việt Nam của Trung Quốc hai ngàn năm trước chứ không đợi tới nay.

Ngày 22 tháng 4, 1960, Hồ Chí Minh cũng nhắc lại trên báo *Nhân Dân*: "*Luận cương của Lênin làm cho tôi rất cảm động, phấn khởi, sáng tỏ, tin tưởng biết bao? Tôi vui mừng đến phát khóc lên. Ngồi một mình trong buồng mà tôi nói to lên như đang nói trước quần chúng đông đảo: "Hỡi đồng bào bị đọa đày đau khổ! Đây là cái cần thiết cho chúng ta, đây là con đường giải phóng chúng ta!*"

Mới đọc câu văn đó của Hồ Chí Minh, nhiều người dễ lầm tưởng mục đích tối hậu của Lenin là giúp cho các nước thuộc địa giải phóng dân tộc của họ.

Không phải.

Lenin chẳng hề thương xót gì số phận của các dân tộc đang chịu đựng dưới gót giày thực dân.

Sau Cách mạng CS Nga 1917, Liên Xô, nhà nước CS đầu tiên đang trong tình trạng bị bao vây. Để giải tỏa áp lực, Lenin nghĩ đến chiến lược xuất cảng cách mạng CS đến các quốc gia khác. Lenin thực hiện âm mưu quân sự hóa các đảng CS châu Âu như Đức, Hungary...

Ngoài ra, ông ta còn nhắm đến các nước thuộc địa và dùng xương máu họ như những bàn đạp, phên dậu, tiền đồn chống lại khối dân chủ tư bản.

Bản tiếng Anh luận cương của Lenin có tựa đề *Draft Theses on National and Colonial Questions For The Second Congress Of The Communist International* được Lenin soạn vào ngày 5 tháng 6, 1920 gồm 12 điểm chính. Văn bản được in trong *Tuyển Tập Lenin* do nhà xuất bản Tiến Bộ in tại Moscow 1965, các trang 144-151.

Trong dự thảo bảy trang này, Lenin dùng phần lớn phân tích điều kiện chính trị châu Âu và sự phản bội của những người CS mang tư tưởng nước lớn đã ủng hộ chiến tranh trong Thế chiến Thứ Nhất (1914-1918).

Ngoài ra, Lenin cũng nhấn mạnh đến sự liên minh giữa tầng lớp vô sản và quần chúng lao động tại các nước thuộc địa trong cuộc đấu tranh chung để lật đổ thành phần địa chủ và tư sản. Trong đoạn thứ 5 của tiêu đề 5, Lenin cho rằng Quốc Tế CS nên ủng hộ các phong trào dân chủ tư sản với điều kiện vẫn giữ các đặc tính CS độc lập mà không bị hòa hợp vào các phong trào này.

Ngày 19 tháng Bảy, 1920, trong *Báo Cáo Về Tình Hình Quốc Tế Và Nhiệm Vụ Căn Bản của Quốc Tế CS* (Report On The International Situation And The Fundamental Tasks Of The Communist International) đọc trước Hội Nghị Lần Thứ Hai của Đệ Tam Quốc Tế, Lenin lần nữa nhấn mạnh đến sự liên minh giữa giai cấp vô sản và quần chúng tại các nước thuộc địa trong cuộc đấu tranh chống "Chủ nghĩa đế quốc".

Sự liên minh giữa các đảng chính trị trong cuộc đấu tranh chung, lẽ ra không phải là một vấn đề mà còn là điều đáng khuyến khích. Tuy nhiên, với đảng CS, mục tiêu không dừng lại ở điểm giành độc lập mà là đưa đất nước vào chế độ độc tài toàn trị CS.

Nguyễn Tấn Hưng, trong tạp chí *Triết Học*, tháng 9 2007, tóm tắt nội dung chính trong *Sơ Thảo Luận Cương Lenin* theo quan điểm của đảng CSVN: "*Trong thời đại đế quốc chủ nghĩa, cách mạng giải phóng dân tộc là một phạm trù của cuộc cách mạng vô sản, vì vậy những người CS phải ủng hộ các cuộc đấu tranh giải phóng dân tộc, rằng, với sự giúp đỡ của giai cấp vô sản các nước tiên tiến, giai cấp vô sản ở các nước chậm tiến, sau khi hoàn thành nhiệm vụ dân tộc dân chủ có thể tiến thẳng lên chủ nghĩa xã hội bỏ qua giai đoạn phát triển tư bản chủ nghĩa.*"

Theo nội dung đó, luận cương chỉ ra hai giai đoạn không tách rời: (1) giải phóng dân tộc và (2) tiến lên chủ nghĩa xã hội, tiền đề của chủ nghĩa CS, không thông qua chủ nghĩa tư bản.

Lý luận này cũng được giải thích phù hợp với quan điểm đột biến trong triết học duy vật biện chứng của Friedrich Engels.

Tai họa cho Việt Nam cũng bắt đầu từ lý luận không tưởng và mang tính áp đặt đó.

Nghị quyết của đại hội Đảng CS Đông Dương do Trần Phú chủ trì năm 1930 và được Hội nghị Ban Chấp hành Trung ương phê chuẩn vào tháng 4 cùng năm, ghi rõ: "*Vai trò lãnh đạo của Đảng CS trong cuộc cách mạng; hai giai đoạn cách mạng từ cách mạng tư sản dân quyền chống đế quốc và phong kiến nhằm thực hiện mục tiêu độc lập dân tộc và người cày có ruộng và sau đó chuyển sang làm cách mạng xã hội chủ nghĩa.*"

Nguyễn Phú Trọng, Tổng bí thư đảng CSVN vừa rồi cũng lần nữa khẳng định "*Ngay khi mới ra đời và trong suốt quá trình đấu tranh cách mạng, Đảng CS Việt Nam luôn luôn khẳng định: chủ nghĩa xã hội là mục tiêu, lý tưởng của Đảng CS và nhân dân*

Việt Nam; đi lên chủ nghĩa xã hội là yêu cầu khách quan, là con đường tất yếu của cách mạng Việt Nam."

Mục đích "tiến thẳng lên chủ nghĩa xã hội bỏ qua giai đoạn phát triển tư bản chủ nghĩa" đã trở thành kim chỉ nam cho hầu hết các chiến lược và chính sách của đảng CSVN.

Qua gần một thế kỷ với bao nhiêu lớp vỏ, bao nhiêu chiêu bài, mục đích nhuộm đỏ VN không hề thay đổi. Mục đích đó là một bộ phận trong chủ trương bành trướng chủ nghĩa CS của Mao tại Đông Nam Á Châu dẫn đến việc Trung Cộng chiếm Hoàng Sa và một phần lớn Trường Sa.

Bản chất của cuộc chiến Việt Nam ngay từ ngày 19 tháng 7, 1920, khai mạc Quốc Tế CS tại Moscow cho tới nay đã xác định cuộc chiến Việt Nam là cuộc chiến tranh ý thức hệ giữa CS và Tự Do. Đó không phải kết án mà khẳng định, không chỉ từ những người quốc gia, dân chủ mà cả đảng CS cũng không phủ nhận mục đích tối hậu của họ là CS hóa Việt Nam.

Pháp là đế quốc thực dân hàng thứ hai thế giới chỉ sau Anh, nhưng ngày nay, tất cả nước cựu thuộc địa Pháp đều được độc lập, tự do và dân chủ tại các mức độ khác nhau. Việt Nam là nước duy nhất vẫn còn chịu đựng độc tài và lạc hậu cũng chỉ vì *Luận Cương Dân Tộc Và Thuộc Địa* mà Hồ Chí Minh mang về. Nếu không có Hồ và không có luận cương của Lenin, Việt Nam, một quốc gia phong phú tài nguyên và dân số, ngày nay đã một quốc gia thống nhất và hiện đại hàng đầu Á Châu.

Bộ máy tuyên truyền của đảng lý luận rằng không có đảng CS, Việt Nam làm gì có được thống nhất, độc lập, tự do. Lý luận trẻ con nhưng không ít người tin.

Trên con đường máu nhuộm, từ khi viên đại bác của Rigault de Genouilly bắn vào Sơn Chà, Đà Nẵng sáng ngày 1 tháng 9, 1859 cho tới hôm nay, nhiều triệu người Việt đã hy sinh vì độc lập tự do dân tộc.

Bao nhiêu phong trào yêu nước và đảng phái đã lần lượt ra đời. Phong Trào Cần Vương, Phong Trào Văn Thân, Phong trào Đông Du, Phong trào Duy Tân, Việt Nam Quang Phục Hội, Tân Việt Cách mạng Đảng, Việt Nam Quốc dân Đảng, Đại Việt Quốc dân Đảng, Đại Việt Dân chính, Dân Xã Đảng, Đảng Lập hiến, Đại Việt Duy dân và nhiều tổ chức, phong trào không CS khác.

Họ thành công và thất bại. Họ hy sinh trong công khai và chết trong âm thầm. Những Nguyễn Trung Trực, Trương Công Định, Phan Đình Phùng, Hoàng Hoa Thám, Tôn Thất Thuyết, Phan Bội Châu, Phan Chu Trinh, Trần Quý Cáp, Nguyễn An Ninh và vô số anh hùng dân tộc đã ngã xuống. Xương máu họ đọng thành những viên gạch vô cùng rắn chắc lót đường cho thế hệ sau tiến bước.

Đảng CS chỉ là một nhóm rất nhỏ, và chỉ ra đời vào tháng 3, 1930. CS thắng chỉ vì họ có mục đích thống trị rõ ràng, dứt khoát, kiên trì và bất chấp mọi phương tiện dù phi nhân và sắt máu bao nhiêu để hoàn thành mục tiêu đã vạch ra. Các chính sách của đảng từ 1975 đến nay một lần nữa chứng minh điều đó.

Đánh giá cuộc chiến Việt Nam phải bắt đầu từ cội nguồn của cuộc tranh chấp thay vì từ những hậu quả hay các hình thức tham gia của các bên liên hệ.

Chủ nghĩa CS đã sụp đổ trên phạm vi thế giới. Tại Việt Nam, mục tiêu CS chỉ còn trong sách vở nhưng hai phương tiện mà đảng CS dùng là tuyên truyền tẩy não và bạo lực trấn áp vẫn đang ngày đêm áp dụng.

Tháo gỡ cơ chế CS với hai phương tiện giết người độc hại đó trở thành mục tiêu đầu tiên của tất cả các lực lượng yêu nước trong tiến trình cách mạng dân chủ và phục hưng toàn diện Việt Nam.

"GIAI CẤP MỚI" TẠI VIỆT NAM

Milovan Djilas là nhà nghiên cứu lý thuyết CS và từng là ủy viên Bộ Chính Trị đảng CS Nam Tư, Phó Chủ Tịch Nhà Nước CS Nam Tư, Chủ Tịch Quốc Hội CS Nam Tư. Sau khi phản tỉnh ông viết trong tác phẩm *Giai Cấp Mới: Một Phân Tích Về Hệ Thống CS* xuất bản năm 1957 như sau:

"*Trong một thời gian dài, đảng CS cố tình che giấu bản chất của mình. Quá trình hình thành của giai cấp mới không chỉ được che đậy bằng những thuật ngữ xã hội chủ nghĩa mà quan trọng hơn bằng hình thức sở hữu mới, sở hữu tập thể... Bản chất giai cấp của hình thức sở hữu này được che đậy bằng bình phong quyền lợi của toàn dân tộc.*" (Theo Tủ sách Talawas, Phạm Minh Ngọc dịch theo bản tiếng Nga, 2005)

Cũng trong tác phẩm *Giai Cấp Mới*, Milovan Djilas viết: "*Năm 1936, nhân dịp công bố Hiến pháp mới, Stalin tuyên bố rằng ở Liên Xô đã không còn giai cấp bóc lột, nhưng trên thực tế người ta không chỉ thực hiện xong quá trình thủ tiêu các nhà tư sản và các giai cấp khác của chế độ cũ mà còn thiết lập một giai cấp hoàn toàn mới, chưa từng có trong lịch sử.*"

Nhưng câu này của Milovan Djilas mới là chí lý: " *Các lãnh đạo CS xử lý tài sản quốc gia như của riêng họ, nhưng đồng thời họ cũng lãng phí nó như thể nó là của người khác.*" (Theo quote.org)

Thời gian dài trôi qua từ khi tác phẩm ra đời nhưng bản chất của chế độ CS tại năm nước CS còn lại, trong đó có Việt Nam, vẫn đúng như Milovan Djilas nhận xét.

Chiến tranh Việt Nam chấm dứt gần nửa thế kỷ nhưng sự tiêu pha và lãng phí của giai cấp thống trị đã làm cho Việt Nam, một đất nước nhiều tiềm năng, thành là một nước nghèo so với tiêu chuẩn phát triển chung của thế giới. Trong suốt 47 năm qua, các thế hệ Việt Nam đã đổ mồ hôi, nước mắt và cả máu để nuôi dưỡng giai cấp thống trị hoàn toàn không làm một việc gì hữu ích cho xã hội ngoài hút máu dân tộc Việt.

Như nhiều người biết hôm nay, dưới chế độ CS, khái niệm "nhân dân làm chủ" chỉ là một chiếc bình phong để giai cấp của những kẻ thống trị, có toàn quyền xử dụng tài sản của đất nước như của chính mình, cũng như có toàn quyền lãng phí tài sản đất nước như không phải của mình.

Những nhận định của Milovan Djilas có thể áp dụng vào hai trường hợp mới vừa xảy ra, Nguyễn Thị Phương Thảo tặng 155 triệu bảng Anh và Tô Lâm ăn bò bít-tết ở nhà hàng của đầu bếp Thổ Nhĩ Kỳ Nusret Gökçe.

Như các báo loan tin, bà Nguyễn Thị Phương Thảo, tỉ phú Việt Nam đồng ý tặng 155 triệu bảng Anh cho Linacre College, một trường nhỏ thuộc hệ thống Đại Học Oxford. Theo thông báo của trường, với số tiền lớn được tặng, ngôi trường đang mang tên học giả nổi tiếng Thomas Linacre có thể sớm đổi thành Thao College. Một số học giả Anh như giáo sư Đại Học Oxford Marie Kawthar Daouda phê bình ý định đổi tên trường từ Linacre sang Thao với lý do Thomas Linacre là học giả nổi tiếng trong thời đại ông và không nên thay chỉ vì một thương gia cho nhiều tiền.

Việc tặng tiền cho một đại học là một nghĩa cử quen thuộc của những người giàu tại Mỹ, Anh cũng như các nước Tây Phương. Các tỉ phú Mỹ thường tặng tiền cho đại học, nhất là những trường mà họ xuất thân. Năm 2018, Michael Bloomberg tặng 1.8 tỉ dollar cho đại học Johns Hopkins tại Maryland.

Điểm khác nhau chính là các tỉ phú Anh, Mỹ sinh ra và làm giàu trên một đất nước vốn đã giàu hàng đầu thế giới trong mọi lãnh vực, nhất là giáo dục. Theo The Center for World University Rankings trong số 20 trường đại học tốt nhất thế giới có 17 trường là Mỹ, 2 là Anh và 1 là Nhật. Dò mỏi mắt xuống hạng 1,000 trường đại học được tổ chức này quan sát cũng không có một trường đại học Việt Nam nào.

Theo cách lý giải và hành xử của một người bình thường nếu bạn có lòng vị tha để tặng thì bạn nên tặng cho những nơi thiếu thốn nhất, cho những người cần nhất. Giá trị và tác dụng của món quà nhờ đó sẽ cao hơn và ý nghĩa hơn là tặng cho những nơi đang đầy đủ.

Mấy hôm nay, một làn sóng bất mãn, phê bình, mỉa mai, châm biếm bà Thảo đã "làm chuyện ngược đời", "gánh củi về rừng", "mua danh"... Những người phê bình còn đưa ra những hình ảnh đau lòng của các em học sinh phải đu dây qua sông, bơi qua những khe nước chảy xiết, lội qua những con suối đầy đá nhọn để đến trường như một cách nhắc nhở cho bà Thảo thấy sự khác nhau giữa thực tế bi thảm của đất nước đã sinh ra bà và nền giáo dục hiện đại của Anh.

Họ cho rằng lẽ ra bà Thảo nên dùng số tiền đó để xây những chiếc cầu, lẽ ra bà Thảo nên dùng số tiền đó để dựng trường học, lẽ ra bà Thảo nên dùng số tiền đó để cấp học bổng cho sinh viên học sinh nghèo và nhiều "lẽ ra" khác.

Những người phê bình bà Thảo tưởng là bà không biết. Không, chắc chắn bà đã thấy và đã biết nhưng thấy là một chuyện, biết là một chuyện, cảm thông với sự chịu đựng của nhiều triệu tuổi thơ Việt Nam nghèo khó hay không là chuyện khác.

Là một tỉ phú, bà Thảo không muốn tên tuổi của mình gắn liền với một trường đại học dù lớn nhất Việt Nam nhưng vô danh trên thế giới.

Chuyện bà Thảo chưa xong. Hôm 3 tháng 11 vừa qua các mạng internet chuyền nhau video tướng Công An CSVN Tô Lâm ăn thịt bò bít-tếch dát vàng trị giá hơn một ngàn dollar. Nhìn cảnh Tô Lâm há miệng to cho đầu bếp nhà hàng Salt Bae hay còn gọi "Thánh rắc muối" đút miếng thịt bò trông vô cùng kệch cỡm, ghê tởm làm sao.

Ăn thịt là chuyện bình thường nhưng nhìn Tô Lâm ăn khó mà không tưởng tượng cảnh thú vật ăn thịt nhau trong phim động vật hoang dã. Đừng nói chi đang đại diện cho một nhà nước tại nước ngoài, một người lịch sự và tự trọng thường không làm vậy trong nhà hàng với nhiều thực khách chung quanh.

Những người Việt giận dữ lại lần nữa trưng bày những hình ảnh đau thương của hàng triệu người Việt tìm đường về quê tránh dịch với những cảnh chết chóc, đói khát, cực khổ không bút mực nào tả hết như một cách nhắc nhở Tô Lâm về thực trạng Việt Nam.

Theo họ, lẽ ra Tô Lâm nên biết ngay trong giờ phút ông đang ăn nhiều triệu người dân không có một chén cơm trắng để ăn, lẽ ra Tô Lâm nên biết trên cả nước nhiều người vẫn còn chết hay đang chờ chết vì nạn dịch, lẽ ra Tô Lâm nên biết hàng triệu trẻ thơ Việt Nam đang thiếu sữa trong tháng Mười lũ lụt này, và lẽ ra Tô Lâm không nên rắc muối lên vết thương của họ như anh chàng đầu bếp rắc lên miếng thịt bò mà Tô Lâm đang nuốt.

Chắc chắn là Tô Lâm đã thấy và đã biết nhưng giống như bà Phương Thảo, thấy là một chuyện, biết là một chuyện, cảm thông với sự chịu đựng của đồng bào hay không là chuyện khác.

Milovan Djilas viết về bản chất, nguồn gốc lịch sử hình thành nên giai cấp mới, nhưng ông có thể đã sót một đặc điểm quan trọng, "giai cấp mới" còn gồm những con người ích kỷ, vô lương tâm và vô cảm.

Lấy Trung Cộng, nước CS đàn anh của CSVN làm ví dụ cho chính xác với điều kiện kinh tế. Bản chất giai cấp là lý do Trung Cộng mặc dù có nhiều tỉ phú hạng thứ hai trên thế giới sau Mỹ nhưng là nước được tổ chức Charities Aid Foundation xếp vào hạng ích kỷ nhất thế giới trong nhiều năm.

Năm 2019, Trung Cộng đứng hàng 126 trong số 126 quốc gia được tổ chức quốc tế này quan sát. Charities Aid Foundation kết luận "Trung Quốc là quốc gia duy nhất đứng hạng tệ hại nhất trong cả ba tiêu chuẩn gồm tình nguyện, giúp đỡ người khác và đóng góp hiện kim." Trung Cộng còn đứng sau cả Congo, Palestine, Yemen, những dân tộc triền miên trong chiến tranh và nghèo khó.

Nguyễn Thị Phương Thảo là sản phẩm của ý thức hệ CS nên đừng trách tại sao bà không rộng lượng với đồng bào mình mà dùng tiền đi mua danh một cách kịch cỡm đáng khinh.

Hôm qua, 6 tháng 11, 2021, tờ *Daily Mail* của Anh tố cáo bà Nguyễn Thị Phương Thảo và chồng không chỉ cấu kết với giới lãnh đạo của "chế độ CSVN thô bạo" mà còn có quan hệ với cả chủ tịch Trung Cộng Tập Cận Bình.

Những đồng bạc, dù một đồng hay một tỉ, có được do cấu kết với những kẻ gây nên tội ác chống lại con người trong trường hợp này là đảng CSVN, sẽ không được xem là đồng tiền chính đáng.

Đặc tính không chính đáng của đồng tiền thể hiện rất rõ nét và rất dễ nhận ra tại Việt Nam. Hãy nhìn vào những biệt thự nguy nga mà "giai cấp mới" này sống so với những túp lều không vách của đại đa số trong 97 triệu người dân để thấy khoảng cách trời vực giữa hai tầng lớp người trong cùng một đất nước. Một chính phủ có 110 thứ trưởng, 201 phó chủ tịch tỉnh và hàng ngàn vụ trưởng. Mục đích của bộ máy hành chánh cồng kềnh này chẳng qua là để hợp thức hóa vai trò của các cán bộ đảng, để qua đó chúng được chính thức lãnh lương, chính thức ăn hối lộ, chính thức tham ô và tham nhũng.

Tham nhũng dưới chế độ CS không phải phát xuất từ bản chất tham lam của một số người ở đâu cũng có thể có. Tham nhũng tại Việt Nam có tính đảng vì chính đảng CS tạo môi trường cho tham nhũng sinh sôi, nuôi dưỡng tham nhũng lớn và tạo điều kiện để tham nhũng hoành hành.

Đối diện với tầng lớp cai trị, bộ máy tuyên truyền và bạo lực trấn áp khủng khiếp và thường trực của chế độ CS đã biến phần lớn trong số 97 triệu người Việt còn lại thành một tầng lớp chỉ biết phục tùng.

Sự chịu đựng của nhiều triệu đồng bào trong mùa dịch vượt qua ngoài định nghĩa của khổ đau, bất hạnh và sợ hãi. Dù "mắt kẹt" ở Sài Gòn hay tìm cách về quê họ đều phải đối phó với những khó khăn chưa từng có trong đời.

Nhưng khác với Đông Âu trước đây hay Cu Ba mới đây, không có cuộc biểu tình nào ở Sài Gòn, không có chống đối nào trên đường đi dù có người phải đi bộ 500 cây số hay như anh thợ hồ Hồ Tám đi bộ 1000 cây số từ Trà Vinh để về Huế trên vai vỏn vẹn một thùng mì gói.

Họ không bao dung nhưng đã mất hết khả năng chống đối. Trời hành họ còn biết kêu trời nhưng đảng hành thì không ai dám kêu đảng. Nhà tù đang chờ họ. Trấn áp đang chờ họ. Chết đói, chết khát đang chờ họ. Bộ máy kìm kẹp của đảng CS siết chặt đến mức làm tê liệt ý thức phản kháng của con người. Họ lầm lũi đi như đoàn nô lệ da đen sau nội chiến Mỹ đi tìm một nơi để gọi quê hương.

Hàng triệu người dân hôm nay có thể đã trở về trong căn nhà trơ trọi và bên ngoài mùa mưa đang đến, nước lụt đang dâng. Họ sẽ sống ra sao trong những ngày tháng tới. Có tiếng than, tiếng khóc nửa đêm nhưng tuyệt nhiên không có tiếng trả lời hay an ủi.

Nhưng một mai, khi đại dịch qua đi, những người dân bất hạnh kia lại sẽ vào thành phố tìm đường sống vì không còn gì để sống trên nơi chôn nhau cắt rốn. Và cứ thế, cuộc đời của tầng lớp người bị trị tại Việt Nam sẽ bị vùi dập trong trầm luân thống khổ cho đến chết.

Trước nỗi bất hạnh của dân tộc Việt, ai là người biết đau và ai sẽ là người biết nhục? Nguyễn Thị Phương Thảo ư? Tô Lâm ư? Không. Nếu biết đau và biết nhục bà Thảo đã không đem tiền để mua cái tên trường ở một đất nước xa xôi bỏ mặc cho nhiều triệu trẻ em Việt sống trong những điều kiện học hành tệ hại nhất thế giới. Nếu biết đau và biết nhục, ông Lâm đã không há miệng to để được đút ăn trong lúc một phần không nhỏ của đất nước không có ngay cả gói mì để ăn.

Những người biết nhục không phải Nguyễn Thị Phương Thảo, Tô Lâm, Nguyễn Phú Trọng, Nguyễn Xuân Phúc mà là những con người Việt còn có một lương tâmViệt Nam dù ở ngoài guồng máy hay vì lý do riêng phải tạm thời ở trong guồng máy.

Cách mạng dân chủ tại các nước cựu CS cho thấy, chính những người biết đau và biết nhục đã làm thay đổi vận mệnh đất nước họ. Khác nhau về thời gian và thời điểm nhưng Việt Nam cũng vậy. Lịch sử Việt Nam đã chứng minh nhiều lần trong hoàn cảnh dù đen tối bao nhiêu vẫn còn có những người biết đau và biết nhục. Lần nữa trong tương lai, chính những người biết đau và biết nhục sẽ thay đổi vận mệnh Việt Nam.

THAM NHŨNG CÓ TÍNH ĐẢNG

Tính đảng là gì?

Theo tạp chí *Xây Dựng Đảng* ngày 22 tháng 8, 2021 "*Tính đảng gắn liền với sự ra đời, lý tưởng và con đường đấu tranh của đảng CS. Đảng CS - đội tiên phong của giai cấp công nhân - ra đời trên cơ sở kết hợp giữa lý luận (chủ nghĩa xã hội khoa học - hệ tư tưởng của giai cấp công nhân) và thực tiễn (phong trào đấu tranh của giai cấp công nhân chống lại giai cấp tư sản).*"

Nói một cách dễ hiểu, tính đảng là một đặc điểm mang tính bản chất gắn liền với sự ra đời, phát triển và mất đi của ý thức hệ CS mà đại diện là đảng CS.

Các tính đảng cùng tồn tại với đảng CS và trong lòng cơ chế CS. "Tính đảng độc tài chuyên chính" đẻ ra "tính đảng tham nhũng thối nát" và vì thế "tính đảng tham nhũng thối nát" không thể nào bị ngăn chặn hay xóa bỏ khi nào "tính đảng độc tài chuyên chính" còn tồn tại.

Do đó, câu hỏi liệu tham nhũng có thể được ngăn chặn hay xóa bỏ dưới chế độ CS hay không, câu trả lời sẽ là "không". Câu trả lời ngắn gọn này không phải võ đoán mà dựa theo "cơ sở lý luận kinh điển" của hệ tư tưởng CS và thực tế xã hội tại các nước cựu CS từ Liên-Xô cho tới Đông Âu.

Là con người ai chẳng có ít nhiều lòng tham và dễ mềm lòng trước cám dỗ. Tham nhũng xảy ra ở khắp nơi và trong mọi xã hội. Khác chăng, tham nhũng ở các nước dân chủ phát xuất từ lòng tham cá nhân và tham nhũng dưới chế độ CS phát xuất từ hệ thống.

Cá nhân cựu Thủ tướng Ý Silvio Berlusconi can tội hối lộ và trốn thuế nhưng nền Cộng Hòa Ý thì không. Cá nhân cựu Tổng thống Pháp Nicolas Sarkozy can tội hối lộ quan tòa nhưng nền Đệ Ngũ Cộng Hòa Pháp thì không.

Một khi toàn bộ đời sống đất nước đặt trọn trong tay một nhóm người nắm giữ mọi quyền sinh sát, trừ phi họ là những bậc thánh nhân xuất hiện hay Bồ Tát tái sinh để hoằng dương chánh pháp, nhóm người đó sẽ lạm quyền, sẽ tham ô, sẽ tham nhũng, sẽ băng hoại và sẽ thối nát.

Lịch sử cho thấy nếu tham nhũng có thể ngăn chặn được thì Liên Xô đã không sụp đổ năm 1991.

Sau khi Tổng bí thư Cộng Sản Liên-Xô (CSLX) Leonid Brezhnev chết (1982), một ủy ban điều tra đã khám phá ra nước Cộng Hòa Xã Hội Chủ Nghĩa Uzbekistan đã thất thoát một ngân sách khổng lồ lên tới 6.5 tỷ dollar theo thời giá 1988 vào tay các lãnh đạo CS trong đó có con rể của Brezhnev. Khi hung thần Brezhnev còn sống, những cán bộ này được hệ thống quyền lực bao che. Tờ *Pravda* dưới thời kỳ cởi mở của Gorbachev cho rằng tham nhũng tại LX đã bị cơ chế hóa. (Soviet Uncover Massive Corruption: Billions Lost in Uzbekistan Case Involving Brezhnev Kin, L.A. Times, Jan. 24, 1988)

Trong thời kỳ Chiến Tranh Lạnh, nghiên cứu về "tính đảng tham nhũng thối nát" của LX là một quan tâm chuyên môn của các phân tích gia Mỹ. CIA quan tâm đặc biệt tới tình trạng tham nhũng tại Liên Xô, Ba Lan và các nước CS vì họ biết đó là điểm hư hoại mang tính bản chất của chế độ.

Bản phân tích mật số SOV 8510145X với tựa "The Soviet Anticorruption Campaign: Causes, Consequences, And Prospects" của CIA vào tháng 8, 1985 được bạch hóa năm 2014 cho biết nguồn gốc của phong trào chống đối tại Ba Lan phát xuất từ tình trạng tham nhũng trầm trọng trong hệ thống đảng và nhà nước CS Ba Lan.

Cũng theo phân tích mật này, Yuri Andropov, còn được gọi là "đồ tể của Budapest" vì vai trò của y trong vụ đàn áp cuộc nổi dậy tại Hungary 1956, Mùa Xuân Tiệp Khắc 1968 và từng là giám đốc KGB từ 1967 đến 1982, khi lên nắm quyền Tổng Bí Thư đảng CSLX đã ra lịnh bỏ tù hàng loạt cán bộ các cấp lãnh đạo đảng vì tội tham nhũng.

Chính sách chống tham nhũng cứng rắn của Andropov phát xuất từ hai mục đích, (1) để thanh lọc hàng ngũ giới cai trị và (2) lấy lòng dân. Andropov chết, Konstantin Chernenko lên thay và cũng tiếp tục chính sách chống tham nhũng của Andropov nhưng cả hai cuối cùng đều thất bại.

Một thước đo quốc tế để đo lường các chính sách chống tham nhũng và sự trong sạch của bộ máy công quyền tại một nước là tính minh bạch của chính phủ nước đó.

Minh bạch của chính phủ (Governmental transparency) là gì?

Theo định nghĩa của The Encyclopedia of American Politics, minh bạch của chính phủ (Governmental transparency) là

"Công khai, trách nhiệm, và thành thật xác định tính minh bạch của chính phủ. Trong một xã hội tự do, minh bạch là trách nhiệm của chính phủ để chia sẻ thông tin với người dân. Minh bạch là trọng tâm để qua đó người dân quy trách nhiệm cho các viên chức chính quyền."

Theo định nghĩa đó, ba đặc điểm của minh bạch cần phải có gồm (1) công khai, (2) trách nhiệm và (3) thành thật. Đồng thời, ba hậu quả của không minh bạch trong chính phủ gồm (1) thông tin bị bưng bít, (2) lạm dụng quyền hành và (3) tham nhũng.

Dưới chế độ CSVN hiện nay, nếu chỉ phải trả lời theo lối trắc nghiệm, một người có nhận thức chính trị căn bản nào cũng có thể dễ dàng chọn "không" cho ba đặc điểm và "có" cho ba hậu quả.

Thử lướt qua tính minh bạch tại vài nước CS điển hình.

Gorbachev và Minh Bạch

Sau khi phong trào CS Liên Xô và Đông Âu sụp đổ, nhiều nhà nghiên cứu đổ xô đi tìm lý do. Mỗi người nhìn sự sụp đổ của phong trào CS quốc tế từ một góc cạnh khác nhau tùy theo mục đích nghiên cứu của mình nhưng đều cùng nêu ra một lý do chung: Chính quyền CS không minh bạch.

Là lãnh đạo CS cao cấp nhất của đảng và nhà nước Liên Xô, hơn ai hết, Mikhail Gorbachev biết rất rõ điều đó. Ông ý thức rằng hệ thống Soviet dựa vào tuyên truyền dối trá và nhà tù, hơn 70 năm đã kìm hãm sự phát triển tự do của nhận thức con người, đi ngược lại sự chuyển động tự nhiên của xã hội.

Vào cuối thập niên 1980, văn minh nhân loại đã phát triển đến mức những câu chuyện tuyên truyền hoang đường về một thiên đường CS đã thành những chuyện cười trong các quán rượu ở Nga, và nhà tù không thể nhốt hết 300 triệu người dân trong 15 nước thuộc liên bang Xô Viết.

Muốn Liên Xô tồn tại, đảng CS phải thực hiện những thay đổi tận gốc rễ của chế độ và trước hết là minh bạch. Chính từ lý do đó, một trong những trọng điểm của chương trình Glasnost (Cởi mở) mà Gorbachev phát động vào năm 1986 là để gia tăng mức độ minh bạch trong chính phủ.

Gorbachev chủ trương tạo một không khí tranh luận giữa chính phủ và người dân về tất cả các vấn đề của đất nước, và điều này cũng có nghĩa giới hạn quyền kiểm soát của trung ương như đã có trước đây. Nhưng những cố gắng của Gorbachev đến quá trễ và trở thành con dao hai lưỡi, chặt đứt chế độ mà ông ta nỗ lực để cứu vãn.

Từ Đặng Tiểu Bình Đến Tập Cận Bình và Minh Bạch

Học bài học Liên Xô, Đặng Tiểu Bình và các thế hệ lãnh đạo Trung Cộng sau y đã chọn lựa ban cho người dân cơm áo nhưng siết chặt xã hội Trung Quốc bằng một chế độ hà khắc về đời sống tinh thần không khác gì Tần Thủy Hoàng hai ngàn hai trăm năm trước.

Lãnh đạo Trung Cộng ngăn cấm sử dụng internet ngoài giới hạn cho phép. Các mạng thông tin xã hội quen thuộc với phần lớn nhân loại như Facebook, Twitter hay Youtube bị chặn. Mọi đường thông tin ra ngoài Trung Quốc đều do Đề án Lá chắn Vàng (Golden Shield Project) thuộc Bộ An ninh kiểm soát. Để trấn áp dân chúng trong lãnh vực thông tin, Bộ An ninh Trung Cộng tuyển dụng một lực lượng an ninh mạng khoảng 2 triệu nhân viên.

Trong một bài bình luận gởi riêng cho báo *New York Times* ngày 15 tháng 6, 2015, Bào Đồng (Bao Tong), cựu Trưởng Ban Cải cách Chính trị Trung Ương đảng CSTQ và là Thư ký riêng của cố Thủ tướng Triệu Tử Dương, nhận xét rằng chính sách "làm giàu trước đã" của Đặng đã biến xã hội Trung Quốc thành một xã hội tham nhũng từ địa phương đến trung ương, lãng phí tài nguyên, tàn phá môi trường thiên nhiên và di họa cho các thế hệ mai sau.

Họ Đặng đã làm mọi cách để gia tăng tổng sản lượng bất chấp những tai họa do các chính sách đó gây ra.

Đầu năm 2015, trước áp lực quốc tế và sức phản kháng của người dân như mạch nước ngầm đang chuyển động, Tập Cận Bình lo lắng và tuyên bố sẽ minh bạch hơn trong các chính sách kinh tế, quốc phòng và đẩy mạnh chính sách chống tham nhũng. Tuy nhiên, theo các nhà phân tích, hành động của họ Tập chỉ nhằm mục đích thanh trừng các phần tử chống đối và củng cố quyền lực cá nhân hơn là gia tăng minh bạch trong chính phủ.

Trung Cộng tồn tại được bao lâu hiện đang là một chủ đề được các nhà nghiên cứu kinh tế chính trị tập trung vào. Không ai biết chắc về thời điểm hay cách thức nhưng đều đồng ý Trung Cộng sụp đổ chỉ là vấn đề thời gian. Lần nữa, một trong những lý do là không minh bạch trong chính phủ.

CSVN và Minh Bạch

CSVN, về bên ngoài, đang đối diện với con quái vật Trung Cộng đang ăn tươi nuốt sống từng phần thân thể, và bên trong, là một chế độ toàn trị tồn tại bằng tuyên truyền lừa bịp và nhà tù.

Theo Index Corruption Perceptions do tổ chức Transparency International công bố, năm 2018, về chỉ số tham nhũng, Việt Nam bị xếp vào hạng 117 trong số 180 quốc gia được phân tích, tụt xuống 10 hạng so với chỉ số 2017. Đa số các quốc gia cùng nhóm tham nhũng nặng như Việt Nam là những nước nghèo nàn, độc tài và lạc hậu Phi Châu.

Mặc dù lãnh đạo CS gào thét chống tham nhũng trong không biết bao nhiêu nghị quyết, tình trạng tham nhũng ngày thêm trầm trọng. Chỉ số tham nhũng của Việt Nam đã rớt từ hạng 76 năm 2000 xuống hạng 112 năm 2012, và rớt xuống hạng 117 năm 2018.

Cách đây vài hôm, người dân trong nước có vẻ phấn khởi, vui mừng khi các ông Chu Ngọc Anh, chủ tịch UBND Hà Nội và Nguyễn Thanh Long, Bộ trưởng Y Tế bị bắt và bị khởi tố.

Theo lời ông Nguyễn Phú Trọng, hai người này đã "suy thoái về tư tưởng chính trị, đạo đức, lối sống". Vào năm 2022 này những khái niệm gọi là "tư tưởng chính trị, đạo đức, lối sống" chỉ là những lời rao nhạt nhẽo trong buổi chợ chiều, thực tế chẳng ai nghe. Tù nhân Đinh La Thăng, nguyên Ủy viên Bộ Chính trị đảng CSVN, trước đây hô hào "chống tham nhũng" còn hay hơn Nguyễn Phú Trọng.

Thời kỳ sống đạm bạc "hết rau rồi em có lấy măng không" chỉ còn trong ký ức của một số đảng viên ở tuổi 70. Lãnh đạo CS ngày nay là những kẻ đi xe sang, ở nhà cao cửa rộng, con cái du học các trường tư Anh, Mỹ, vợ mua sắm bằng những thẻ tín dụng không giới hạn.

Một tầng lớp cán bộ tham nhũng vào tù nhưng sẽ có một tầng lớp cán bộ tham nhũng khác lên thay và nếu bị lộ họ sẽ vào tù. Họ có thể nhỏ vài giọt nước mắt cá sấu trước tòa như Tất Thành Cang hay nói vài lời hối cải như Đinh La Thăng nhưng sẽ mỉm cười chiến thắng lúc một mình. Nếu phải ở tù vài năm với tiêu chuẩn đảng viên cao cấp mà giấu được nhiều triệu dollar họ vẫn còn lời to.

Không phải hôm nay mà nhiều năm trước Chu Ngọc Anh đã biết có thể một ngày mình sẽ vào tù và chắc chắn đã tẩu tán trước một phần lớn tài sản. Chính trị dưới chế độ CS là sòng bạc quyền lực. Bản thân họ Chu từ một nghiên cứu sinh, sau đó là cán bộ phó phòng cho tới trước ngày bị bắt hẳn đã phải mua các chức vụ bằng những giá rất mắc. Nguyễn Thanh Long mua chức còn nhanh hơn. Từ một cán bộ y tế dự phòng lên chức thứ trưởng Bộ Y Tế chỉ mất 8 năm.

Như những tay cờ bạc khi cơ hội đến Chu Ngọc Anh, Nguyễn Thanh Long phải tận dụng vận may. Chỉ riêng biệt thự của Chu Ngọc Anh ở Nam Từ, Hà Nội được lượng giá vào khoảng 80 đến 100 tỷ đồng trong khi mức lương của chủ tịch thành phố cao nhất là 15.347.000 đồng một tháng. Ngay cả Chu Ngọc Anh chỉ uống nước giếng, ăn mì gói Hảo Hảo và sống thọ như rùa Hồ Gươm cũng phải cần vài thế kỷ mới dành dụm đủ tiền để mua biệt thự 100 tỷ đồng. Tiền đâu ông ta có? Một em học sinh biết làm những phép tính căn bản cộng trừ nhân chia cũng tính được đó là tiền do tham nhũng.

Bản chất giống nhau thì hậu quả không thể khác dù đó là ở LX trước đây hay TC và CSVN hiện nay. Các tính đảng "độc tài chuyên chính" và "tham nhũng thối nát" có quan hệ hữu cơ và do đó sẽ dẫn tới hậu quả giống nhau không tránh khỏi. Chế độ sụp đổ sớm hay muộn là do các chính sách "tự diễn biến" (đổi mới) của nhà nước CS nhưng vỡ là quy luật.

Sau các giai đoạn thanh trừng đẫm máu của Stalin, thời Leonid Brezhnev (1964-1982) là thời kỳ CS chuyên chính nhất tại LX nhưng đồng thời cũng là thời kỳ tham nhũng phát xuất từ hàng ngũ cán bộ cao cấp diễn ra nhiều nhất. Để củng cố quyền lực sau khi loại bỏ Nikita Khrushchev, Brezhnev đưa vào trung ương những cán bộ thuộc thành phần thân tín được gọi là "những cán bộ được đề cử" (nomenklatyra) và thành phần này sống đời sống xa hoa giữa một nền kinh tế đang suy thoái trầm trọng. Khi lên nắm quyền, Gorbachev muốn cứu LX cũng không cứu được.

Người dân bình thường có lý do để vui mừng vì hút máu dân lành là một trọng tội nhưng đừng quên những kẻ đáng tội hơn không phải Đinh La Thăng, Tất Thành Cang, Chu Ngọc Anh, Nguyễn Thanh Long... mà là cơ chế CS.

Điều đó hiển nhiên đến mức ngay cả cựu Tổng Bó Thư đảng CS Lê Khả Phiêu cũng phải thừa nhận khi phát biểu "Tham nhũng ở nước ta là do cả cơ chế lẫn con người." (Tìm lại lòng tin đã mất, báo *Người Đô Thị*, 27 tháng 11, 2014).

Cơ chế chính trị CS đã bắt thang cho Chu Ngọc Anh, Nguyễn Thanh Long, Tất Thành Cang ... leo lên đài danh vọng và tạo cho họ cơ hội làm giàu trên sự chịu đựng của nhiều triệu dân nghèo, của hàng ngàn học sinh mỗi ngày phải lội sông, lội suối đến trường, của hàng vạn trẻ thơ không áo ấm mùa đông. Nước mắt chảy thành sông trên quê hương Việt Nam giữa tiếng cười của lớp người cai trị suốt 47 năm qua và sẽ chảy cho đến ngày chế độ độc tài sụp đổ.

Tham nhũng tại Việt Nam là một loại cỏ độc ăn sâu trong đất, không thể cắt, không thể nhổ mà phải thay bằng đất mới.

ĂN THỊT BÒ NHỚ MÁC

Trước ngày ăn miếng bò bít-tếch với giá cắt cổ của đầu bếp Thổ Nhĩ Kỳ Nusret Gökçe hay còn gọi Salt Bae (Thánh rắc muối) Tô Lâm hướng dẫn một phái đoàn đến viếng mộ Karl Marx ở nghĩa trang Highgate thuộc vùng ngoại ô London. Theo phiên bản tiếng Anh của báo *Công An*, hành động của Tô Lâm thể hiện truyền thống "uống nước nhớ nguồn".

Các báo Anh và Mỹ phê bình hành động này. Tựa của bài báo trên The Independent hôm 8 tháng 11: "*Bộ trưởng Việt Nam ăn miếng bít tết dát vàng trị giá 1,450 bảng sau khi đặt hoa tại mộ của Karl Marx*" (Vietnamese minister fed £1,450 gold-plated steak after laying flowers at Karl Marx's grave).

Khi đặt tựa như vậy, tác giả bài báo đã thấy ra những điểm nghịch lý giữa hai sự kiện. Dưới lăng kính tư cách lãnh đạo, hai hành động đó chửi nhau.

Tạm gác qua bên chuyện đúng hay sai trong Tuyên Ngôn Đảng CS, Tư Bản Luận, Duy Vật Biện Chứng, Duy Vật Lịch Sử, chỉ bàn chỗ đứng của Karl Marx khi nhìn về phía con người. Trong toàn bộ lý thuyết của mình, Karl Marx (Việt Nam gọi là Mác) nhân danh lớp người bị bóc lột tức giai cấp vô sản.

Buổi sáng đặt vòng hoa để tưởng nhớ một người đấu tranh cho giai cấp lao động vô sản rồi tối hôm sau ngồi ăn bò bít tết giá 44 triệu đồng mỗi phần trong khi nhiều triệu người trong tầng lớp lao động vô sản tại Việt Nam không biết ngày mai sống chết ra sao.

Đại dịch ảnh hưởng toàn cầu nhưng chưa ở đâu, ngay cả ở nước có trên tỉ dân như Ấn Độ, đã trải qua thảm cảnh 1.3 triệu người đói khát tìm về quê bằng mọi phương tiện kể cả đi bộ hàng ngàn cây số như tại Việt Nam.

Là lớp người thừa kế gia sản của tiền nhân, giới lãnh đạo đảng CS không làm gì cả ngoài việc hưởng lợi tức để lại từ các thời Trần Phú, Lê Hồng Phong, Ngô Gia Tự, Hà Huy Tập, Hồ Chí Minh, Trường Chinh, Lê Duẩn theo kiểu cha truyền con nối.

Đảng CSVN không hề chuẩn bị một lối thoát, một phương án nào cho những tình trạng nguy cấp tột cùng. Thực tế bi thảm vừa qua cho thấy, suốt hơn 46 năm, chắc chắn trong các hội nghị trung ương chưa ai từng đặt ra câu hỏi đảng phải làm gì để đối phó nếu môt đại dịch, một đại thiên tai xảy ra trên đất nước. Nhìn cách giải quyết khi biến cố xảy ra để thấy sự bất lực, vụng về, rừng rú và vô nhân của đảng.

Từ khi thành lập đến nay, đảng CS không sáng tạo thêm gì mới ngoài hai phương tiện sẵn có gồm một bộ máy tuyên truyền tinh vi và những cách bách hại người tàn bạo do ông tổ Lenin để lại.

Chúng ta thường nghe những tên đồ tể tàn sát dân Do Thái như Heinrich Himmler, Heinrich Müller vì tên của chúng xuất hiện gần như thường xuyên trên sách báo về Thế Chiến Thứ Hai nhưng rất ít khi nghe tới tên Felix Dzerzhinsky. Thật ra, Heinrich Himmler và Heinrich Müller về lý luận và thực tế chưa đáng là học trò của Dzerzhinsky, giám đốc cơ quan mật vụ

Cheka khủng khiếp do Lenin lập ra ngay sau khi cách mạng CS 1917. Ngoại trừ đảng viên CS, hầu hết dân Nga đều run sợ khi nghe tên Dzerzhinsky. Lenin chết sớm nên không bị nguyền rủa nhiều như Stalin và Mao Trạch Đông, nhưng con số gần 100 triệu người bị giết dưới các chế độ CS là sản phẩm của lý luận Lenin.

Nhưng cánh tay tàn bạo, tinh vi và thâm độc của chủ nghĩa Mác Lê không phải giết người mà là tẩy não. Tẩy não (brainwash), khái niệm do Edward Hunter dùng lần đầu năm 1950, là một tiến trình nhằm xóa bỏ mọi nhận thức độc lập của một người qua lao động, qua kiểm soát tâm lý, qua cải tạo tư tưởng để thay vào đó bằng một nhận thức mới, trong trường hợp này là nhận thức CS về mọi lãnh vực của đời sống con người. Hệ thống tuyên truyền CS có câu trả lời cho tất cả câu hỏi và cho mọi lứa tuổi, mọi trình độ, từ em bé mới biết đánh vần cho tới nhà khoa học.

Nhưng, dù đứng trên quan điểm tôn giáo nào, con người là một sinh vật có trí tuệ và có các giá trị thiêng liêng không thể bị hoàn toàn xóa bỏ bởi các nhận thức áp đặt.

Cuộc đấu tranh giữa thiện và ác, giữa chân lý và bạo lực, giữa tự do và độc tài vẫn tiếp tục diễn ra. Diễn ra trong âm thầm nơi mỗi con người dẫn đến bán công khai rồi công khai ở từng làng xã, quận huyện, thành phố cho đến phạm vi một nước, khối các quốc gia và cả châu.

Sau khi phong trào CS Châu Âu sụp đổ, ngôi mộ của Mác mà Tô Lâm đến thăm không còn mang tính thời đại mà được xem như một di tích bảo tàng.

Trước 1991, mỗi năm vào sinh nhật 5 tháng 5, mộ Mác tràn ngập những vòng hoa. Tháng 5, 1992, chỉ có một vòng đặt ở chân mộ với hàng chữ "*Chúng tôi vẫn giữ vững niềm tin vào chủ nghĩa CS*". Nhưng rồi những năm sau đó không còn ai đến nữa kể cả những người vừa thề thốt năm qua. Mộ của Mác hai lần bị phá hoại trong năm 2019. Nghĩa trang Highgate có lần được dùng làm ngoại cảnh cho một cuốn phim ma. Điều này vô tình nhưng trùng hợp lý thú với câu mở đầu cho Tuyên Ngôn Đảng CS "Một bóng ma đang ám ảnh Châu Âu".

Nhưng Việt Nam thì khác. Sự kiện Tô Lâm đến đặt vòng hoa tại mộ Mác cho thấy ý thức hệ CS vẫn có tác dụng lừa gạt được một số không nhỏ người Việt thuộc nhiều trình độ nhận thức khác nhau.

Bộ máy tuyên truyền của đảng trong một mức độ nào đó vẫn thành công. Trên sân khấu chính trị Việt Nam, các lãnh đạo đảng không chỉ là những tên hề làm cho khán giả cười nhưng đôi khi còn là những kép mùi như Tô Lâm hát bài "uống nước nhớ nguồn" làm khán giả cảm động. Tô Lâm "uống nước nhớ nguồn" là phải. Không có Mác làm gì có thịt bò bít tết để ăn, xe sang để chạy, nhà sang để ở, thẻ tín dụng để xài.

Có hai thành phần tin Tô Lâm thăm mộ Mác phát xuất từ ý nguyện chân thành.

Một thành phần ít học tin vào đảng và sống theo chủ nghĩa số phận nương nhờ thần linh đảng. Họ xem đảng là nắng, là mưa, là mùa xuân, là hy vọng. Bộ máy tuyên truyền của đảng buộc hơn 90 triệu người dân Việt, từ một em bé vừa tập nói cho đến cụ già đang mất dần trí nhớ, phải học thuộc, phải tin, phải lặp đi lặp lại những khẩu hiệu, những lời sùng bái, ca tụng các lãnh tụ CS cho đến khi chúng được ghi sâu vào ý thức để trở thành một phần trong đời sống đạo đức và tình cảm của con người. Với thành phần này, cơ chế chính trị CS là tất yếu chẳng khác gì thời tiết. Họ vui khi một cơn gió mát thổi qua nhưng không buồn lắm khi trời nắng rát.

Một thành phần khác có học và đọc sách vở từ nhiều nguồn nhưng vẫn tin nơi đảng CS. Thành phần này có lý luận hơn, biết so sánh tốt xấu, biết chống các hiện tượng tiêu cực trong xã hội và thậm chí có khi cũng lên tiếng phản biện vài sai lệch của đảng nhưng trong đáy lòng họ vẫn nghĩ chỉ có đảng CS mới đủ tư cách chính trị để lãnh đạo đất nước. Họ được chích vắc-xin nghi ngờ mọi thứ ngoại trừ đảng vào nhận thức còn sớm hơn trẻ em được chích vắc-xin phòng cúm. Tại Việt Nam số người không phân biệt được sự khác nhau giữa một ông Tây và một ông Mỹ còn rất nhiều, và vì thế họ đồng ý với đảng cuộc "cách mạng dân tộc dân chủ đánh đuổi Thực Dân Pháp và Đế Quốc Mỹ" dẫn tới "cách mạng xã hội chủ nghĩa" là một chọn lựa đúng đắn của dân tộc Việt Nam.

Theo họ, xã hội nào cũng có mặt tốt và mặt xấu. Đảng cũng thế. Đúng thì khen, sai thì sửa nhưng thay đổi thì không. Họ ngụy biện rằng trình độ hiểu biết của người Việt nói chung còn thấp để có thể xây dựng một chế độ dân chủ theo kiểu Mỹ, kiểu Pháp, kiểu Anh, và do đó, đa đảng chỉ dẫn đến hỗn loạn trong khi đất nước đang cần đoàn kết dưới sự lãnh đạo của đảng CSVN.

Thế nào là thấp?

Dân chủ là một tiến trình chứ không phải mà một món đồ hộp chế biến sẵn chỉ khui ra là ăn.

Dân tộc Mông Cổ có thể nói chưa bao giờ thật sự sống dưới chế độ dân chủ trước ngày bầu cử đa đảng 29 tháng 7, 1990. Nhưng cũng từ ngày vui đó một nền cộng hòa được ra đời và phát triển tương đối ổn định cho đến nay. Quốc gia nằm sâu trong đất liền này đã vươn lên từ một dân tộc sống rải rác trên các thảo nguyên bát ngát để ngày nay có Tổng Sản Phẩm Nội Địa (GDP) tính theo đầu người 4,007 Mỹ kim. Người chăn cừu trên thảo nguyên Mông Cổ trước năm 1990, theo cách nói của Mác, chỉ là một công cụ sản xuất giống như cừu, hôm nay ông ta là một con người tự do.

Điều này cho thấy dân chủ cần được hoàn thiện theo đà phát triển của một quốc gia nhưng đồng thời cũng luôn thích nghi với con người dù trong trình độ giáo dục nào, nhận thức nào và đang sống ở đâu trên mặt đất này.

Phải chăng đa đảng dẫn tới hỗn loạn?

Kinh nghiệm của các nước cựu CS cho thấy con đường dân chủ có nhiều ổ gà, nhiều gai góc nhưng là con đường thời đại.

Cộng hòa Ba Lan có tới 97 đảng chính trị trong đó 19 đảng có đại diện trong quốc hội nhưng không phải vì thế mà gây ra bất ổn. Ba Lan ngày nay là một quốc gia hùng mạnh và GDP tính trên đầu người tăng từ 1,731 Mỹ kim vào năm 1990 đến 15,600 Mỹ kim vào năm 2020.

Hai thành phần tin đảng CS nêu trên khác nhau về cách thể hiện và biện luận nhưng bản chất nô lệ vào đảng CS vẫn giống nhau vì cả hai đều là kết quả của chính sách nhồi sọ có hệ thống. Bài viết này không nhắm vào một thành phần khác tạm gọi là "thành phần phên giậu" biết đảng sai nhưng vẫn phò vì bổng lộc.

Khát vọng tự do của mọi con người trên trái đất đâu cũng giống nhau nhưng các điều kiện lịch sử và văn hóa đã làm cho cuộc đấu tranh chống chế độ CS tại một nơi chậm hơn vài nơi khác. Điều này đòi hỏi những người Việt quan tâm đến vận nước, ngoài đức độ và tài năng, còn phải có thêm tính kiên nhẫn để soi sáng con đường trước mặt. Đó là con đường dân chủ cho Việt Nam và không có con đường nào khác.

GIẶC ÂN NGÀY NAY KHÔNG Ở ĐÂU XA

Theo *Niên giám Thống kê Di dân* (Yearbook of Immigration Statistics) của chính phủ Mỹ, tôi là một trong 280,728 người Việt Nam đến Mỹ trong thập niên 1980 - 1990. Nói như vậy để phân biệt với 135 ngàn đồng hương trong đợt di dân đầu tiên vào những ngày trước 30 tháng 4 năm 1975, với khoảng 100 ngàn chú bác anh chị cựu tù nhân chính trị, với diện ODP và nhiều diện khác đến sau. Chúng tôi được báo chí gọi chung cho một cái tên là *Thuyền nhân* (Boat people). Hai chữ đó đã là nguồn sáng tác của nhiều bài thơ, bút ký, nhạc phẩm mang đầy ký ức bi thương và hãi hùng trên Biển Đông.

Nhưng cũng từ những khó khăn vất vả đó, những người tị nạn như tôi đã tìm đến nhau, giúp đỡ nhau và xây dựng nên một tập thể được gọi là Cộng đồng Việt Nam.

Không giống như cộng đồng các sắc dân khác tại Mỹ, cộng đồng Việt Nam được ra đời sau một cuộc chiến tranh dài với quá nhiều đau thương và chịu đựng.

Đọc lịch sử nước Mỹ, chúng ta biết rằng những người Đức, người Ý, người Ba Lan khi đặt chân đến Mỹ, họ chỉ mang trên vai gánh nặng của tương lai. Khi còi tàu rú lên báo hiệu giờ vào cảng Boston, New York, San Francisco, cuộc đời họ được lật sang một chương khác. Họ dễ dàng hội nhập vào xã hội kỹ nghệ Hoa Kỳ bởi vì họ đến từ một quốc gia kỹ nghệ. Họ dễ dàng hội nhập vào lối sống, tập tục, văn hóa Mỹ bởi vì chính họ cũng từ phong tục tập quán Châu Âu.

Cộng đồng Việt Nam thì khác.

Đa số người Việt đến đây từ một nền văn hóa phương Đông khép kín, với những phong tục tập quán hoàn toàn khác với các sinh hoạt trong xã hội Tây phương. Người Việt ra đi mang trên hai vai cả quá khứ đầy u uất và một tương lai còn nhiều bất định. Trong hàng triệu người Việt vượt biên bằng đường biển, bao nhiêu người khi ngồi trên ghe biết mình sẽ trôi giạt về đâu? Tôi tin không ai biết chắc. Nhiều trong số họ đến được bến bờ tự do khi chiếc áo chưa phai mùi khói súng và những vết thương trên da thịt vẫn còn đang mưng mủ. Bom đạn đã thôi rơi nhưng sức chấn động như vẫn còn nghe trong giấc ngủ quê người.

Sau 42 năm, đội ngũ người Việt như tôi đến trước hay đến sau thuộc nhiều diện khác nhau, đã lên đến khoảng 3 triệu người, sống rải rác trên hàng trăm quốc gia, từ Brazil đến Moroco, từ Cộng Hòa Nam Phi đến Do Thái. Họ đã góp phần làm thay đổi khuôn mặt của những nơi họ ở, biến những khu thải phế liệu thành những trung tâm thương mại khang trang, biến những con đường vốn đầy tội ác thành những khu phố sầm uất. Họ đứng trước những hàng rào về ngôn ngữ, văn hóa, thói quen, tập quán nhưng đa số đã vượt qua. Họ tận dụng mọi cơ hội trong xã hội mới, đi làm hai ba việc một ngày để lo cho con cái ăn học thành tài. Nhiều người Việt hải ngoại thành công bởi vì họ biết rõ một điều rằng không ai có thể thay đổi quá khứ nhưng chắc chắn sẽ làm chủ được tương lai.

Dù thành công ở xứ người, tình yêu quê hương trong lòng người Việt bao giờ cũng thể hiện rất rõ nét và sâu đậm. Những ngày mới ra đi nhớ quê hương là chuyện đã đành, nhưng càng đi xa, càng sống lâu trong êm ấm càng thấy thương những người còn chịu đựng gian nan. Mỗi dịp Tết, hàng trăm ngàn đồng hương về thăm gia đình, cha mẹ, bà con.

Tuy nhiên, nếu chỉ nhìn vào việc bà con về thăm nhà hay gởi tiền về cho thân nhân mà gọi đó là "đóng góp vào sự nghiệp xây dựng đất nước" hay chấp nhận chế độ chính trị tại Việt Nam thì quả thật là những đánh giá hời hợt. Bầy cá hồi nhớ đường về sông cũ và những chiếc lá thường rơi về cội. Dòng sông và nguồn cội của của người Việt là gia đình cha mẹ, mồ mả tổ tiên, thân bằng quyến thuộc chứ không phải chế độ đang cai trị đồng bào họ.

Người Do Thái có khẩu hiệu "Người Do Thái mua hàng Do Thái" để khuyến khích sản xuất cho nước họ, nhưng tôi tin không bao nhiêu người Việt đi chợ ở Mỹ có được tinh thần đó. Chẳng những thế, cái gì có bàn tay CSVN dính vào là đại đa số người Việt hải ngoại không ưa.

Thật đáng đau buồn cho một dân tộc với hơn bốn ngàn năm văn hiến, đã giữ được nền văn hóa riêng sau một ngàn năm Bắc thuộc, đã giành được quyền tự chủ sau gần trăm năm trong bàn tay sắt của thực dân nhưng lại không vượt qua được sự lạc hậu chậm tiến của chính mình. Sức cản chính trên con đường phát triển Việt Nam về mọi lãnh vực cho đến nay vẫn là cơ chế chính trị độc tài lạc hậu và tư duy hẹp hòi thiển cận của giới cầm quyền CS Việt Nam.

Giới cầm quyền CS đã đặt quyền lợi đảng lên trên quyền lợi dân tộc. Với họ, độc quyền cai trị là ưu tiên tối thượng, và tất cả chính sách, dù đổi mới kinh tế hay cải cách văn hóa xã hội, đều nhằm phục vụ cho quyền cai trị hay ít ra không đi ngược với quyền lợi của đảng. Họ thà để cho đất nước lạc hậu hay tiến chậm còn hơn thực hiện các cải cách chính trị căn bản có thể đe dọa quyền cai trị.

Đảng chăn dân như chăn một bày cừu, cho ăn tạm đủ no, cho uống bớt khát, nhưng đàn cừu tội nghiệp kia 42 năm qua vẫn chưa thấy một thảo nguyên xanh tươi hay một dòng suối mát. Sống như thế không phải là sống trong "hòa bình" và "ổn định" như một vài người nhắm mắt bưng tai biện minh cho đảng. Kết luận như thế là khinh thường nhận thức chính trị của người dân Việt Nam.

Người dân trong nước không có điều kiện thực thi nhân quyền và dân chủ chứ không phải họ không hiểu thế nào là nhân quyền và dân chủ.

Không phải đợi đọc xong Jean-Jacques Rousseau, Alexis Tocqueville, John Locke, John Stuart Mill mới hiểu rằng con người có quyền phát biểu những gì họ nghĩ, có quyền sống nơi họ chọn lựa, có quyền bầu ra người đại diện cho mình trong chính phủ và quốc hội.

Nhân quyền là quyền bẩm sinh của con người chứ không phải do ai ban phát. Việc cho rằng người dân trong nước đang "yên vui hưởng phúc thái bình" là lặp lại giọng điệu tuyên truyền của ba đời họ Kim ở Bắc Hàn.

Một dân tộc bốn ngàn năm không ngừng tranh đấu nhưng cho đến hôm nay, ngoại trừ một thời gian ngắn ở miền Nam, vẫn chưa có được những quyền tự do chính trị căn bản mà các bộ lạc ở Ghana, Congo đang có.

Đó là nói về nhận thức, còn trong thực tế thì sao?

Sau 42 năm qua nhân dân Việt Nam có thật sự "yên vui hưởng phúc thái bình" không? Đánh tư sản mại bản chưa xong là cải tạo công thương nghiệp, kinh tế mới, trại tập trung, chiến tranh Kampuchia 1979, chiến tranh với Trung Cộng lần thứ nhất 1979, nạn đói từ 1976 đến 1981, đụng độ với Trung Cộng lần nữa và mất một phần lãnh thổ phía Bắc trong trận Lão Sơn 1984, bị hải quân Trung Cộng đánh bại tại Trường Sa 1988.

Có một thời cây kim đồng hồ tại Việt Nam như đứng lại, dân tộc Việt như một đàn chim bay tán loạn bốn phương trời. Và khi nội lực tiêu tan, khả năng kiệt quệ, cố mở mắt nhìn ra bên ngoài thì than ôi nhân loại đã bỏ xa mình hàng thế kỷ.

Giang sơn gấm vóc nhuộm bằng mồ hôi nước mắt của tổ tiên, từ biên giới phía Bắc đến các hải đảo thân yêu, đang từng mảnh rơi vào tay Trung Cộng.

Sở dĩ đến hôm nay Việt Nam còn giữ được vài đảo trong quần đảo Trường Sa bởi vì cuộc tranh chấp chủ quyền của quần đảo liên quan đến nhiều nước, nếu đó chỉ là cuộc tranh chấp giữa Trung Cộng và Việt Nam thôi thì Trường Sa đã mất lâu rồi. Làm người Việt Nam mà không biết cái nhục yếu hèn, không lo cái họa mất nước, mà còn gọi đó là "thái bình" và "ổn định" sao?

Với chủ trương bảo vệ quyền cai trị bằng mọi giá nên mặc dù ngoài miệng hô hào hòa giải để cùng nhau xây dựng đất nước, trong mắt của giới cầm quyền đảng, khối người Việt nước ngoài vẫn là những kẻ đáng nghi ngờ, vẫn là lực lượng phản động đang chờ cơ hội lật đổ quyền cai trị của đảng.

Cuộc cách mạng dân tộc dân chủ toàn diện và triệt để, vì thế, là một tiến trình không thể nào tránh khỏi tại Việt Nam. Nỗ lực của những người Việt yêu nước, dù trong hay ngoài nước, dù tạm thời còn trong đảng hay đang trực diện đấu tranh chống đảng, không phải là ngăn cản hay đẩy lùi tiến trình đó, nhưng nên chung lưng góp sức với nhau để cách mạng được diễn ra trong hòa bình, thuận lợi và ít lãng phí tài nguyên dân tộc.

Việt Nam hơn bao giờ hết đang cần nhiều Phù Đổng vươn vai cứu nước, nhưng để trở thành Phù Đổng, các thế hệ Việt Nam phải can đảm bước xuống khỏi chiếc nôi đang ru ngủ họ và nhận ra đâu là chướng ngại trên con đường phục hưng và phát triển Việt Nam. Giặc Ân ngày nay không ở đâu xa mà đang đứng trước mặt và không ai khác hơn chính là giới cầm quyền CS đang cai trị đất nước.

"VIỆT NAM BUỒN LẮM EM ƠI"

Chuyện ca sĩ Tuấn Ngọc sửa lời nhạc của *Tình Bơ Vơ* qua rồi. Chắc hôm nay ông đang hối hận trong lòng. Trước ông đã có nhiều ca sĩ cùng thời với ông hát bài này trong nước nhưng họ không sửa lời. Âu đó cũng là một bài học cho ông.

Hát sai lời hay sửa lời không phải chỉ xảy ra lần đầu. Nhiều ca sĩ vô tình hát sai nhưng cũng có ca sĩ cố tình hát sai. Ca sĩ Khánh Ly trong bài Sài Gòn Niềm Nhớ Không Tên của nhạc sĩ Nguyễn Đình Toàn thu lần đầu năm 1979 đã sửa "đâu rộn ràng giọng hát Khánh Ly" thành "đâu rộn ràng giọng hát Thái Thanh" để bày tỏ sự kính trọng dành cho ca sĩ đàn chị của mình. Đó là một cách sửa lời đáng quý.

Nhưng trường hợp của ca sĩ Tuấn Ngọc thì khác. Trong video, rõ ràng ông đã cố tình sửa hai chữ quan trọng nhất trong bản nhạc từ "Việt Nam" sang "Chiều nay".

Ca sĩ Tuấn Ngọc nhìn vào bản nhạc để ngay trước mặt và còn đeo kính lão nữa. Dù sao, để công bằng cho ca sĩ Tuấn Ngọc, người viết 'google' câu "chiều nay buồn lắm em ơi" nhiều lần để biết đâu ai đó đã sửa trước và ông gặp vận xui nên đã dùng bản sai đó. Nhưng không có. Ông cố tình hát "Chiều nay buồn lắm em ơi".

Sửa những chữ khác không sao nhưng thay chữ "Việt Nam" bằng "Chiều nay" thì khác. Dư luận khắt khe, có khi nặng lời không cần thiết nhưng họ không có lý do riêng gì để thù hằn ca sĩ Tuấn Ngọc mà chỉ ghét thế lực mà họ nghĩ ca sĩ Tuấn Ngọc vừa thỏa hiệp. Dù ghét bao nhiêu cũng không nên mạt sát vì mạt sát là hành động của những người tuyệt vọng.

Do đó, trong chiều sâu và thực chất của vấn đề, sự phẫn nộ vừa qua không phải là phẫn nộ giữa người dân với ca sĩ Tuấn Ngọc mà giữa người dân với đảng CS. Những người phê bình ca sĩ Tuấn Ngọc nghĩ rằng ông "mặc áo giấy" để làm vừa lòng "ma". Phê bình ca sĩ Tuấn Ngọc là một cách phê bình đảng mà không sợ bị tù.

Người viết cũng không nhắm vào cá nhân ca sĩ Tuấn Ngọc mà chỉ mượn câu chuyện thời sự có liên quan đến ông để viết về một quan tâm lớn hơn, đó là tính thỏa hiệp.

Khái niệm thỏa hiệp (compromise) được dùng trong mọi lãnh vực để chỉ một sự nhân nhượng giữa hai bên tranh chấp mong đạt đến một điểm có thể cùng chấp nhận. Tuy nhiên trong nhiều trường hợp thỏa hiệp chỉ có tính đơn phương, một chiều, tự khuất phục, tự hạ thấp giá trị của mình để lấy lòng người khác, thế lực khác.

Nhạc sĩ Vũ Thành An biện hộ cho ca sĩ Tuấn Ngọc: "*Các bài hát cũ được truyền từ người nọ qua người kia, không có nguyên bản, không tham khảo Nhạc Sĩ nên sai lời là phổ biến. Ca Sĩ khi hát thường tìm lời trên Internet. Những gì trên Internet cũng là sao chép lại.*"

Lời biện hộ này không đủ tính thuyết phục. Ít thuộc nhạc và chưa từng hát *Tình Bơ Vơ* như người viết bài này mà còn biết trong nhạc phẩm đó có câu "Việt Nam buồn lắm em ơi" nói chi là một ca sĩ đã hơn nửa thế kỷ sống bằng nghề ca hát. Ông có thể chưa hát nhưng hẳn đã nghe đồng nghiệp hát không phải một lần mà nhiều lần.

Một bản nhạc, một bài thơ hay một bài văn đều có tâm hồn và tâm hồn được thể hiện bằng những câu nổi bật làm người đọc sẽ nhớ lâu. Trong nhạc phẩm *Tình Bơ Vơ* câu nổi bật là "Việt Nam buồn lắm em ơi".

Nhạc sĩ nổi tiếng ở miền Bắc là Phú Quang từng bị trù dập suốt 10 năm chỉ vì câu "đâu phải bởi mùa thu" nhưng ông nhất định không thay lời bài hát mà còn chửi đám tuyên huấn là "ấu trĩ". Nhạc sĩ Phú Quang không thỏa hiệp và đã thắng.

Các nghệ sĩ Lộc Vàng, Phan Thắng Toán và Văn Thành bị kết án 10 năm tù chỉ vì hát những bản tình ca, đa số là về mùa thu, của Văn Cao, Đoàn Chuẩn, nhưng không ai đọc chuyện các anh sửa lời bài hát dù đang sống trong xích xiềng sắt máu của chế độ CS thập niên 1960. Ba nghệ sĩ trong nhóm Lộc Vàng không thỏa hiệp và bước ra khỏi nhà tù như những người chiến thắng.

Một ngày khi chế độ CS ra đi, âm nhạc là lãnh vực được thay đổi nhanh chóng và dễ dàng nhất. Ngay hôm nay trên đường phố Sài Gòn, trong những quán nhạc, những quán cà phê đều hát nhạc VNCH và đặc biệt là nhạc lính VNCH. Bên cạnh những *Tình Ca, Hướng Về Hà Nội*, các nhạc phẩm *Rừng Lá Thấp, Anh Không Chết Đâu Em, Trăng Tàn Trên Hè Phố*... đang được hát. Nhạc VNCH là một phần trong đời sống tinh thần của người dân thuộc nhiều thế hệ khắp ba miền. Các em, các cháu có thể chưa hiểu hết nội dung nhưng chắc chắn biết Việt Nam đã từng có một thời tự do và đáng yêu như thế.

Có lẽ hôm nay ca sĩ Tuấn Ngọc đang tự trách phải chi mình cứ giữ nguyên và hát một cách tự nhiên. Nhưng giấu đi hai chữ "Việt Nam" làm cho vấn đề không chỉ trở nên trầm trọng mà còn xúc phạm đến mọi người Việt Nam có ý thức và tình cảm dân tộc.

"Việt Nam" hai tiếng rất thiêng liêng nhưng cũng đầy đau thương và nhức nhối.

Tiếng súng đã ngưng 47 năm nhưng mỗi người Việt trong cũng như ngoài nước, ở mức độ khác nhau, đều còn mang trong tâm hồn một vết thương chưa lành nằm phía dưới làn da mỏng. Họ sống có vẻ bình thường nhưng một hạt muối, một mũi kim, một cơn gió mạnh có thể sẽ làm vết thương đang mưng mủ vỡ ra.

"Việt Nam buồn lắm em ơi" không chỉ là câu nhạc của nhạc sĩ Lam Phương mà cả một khung trời, một tâm cảm của con người và một vấn nạn chưa giải quyết xong của đất nước.

Những kẻ làm cho "Việt Nam buồn lắm em ơi" đang sống trong các biệt thự cao sang, khi chết được chôn trong các nghĩa trang rộng 55 ngàn mét vuông như trường hợp Trần Đại Quang, con cái họ học trung học tư ở Mỹ, học đại học tư ở Mỹ, mua nhà giá hàng triệu dollar bằng tiền mặt ở Mỹ. Tiền đâu nếu không phải tham nhũng từ mồ hôi, nước mắt và cả máu của đại đa số người dân bị trị.

Sau 47 năm nhưng cuộc chiến vẫn chưa tàn. Các thành phần dân tộc chống độc tài đảng trị cũng đang một lớn dần. Họ không còn cô đơn, lẻ loi, đơn độc nhưng những ngày sau 1975 ở nhà thờ Vinh Sơn, Sài Gòn hay ở chùa Dược Sư, Cần Thơ. Sức mạnh của người dân không thua kém gì sức mạnh của đảng. Họ tận dụng mọi thành quả của cuộc cách mạng tin học và khai thác mọi kẻ hở của bộ máy cai trị để chống lại bạo quyền. Dĩ nhiên trong đó có việc chống lại những kẻ a dua, toa rập và thỏa hiệp với bạo quyền.

Đảng có nhà tù nhưng người dân có lương tri. Đảng có bộ máy tuyên truyền lừa bịp nhưng người dân có sự thật. Cuộc đấu tranh giữa công lý và bạo lực rất cam go và có thể còn kéo dài khá lâu nhưng đảng cũng biết không nhà tù nào đủ lớn để nhốt hết được lương tri.

Nhà tù CS có giới hạn không gian trong khi lương tri là cả một dòng sông lịch sử dài mang tâm hồn Việt Nam bao la bát ngát chảy qua nhiều thế hệ. Dòng sông đó vẫn chảy và vẫn đang bồi đắp phù sa khát vọng tự do dân chủ cho hôm nay và mai sau.

Sau 30 tháng 4, 1975, khi chủ trương đốt sách, đảng nghĩ chỉ cần nửa thế kỷ khi các thế hệ chiến tranh qua đời hết sẽ không còn ai nhắc đến Việt Nam Cộng Hòa, nhắc đến sách vở, âm nhạc, thơ ca được sáng tác trước 1975.

Nửa thế kỷ sắp qua nhưng Việt Nam Cộng Hòa không chỉ được nhắc nhở mà đang sống hào hùng trong giáo dục, văn học, âm nhạc, thi ca và lý luận chính trị. Sự thật như ánh sáng mặt trời có thể nhất thời bị che khuất bởi đám mây đen nhưng không mất. Tần Thủy Hoàng, Stalin, Hitler đều đốt sách nhưng cũng đều không che giấu được tội ác của mình.

Chế độ CS tại Việt Nam chỉ là một chế độ tạm thời. Cơn bão sẽ qua đi và những ngọn lúa Việt Nam sẽ đứng dậy. Wojciech Jaruzelski của Ba Lan biết điều đó. Janos Jozsef Kadar của Hungary biết điều đó. Họ là những hung thần của một thời chuyên chính vô sản nhưng cuối cùng đã phải đầu hàng trước lương tri của dân tộc họ và của loài người yêu chuộng tự do. Việt Nam rồi cũng thế.

"Việt Nam buồn lắm em ơi" là sự thật hôm nay.

Tùy theo tầm hiểu biết và nhận thức của mỗi người, một chị bán hàng rong hay một nhà nghiên cứu chính trị chiến lược dù không nói ra nhưng đều công nhận "Việt Nam buồn lắm em ơi".

Thân phận Việt Nam trong lòng một chị bán hàng rong và một nhà nghiên cứu có một điểm băn khoăn giống nhau là không biết ngày mai sẽ ra sao. Ngày mai gia đình chị sẽ ra sao. Ngày mai đất nước anh sẽ ra sao. Ngày mai dân tộc chúng ta sẽ ra sao.

Nhà nghiên cứu nhìn sang Cambodia, nhìn sang Philippines, nhìn sang Đài Loan, nhìn ra những dàn hỏa tiễn đặt trên bảy căn cứ quân sự dưới dạng "đảo nhân tạo" của Trung Cộng trên Biển Đông đang chĩa vào Hà Nội, Đà Nẵng, Sài Gòn và lo cho tương lai dân tộc sẽ về đâu. Việt Nam như con ếch "ổn định" trong nồi nước nóng của Tập Cận Bình đang đun. Lửa mỗi ngày một bốc cao hơn. Nước mỗi ngày một nóng hơn. Với tình cảnh này, sớm hay muộn, nếu không tìm cách nhảy ra, ếch Việt Nam cô đơn sẽ bị luộc chết trong nồi Đại Hán.

Chị bán hàng rong cũng thế. Chị nhìn đàn con ốm yếu, nhìn bếp lửa tối âm u, nhìn căn nhà tôn dột nát và lo cho gia đình mình, các con rồi sẽ ra sao. Chúng có cơ hội đến trường như bao nhiêu đứa trẻ khác hay không. Cho dù đủ sức học thì tiền đâu để đóng học phí, để ăn, để sống cho tới khi ra trường.

Mùa đông nào cũng lạnh nhưng con nhà nghèo sẽ lạnh hơn và đêm nhà nghèo sẽ dài hơn.

Phân tích từ phạm vi quốc tế cho đến gia đình để thấy Việt Nam cần thay đổi tận căn bản và cần sự góp sức của mọi người còn quan tâm đến vận nước. Thỏa hiệp với chế độ là phản bội lợi ích của đại đa số người dân Việt Nam.

Dòng văn minh nhân loại đã chảy qua những sa mạc ở Bắc Phi và Trung Đông như Tunisia , Libya, Ai Cập... và Mùa Xuân Arab (The Arab Spring) đang có ảnh hưởng tích cực tới Việt Nam. Các cuộc cách mạng dân chủ Arab là những cuộc cách mạng đầu tiên trong lịch sử loài người được hướng dẫn bằng các mạng tin học. Trong cuộc cách mạng xã hội lần này, không cần ai phải "xếp bút nghiên", không cần ai phải "biệt kinh kỳ". Cuộc tranh đấu để bào mòn chế độ, cô lập chế độ và loại bỏ chế độ đang diễn ra ngay trước mắt mọi người dưới nhiều hình thức.

Vô số việc cần làm và nên làm. Một nhóm bạn mang tình thương đến cho các cháu mồ côi, một nhóm bạn khác quyên góp từng áo mùa đông cho các cháu vùng cao, một nhóm bạn mở trường dạy chữ, mỗi người một việc, đơn giản nhưng tràn đầy ý nghĩa. Một khi nhận thức được nâng cao, tình thương được lan tỏa rộng, hận thù và nghi kỵ sẽ tan dần đi như khói như sương.

Đảng đang ở trong thế thủ chỉ còn trông cậy vào nhà tù và bộ máy tuyên truyền đang mất dần tác dụng. Các thành phần dân tộc chống thỏa hiệp với chế độ có mặt ở khắp nơi và đang thắng thế.

"Việt Nam buồn lắm em ơi" nên Việt Nam phải thay đổi để sống còn với thời đại. Mỗi người trong điều kiện và khả năng của mình nên thuận theo đà phát triển của văn minh để góp phần làm thay đổi xã hội Việt Nam thay vì thỏa hiệp với giới cầm quyền để kéo dài chế độ độc tài đảng trị.

Về nước sống dưới sự cai trị của đảng CS là thỏa hiệp với chế độ dù người đó là ai và nhân danh bất cứ lý do gì. Nhưng trong khi sống và hành nghề trong lòng chế độ cũng nên đặt ra cho chính mình một lằn đỏ tránh vượt qua. Lằn đỏ đó chính là tư cách và trách nhiệm của một người Việt Nam đối với tương lai dân tộc và các thế hệ đi sau.

TÂM LÝ PHẢN CHIẾN

Tôi không coi phim *The Vietnam War* của PBS. Vài người bạn rủ đi dự buổi chiếu giới thiệu ở một đài PBS địa phương, tôi suy nghĩ và cuối cùng không đi.

Nhưng điều đó không có nghĩa tôi chống lại việc coi phim Vietnam War. Thế hệ trẻ sinh ra và lớn lên sau cuộc chiến, nhất là các em ở trong nước có cơ hội nhìn vài góc cạnh mà đảng CS từng che giấu.

Dù không gian rất hẹp, thời lượng rất ngắn, hình ảnh thiếu khách quan cũng giúp cho các em suy nghĩ, nghi ngờ các khẩu hiệu tuyên truyền của đảng và tự mình tìm hiểu thêm. Đường còn dài, một bộ phim 18 giờ không nhất thời có thể làm thay đổi một nhận thức đã bị nhiều năm nhào nặn trong nền giáo dục một chiều nhưng đâu đó trong ý thức của các em sẽ vang lên một vài câu hỏi mà trước đó các em chưa từng nghĩ đến.

Một trong những khẩu hiệu quen thuộc mà các em thường nghe, cuộc chiến Việt Nam là cuộc chiến "chống Thực dân mới Đế quốc Mỹ". Suốt hơn nửa thế kỷ, "Thực dân mới Đế quốc Mỹ" đồng nghĩa với tất cả xấu xa, tội ác trên đời, nhưng bao nhiêu em sinh viên, học sinh Việt Nam thật sự hiểu khẩu hiệu đó có nghĩa gì?

Tinh thần của Hiến chương Đại Tây Dương do TT Franklin Roosevelt soạn thảo kêu gọi tôn trọng quyền tự quyết dân tộc, sau Thế chiến Thứ Hai được thay bằng chủ thuyết Truman với các biện pháp cứng rắn nhằm ngăn chặn sự bành trướng của chủ nghĩa CS.

Nam Hàn, Nhật Bản, Hy Lạp, Thổ Nhĩ Kỳ, Tây Đức và hàng loạt các nước Châu Âu khác nằm trong ảnh hưởng của chủ thuyết Truman sau Thế chiến Thứ Hai và ngày nay chẳng những không bị "thực dân mới hóa" mà đều trở thành cường quốc kinh tế.

Có gì sai trong chủ trương của TT Truman nhằm ngăn chặn Trung Cộng chiếm đoạt và đồng hóa cả Việt Nam?

Một người có nhận thức chính trị căn bản và biết căm phẫn khi một phần lãnh thổ chiến lược về kinh tế và quân sự của Việt Nam đang bị Trung Cộng chiếm đoạt đều hiểu chính sách của TT Harry Truman là cần thiết.

Tuổi trẻ Việt Nam đến tuổi biết đọc đều chỉ đọc những câu trả lời có sẵn, đây là lúc để các em đặt câu hỏi cho mình và sau đó đặt ra cho đảng CSVN.

Tôi không xem vì tôi tin mình đã đọc, hiểu và tiếp xúc đủ với cách nhìn về cuộc chiến Việt Nam qua lăng kính của Mỹ.

Các bình luận từ phía truyền thông Mỹ cũng như các phản ứng từ cộng đồng Việt Nam sau đó cho tôi thấy quyết định không xem phim của mình là đúng.

Tôi không muốn ám chỉ trực tiếp đến những người làm phim nhưng rõ ràng phần đông những người Mỹ hoạt động tích cực sau chiến tranh Việt Nam là những người trước đây cũng tích cực trong các phong trào phản chiến. Tương tự, những người Mỹ đã và đang nỗ lực để "hòa giải" với kẻ thù, "hàn gắn" những vết thương do chiến tranh gây ra cũng là những người trước đây hoạt động tích cực trong các phong trào phản chiến Mỹ.

Nhớ lại vào hai mùa hè năm 1999 và năm 2000, tôi được Tổ Chức Cộng Đồng Việt Nam Massachusetts đề cử cùng một số nhà văn khác ở hải ngoại tham dự các buổi hội luận về chiến tranh và hậu quả xã hội tại University of Massachusetts at Boston. Qua những buổi thảo luận đó tôi có cơ hội lắng nghe quan điểm của nhiều nhà văn, nhà thơ Mỹ. Phần đông trong số họ là những người có quan điểm phản chiến và đã từng sinh hoạt trong các phong trào phản chiến tại Mỹ trước năm 1975. Tâm lý phản chiến, vì thế, cũng phản ảnh sâu đậm trong thơ văn của họ.

Một đặc điểm của tâm lý phản chiến là chọn đứng về phía kẻ thù thay vì phía bạn. Những người phản chiến luôn ca ngợi hòa bình, tình nhân ái, lòng bao dung, tinh thần hòa giải nhưng thường dành cảm tình cho những kẻ gây ra tội ác hơn là cho phía nạn nhân.

Khi nghiên cứu về chiến tranh Việt Nam họ chỉ dựa trên hai quan điểm, quan điểm của người Mỹ và quan điểm của nhà cầm quyền CS Việt Nam, trong khi đó, gần như hoàn toàn bỏ quên quan điểm thứ ba, cũng không kém phần quan trọng, đó là quan điểm từ phía Việt Nam Cộng Hòa. Thái độ đó phản ảnh mặc cảm bại trận, thiếu khách quan về điều kiện chính trị xã hội tại Việt Nam và thiếu đạo đức đối với những người đã một thời cùng chiến đấu với họ.

Khi mời các nhà thơ, nhà văn được nhà cầm quyền CS chỉ định hay cho phép sang tham dự hàng năm, họ không biết rằng, những người họ thật sự cần hòa giải là những thương phế binh đang vá xe nuôi một bầy con ở góc đường Hà Nội, là những "cô gái Trường Sơn" ngồi khóc tuổi thanh xuân không bao giờ trở lại trong căn nhà tập thể chật hẹp ở Thanh Hóa, Hải Phòng.

Khi chọn đứng về phía những người bên kia chiến tuyến, họ hoàn toàn không quan tâm đến những người đã từng nằm chung trong một căn hầm, dựa lưng nhau trên từng bao cát, cõng họ vượt qua vùng lửa đạn, sớt chia họ họ từng giọt nước. Có bao giờ họ hỏi những người đó bây giờ ở đâu, còn sống hay đã chết? Gác qua một bên các mục tiêu chính trị, ai đúng ai sai, nếu không có những người lính VNCH đó, liệu họ còn sống để lên máy bay về với gia đình chăng?

Buổi chiều mùa hè năm 1999 tại Boston, những người phản chiến Mỹ ngạc nhiêu khi tôi giới thiệu những người đang ngồi trước mặt họ trong căn phòng ở đại học UMASS-Boston là những người đã nhiều năm bị đày đọa trong những nhà tù CS, và cũng là những người từng sát cánh bên họ trong những đoạn đường sinh tử.

Khi nghiên cứu một cuộc chiến cũng giống như những bồi thẩm đoàn đang tìm hiểu một tội ác, tiếng nói quan trọng nhất ảnh hưởng đến quyết định của bồi thẩm đoàn, ảnh hưởng đến phán xét của bồi thẩm đoàn, không phải là tiếng nói của bị can, cũng không phải do lời kết tội hùng hồn của biện lý mà là từ nỗi đau, sự thiệt hại và bằng chứng từ phía nạn nhân. Nạn nhân của chiến tranh Việt Nam là ai nếu không phải chính nhân dân

Việt Nam, nhất là nhân dân miền Nam Việt Nam bởi vì nơi đó là trận địa.

Phong trào phản chiến ở Mỹ trước 1975 cũng lan rộng sang các nước Châu Âu. Lãnh tụ các phong trào phản chiến Châu Âu ca ngợi CS Việt Nam bằng giọng điệu gần như rập khuôn theo bộ máy tuyên truyền CS. Một nhà thơ Châu Âu nào đó từng mơ ước sáng mai thức dậy trở thành người Việt Nam và câu nói đó đã được phát tới phát lui mỗi sáng trên loa đầu phố.

Hành động nhân đạo bao giờ cũng cần được khuyến khích nhưng hành động đó phải phát xuất từ tình người chân thật thay vì từ mặc cảm cá nhân hay ganh tỵ quốc gia như các phong trào phản chiến châu Âu đối với chính quyền Mỹ.

Thái độ của những người phản chiến Châu Âu đối với chiến tranh tại Việt Nam trước đây không khác gì đối với chiến tranh tại Iraq mới đây.

Chính những phong trào được mệnh danh hòa bình này đã vận động người sang Iraq làm thành những vòng chắn người (Human shields) để bảo vệ cho chế độ Saddam Hussein khi liên quân Anh Mỹ chuẩn bị dội bom Baghdad. Các lãnh tụ hòa bình, phản chiến đó ở đâu khi tên đồ tể Saddam Hussein và tập đoàn tàn sát hàng trăm ngàn người dân Kurds, kể cả trẻ em vừa mới ra đời, bằng những phương tiện vô cùng phi nhân như hơi ngạt và vũ khí vi khuẩn.

Chiến tranh tại Việt Nam là một cuộc chiến đầy ngộ nhận và được nhìn từ những lăng kính khác nhau. Bộ phim Vietnam War của PBS cũng thế. Bộ phim lần này có thể khác với bộ phim ba chục năm trước nhờ kỹ thuật và tiếp cận với các nguồn thông tin, nhưng về quan điểm, vẫn còn quá sớm để giới sử học Mỹ có cái nhìn sâu xa, khách quan và toàn diện về cuộc chiến. Ai cũng có thể viết, có thể nhìn về một cuộc chiến tranh nhưng lịch sử đích thực của một dân tộc, trong trường hợp này là Việt Nam, cuối cùng, vẫn phải do chính dân tộc Việt Nam viết.

ĐỪNG TRÁCH DÒNG SÔNG KHÔNG CHẢY

Trong buổi họp báo khi nhậm chức "Chủ tịch quốc hội" ngày 23-7-2016, bà Nguyễn Thị Kim Ngân phát biểu: "*Bảo vệ hòa bình không phải hô hào cho thật to, kích động thế này thế khác là có được chủ quyền, không có đâu. Một số tổ chức, cá nhân lên tiếng hô hào thế này thế nọ nhưng những người đó, tổ chức đó làm gì cho đất nước? Chưa làm gì cả…*"

Làm gì cho đất nước là một câu nói quen thuộc được biết là của cố Tổng Thống John F. Kennedy: "*Đừng hỏi tổ quốc đã làm gì cho bạn, mà hãy hỏi bạn đã làm gì cho tổ quốc*" (Ask not what your country can do for you, ask what you can do for your country).

Tuy nhiên, theo Chris Matthews trong tác phẩm *Jack Kennedy: Elusive Hero*, nhóm chữ "đừng hỏi" thật ra phát xuất từ những lời cảnh cáo của ông George St John, hiệu trưởng trường trung học Choate ở Connecticut thường dùng để căn dặn học sinh và nhập tâm vào cậu học trò Kennedy. Nhưng ông hiệu trưởng George St John cũng không phải là người đầu tiên nói câu nói đó mà chính Tổng thống thứ 29 của Mỹ Warren G. Harding trong diễn văn trước đại hội đảng Cộng Hòa 1916 đã nói một câu tương tự như câu của Tổng thống Kennedy.

Dù ai nói, vấn đề là làm gì cho tổ quốc, cho đất nước.

Vâng nhưng trong trường hợp Việt Nam, trước hết là tổ quốc nào, là đất nước nào?

Cho đến nay, đối với đa số các em đang ngồi trong trường học tại Việt Nam, Việt Nam mà các em được dạy là "xứ sở của anh hùng, độc lập, tự do, hạnh phúc, một đất nước, dưới sự lãnh đạo của đảng CS Việt Nam, đã liên tục đánh gục ba tên đế quốc đầu sỏ Pháp, Nhật và Mỹ".

Ý thức của các em là bản sao của một bài hát tuyên truyền được lặp đi lặp lại suốt hơn bốn chục năm qua, nhiều đến nỗi thấm vào trong các em thành một tính bẩm sinh.

Nền giáo dục nhồi sọ CS có khả năng đầu độc và làm thay đổi toàn bộ ý thức của con người về lịch sử, nhân sinh và vũ trụ.

Việt Nam có trên 600 tờ báo nhưng báo chí Việt Nam chỉ được phép khai thác những ham muốn vật chất, những thú vui sa đọa, trụy lạc thay vì cổ võ cho các giá trị cao đẹp của quyền sống, quyền tự do dân chủ của con người.

Ý thức của các em khi sinh ra giống như một tờ giấy trắng, đảng CS vẽ lên đó hình gì, sẽ hiện lên hình đó, chế độ độc tài sơn lên màu gì, sẽ hiện ra màu đó.

Một dòng sông không chảy không còn là sông nữa mà chỉ là một ao tù.

Thực trạng Việt Nam đặt ra cho những ai còn nghĩ đến tương lai dân tộc những trách nhiệm lương tâm và đạo đức.

Đừng trách dòng sông sao không chảy mà hãy kiên nhẫn phân tích cho các em thấy đất nước mà các em sống bị cai trị bởi một nhóm người già nua, cực đoan, bảo thủ bám vào chiếc ghế quyền lực ngay cả khi biết mình đang chờ chết.

Đừng trách dòng sông không chảy mà hãy chứng minh cho các em thấy Việt Nam mà các em biết là một trong năm nước trên thế giới vẫn tiếp tục bám vào chủ nghĩa CS, một ý thức hệ một thời bành trướng nhờ chiến tranh, đấu tố, ám sát, đang lùi xa vào quá khứ.

Đừng trách dòng sông không chảy mà hãy chỉ ra cho các em thấy Việt Nam mà các em biết là quốc gia có 100 ngàn phụ nữ chỉ vì chén cơm manh áo mà phải bán thân lưu lạc xứ người, bị đánh đập, xô đuổi, ném ra đường phố như những nô lệ tình dục thời Trung Cổ.

Đừng trách dòng sông không chảy mà hãy phân tích cho các em biết Việt Nam là quốc gia có 50 triệu thanh niên nhưng đa số không còn sức sống, không có hoài bão cho tương lai của đời mình và cho đất nước mình.

Thay vì trách dòng sông không chảy, hãy chung tay dời tảng đá CS độc tài, lạc hậu ra khỏi lòng sông. Các thế hệ cha chú nếu không vượt qua được những hiện tượng tiêu cực rẽ chia, phân hóa nhiều khi rất nhỏ và tập trung sức mạnh tổng hợp của dân tộc để tháo gỡ cơ chế chính trị, kinh tế và văn hóa độc quyền CS thì lời trách cứ kia chẳng qua là tự trách mình.

Thay vì so sánh các em, các cháu sinh dưới chế độ CS với tuổi trẻ Nhật, Mỹ, Nam Hàn, Hong Kong... hãy làm tất cả những gì làm được để tuổi trẻ thấy rằng Việt Nam là một dân tộc đáng yêu nhưng cũng là đất nước đang cần một cuộc thay đổi toàn diện để hy vọng có thể hội nhập vào dòng tiến hóa của loài người.

May mắn thay, trong các thế hệ sinh ra sau 1975, một số nhờ nhiều các yếu tố tôn giáo, gia đình và nội lực bản thân, đã thoát ra khỏi được nhà tù bao bọc bằng bốn bức tường dày của tuyên truyền CS và dấn thân cho lý tưởng cao cả phục hưng dân tộc. Họ vẫn còn khá ít nhưng là biểu tượng của tương lai.

Các em, dù đang ở trong tù hay ngoài tù cũng đều đang đấu tranh và tiếp tục đấu tranh theo nhiều cách khác nhau.

Cùng nhau xuống đường, nhưng nếu điều kiện chưa cho phép hãy gởi cho nhau những bài hay, chuyền cho nhau những tin tức mới, giúp đỡ nhau khi công an trấn áp, nương tựa nhau khi gặp khó khăn v.v.. Tất cả đều cần thiết.

Sự chuyển động của núi rừng bắt đầu từ từng chiếc lá, và nếu cùng cất lên theo cùng một nhịp sẽ trở thành một khải hoàn ca.

ĐỌC SÁCH DƯỚI CHẾ ĐỘ CỘNG SẢN

Bài viết này không liên quan trực tiếp đến câu nói của cô hoa hậu Kỳ Duyên "chưa từng đọc hết một cuốn sách nào". Người viết chỉ mượn tin thời sự này để bàn chuyện đọc sách dưới chế độ CS.

Lenin chủ trương cải hóa con người bằng cách nào? Đọc sách.

Ông ta cũng có câu nói nổi tiếng "Học, học nữa, học mãi" và nguồn chính của việc học vẫn là qua đọc sách.

Nước Nga chúng ta nghe trước đây là quê hương của những nhà văn, nhà thơ lớn như Leo Tolstoy, Alexander Pushkin, Fyodor Dostoevsky... Nhưng trên thực tế là một nước có tỉ lệ mù chữ rất cao. Đầu thế kỷ 20, chỉ một phần ba dân số Nga biết chữ.

Sau khi nắm lấy quyền lực tại Nga, mục tiêu hàng đầu của Lenin là làm cho người dân biết đọc và biết viết. Lenin biết nếu không xây dựng được một lực lượng sản xuất gồm những người biết viết biết đọc trung thành, quyền lực CS sẽ sớm tiêu vong.

Mục đích "làm cho người dân biết đọc và biết viết" thoạt nghe rất cao quý nhưng thâm ý lại rất ác độc.

Thành phần mù chữ đem lại cho đảng CS một lợi thế là những gì được đảng trồng cấy vào nhận thức họ sẽ là những kiến thức hoàn toàn mới. Nhận thức của họ và nhận thức của trẻ thơ là những tờ giấy trắng, đảng viết chữ gì sẽ in đậm chữ đó.

Ngày 26 tháng 12, 1919 Lenin ký sắc lệnh thành lập cơ quan Likbez với mục đích "xóa nạn mù chữ trên toàn lãnh thổ Sô Viết".

Likbez là một trong những cơ quan tuyên truyền của đảng. Likbez thành lập trên cả nước 40 ngàn trung tâm "xóa nạn mù chữ" và ra chỉ tiêu cho người dân từ 8 tuổi đến 50 tuổi phải biết đọc, biết viết và biết đọc sách, đặc biệt là trong thế hệ trẻ. Từ thành phố cho đến thôn quê đều có những thư viện với nhiều sách. Đọc xong, độc giả theo từng nhóm còn thảo luận và gởi báo cáo đến ban điều hành thư viện để đánh giá mức độ hiểu biết của họ về chế độ mới.

Đọc sách gì?

Đương nhiên không phải là tác phẩm *Anh Em Nhà Karamazov* của Fyodor Dostoevsky hay *Chiến Tranh và Hòa Bình* của Leo Tolstoy mà là sách có nội dung tuyên truyền do ban tuyên huấn trung ương đảng soạn thảo theo từng trình độ. Học trình của Likbez bắt đầu từ cấp một và được nâng lên từng cấp theo thời gian học.

Đến khoảng năm 1926, một người dân Liên Xô (LX) được xem như thoát nạn mù chữ là người sở hữu một nhận thức chính trị Mác-Lê căn bản đủ để trung thành với đảng CS. Sự thành công của chiến dịch xóa nạn mù chữ là tuyên truyền tư tưởng CS và động viên dân chúng để phục vụ cho mục đích của đảng (Theo Peter Kenez, *The Birth Of The Propaganda State*, Cambridge University Press, 1985)

Dưới chế độ CS tại Việt Nam từ 1954 tại miền Bắc và sau 1975 trên cả nước, chính sách tuyên truyền "trồng người" được rập khuôn theo LX một cách chi tiết. Các tác phẩm tuyên truyền của LX được dịch và phổ biến rộng rãi tại miền Bắc Việt Nam trước 1975.

Nhà Xuất Bản Chính Trị Quốc Gia Sự Thật không chỉ thừa nhận mà còn hãnh diện về điều này:"*Về phát hành, qua mạng lưới các hiệu sách nhân dân (phát triển tới huyện, thị) sách đã về tới tận cơ sở theo phương châm "bốn đúng" (đúng nhiệm vụ, đúng yêu cầu, đúng đối tượng, đúng thời gian) và thực hiện vừa phát hành vừa phổ biến sách đến bạn đọc. Nói tới phát hành không thể không nói tới việc xuất nhập khẩu sách báo. Công ty Xuất nhập khẩu sách báo Việt Nam XUNHASABA được thành lập từ năm 1957 đã góp phần không nhỏ vào việc tuyên truyền sách Việt Nam ra quốc tế và tiếp nhận vào Việt Nam những tác phẩm có giá trị của các nước, nhất là các nước xã hội chủ nghĩa.*" (Theo "*Quá trình ra đời và phát triển của nền xuất bản cách mạng Việt Nam*" (P3: Thời kỳ 1954-1975), Nhà Nxb. Chính trị quốc gia - Sự thật, Hà Nội, 2011)

Trong thập niên 1930, trường phái văn học Hiện thực Xã Hội Chủ Nghĩa chế ngự trong văn học LX và tác phẩm phổ biến nhất trong giai đoạn này là *Thép Đã Tôi Thế Đấy* của Nikolai Ostrovsky (1904-1936). Do đó đừng ngạc nhiên khi trong nhật ký *Mãi Mãi Tuổi Hai Mươi* của Nguyễn Văn Thạc hay *Nhật Ký Đặng Thùy Trâm* không trích dẫn hay nhắc tới một tác phẩm nào khác ngoài *Thép Đã Tôi Thế Đấy*.

Tại Trung Quốc tác phẩm *Mao Tuyển* được in nhiều lần tổng cộng lên đến trên 800 triệu bản. *Mao Tuyển* là tác phẩm in nhiều thứ ba trên toàn thế giới sau Kinh Thánh và Kinh Quran (The Holy Quran).

Những người Việt trong tuổi 70 hay 80 ráng nhớ lại những sách mình đã đọc trong thời học sinh, sinh viên và để biết nhận thức mình có được là của mình hay của đảng cài cấy qua sách vở?

Mới đây, đọc các lời phân ưu, thương tiếc, buồn đau day dứt của một số nhà văn, nhà thơ, nhà biên khảo ngoài đảng trước cái chết của ông Tổng Bí Thư đảng CS Nguyễn Phú Trọng để biết hậu quả của chủ trương tẩy não do Lenin đề ra từ thế kỷ trước tác hại nghiêm trọng đến dường nào. Cảm tình này được nhà tâm lý học Nils Bejerot gọi là Hội Chứng Stockholm.

Hội chứng Stockholm bắt nguồn từ câu chuyện can phạm Jan-Erik Olsson đánh cướp ngân hàng Kreditbanken ở Stockholm, Thụy Điển năm 1973 và bắt bốn nhân viên làm con tin. Trong sáu ngày bị giữ một cảm tình đã nẩy nở giữa nạn nhân và kẻ cướp. Sau khi được thả bốn nạn nhân chẳng những không tố cáo mà còn có cảm tình và thậm chí quyên góp tiền bạc để bào chữa cho kẻ đã giam giữ họ.

Chỉ bị giữ 6 ngày mà nhận thức con người đã thay đổi như thế đừng nói chi là 70 năm tại Liên Xô và cũng 70 năm tại Việt Nam.

"Trồng người" là mục đích hàng đầu của Lenin và ông ta chứng tỏ đã thành công trong việc xây dựng được một lực lượng sản xuất gồm những người biết viết biết đọc trung thành.

Thế nhưng, tại sao LX lại sụp đổ?

LX sụp đổ cũng do con người.

Con người luôn ẩn chứa một phẩm chất thiêng liêng nhằm chống lại các độc tố phi nhân. Phẩm chất đó có thể nhất thời bị đè nén, trấn áp, che khuất nhưng không mất hẳn đi. Nếu có cơ hội dù một giây, một phút phẩm chất đó cũng vươn lên chống lại các xích xiềng áp bức. Sự phản kháng diễn ra liên tục và trong nhiều hình thức.

Tại Bắc Hàn, dù bị cai trị bởi ba đời dòng họ Kim khắc nghiệt và tàn bạo tưởng chừng không có một kẻ hở, mấy chục ngàn người vẫn tìm mọi cách thoát ra. Con số nhiều lần hơn thế đã bị bắt lại và đày ải trong trại tù ác độc ngoài tưởng tượng như Trại 14, Trại 22, bị chết đuối trên sông, trên biển vì vượt thoát không thành. Dù chịu đựng bao nhiêu cực hình đày đọa, niềm khao khát tự do vẫn là một đặc tính bẩm sinh có trong mỗi con người từ lúc mới ra đời. Người dân Bắc Hàn tiếp tục tìm mọi cách để ra đi.

Những người dân Bắc Hàn kia chắc chắn không có cơ hội đọc các tác phẩm bàn về dân chủ của Larry Diamond hay Francis Fukuyama. Không, họ chỉ lắng nghe và đáp ứng khát vọng lắng đọng trong tầng sâu xa nhất của nhận thức: khát vọng tự do.

Một câu hỏi thường được đặt ra, trong hàng loạt các nguyên nhân làm sụp đổ chế độ CS tại LX, nguyên nhân nào chính?

Chiến lược chạy đua vũ trang của TT Ronald Reagan? Có nhưng không phải chính.

Mọi yếu tố từ bên ngoài không thể nhanh chóng làm tan vỡ các cơ cấu bên trong, nhất là một chế độ đã được củng cố bằng tuyên truyền và bạo lực suốt 70 năm. Không ai cho rằng chính sách của TT Reagan là sai nhưng chỉ là buộc giới lãnh đạo LX phải lùi vào thế thủ qua các chính sách kế hoạch hóa nền kinh tế quốc gia nhằm đương đầu với Mỹ chứ chưa sụp đổ.

Chính sách cởi mở kinh tế và văn hóa của Mikhail Gorbachev? Cũng không phải.

Hai chính sách "đổi mới" của Gorbachev đem lại một không khí mới trong nhiều lãnh vực nhưng chỉ mới bắt đầu từ tháng 2, 1986 và đã chứng tỏ rất ít thành công. Hai năm trước khi sụp đổ, Gorbachev đưa ra chính sách "tư hữu hóa" các doanh nghiệp nhưng cũng mới bắt đầu từ giới tiểu thương như nhà hàng, cửa tiệm. Những thay đổi của Gorbachev còn quá nhỏ chưa phải là yếu tố thúc đẩy sự sụp đổ của LX một cách nhanh chóng.

Sự xuất hiện của nhân vật Boris Yeltsin, ủy viên Bộ Chính Trị đảng CSLX và sau đó từ bỏ đảng? Quan trọng nhưng không phải.

Như người viết đã trình bày trong bài Sáu Lý Do Giúp Chế Độ CS Tồn Tại, việc dọa từ chức của Boris Yeltsin làm Mikhail Gorbachev sửng sốt. Theo lời Gorbachev kể lai, ông gọi về Moscow và ra lịnh cho các phụ tá đến khẩn thiết với Yeltsin đừng tiết lộ nội dung lá thư ra ngoài vì dân chúng và thế giới sẽ biết sự rạn nứt trong nội bộ đảng CSLX. Hơn một tháng sau đó, trong phiên họp của ban chấp hành trung ương đảng CSLX, Boris Yeltsin mới chính thức từ chức nhưng sự từ chức của ông ta không tạo ra một lỗ hổng hay xáo trộn quyền lực đáng kể.

Vậy nguyên nhân nào và yếu tố nào có tác động trực tiếp dẫn tới ngày tàn của LX?

Câu trả lời đúng là sức mạnh của người dân trong 15 nước gọi là "Cộng hòa Xã Hội Chủ Nghĩa" thuộc Liên Bang Xô Viết.

Năm 1991, người dân tại các quốc gia này không còn mê muội như thế hệ cha mẹ, ông bà họ vào thời 1917. Không giống thời kỳ Lenin, người dân LX thập niên 1980 đã biết tìm cách đọc sách từ nhiều nguồn.

Một khi người dân từ chối chế độ, không sợ hãi đứng lên chống lại giới lãnh đạo bảo thủ, ngoan cố, cứng đầu, chế độ đó phải sụp đổ.

Các yếu tố Reagan, Yeltsin, dầu hỏa, suy thoái kinh tế v.v.. chỉ giúp cho tiến trình xảy ra nhanh hơn nhưng không phải quyết định. Sự chuyển hóa nhận thức trong con người mới là nguyên nhân quyết định.

Lấy một biến cố để chứng minh cho lý luận này: Biến cố tháng 8, 1991.

Hôm đó là ngày 19 tháng 8, 1991. Người dân thủ đô Moscow thức dậy nhìn ra đường thấy cả đoàn xe tăng đang chạy trước nhà. Mở radio và TV mới biết một chính phủ mới dưới danh nghĩa "Ủy Ban Khẩn Cấp Nhà Nước" vừa ra đời thay cho Mikhail Gorbachev "phải nghỉ việc vì lý do sức khỏe".

Danh sách tám lãnh đạo CS nổi loạn đọc lên nghe lạnh người vì họ đang nắm quyền sinh sát của 287 triệu người dân thuộc 15 nước trong khối LX. Trong số họ có cả giám đốc KGB, Thủ tướng, Bộ trưởng Quốc Phòng. Các tư lịnh quân đội báo cho các bệnh viện để chuẩn bị phương tiện cứu cấp vì sẽ có nhiều thương vong trong những ngày tới. Ba sư đoàn Hồng Quân đang được điều vào thủ đô để thực thi lệnh thiết quân luật.

Nhưng đó cũng là lúc nhiều ngàn người dân Moscow hưởng ứng lời kêu gọi của Boris Yeltsin xuống đường phản đối "Ủy Ban Khẩn Cấp Nhà Nước". Khác với các cuộc biểu tình bạo động đã từng diễn ra ở Prague 1968 hay trước đó ở Budapest 1956, biểu tình tháng 8 ở Moscow 1991 tương đối ít đổ máu. Nhiều đơn vị tăng đã đứng về phía Cộng Hòa Nga. Trong cùng ngày, các cuộc biểu tình lớn đã diễn ra tại các thành phố lớn và các nước Cộng Hòa thuộc Liên Bang Xô Viết. Khoảng 200,000 người đã biểu tình tại Leningrad và 400,000 người biểu tình tại thủ đô Moldavia. Tại thủ đô Moscow, khoảng 200,000 người làm thành một hàng rào nhiều lớp chung quanh trụ sở quốc hội Nga để bảo vệ tổng thống vừa được bầu Boris Yeltsin.

Cuộc phiến loạn do "nhóm 8 người" chủ trương cuối cùng đã thất bại. Mikhail Gorbachev bay về Moscow ngày 22 tháng 8 nhưng chỉ để chứng kiến quyền lực của ông đang mờ dần khi ngôi sao Boris Yeltsin tỏa sáng hơn bao giờ hết. Chế độ CSLX sụp nhanh hơn sự tiên đoán của mọi người.

Người dân LX đã ý thức được rằng tính chính danh của một lãnh đạo được quyết định bằng lá phiếu chứ không phải bằng xe tăng.

Người dân Nga không sống chết vì cá nhân Boris Yeltsin mà sống chết vì quyền và trách nhiệm của một công dân nước Cộng Hòa Liên Bang Nga vừa ra đời chỉ hơn hai tháng trước đó. Khó tiên đoán và khó hình dung, nếu không có sức mạnh của những người dân bình thường tháng 8, 1991, cục diện thế giới ngày nay sẽ ra sao.

Tại Trung Cộng, sức mạnh của người dân LX qua biến cố tháng 8, 1991 và cuộc biểu tình Thiên An Môn tháng 4, 1989, luôn ám ảnh Tập Cận Bình. Để tìm lối thoát, họ Tập, ngoài lo tiếp tục phát triển kinh tế, chủ trương nhanh chóng "Hán hóa tôn giáo".

Dưới thời kỳ Tập Cận Bình, ĐCSTQ đã thúc đẩy việc Đại Hán hóa (Sinicization) tôn giáo, hoặc hướng dẫn tất cả các tôn giáo hoạt động phù hợp với học thuyết CS. Các quy định mới có hiệu lực vào đầu năm 2020 yêu cầu các tôn giáo phải chấp nhận và truyền bá tư tưởng Mác và giá trị của ĐCSTQ. Các hoạt động mang tính tôn giáo phải được văn phòng phụ trách tôn giáo của chính phủ chấp thuận trước khi tiến hành. (Theo "Religion in China", Council on Foreign Relations, September 25, 2020)

Dù sao, thế giới đã đổi thay nhiều sau cuộc cách mạng tin học và nhất là giai đoạn ứng dụng vào các lãnh vực xã hội từ đầu thập niên 1990.

Tại Việt Nam ngày nay tìm sách đọc để nâng cao nhận thức không còn quá khó khăn như ngày xưa. Các bạn trẻ không nên chỉ "trau dồi kiến thức của mình thông qua hình ảnh và âm thanh" mà hãy đọc sách và đọc từ nhiều nguồn. Bên cạnh các tác phẩm mang nặng màu sắc tuyên truyền của đảng, nhiều tác phẩm phản ảnh những tâm tư, tình cảm và góc cạnh của xã hội mà chúng ta đang sống, những khổ nạn mà dân tộc chúng ta đang chịu đựng và mục đích đích thực mà dân tộc chúng ta nên hướng tới.

Mặt trời sẽ mọc, nắng sẽ lên, ánh sáng sẽ tỏa rộng địa cầu. Dù bị đầu độc bằng bao nhiêu sách vở tuyên truyền và tẩy não, khát vọng tự do trong chính con người đã thắng tại nhiều nơi trên thế giới và sẽ thắng tại Việt Nam.

CỜ ĐỎ SAO VÀNG LÀ CỜ TỔ QUỐC?

Macy's là một trong 20 công ty buôn bán sản phẩm tiêu dùng lớn nhất nước Mỹ. Đứng đầu danh sách là Walmart. Cách đây vài năm, trên diễn đàn Internet, một người hay một nhóm người Việt nào đó tố cáo công ty Macy's "treo cờ CS", tức cờ nền đỏ sao vàng. Thế là hàng trăm người lên tiếng phản đối theo. Thậm chí có người viết thư gởi thẳng cho ban giám đốc Macy's yêu cầu công ty này phải hạ ngay "lá cờ máu" đó xuống.

Thật ra, thương hiệu của Macy's là nền trắng sao đỏ dù có lúc đổi ngược bằng nền đỏ sao trắng giống như các đội thể thao chuyên nghiệp thường đổi ngược màu áo tùy thuộc khi chơi ở sân nhà hay sân khách. Mà cho dù, công ty Macy's có dùng nền đỏ sao vàng đi nữa cũng chỉ là thương hiệu của một công ty, giống như công ty buôn bán đồ cũ được thành lập vào sáng 2-9-1945 tại Việt Nam mà thôi.

Theo các tài liệu về công ty Macy's, trong khi làm việc cho hãng Emily Morgan, Rowland Hussey Macy thấy một cô gái xăm một ngôi sao đỏ. Thấy đẹp, ông ta cũng tìm thợ xăm cho mình một hình sao đỏ. Ngày 28-10-1858, công ty Macy's chính thức thành lập. Nhưng một công ty thì phải có thương hiệu, nghĩ đến hình xăm mình ưa chuộng, ông quyết định dùng cờ nền trắng sao đỏ là thương hiệu chính thức cho công ty. Công ty Macy's làm ăn khấm khá, mở nhiều cơ sở vùng Đông Bắc, bao gồm Massachusetts và New York, nhưng tham vọng của ông Macy không chỉ quanh quẩn miền bắc đất hẹp người thưa nhưng nhắm vào thị trường đông dân trù phú ở miền nam. Macy's thu phục các công ty nhỏ như O'Connor Moffat ở San Francisco, John Taylor Dry Goods Co. ở Kansas. Trong thời gian này, Macy's dùng một số thương hiệu khác nhau, nhưng sau khi đã chế ngự thị trường, Rowland Macy chỉ dùng một hình sao đỏ như thương hiệu chính thức cho công ty từ đó đến ngay.

Theo tài liệu chính thức của đảng CSVN, tác giả lá cờ nền đỏ sao vàng là ông Nguyễn Hữu Tiến làm nghề thầy giáo, tham gia đảng CS, bị tù và vượt ngục. Năm 1935, ông được Xứ Ủy Nam Kỳ giao trách nhiệm vẽ lá cờ để sử dụng trong các cuộc đấu tranh. Ông đã vẽ lá cờ nền đỏ sao vàng. Lá cờ này được Xứ Ủy Nam Kỳ chấp thuận và xuất hiện trong các cuộc đấu tranh do đảng CS tổ chức và lãnh đạo, trong đó có cuộc khởi nghĩa Nam Kỳ 23-11-1940. Ngày 28-8-1941 ông Nguyễn Hữu Tiến bị xử bắn cùng các lãnh đạo trung ương khác của đảng CS như Nguyễn Thị Minh Khai, Võ Văn Tần, Hà Huy Tập. Ông Hồ Chí Minh rất thích lá cờ này và thường dùng trong các hoạt động của phong trào Việt Minh, một tổ chức ngoại vi của đảng CS.

Cờ nền đỏ sao vàng xuất hiện không chính thức trong ngày 2-9-1945 vì đến ngày 5-9-1945, ông Hồ mới ký sắc lịnh dùng cờ của Xứ Ủy CS Nam Kỳ làm cờ chính thức cho nước Việt Nam Dân Chủ Cộng Hòa. Sau đó lá cờ nền đỏ sao vàng được đưa sang quốc hội gồm khoảng 300 đại biểu bù nhìn của đảng CS, không tính 70 đại biểu từ các đảng không CS thêm vào sau không bầu, thông qua. Sau giai đoạn khó khăn từ 1945 đến 1950, đảng CS với sự yểm trợ bằng máu xương và súng đạn từ hai đàn anh CS quốc tế, đã chiếm được một nửa nước Việt Nam. Nhưng mục tiêu của Đảng không dừng lại ở miền bắc đất hẹp người thưa nhưng nhắm vào khu vực đông dân trù phú ở miền nam. Ngày 20-12-1960, trung ương đảng CSVN lập thêm chi nhánh miền nam và để che giấu dư luận quốc tế, Đảng dùng cờ nửa xanh nửa đỏ làm thương hiệu cho cơ sở miền nam. Nhưng sau khi chiếm trọn miền nam vào 30-4-1975, việc che đậy không còn cần thiết, Đảng dùng cờ nền đỏ sao vàng cho cả nước từ đó đến nay.

Dù có vài tình tiết trùng hợp lý thú, công ty Macy's và đảng CSVN chẳng liên hệ gì nhau. Sự so sánh chỉ nhằm chứng minh rằng cờ nền đỏ sao vàng của đảng CSVN và cờ nền trắng sao đỏ của công ty Macy's đều chỉ là thương hiệu của một hai tổ chức kinh doanh. Một công ty quốc tế ở Mỹ hay một tiệm bán đồ cũ ở Việt Nam cũng đều có thương hiệu và sự tồn tại của thương hiệu gắn liền với thời gian hoạt động của công ty. Giả thiết, một ngày nào đó công ty Macy's bị công ty Target mua, ngôi sao đỏ sẽ bị thay bằng hai vòng tròn trắng đỏ, thương hiệu của công ty Target. Tương tự, một ngày, chắc chắn sẽ có ngày đó, chế độ CSVN sụp đổ, lá cờ nền đỏ sao vàng cũng sẽ tiêu tùng theo chế độ.

Dưới đây là vài bằng chứng.

Tại châu Âu. Trước 1989, "cờ tổ quốc" của Hungary gồm ba màu đỏ, trắng, xanh lá cây, ở giữa là huy hiệu sao đỏ và búa liềm của đảng CS. Quốc kỳ của Hungary hiện nay, trong lúc vẫn duy trì ba màu truyền thống của dân tộc Hung, ở giữa là hai đường cung trống rỗng, đánh dấu sự cắt bỏ chủ nghĩa CS khỏi đất nước Hungary. Khoảng trống được giữ lại giữa lá cờ còn để nhắc nhở sự hy sinh của các thế hệ Hungary trong cuộc nổi dậy vào tháng Mười 1956. Ngày đó, đường phố Budapest ngập đầy những lá "cờ tổ quốc" bị xé nát như những xác lá cuối mùa thu. Tiến sĩ Nicholas Martin, giáo sư ngôn ngữ học tại Pasadena City College, vào thời điểm đó là một cầu thủ Water Polo và đang đại diện cho Hungary trong Thế Vận Hội 1956 tại Melbourne, nhắc lại kỷ niệm không thể nào quên trong đời ông: "*Việc đầu tiên tôi làm là xé ngay lá cờ CS Hungary trong làng Thế Vận và chúng tôi tuyên bố đại diện cho một quốc gia Hungary tự do*". Nhưng vào những ngày cuối của Thế Vận 1956 cũng là lúc đoàn xe tăng của Hồng Quân Liên Xô đang cán lên xác những người dân Hung yêu chuộng tự do được trang bị bằng gậy gộc, đội tuyển Hung gặp đội tuyển Liên Xô trong giải chung kết Water Polo. Trận đấu được báo chí tường thuật là trận đấu "máu hòa trong nước". Kết quả đội tuyển Hungary đã thắng đội tuyển Liên Xô tỉ số 4-0. Thật ra, các cầu thủ Liên Xô cũng chỉ là những cầu thủ vô tội, chẳng may phải gánh chịu các trận tấn công liên tục của các tuyển thủ Hungary đang sôi máu căm thù.

Tại châu Á. Mông Cổ, sau thời đại huy hoàng của Thành Cát Tư Hãn và các con ông, vào thế kỷ 14, quê hương của đại đế bị chia cắt thành hai mảnh và phân hóa trầm trọng. Vào thế kỷ 17, Mông Cổ bị đặt trong vòng cai trị của nhà Thanh và phần lớn khu Nội Mông đã trở thành đất của nhà Thanh, hiện nay là Khu tự trị Nội Mông thuộc Trung Cộng. Lợi dụng cách mạng Tân Hợi Trung Hoa 1911, các phong trào yêu nước Mông Cổ tuyên bố độc lập nhưng chưa kịp làm gì đã bị quân Trung Hoa đánh bại và chiếm đóng. Trong lúc số phận Mông Cổ, một trong những đế quốc lừng danh trong lịch sử nhân loại sắp bị xóa tên khỏi bản đồ thế giới, quân đội Bạch Nga dưới quyền

Bá Tước Ungern, bị CS Nga đánh đuổi, tràn sang biên giới và đánh bại quân Trung Hoa. Trong cái rủi có cái may, sự xâm lược của quân Nga vô tình cứu Mông Cổ thoát khỏi nạn đồng hóa. Khi Liên Xô thắng, nước Cộng Hòa Nhân Dân Mông Cổ, trong vùng Ngoại Mông, được thành lập. Tuy bị đặt trong vòng kiểm soát của Liên Xô, về đối ngoại Mông Cổ là một quốc gia độc lập, thành viên của Liên Hiệp Quốc và nhiều tổ chức quốc tế. Khi Liên Xô sụp đổ, giống như các nước trong vòng ảnh hưởng của Liên Xô, Mông Cổ trở thành nước Cộng Hòa Mông Cổ. Hai chữ "nhân dân" trong tên nước bị xóa bỏ. Trong thời CS, "cờ tổ quốc" của Mông Cổ gồm ba phần, hai bên màu đỏ, phần giữa màu xanh với dấu hiệu sao vàng của đảng CS bên trái. Ngày 15 tháng Giêng 1992, quốc hội Cộng Hòa Mông Cổ biểu quyết xóa bỏ ngôi sao vàng CS khỏi lá cờ và thay vào đó bằng ngọn lửa biểu tượng cho tinh thần Soyombo phát triển, thịnh vượng và thành công của dân tộc Mông Cổ.

Tại châu Phi. Ethiopia là một trong những chiếc nôi của văn minh nhân loại nhưng trong thập niên 1980 của thế kỷ 20 quốc gia 82 triệu người này đã chịu đựng nạn nghèo đói tận cùng và ách CS dã man. Chỉ trong vòng 5 năm, khoảng 10 phần trăm dân số bị chết trong đói khát hay chết dưới bàn tay của bạo chúa Mengistu. Kỷ nguyên Mengistu được báo chí gọi là "khủng bố đỏ" để so sánh với "khủng bố trắng" do thực dân Âu châu gây ra cho các nước Phi châu trước đây. Sau khi thiết lập chế độ độc đảng vào năm 1987, Mengistu Haile Mariam và đảng Lao Động Ethiopia do y thành lập tuy vẫn giữ ba màu đỏ, vàng và xanh lá cây truyền thống đoàn kết châu Phi nhưng ngay giữa lá cờ, Mengistu đã thêm huy hiệu nền đỏ sao vàng biểu tượng cho quyền lãnh đạo trung ương của đảng CS. Nhiều đảng phái chống Mengistu ra đời và phối hợp hoạt động dưới danh nghĩa của Mặt Trận Dân Chủ Cách Mạng Ethiopia. Cuối cùng chế độ khát máu Mengistu bị lật đổ vào tháng 5 năm 1991. Ngày nay, Ethiopia vẫn còn là một nước nghèo với 40 phần trăm dân số sống bằng nông nghiệp và không có nguồn tài nguyên thiên nhiên nào lớn nhưng là một trong những quốc gia Phi châu có mức phát triển nhanh. Con đường dân chủ hóa của Ethiopia bắt đầu từ 1994, là con đường đầy gai góc nhưng đã tiến xa so với thời bạo chúa CS Mengistu. Sau khi được tự do khỏi xích xiềng CS và có hiến pháp dân chủ, quốc kỳ đại diện cho quốc gia Ethiopia gồm ba màu truyền thống đỏ, vàng, xanh lá cây và tia sáng có chiều dài bằng nhau kết thành hình ngôi sao trên vòng tròn màu xanh nước biển biểu tượng cho tinh thần bình đẳng, chính thức được phê chuẩn ngày 6-2-1996.

Tại Kampuchea láng giềng. Trước ngày 17-4-1975, lá cờ Cộng Hòa Khmer gồm hai màu xanh đỏ với hình Angkor Wat bên góc trái và ba ngôi sao trắng bên góc phải. Ngày 22-5-1975, lá cờ này bị thay đổi bằng cờ nền đỏ với Angkor Wat vàng của chế độ diệt chủng Pol Pot. Điều 16 trong hiến pháp "Dân chủ Kampuchea" công bố ngày 5 tháng Giêng 1976, giải thích "màu đỏ là màu cách mạng, biểu tượng cho quyết tâm của nhân dân Kampuchea để giải phóng, bảo vệ và xây dựng đất nước". Cờ của chế độ Pol Pot không phải là cờ mới được vẽ nhưng có lịch sử gắn liền với sự ra đời của đảng CS Kampuchea được thành lập vào 1951 sau khi đảng CS Đông Dương "tự động giải tán" ngày 11-11-1945. "Cờ tổ quốc" của chế độ diệt chủng Pol Pot được phác họa khá giống với "cờ tổ quốc" của đảng CS Việt Nam hiện nay chỉ khác vị trí của sao vàng được thay bằng Angkor Wat vàng. Sử gia David P. Chandler trong bài phân tích về hiến pháp CS Kampuchea (The Constitution of Democratic Kampuchea: The Semantics of Revolutionary Change) do ký giả Đức Siegfried Ehrmann trích lại trong bài báo *Lá cờ với một quá khứ đầy cực hình* (A flag with a tortured past), cũng thừa nhận cờ của chế độ Pol Pot "giống như cờ của phong trào được gọi là Việt Minh trong đầu thập niên 1950". Sau một thời gian dài đầy biến cố, quốc kỳ của Kampuchea Quân Chủ Lập Hiến hiện nay gồm hai màu xanh đỏ truyền thống như đã được dùng trong thời Cộng Hòa Khmer với biểu tượng Angkor Wat trắng được đặt ở trung tâm.

Tóm lại, ngoại trừ CS Ba Lan vẫn dùng cờ truyền thống Balan trắng đỏ từ thế kỷ 13, 15 nước thuộc Liên Bang Xô Viết cho đến 8 nước CS Đông Âu, 3 nước CS vùng Baltics (Latvia, Lithuania, Estonia), CS Phi châu (Ethiopia), CS Á Châu (Kampuchea), không có một nước nào tiếp tục sử dụng lá cờ ra đời dưới chế độ CS làm cờ đại diện cho quốc gia thời sau CS.

Lịch sử diễn ra trước mắt như thế, rõ ràng và dễ hiểu. Tuy nhiên, từ hai phần ba thế kỷ từ 1945 đến nay, ban tư tưởng trung ương đảng CSVN đã nhồi sọ, tẩy não các thế hệ

Việt Nam để họ tin một cách tự nhiên, tin một cách chân thành rằng lá cờ nền đỏ sao vàng của Xứ Ủy CS Nam Kỳ, thương hiệu đối ngoại của đảng CSVN là cờ tổ quốc.

Thế nào là tổ quốc?

Hiểu một cách đơn giản và gần gũi, tổ quốc là đất nước, là cội nguồn và là căn nhà chung của một giống dân có cùng một lịch sử, văn hóa, truyền thống, lãnh thổ, vùng trời, vùng biển. Ngay trong *Đại Tự Điển* do Trung tâm Ngôn ngữ và Văn hóa Việt Nam thuộc Bộ Giáo dục và Đào tạo soạn thảo và nhà Xuất bản Văn hóa Thông Tin ấn hành năm 1998 cũng định nghĩa tổ quốc là "*Đất nước, gắn liền với bao thế hệ ông cha, tổ tiên của mình: xây dựng và bảo vệ Tổ quốc. Tổ quốc Việt Nam của chúng ta.*"

Với định nghĩa đó, thương hiệu của đảng CSVN không thể gọi là cờ tổ quốc và càng không nên dùng, dù là dùng như một lá chắn, để biểu dương lòng yêu nước của mình.

Biểu tượng của tự do dân chủ không nhất thiết phải là một lá cờ mà có thể là một hình chữ V như Boris Yeltsin ra dấu khi đứng trên chiếc xe tăng, một ngón tay còn dính mực xanh chứng tỏ vừa làm xong nghĩa vụ công dân của người phụ nữ Iraq, một giọt nước mắt vui mừng của người mẹ Ai Cập hay trong nhiều năm tại Miến Điện là bức ảnh của bà Aung San Suu Kyi.

Mặc dù chỉ là biểu tượng nhưng cách dùng biểu tượng cũng thể hiện ý thức chính trị của người dân tại quốc gia đó. Nếu ai để ý sẽ thấy, trong số hàng triệu sinh viên Trung Quốc tham dự cuộc biểu tình suốt bảy tuần lễ tại Thiên An Môn tháng Tư 1989, rất ít người mang theo cờ đỏ năm sao vàng của Trung Cộng. Lá cờ của phong trào dân chủ là cờ trắng với hàng chữ đòi hỏi "Tranh luận dân chủ". Họ đi tìm một biểu tượng. Những ngày cuối của cuộc biểu tình tuổi trẻ Trung Cộng đã can đảm chọn tượng Nữ Thần Tự Do làm biểu tượng chính thức cho cuộc đấu tranh vì về mặt tinh thần, nữ thần tự do không có quốc tịch và không đứng trên biên giới của một nước nào.

Bảy tháng sau biến cố Thiên An Môn, cuộc biểu tình chống chế độ Nicolae Ceausescu tại Timosoara, Rumani cũng diễn ra tương tự. Hơn 100 ngàn dân, đa số là thanh niên sinh viên, xuống đường chống chế độ độc tài CS không mang theo "cờ tổ quốc" như họ vừa được dạy ngày hôm trước mặc dù lúc đó chế độ Ceausescu vẫn còn rất mạnh và các cuộc đàn áp đẫm máu sắp sửa diễn ra tại thành phố này.

Hầu hết tuổi trẻ Việt Nam sinh ra và lớn lên sau 1975. Tâm hồn của các em là những tờ giấy trắng, xã hội vẽ lên đó những con đường, những tín hiệu và các em đi trên con đường đó, nhận diện cuộc đời qua các tín hiệu đó. Xã hội trong trường hợp Việt Nam là bộ máy tuyên truyền của đảng CS, một tổ chức chuyên nghiệp với trách nhiệm khống chế mọi lãnh vực, suy nghĩ và nhận thức của con người.

Dù sao, tuổi trẻ sinh ra và lớn lên khi lá cờ đỏ sao vàng đã có rồi, bị đầu độc để hiểu sai lịch sử, còn có thể thông cảm, những giáo sư, trí thức, nhà văn, nhà thơ học nhiều hiểu rộng, có dịp ra nước ngoài học tham khảo thêm nhiều tài liệu khách quan mà vẫn tin lá cờ nền đỏ sao vàng của đảng CS là cờ tổ quốc mới là đáng trách. Họ thích khoe khoang bằng cấp, trình độ học vấn và luôn nhấn mạnh đến tinh thần khách quan khoa học nhưng lại sống và hành động như một thói quen, cảm tính, một phản xạ sinh tồn tự nhiên, chấp nhận những hiện tượng nghịch lý, phi lý một cách dễ dàng. Điều đó cho thấy không gian giữa kiến thức và nhận thức vẫn còn là một khoảng cách khá dài.

Cho đến nay, lý do được viện dẫn nhiều nhất để biện minh cho tính chính thống của cờ đỏ sao vàng là căn cứ vào quốc hội khóa 1 và hiến pháp 1946.

Cả thế giới đều biết trong chế độ CS quốc hội chỉ là tấm bình phong dân chủ để che mắt dư luận. Đảng mới là trung tâm quyền lực tuyết đối điều khiển mọi hoạt động của đất nước. Ngày 6-1-1946, ngoại trừ 70 đại biểu không bầu gọi là "đại biểu truy nhận" từ các đảng Việt Nam Cách Mạng Đồng Minh Hội và Việt Nam Quốc Dân Đảng được thêm vào sau đó, hầu hết trong số 333 đại biểu là đảng viên đảng CS hay các tổ chức ngoại vi của đảng CS và phải qua sự giới thiệu của Việt Minh, một tổ chức tương tự như Mặt Trận Tổ Quốc ngày nay.

Một vài quan điểm biện minh cho hiến pháp 1946 xem đó như là hiến pháp dân chủ, giá trị, thế nhưng giá trị của một hiến pháp không phải vì đó là một văn bản có nội dung súc tích, chứa đựng tầm nhìn xa nhưng ở chỗ thực hiện và áp dụng hiến pháp trong việc xây dựng và phát triển đất nước. Hiến pháp 1946 mặc dù trên danh nghĩa được thông qua ngày 9 tháng 11 năm 1946 nhưng chưa từng được chính thức công bố cho đến khi được thay bằng hiến pháp 1959.

Giống như trò hề bầu cử quốc hội, năm 1946 người dân cũng không có một chọn lựa nào khác ngoài những tên tuổi đã được Đảng đưa ra. Nhiều nơi như ở Quảng Nam, ban tuyên truyền của đảng ủy địa phương sợ đồng bào bỏ phiếu trắng vì không nhớ hết tên nên đã phổ danh sách đại biểu thành vè, thành thơ và bắt dân học thuộc lòng. Báo Quảng Nam năm ngoái còn hãnh diện khoe khoang thành tích tuyên truyền của Đảng khi đăng lại những bài thơ lục bát chuyển từ danh sách đại biểu như Trần Đình Tri, Lê Văn Hiến, Phan Bôi, Huỳnh Ngọc Huệ, Phan Thanh, Lâm Quang Thự, Phan Thao..

Trung Bộ có Trần Đình Tri

Cùng Lê Văn Hiến vậy thì đồng song

Phan Bôi một dạ, một lòng

Cùng Huỳnh Ngọc Huệ vốn dòng đấu tranh

Cứu tế có chị Phan Thanh

Có Lâm Quang Thự cùng anh Phạm Bằng

Trần Tống tuổi trẻ tài năng

Phan Thao, Võ Sạ từng quen ta nhiều

Quế Sơn đồng chí Phan Diêu

Cùng Nguyễn Xuân Nhĩ đủ điều kinh luân

Trần Viện nhiều nỗi gian truân

Còn Nguyễn Thế Kỷ mười phần quyết tâm…

Và tác giả bài báo vui mừng kết luận "*Mười bốn ứng cử viên ở các huyện đồng bằng và trung du do Mặt trận Việt Minh giới thiệu đều trúng cử với số phiếu cao tuyệt đối.*"

Đọc bài báo chỉ để thấy tội nghiệp cho các thế hệ ông bà chúng ta đã bị các tầng lớp phong kiến áp bức tận cùng, bị thực dân bóc lột và cuối cùng bị đảng CS lừa gạt và dẫn dắt như lớp người nô lệ trong thời đại mới. Sau lần "bầu cử" 1946, đảng CSVN không thấy cần có quốc hội nên suốt 14 năm sau đó, Đảng chẳng màng nghĩ đến chuyện bầu bán "cơ quan quyền lực cao nhất" này làm gì cho tốn công tốn của. Sáu mươi lăm năm dài dằng dặc từ khóa 1 đến khóa 13, đừng nói chi văn minh nhân loại đã tiến quá xa mà cả hình dạng trái đất cũng đã đổi thay nhiều nhưng số phận làm nô lệ cho chủ nghĩa CS của người dân Việt Nam vẫn không thay đổi.

Lý do thứ hai, lá cờ nền đỏ sao vàng là cờ tổ quốc vì đã thấm máu của nhiều người Việt Nam yêu nước trong cuộc "chiến tranh chống thực dân Pháp đầy chính nghĩa". Từ những ngày gian truân trên núi rừng Việt Bắc cho đến khi lá cờ này được cắm trên nóc hầm chỉ huy của tướng De Castries, và đó là một chiến thắng không thể phủ nhận.

Tạm gác qua bên vai trò then chốt của các tướng lãnh Trung Cộng trong trận Điện Biên Phủ và mục đích cuối cùng của đảng CS, máu xương của hàng triệu người Việt Nam đổ xuống không chỉ ở lòng chảo Điện Biên Phủ mà trong suốt gần một thế kỷ Pháp thuộc, phát xuất từ lòng yêu nước. Không ai chối cãi hay phủ nhận điều này. Như tôi đã viết nhiều lần trước đây, tình yêu dành cho quê hương của họ là một tình yêu thuần khiết và trong sáng. Họ ngã xuống cho thanh bình sớm được vãn hồi trên quê hương khổ đau và bất hạnh Việt Nam. Họ là những công nhân đôi tay còn dính dầu máy, là những nông dân từ bỏ ruộng vườn, ra đi theo tiếng gọi của núi sông vang vọng từ Mê Linh, Lam Sơn, Bạch Đằng, từ bốn ngàn năm lịch sử.

Những người Việt Nam đó đã chết chỉ vì một mục đích duy nhất cho con cháu họ được sống trong thanh bình, tự do, độc lập chứ không phải sống trong xiềng xích độc tài nô lệ, và quan trọng nhất, họ không chết vì lá cờ của đảng CS Việt Nam.

Tôi thật sự tin, trong một nước Việt Nam tự do dân chủ, sự hy sinh của đồng bào trong suốt gần một trăm năm dưới ách thực dân, dù chết ở đâu và chết như thế nào, chẳng những không bị lãng quên mà còn được vinh danh xứng đáng. Giống như trong các tổ chức khác, trong hàng ngũ đảng CS có nhiều người yêu nước nhưng bản thân đảng CS như một tổ chức chính trị chưa bao giờ là một đảng yêu nước. Dùng lá cờ của chế độ CS độc tài để vinh danh những người đã chết vì nguyện vọng độc lập tự do cho dân tộc là một hình thức phỉ báng họ.

Lý do thứ ba, lá cờ nền đỏ sao vàng phải được gọi là cờ tổ quốc vì đã thấm máu của nhiều người Việt Nam yêu nước trong cuộc chiến "chống Mỹ xâm lược anh hùng" và cuối cùng đã cắm lên "trên đỉnh cao nhất của dinh Độc lập Sài Gòn".

Sau 37 năm với hàng ngàn tài liệu được công bố, hàng trăm tác phẩm được viết ra, đã chứng minh một cách tường tận và chi tiết lịch sử hình thành và mục tiêu của đảng CSVN từ 1930 cho đến nay. Hàng hàng lớp lớp thanh niên Việt Nam bị xua vào cuộc chiến gọi là "chống Mỹ cứu nước" chỉ để thỏa mãn tham vọng CS hóa toàn cõi Việt Nam, và ngoài ra, để làm những tên lính đánh thuê trung thành cho Liên Xô và Trung Cộng.

Trong các thập niên 1930, 1940, một mặt hô hào đoàn kết nhưng mặt khác Đảng thẳng tay tận diệt mọi thành phần yêu nước, từ các chính khách, lãnh tụ đảng phái tên tuổi như Nguyễn Thế Nghiệp, Nguyễn Ngọc Sơn bị cắt cổ ở miền bắc, Phạm Quỳnh, Ngô Đình Khôi bị giết ở miền trung, Phan Văn Hùm, Bùi Quang Chiêu, Hồ Văn Ngà, Hồ Vĩnh Ký bị giết ở miền Nam, cho đến các bậc lãnh đạo của hai tôn giáo được khai sinh ngay trong lòng dân tộc là Cao Đài, Phật Giáo Hòa Hảo, chỉ vì họ có quan điểm đấu tranh chống Pháp khác với mục tiêu xích hóa Việt Nam của đảng CS. Không khác gì các chế độ phong kiến bất nhân, chẳng những cá nhân họ bị giết mà con cái họ dù còn trong tuổi vị thành niên cũng không được tha như trường hợp năm người con của nhà cách mạng Bùi Quang Chiêu.

Hôm nay, Liên Xô đã sụp đổ nhưng mối họa Trung Cộng do đảng CSVN rước về chẳng những chưa chịu ra đi mà đang tiếp tục gặm nhấm từng phần lãnh thổ Việt Nam, tàn sát và đe dọa đời sống của ngư dân vô tội. Trung Cộng là lý do chính để Việt Nam từ một quốc gia bán đảo phì nhiêu nhìn ra biển Đông bao la bát ngát trở thành là một nước nghèo nàn, chậm tiến, bị cô lập trong một vũng ao tù nước đọng không lối thoát ra đại dương.

Tại sao Trung Cộng yểm trợ CSVN trước 1975 và đánh Việt Nam sau 1975?

Đảng CS Trung Quốc được xem là cha mẹ đỡ đầu, dành từng hạt gạo để nuôi dưỡng đảng CSVN ngay cả trong lúc hàng triệu dân Trung Cộng chết đầy đường, không phải vì một nước "CS anh em", không phải vì "chủ nghĩa quốc tế vô sản", không phải vì tình cảm "sắn liền sắn khoai liền khoai" (nhái theo âm Quan Thoại bài hát *Tình Hữu Nghị Việt Nam - Trung Hoa* của Đỗ Nhuận) đậm đà tình nghĩa, nhưng chỉ vì Việt Nam là một sân sau, một vùng độn, một vòng đai, một lãnh thổ nối dài của Trung Cộng.

Cựu Ngoại trưởng Mỹ Henry Kissinger, trong tác phẩm mới nhất *Về Trung Quốc* (On China) vừa xuất bản, đã trích lại một đoạn đối thoại giữa Phạm Văn Đồng và Chu Ân Lai trong cuộc viếng thăm Trung Cộng của họ Phạm vào năm 1968. Chu Ân Lai: "*Trong một thời gian dài, Trung Quốc bị Mỹ bao vây. Bây giờ Liên Xô bao vây Trung Quốc, ngoại trừ phần Việt Nam*". Phạm Văn Đồng nhiệt tình đáp đúng ngay ý chủ: "*Chúng tôi càng quyết tâm để đánh bại đế quốc Mỹ bất cứ nơi nào trên lãnh thổ Việt Nam*". Chu Ân Lai: "*Đó chính là lý do chúng tôi ủng hộ các đồng chí*". Phạm Văn Đồng phấn khởi: "*Chiến thắng của chúng tôi sẽ có ảnh hưởng tích cực tại châu Á, sẽ đem lại những thành quả chưa từng thấy*". *Chu Ân Lai đồng ý:* "*Các đồng chí nên nghĩ như thế*".

Một lá cờ tắm máu bao thế hệ thanh niên Việt Nam đã chết chỉ vì phải đem thân làm tôi mọi, làm phên dậu châu Á cho chủ nghĩa bành trướng Trung Cộng xứng đáng được gọi là cờ tổ quốc?

Khi sân sau Việt Nam rơi vào quỹ đạo Liên Xô, nỗi sợ hãi bị bao vây như Chu Ân Lai chia sẻ với Phạm Văn Đồng quay về ám ảnh giới lãnh đạo Trung Cộng và Đặng Tiểu Bình đã quyết định chặt đứt vòng xích bằng cách dạy cho đàn em phản trắc CSVN "một bài học".

Cuối 1978 đến đầu 1979, Đặng Tiểu Bình thực hiện chuyến đi nước ngoài dài nhất trong cuộc đời y, từ các cường quốc cựu thù Anh, Mỹ, Nhật, cho đến các nước nhỏ hay đang phát triển như Thái Lan, Mã Lai, Singapore và cả Nepal, Miến Điện chỉ với mục đích cô lập "Cu Ba phương Đông". Họ Đặng đã lấy được lòng nguyên thủ các quốc gia y thăm viếng. ASEAN lên án Việt Nam xâm lăng Kampuchea. Nhật Bản lên án Việt Nam. Tổng thống Carter đồng ý cung cấp tin tức tình báo các hoạt động của 50 sư đoàn Liên Xô trong vùng biên giới phía bắc Trung Hoa. Chưa đầy hai tuần sau khi từ Mỹ về, họ Đặng xua quân đánh Việt Nam. Thân xác của hàng vạn tuổi trẻ Việt Nam ngã xuống dọc biên giới Việt Trung chỉ vì nợ máu xương giữa hai đảng CS.

Từ đó đến nay, khi đánh khi đàm, khi vuốt ve khi đe dọa nhưng các mục tiêu của chủ nghĩa bành trướng Trung Cộng đối với Việt Nam vẫn không thay đổi. Trung Cộng muốn Việt Nam hoàn toàn lệ thuộc vào Trung Cộng về chế độ chính trị, là một phần không thể tách rời trong toàn bộ chiến lược an ninh châu Á của Trung Cộng và độc chiếm toàn bộ các quyền lợi kinh tế vùng biển Đông bao gồm cả các vùng biển đảo Hoàng Sa, Trường Sa đang tranh chấp. Những diễn biến chính trị kể từ sau lễ ký kết công hàm Thành Đô 1990 đến nay cho thấy, lãnh đạo Trung Cộng đã nắm giữ cả phần xác lẫn phần hồn của giới lãnh đạo CSVN.

Một lá cờ được làm mục tiêu tác xạ của hải quân Trung Cộng trên biển Đông, đại diện cho một đảng chỉ biết khúm núm trước kẻ thù nhưng vô cùng tàn ác với đồng bào cùng máu mủ xứng đáng được gọi là cờ tổ quốc?

Không phải ngày nay Trung Quốc mới là một nước lớn mà đã lớn trong thời Nam Hán hơn một ngàn năm trước và không phải nước sông Hồng Việt Nam mới đỏ hôm nay mà đã đỏ từ máu của quân xâm lược khi Ngô Quyền đóng cọc trong lòng sông hơn một ngàn năm trước. Lịch sử đã chứng minh, Trung Cộng giàu mạnh nhưng không phải là một quốc gia đáng sợ. Nỗi sợ hãi lớn nhất của người Việt Nam là sợ chính mình không đủ can đảm vượt qua quá khứ bản thân, không đủ can đảm thừa nhận sự thật và sống vì sự thật.

Tôi biết, nhiều chú bác anh chị, nhất là từ miền bắc sống sót sau cuộc chiến Việt Nam, có thân nhân, đồng đội chết dưới lá cờ đỏ sao vàng. Thân xác họ được gói trong lá cờ đó và hôm nay trên mộ họ vẫn còn cắm lá cờ đó. Tuy biết cái sai của chế độ nhưng không phải dễ dàng dứt đi được vì không ai nhẫn tâm chặt đứt cánh tay mình, cắt bỏ đi một phần xương thịt của chính mình. Một chiếc áo cũ ném đi lòng còn vương vấn đừng nói chi một người thân, đồng đội, anh em, một phần đời trai trẻ. Không, tôi không nghĩ các chú bác anh chị nên quên quá khứ hay giết chết đi kỷ niệm. Đúng ra, không ai có thể hay có quyền ra lịnh đó. Vượt qua không có nghĩa là quên đi nhưng biết đặt kỷ niệm, đặt quá khứ vào đúng chỗ trong một ngăn tủ riêng tư và đóng góp phần đời còn lại cho một tương lai tốt đẹp chung của con cháu mình, đất nước mình. Con người có tuổi thơ, tuổi trẻ, tuổi về chiều nhưng dân tộc thì không. Dân tộc Việt Nam bốn ngàn năm nhưng vẫn còn rất trẻ. Và một ngày, các chú bác anh chị sẽ thấy mình, giống như dân tộc, trẻ lại vì khát vọng hồn nhiên của thuở tuổi hai mươi đang chảy cùng đất nước trong giai đoạn phục hưng đầy sức sống.

Lịch sử nhân loại cho thấy, không một chế độ độc tài nào tồn tại vĩnh viễn. Một ngày, dân tộc Việt Nam sẽ có một lá cờ tổ quốc, biểu tượng của ý chí vươn lên, tinh thần độc lập, khát vọng tự do đã được hun đúc, trui rèn trong lửa đỏ, vượt qua bao khốn khó gian lao trong suốt chiều dài lịch sử. Để sớm có ngày đó, người Việt Nam, trong cũng như ngoài nước, phải dứt khoát chọn lựa một con đường, một lối thoát cho chính mình và cho dân tộc mình. Không thể phó thác sinh mạng chín chục triệu người và tương lai giòng giống Việt cho thiểu số ăn trên ngồi trước, nắm giữ quyền lực theo kiểu cha truyền con nối và cong lưng làm tôi mọi ngoại bang. Và lối thoát duy nhất, chọn lựa duy nhất của thời đại là dân chủ.

SÁU LÝ DO GIÚP CHẾ ĐỘ CỘNG SẢN TỒN TẠI

Hôm đó là ngày 11 tháng 9, 1987 và Mikhail Gorbachev đang nghỉ ngơi trong một biệt thự ở Hắc Hải. Một phụ tá trình lên ông lá thư từ chức Ủy viên Bộ Chính Trị đảng CS Liên Xô của Boris Yeltsin. Gorbachev đọc lá thư mà không tin đó là sự thật. Trong lịch sử đảng CSLX đây là lần đầu một lãnh tụ CS cấp trung ương từ chức. Đấu tranh nội bộ dù sâu sắc như giữa Leon Trotsky và Stalin mấy chục năm trước cũng không có chuyện từ chức. Việc tự ý rời nhiệm sở là việc chưa từng có và cũng không được phép. Leon Trotsky bị tước đoạt mọi chức vụ, loại trừ ra khỏi đảng năm 1927 và cuối cùng bị ám sát ở Mexico năm 1940.

Theo lời Gorbachev, ông gọi về Moscow và ra lịnh cho các phụ tá đến khẩn thiết với Yelstin đừng tiết lộ nội dung lá thư ra ngoài vì quần chúng và thế giới sẽ biết sự rạn nứt trong nội bộ đảng CSLX. Hơn một tháng sau đó, trong phiên họp của ban chấp hành trung ương đảng CSLX, Boris Yeltsin chính thức từ chức. Tuy phiên họp được tổ chức trong vòng bí mật, các tin tức về Boris Yeltsin từ chức cũng đã nhanh chóng lọt ra ngoài. Mảnh vỡ đó đã dẫn tới tự tan vỡ từ trung tâm đảng CSLX, một tổ chức chính trị bí mật, sắt máu và chặt chẽ nhất từ trước đến nay. Đặc điểm bí mật và sắt máu đã giúp cho cơ chế CS tồn tại với một kỷ lục 74 năm tại Liên Xô so với Đảng Cách Mạng Thể Chế Mexico (Mexico's Institutional Revolutionary Party) cầm quyền được 71 năm.

Nhưng đó không phải là lý do duy nhất.

Nhân dịp có sự đụng độ cá nhân giữa Nguyễn Phú Trọng và Nguyễn Tấn Dũng trong đại hội đảng CS lần thứ XII này, người viết xin tổng kết các lý do chính để những ai, nhất là những người nghĩ mình đang đấu tranh cho dân chủ Việt Nam, hy vọng sự rạn nứt giữa Nguyễn Phú Trọng và Nguyễn Tấn Dũng sẽ dẫn đến những thay đổi căn bản và tốt đẹp cho đất nước thì cũng đừng mơ mộng và kỳ vọng nữa.

Việc mong đợi đảng CS tự thay đổi chẳng những làm nhụt ý chí đấu tranh, chứng tỏ sự yếu kém của mình mà còn ảnh hưởng tiêu cực đến cả các phong trào dân chủ đang cố gắng vươn lên. Những thư kiến nghị, thỉnh cầu lần nữa "đem đàn gảy tai trâu" như bao nhiêu lần trước. Với Nguyễn Phú Trọng và Nguyễn Tấn Dũng, quyền lợi của đảng bao giờ cũng được đặt lên trên quyền lợi cá nhân. Rồi mai đây, sóng gió trong nội bộ đảng sẽ qua, Nguyễn Tấn Dũng mất quyền nhưng không mất lợi, chỉ có đất nước là bị xâm thực dần cho đến khi mất hẳn vào tay Trung Cộng.

Dưới đây là sáu lý do:

1. Đảng CS kiểm soát toàn bộ cơ cấu kinh tế, chính trị, văn hóa, xã hội bằng tuyên truyền và khủng bố

Lý do này rất hiển nhiên và dễ hiểu. Tuyên truyền kết hợp với khủng bố tạo thành cột xương sống của chế độ độc tài CS. Ngoài nhà tù và sân bắn, đảng CS áp dụng một chính sách tuyên truyền tàn độc nhất trong lịch sử loài người. Tinh vi đến mức người bị tẩy não hoàn toàn không biết mình bị tẩy não mà cho CS là một lý tưởng của đời người và hiến thân cho đến chết.

Sau cách mạng CS Nga, 1917, công việc đầu tiên Lenin phải làm ngay là thành lập cơ quan tuyên truyền Agitprop và trong giai đoạn đầu còn do chính Lenin đích thân lãnh đạo. Tại Trung Cộng cũng vậy, trong đại hội đảng CS Trung Quốc lần đầu vào năm 1921 chỉ bầu ra vỏn vẹn ba ủy viên trung ương nhưng một trong ba ủy viên đó chịu trách nhiệm tuyên truyền.

Cơ quan tuyên truyền tẩy não trung ương đảng kiểm soát từng chi tiết các sinh hoạt tri thức, thông tin, truyền thanh, truyền hình, báo chí. Hệ thống kiểm duyệt trong chế độ CS không chỉ ở trung ương mà theo nhiều tầng lớp. Ngay cả khi các tác giả viết bài cũng đã thực thi tự kiểm duyệt vì họ biết những gì nên viết và những gì không được viết trước khi nạp bản thảo cho cơ quan kiểm duyệt nhà nước. Các tác phẩm phim ảnh được duyệt nhiều lần để bảo đảm khi đến người dân không có một tình tiết nào đi ngược với đường lối của đảng.

Để tồn tại sau những đãi lọc của văn minh nhân loại, phương pháp và mục đích tuyên truyền CS cũng thay đổi theo thời gian. Chẳng hạn, trước năm 1990 nền giáo dục CS đặt nặng lên học thuyết Marx-Lenin nhưng sau này thêm vào một cái đuôi tư tưởng dân tộc như tư tưởng Mao tại Trung Cộng và tư tưởng Hồ Chí Minh tại Việt Nam.

2. Đấu tranh nội bộ nhưng có cùng một mục tiêu và bị chi phối bởi một kỷ luật đảng

Lịch sử phong trào CS thế giới từ Liên Xô đến Trung Cộng hay như vừa diễn ra tại Việt Nam cho thấy dù có đấu tranh nội bộ, các lãnh tụ CS luôn đặt mục tiêu chung của đảng lên hàng đầu. Các lãnh đạo đảng chọn hy sinh quyền lợi cá nhân vì sự sống còn của đảng. Tất cả đảng viên CS bị chi phối bởi một cương lĩnh duy nhất là cương lĩnh đảng CS.

Để duy trì tính thống nhất, đảng CS áp dụng một kỷ luật sắt trong nội bộ đảng. Ngoại trừ trường hợp Khrushchev tố Stalin trong đại hội lần thứ XX của đảng CS Liên Xô, ít khi nào một lãnh đạo CS đứng lên thẳng thắn vạch trần tội lỗi của lớp lãnh đạo trước. Làm như thế là phản đảng vì đã tạo chỗ hở cho kẻ thù tấn công vào đảng. Không ai tiên đoán được số phận của Boris Yeltsin ra sao nếu ông ta từ chức, đừng nói chi dưới thời Stalin mà chỉ 10 năm trước đó.

Đời tư các lãnh tụ CS là tài sản bí mật của đảng. Các lãnh tụ độc tài dù tự sát như Adolf Hitler, bị giết như Benito Mussolini hay bị treo cổ như Hideki Tojo, tội ác của họ cũng đều được phanh phui sau Thế Chiến thứ Hai. Các thế hệ lãnh tụ CS thì khác. Tội ác của các lãnh tụ CS được che giấu kỹ. Vai trò của Kim Nhật Thành trong chiến tranh chống Nhật, Hồ Chí Minh trong chiến tranh chống Pháp, Fidel Castro trong chiến tranh chống độc tài Batista, Stalin trong chiến tranh chống Đức, Mao Trạch Đông trong chiến tranh chống Nhật được đề cao đến độ làm như nếu không có họ có thể toàn dân tộc đã bị xóa tên khỏi lịch sử loài người. Hình ảnh Mao Trạch Đông chính thức tuyên bố thành lập nước Cộng Hòa Nhân Dân Trung Hoa, hình ảnh Hồ Chí Minh đọc "tuyên ngôn độc lập" đã được đánh bóng sáng đến mức mọi tội ác tày trời khác của họ đã trở thành tội ăn cắp, tội trộm vặt.

3. Bảo vệ tính kế tục cai trị của đảng

Chế độ CS là một chế độ phong kiến đỏ và do đó, đặc điểm kế tục cai trị CS vô cùng quan trọng.

Trường hợp Đặng Tiểu Bình đối với Mao Trạch Đông là một ví dụ điển hình. Đặng Tiểu Bình là một trong những người chịu đựng sự hành hạ và mất mát lớn lao về nhân mạng trong thời Cách mạng văn hóa. Bản thân Đặng Tiểu Bình bị chính Mao thanh trừng nhiều lần và con trai của họ Đặng trọng thương khi bị ném từ cửa sổ xuống đường. Chuyện đời tư của Mao, từ bản chất độc tài, nghi kỵ cho đến cá tính trăng hoa dâm dật, Đặng Tiểu Bình biết hơn ai hết, nhưng khi lên nắm quyền hành, ông ta vẫn tiếp tục sơn son thếp vàng lên một hình tượng mà cá nhân ông vô cùng căm hận. Trên đồng nhân dân tệ từ đơn vị một đồng cho đến một trăm đồng vẫn in khuôn mặt mỉm cười của một trong những kẻ từng điều khiển bộ máy giết người tập thể khủng khiếp nhất trong lịch sử nhân loại.

Là một trong số rất ít lãnh đạo CS lão thành còn sót lại từ thời Vạn lý trường chinh và cũng quá thuộc sử Tàu, Đặng Tiểu Bình biết, giống như các triều đại phong kiến Trung Hoa, đặc tính kế thừa của một quyền lực trung tâm là một yếu tố sinh tử của chế độ CS. Họ Đặng biết rằng điểm trung tâm vỡ toàn bộ hệ thống cai trị sẽ vỡ theo. Đặc điểm kế tục còn được thể hiện qua tầng lớp "Thái tử đảng," con cháu của các cựu lãnh đạo đảng, tiếp tục vai trò lãnh đạo như trường hợp Ôn Gia Bảo, Hồ Cẩm Đào, Tập Cận Bình tại Trung Cộng. Tại Việt Nam, thành phần "Thái tử đảng" cũng đang "nối bước cha anh."

4. Sử dụng "thành phần xăng nhớt" cho bộ máy toàn trị

Thành phần trung thành và cuồng tín do chính sách tẩy não nặn ra đa số là những kẻ dốt nát, ngu ngốc, phát biểu những câu chỉ làm trò cười cho thiên hạ và không thể điều hành bộ máy nhà nước. Bộ máy độc tài toàn trị CS chạy được nhờ vào một thành phần khác có trình độ kỹ thuật chuyên môn cao thuộc các lãnh vực của đời sống mà người viết tạm gọi là "thành phần xăng nhớt."

Khá đông trong "thành phần xăng nhớt" này là những người có học, có kiến thức về kinh tế chính trị, khoa học kỹ thuật, văn hóa xã hội, biết được lẽ đúng sai nhưng thỏa hiệp với tập đoàn cai trị để đổi lấy một cuộc sống an nhàn, vinh hoa cho bản thân và gia đình. Thành phần này chấp nhận là xăng nhớt cho bộ máy độc tài tiếp tục cày xéo lên đất nước. Nhiều trong số họ được đào tạo tại các trường đại học danh tiếng thế giới, học và hiểu tường tận các nguyên tắc để xây dựng một xã hội dân chủ nhưng khi về nước họ đã bán thân cho đảng CS. Một khi lớp xăng nhớt này trở thành cặn bã lại có một lớp khác lên thay. Như người viết đã phân tích trong bài "Bàn về tẩy não," lbert D. Biderman trong bản tin của Viện Hàn Lâm Y Khoa New York gọi thành phần này là những người "cho thấy việc chống lại chỉ là hành động vô ích", từ đó "phát triển một thói quen tuân phục," và cuối cùng "đầu hàng có điều kiện" trước đảng CS.

5. Các lãnh tụ CS chỉ giết nhân dân nước họ nên thế giới ít quan tâm

Không giống chế độ độc tài Đức Quốc Xã tàn sát dân Do Thái, lãnh đạo CS các nước thường giết chính đồng bào cùng máu mủ, cùng tổ tiên, cùng đất nước với họ.

Ngay từ sau 1975, dư luận thế giới đã biết đến tội ác của chế độ Pol Pot. Năm 1976, tạp chí *Time* còn đăng cả bức hình một tội nhân đang bị đánh vào đầu bằng cuốc, tuy nhiên, ngoài Việt Nam tấn công chế độ bằng một lý do riêng vào tháng Giêng, 1978, không một quốc gia nào có hành động cụ thể để ngăn chặn tội ác của Pol Pot.

Theo *Black Book of Communism* do Harvard University Press xuất bản, gần một trăm triệu người bị giết dưới chế độ CS nhưng không phải do nước ngoài xâm lược mà do chính các lãnh tụ CS giết nhân dân nước họ như trường hợp Mao giết 65 triệu, Lenin và Stalin giết 20 triệu, Pol Pot giết 2 triệu, Hồ Chí Minh giết 1 triệu (không tính nhiều triệu người Việt vô tội của cả hai miền trong chiến tranh xích hóa Việt Nam từ năm 1954 đến năm 1975).

6. Lãnh đạo CS thường tận dụng ảnh hưởng của kẻ thù đã chết

Những lãnh tụ CS thường tận diệt kẻ thù còn sống nhưng ca tụng kẻ thù đã chết. Stalin ca tụng Lenin, Fidel Castro ca tụng Ernesto "Che" Guevara, Đặng Tiểu Bình ca tụng Mao Trạch Đông.

Lấy trường hợp Che làm ví dụ. Nếu Ernesto "Che" Guevara không làm cách mạng phiêu lưu Nam Mỹ mà tiếp tục ở lại Cu Ba, thật khó tưởng tượng ông ta có thể sống sót dưới bàn tay của Fidel Castro. Một rừng không có hai cọp, một nước không có hai vua, đừng nói chi là quan hệ giữa Che và Fidel Castro rạn nứt trước khi Che tạm biệt vợ con lần cuối và lên đường đi Bolivia cuối năm 1966. Che chủ trương kỹ nghệ hóa đất nước, trong khi Fidel Castro chủ trương củng cố quyền lực trung ương.

Sự khác biệt của Che và Fidel Castro khá giống trường hợp của Lưu Thiếu Kỳ và Mao Trạch Đông. Nhưng hôm nay, nếu ai đến Havana, sẽ gặp hình ảnh Che trên khắp ngả đường. Xác chết không nghe được lời ca tụng, không nếm được mỹ vị cao lương, không sống trong các biệt thự có kẻ hầu người hạ, chỉ có đám độc tài đang thống trị đất nước mới thật sự là những kẻ hưởng thụ quyền lực.

Chủ nghĩa CS đã tàn rụi ở châu Âu nhưng trong năm nước còn sót lại sự khổ đau, chịu đựng vẫn còn đến hôm nay và không biết đến bao giờ mới hết. Chiến tranh Lạnh đã tàn. Các nước tư bản tự do vì lý do kinh tế đã không còn giương cao ngọn cờ dân chủ như trước nữa. Họ mặc nhiên chấp nhận chế độ CS như là một thực tế của mỗi quốc gia hơn là một phong trào quốc tế. Nhân dân Bắc Hàn, Cu Ba, Việt Nam, Lào, Trung Hoa vì thế sẽ tiếp tục là những dân tộc chịu đựng trong cô đơn.

THÀNH PHẦN PHÊN GIẬU

Thời đại Google giúp người dân thấy cái ngu của giới cầm quyền CS trong phát biểu và trong cư xử, từ một Nguyễn Minh Triết ở Cuba cho tới một Nguyễn Thị Kim Ngân ở Việt Nam. Họ dốt nát thật chứ không ai vu cáo. Nhưng họ đã, đang và sẽ tiếp tục cai trị Việt Nam nếu không bị lật đổ. Bởi vì chung quanh họ có một lớp người làm phên giậu để bao che, cung phụng, cúi đầu làm nô lệ cho đảng trong các lãnh vực chuyên môn.

Năm 1958 tại Trung Cộng, Mao Trạch Đông đưa ra chính sách "Bước tiến nhảy vọt" bằng cách nấu chảy nồi niêu xoong chảo ra làm kim khí để chế đường rầy xe lửa, cầu cống, tàu bè, nhà máy cơ khí hạng nặng.

Theo anh chàng gốc nông dân Mao Trạch Đông, tại sao phải tốn kém nhiều tiền của, công sức để khai thác thép và xây những nhà máy hiện đại trong khi có thể sản xuất dụng cụ bằng những phương pháp ít tốn kém. Một quan điểm vật lý vô cùng ấu trĩ mà một học sinh cấp tiểu học cũng biết là sai nhưng rất đông "nhà khoa học" cam phận làm bồi bút ca ngợi như là "chiếc cầu thang bước lên chủ nghĩa CS".

Theo sử gia Frank Dikötter, chỉ trong vòng 4 năm từ 1958 đến 1962, đã có tới 45 triệu người Trung Hoa bị giết và chết đói trong các "công xã nhân dân". Ai là thủ phạm? Mao. Đúng nhưng chưa đủ; ngoài Mao, còn phải kể tới thành phần phên giậu tại Trung Quốc.

Gorbachev nhìn lại những thay đổi trong xã hội Liên Sô thời ông làm Tổng Bí Thư đảng CS: "*Cái khuôn mẫu Soviet thất bại không chỉ ở mức độ kinh tế xã hội mà thất bại ở mức độ văn hóa. Trong xã hội Liên Sô, các tầng lớp người dân, các thành phần có học, thành phần trí thức đã từ chối một chế độ không tôn trọng quyền làm người, trấn áp người dân cả về vật chất lẫn tinh thần*".

Ngoài một ít tiếng nói cất lên trong cô đơn lạc lõng, giới có học tại Việt Nam giống hệt như Trung Cộng và khác hẳn với Liên Sô.

Thành phần cung phụng đảng CS tại Việt Nam rất đông nhưng "thành phần trí thức đã từ chối một chế độ không tôn trọng quyền làm người" thì lại rất hiếm.

Không ít thuộc thành phần phên giậu Việt Nam tốt nghiệp chuyên môn ở các trường đại học Mỹ, Anh, Đức... nhưng mang những kiến thức khoa học đó phục vụ cho đường lối cai trị đất nước bằng nhà tù, sân bắn của đảng CS.

Họ biện minh rằng mình cũng giúp nước nhưng thật ra chỉ làm kéo dài sự chịu đựng triền miên của dân tộc.

Ai là thủ phạm gây ra tình trạng sa đọa trong đạo đức, suy đồi trong văn hóa, lạc hậu trong kinh tế, ô nhiễm trong môi trường và đất biển rơi vào tay Trung Cộng? Đảng CSVN. Đúng nhưng chưa đủ, ngoài ra còn phải kể thành phần phên giậu đang cung phụng và bao che tội ác CS.

Đừng vội kết án những cô gái phơi bày thân thể trần truồng trên đường phố để bày tỏ vui mừng sau một trận đá banh. Không cha mẹ Việt Nam nào dạy con làm những việc xúc phạm thuần phong mỹ tục, và cũng không phải do các cháu tự nghĩ ra những trò lố lăng như thế. Hành vi đó là kết quả của chính sách "trồng người" theo đúng quan điểm "đạo đức xã hội chủ nghĩa".

Thật vậy, cơ chế độc tài đảng trị CS đã biến con người Việt Nam vốn hiền hòa, chơn chất, yêu thương trong tinh thần "lá lành đùm lá rách", "chị ngã em nâng" thành những kẻ tham lam, hẹp hòi, kiếm tiền bằng cách đầu độc đồng bào cùng máu mủ với mình.

Thành phần phên giậu lý giải cho hành vi phản bội tổ quốc khi cho rằng dân trí Việt Nam chưa đủ cao để tiếp cận với nền dân chủ.

Thế nào là cao và thế nào là đủ?

Dân chủ là giá trị phổ quát của nhân loại chứ không phải tài sản riêng của một quốc gia nào.

Dân chủ là một tiến trình chứ không phải là thành phẩm do nước nào chế tạo. Tiến trình xây dựng và phát huy dân chủ có thể khác nhau tùy thuộc vào điều kiện của mỗi quốc gia nhưng vẫn là dân chủ.

Trước năm 1989, Mông Cổ có thể nói là quốc gia chưa bao giờ thật sự biết gì về dân chủ nhưng giờ đây đã trở thành một nước dân chủ.

Tháng Tư năm 1770, Thomas Jefferson, tổng thống thứ ba của Mỹ, phát biểu: "*Theo định luật tự nhiên, tất cả con người sinh ra đều tự do, mọi người có mặt trên trái đất này có quyền riêng tư của chính họ*".

Hơn hai trăm năm sau, Tsakhiagiin Elbegdorj, một thanh niên Mông Cổ trở thành Thủ tướng Cộng Hòa Mông Cổ xác định câu nói của Thomas Jefferson là đúng trong buổi phỏng vấn dành cho báo New York Times năm 2004: "*Chúng tôi muốn cho thế giới thấy rằng các giá trị thường được gọi là giá trị Tây phương không phải thuộc về Mỹ, châu Âu, Nam Hàn và Nhật Bản thôi nhưng còn thuộc về Mông Cổ*".

Điều đó cho thấy, dân chủ Mỹ hẳn nhiên khác với dân chủ Mông Cổ nhưng vẫn là dân chủ.

Vâng, và các giá trị của dân chủ đó cũng thuộc về từng người Việt Nam.

Nhưng thành phần phên giậu đừng quên, dù kéo dài sự cai trị lâu dài, khi sụp đổ, các chế độ CS đều sụp rất nhanh.

Ngày 21 tháng 12, 1989, Nicolae Ceaușescu đọc diễn văn trước trên một trăm ngàn người dân Romania nhưng chỉ bốn ngày sau vợ chồng ông ta bị xử bắn.

Người bắn, Đại úy nhảy dù Ionel Boyeru, thuộc đơn vị ưu tú được tuyển chọn để bảo vệ các lãnh đạo trung ương đảng CS và cũng là người trước đó không lâu ký tên vào lá thư thề nguyền trung thành với Nicolae Ceaușescu.

Giống như hầu hết những kẻ độc tài sống trong hoang tưởng quyền lực, giới lãnh đạo CSVN không đo lường được sức mạnh của lòng công phẫn.

Giọt nước căm hờn bao nhiêu năm âm thầm chảy trong lòng người sẽ một ngày thành cơn lũ cuốn đi chế độ độc tài. Thành phần phên giậu làm giàu trên máu xương của đồng bào mình, tiếp tay với giới cai trị để đày ải đồng bào mình sẽ không có đủ thời gian tẩu tán tài sản, che đậy danh tính hay thậm chí trốn đi đâu.

Thức dậy đi nếu còn một chút lương tâm Việt Nam.

HÃY NÓI TRƯỚC NGÀY CHẾT

Trong lịch sử nhân loại, không có một chủ nghĩa nào tàn bạo hơn chủ nghĩa CS. Từ khi Tuyên ngôn đảng CS ra đời năm 1848 cho đến khi bức tường Bá Linh bị đập đổ vào 1989, khoảng gần 100 triệu người từ nhiều quốc gia đã bị giết. Hơn hai mươi năm qua, mặc dù ngọn lửa vô thần đã tắt trên phần lớn quả địa cầu, một góc trời phương đông lửa vẫn còn đỏ rực, nhà tù vẫn còn giam giữ nhiều người bất đồng với chế độ độc tài toàn trị và tự do vẫn là một bóng mây xa.

Người đời có thói quen kết án Stalin đã gây ra tội ác tày trời đối với nhân dân Liên Xô, Mao Trạch Đông đã giết trên 30 triệu nhân dân Trung Cộng và Pol Pot tiêu diệt một phần tư dân tộc Khmer bằng súng và cả bằng dao phay, cán cuốc. Những chuyện đó ngày nay nhân loại đều biết và tội ác của chúng không còn là vấn đề tranh cãi nữa. Tuy nhiên, làm thế nào một nông dân có gốc gác bình thường, nếu không muốn nói là hiền lành như Mao lại có thể trở thành sát nhân của mấy chục triệu dân Trung Quốc? Làm thế nào Pol Pot, con của một điền chủ giàu có, được gởi sang Pháp ăn học, được bạn bè nhớ lại như một người nhã nhặn, lịch sự và được gọi là trí thức trong xã hội Khmer còn chậm tiến lúc bấy giờ, nhưng sau khi nắm chính quyền đã giết hai triệu dân Khmer bằng búa, dao và những cách giết người tàn bạo hơn cả trong thời Trung Cổ?

Bởi vì chủ nghĩa CS trang bị cho chúng một quyền lực tuyệt đối, một niềm tin cuối cùng, một lối thoát tinh thần, một chỗ dựa lý luận để giải thích cho hành động bất nhân của chúng. Nuon Chea, người đứng hàng thứ hai của chế độ Khmer Đỏ chỉ sau Pol Pot, lạnh lùng trả lời báo chí, những kẻ bị giết chỉ vì "họ là kẻ thù của nhân dân". Đơn giản vậy thôi. Chúng ăn rất ngon và ngủ rất yên dù sau một ngày ký hàng loạt bản án tử hình.

Giết một vài đối thủ thì không sao nhưng để loại bỏ hàng triệu người là chuyện khác. Stalin không thể lên tận các trại lao động khổ sai ở Siberia để bỏ đói những người chống đối y. Mao Trạch Đông không thể xuống từng trường học để tra tấn các thầy cô trong Cách Mạng Văn Hóa, Hồ Chí Minh không thể đích thân xử bắn bà Nguyễn Thị Năm trong Cải Cách Ruộng Đất. Nhưng họ có khả năng huấn luyện, đầu độc một thế hệ đao thủ phủ trẻ tuổi hăng say và cuồng tín để làm thay. Quyền lực đặt vào tay đám đao thủ phủ trẻ này chẳng khác gì con dao bén để chúng thanh toán những mối thù riêng và lập công dâng Đảng.

Tháng 10 năm 2002, nhà báo Mỹ Amanda Pike đến Campuchia để tìm hiểu nguyên nhân tội ác diệt chủng của Pol Pot đã không được làm sáng tỏ. Amanda Pike phỏng vấn bà Samrith Phum, người có chồng bị Khmer Đỏ giết. Theo lời kể của bà Samrith Phum, vào nửa đêm năm 1977 chồng bà bị một Khmer Đỏ địa phương bắt đi và giết chết vì bị cho là "gián điệp CIA". Hung thủ chẳng ai xa lạ mà là người cùng làng với bà Samrith. Hiện nay, kẻ giết người vẫn còn sống nhởn nhơ chung một làng với bà cách thủ đô Nam Vang vài dặm nhưng không một tòa án nào truy tố hay kết án.

Với chủ trương "Dân tộc Khmer cần đào hố để chôn đi quá khứ" Hun Sen đã cản trở Liên Hiệp Quốc rất nhiều trong việc điều tra tội diệt chủng của chế độ Pol Pot. Hun Sen cản trở vì bản thân y cũng từng là một sĩ quan Khmer Đỏ. Hun Sen nhiệt tình với lý tưởng CS đến mức bỏ học theo Pol Pot khi còn trong tuổi thiếu niên. Nhiều chi tiết trong quãng thời gian từ 1975 đến 1979 của cuộc đời y vẫn còn trong vòng bí mật. Khi chôn quá khứ của Campuchia, Hun Sen muốn chôn đi quá khứ tội lỗi của mình.

Tình trạng kẻ sát nhân và gia đình những người bị sát hại vẫn còn sống chung làng, chung xóm, chung thành phố không chỉ phổ biến tại Campuchia nhưng cũng rất phổ biến tại Huế sau vụ Thảm sát Tết Mậu Thân 1968.

Số người bị giết trong vụ Thảm sát Tết Mậu Thân khác nhau tùy theo nguồn điều tra nhưng phần lớn công nhận số người bị giết lên đến nhiều ngàn người và "kẻ thù nhân dân" không chỉ là công chức chính quyền VNCH mà còn rất đông sinh viên, học sinh, phụ nữ, trẻ em và ngay cả một số giáo sư ngoại quốc. Ông Võ Văn Bằng, Nghị viên tỉnh Thừa Thiên và cũng là Trưởng Ban Truy Tìm và Cải Táng Nạn Nhân CS Tết Mậu Thân, kể lại: "*Các hố cách khoảng nhau. Một hố vào khoảng 10 đến 20 người. Trong các hố, người thì đứng, nào là nằm, nào là ngồi, lộn xộn. Các thi hài khi đào lên, thịt xương đã rã ra. Trên thi hài còn thấy những dây lạt trói lại, cả dây điện thoại nữa, trói thành chùm với nhau. Có lẽ, họ bị xô vào hố thành từng chùm. Một số người đầu bị vỡ hoặc bị lủng. Lủng là do bắn, vỡ là do cuốc xẻng*".

Tài liệu liên quan đến Thảm sát Tết Mậu Thân rất nhiều, từ điều tra của các nhà nghiên cứu nước ngoài cho đến các nhân chứng sống Việt Nam. Đến nay, thành phần được nghi đã gây ra biến cố đầy tang thương cho dân tộc Việt Nam này là những người Huế "nhảy núi". Họ là những người bỏ trường, bỏ làng xóm, bỏ cố đô lên rừng theo CS và Tết Mậu Thân đã trở lại tàn sát chính đồng bào ruột thịt của mình. Họ là những kẻ vừa được giải thoát khỏi nhà giam Thừa Phủ đưa lên núi huấn luyện vài ngày rồi trở lại giết chết những kẻ bị nghi ngờ đã bỏ tù họ.

Không giống quân đội chính quy tấn công Huế, những du kích nằm vùng, những thanh niên, sinh viên, học sinh là những người sinh ra và lớn lên ở Huế, thuộc từng tên phố tên đường, biết tên biết tuổi từng người. Họ lập danh sách và đến từng nhà lừa gạt người dân bằng cách "mời đi trình diện" rồi sẽ trả về nhà ăn Tết. Những người nhẹ dạ đi theo. Mà cho dù không nhẹ dạ cũng chẳng ai nghĩ mình sắp bị chôn sống chỉ vì làm chức liên gia trưởng của năm bảy gia đình, ấp trưởng một ngôi làng nhỏ, xã trưởng của vài trăm dân. Kết quả, từng nhóm, từng đoàn người lần lượt bị đem ra "tòa án nhân dân" và kết án tử hình.

Người "nhảy núi" nổi tiếng nhất là Hoàng Phủ Ngọc Tường.

Ngày 12 tháng 7 năm 1997, Hoàng Phủ Ngọc Tường trả lời câu hỏi của nhà văn Thụy Khuê về sự liên quan của ông đối với vụ Thảm sát Tết Mậu Thân: "*Sự thực là tôi đã từ giã Huế lên rừng tham gia kháng chiến vào mùa hè năm 1966, và chỉ trở lại Huế sau ngày 26 tháng 3 năm 1975. Như thế nghĩa là trong thời điểm Mậu Thân 1968, tôi không có mặt ở Huế*" và ông cũng thừa nhận Thảm sát Tết Mậu Thân là có thật chứ chẳng phải "Mỹ Ngụy" nào dàn dựng "*Điều quan trọng còn lại tôi xin ngỏ bầy ở đây, với tư cách là một đứa con của Huế, đã ra đi và trở về, ấy là nỗi thống thiết tận đáy lòng mỗi khi tôi nghĩ về những tang tóc thê thảm mà nhiều gia đình người Huế đã phải gánh chịu, do hành động giết oan của quân nổi dậy trên mặt trận Huế năm Mậu Thân. Đó là một sai lầm không thế nào biện bác được, nhìn từ lương tâm dân tộc, và nhìn trên quan điểm chiến tranh cách mạng*".

Khi được hỏi ai là những người phải chịu trách nhiệm, Hoàng Phủ Ngọc Tường phát biểu "*Nhưng tôi tin rằng đây là một sai lầm có tính cục bộ, từ phía những người lãnh đạo cuộc tấn công Mậu Thân ở Huế*" và tiếp tục nêu thêm chi tiết chính Đại tá Lê Minh, tư lệnh chiến dịch Huế Mậu Thân thừa nhận trong tạp chí Sông Hương "*Dù bởi lý do nào đi nữa, thì trách nhiệm vẫn thuộc về những người lãnh đạo mặt trận Mậu Thân, trước hết là trách nhiệm của tôi*".

Tóm lại, Hoàng Phủ Ngọc Tường trong buổi phỏng vấn dành cho nhà văn Thụy Khuê xác nhận ông ta không có mặt ở Huế trong suốt thời gian Huế bị CS chiếm đóng và những kẻ sát hại thường dân vô tội là do các "lãnh đạo cuộc tấn công Mậu Thân ở Huế" chủ trương.

Tuy nhiên 15 năm trước đó, ngày 29 tháng 2 năm 1982, trong buổi phỏng vấn truyền hình dài 15 phút dành cho hệ thống WGBH, Hoàng Phủ Ngọc Tường thừa nhận việc dư luận đang tố cáo ông là đúng, nghĩa là chính ông đã có mặt tại Huế: "*Tôi đã đi trên những đường hẻm mà ban đêm tưởng là bùn, tôi mở ra bấm đèn lên thì toàn là máu... Nhất là những ngày cuối cùng khi chúng tôi rút ra.*" Và ông cho rằng một số người dân Huế chết thảm thương là do sự trả thù của chính người Huế với người Huế "*chính nhân dân đã căm thù quá lâu, đó là những người đã bị chính nó tra tấn, chính nó đã làm cho tất cả gia đình phải bị đi ở tù ra ngoài đảo v.v. và đến khi cách mạng bùng lên họ được như là lấy lại cái thế của người mạnh thì họ đi tìm những kẻ đó để trừ như là trừ những con rắn độc mà từ lâu nay nếu còn sống thì nó sẽ tiếp tục nó gây tội ác trong chiến tranh*".

Nếu phân tích theo thời gian và diễn biến chính trị thế giới, đặc biệt sự sụp đổ của phong trào CS quốc tế, câu trả lời của Hoàng Phủ Ngọc Tường vào năm 1982 là thành thật và sát với thực tế Mậu Thân nhất. Trong giai đoạn chuyên chính vô sản vài năm sau 1975, không chỉ ông ta mà cả các lãnh đạo CSVN vẫn nghĩ "con đường tất yếu" là con đường "tiến nhanh, tiến mạnh, tiếng vững chắc lên chủ nghĩa xã hội". Không có một thế lực nào cản trở sức chảy của "ba dòng thác cách mạng". Vào thời điểm 1982, Hoàng Phủ Ngọc Tường chẳng những không sợ gì phải che giấu mà còn xem đó như một thành tích cần được nêu ra. Xem đoạn phim, khuôn mặt Hoàng Phủ Ngọc Tường đằng đằng sát khí khi diễn tả việc giết một viên chức VNCH: "*chỉ lấy lại mạng sống của một người, giá đó rất nhẹ và công bằng*".

Thái độ đó hoàn toàn khác với giọng ôn tồn khi ông ta nhắc lại lời của Đại tá CS Lê Minh như thay cho chính mình 15 năm sau "*bây giờ, là những người lãnh đạo kế nhiệm ở Huế, phải thi hành chính sách minh oan cho những gia đình nạn nhân Mậu Thân, trả lại công bằng trong sáng và những quyền công dân chính đáng cho thân nhân của họ*". Thời gian đổi thay, lịch sử đổi thay và con người cũng thay đổi. Không phải chỉ Hoàng Phủ Ngọc Tường mà cả những cựu lãnh đạo CS Đông Âu, một thời giết người không chút xót thương, sau 1990 cũng trả lời báo chí với giọng ngọt ngào như thế.

Nhiều bạn hữu của Hoàng Phủ Ngọc Tường như tác giả Ngô Minh viết trên talawas 2008, cho rằng Hoàng Phủ Ngọc Tường "*trong suốt những năm lên "xanh" ở A Lưới, Hoàng Phủ Ngọc Tường không được phân công về thành phố hay đồng bằng một chuyến nào cả*" mà không biết hay cố tình bỏ qua sự kiện 26 năm trước chính Hoàng Phủ Ngọc Tường đã xác nhận mình ở Huế với những tình tiết mắt thấy tai nghe của một người trong cuộc.

Hai buổi trả lời phỏng vấn hoàn toàn trái ngược chứng tỏ Hoàng Phủ Ngọc Tường phải có một khó khăn để giải thích sự liên hệ của mình đến vụ Thảm sát Mậu Thân. Lời phát biểu của ông cho thấy một điều, những người bị giết chắc chắn biết người giết mình là ai.

Không giống Hoàng Phủ Ngọc Tường mâu thuẫn, hai ông Nguyễn Đắc Xuân và Hoàng Phủ Ngọc Phan từ trên núi theo đoàn quân CS đánh vào Huế. Hai ông không từ chối điều này nhưng đều phủ nhận đã có liên hệ gì với Thảm sát Mậu Thân. Trong bài viết nhân đọc bài "Trịnh Công Sơn - Những hoạt động nằm vùng" Hoàng Phủ Ngọc Phan khẳng định: "*Còn tôi thì có theo chiến dịch về hoạt động ở Thành nội Huế nhưng tôi không hề giết ai cả, suốt gần 10 năm đi kháng chiến cũng không hề làm thiệt mạng một con thú trên rừng chứ đừng nói là con người*".

Nhà văn Nhã Ca kết án ông Nguyễn Đắc Xuân trong *Giải Khăn Sô Cho Huế* vì đã "*đích tay đào một cái hố, bắt một bạn học cũ có xích mích từ trước ra đứng bên hố để xử tử*" và ông Nguyễn Đắc Xuân đáp lại trong bài *Hậu Quả Của "Cái Chết" của tôi*: "*Còn tôi, một sinh viên Phật tử mới thoát ly chưa đầy một năm rưỡi, không có quyền hành gì, nếu tôi muốn làm những việc như Nhã Ca viết thì cũng không thể làm được. Không ai cho tôi làm. Nếu tôi tự ý làm, làm sao tôi có thể thoát được sự phê phán của đồng chí đồng sự của tôi, đặc biệt là những người sau nầy không còn đứng trong hàng ngũ kháng chiến nữa...*"

Chuyện "thoát ly chưa đầy một năm rưỡi" không chứng minh được ông ta không có quyền giết người, trái lại cũng có thể giải thích ngược, càng tham gia trễ càng phải chứng tỏ nhiệt tình cách mạng cao độ, càng phải giết nhiều người, càng phải lập nhiều công. Nói thế không phải để đánh bồi thêm một người đã ngã nhưng cho thấy lời biện bạch của ông không thuyết phục.

Trong tinh thần "Lợi ích của sự ngờ" (Benefit of the doubt), tạm cho những lời người khác kể về các ông chưa đủ bằng chứng kết tội, tuy nhiên, các ông Hoàng Phủ Ngọc Phan và Nguyễn Đắc Xuân, những thành viên tích cực của phong trào đấu tranh đô thị, hoạt động 26 ngày trong lòng thành phố Huế bị rơi vào tay các ông với nhiều ngàn người dân vô tội bị giết bằng những cách dã man hơn cả bọn diệt chủng Pol Pot mà các ông nói rằng không biết gì, không thấy gì thì trẻ con ngây thơ cũng không tin được.

Và không chỉ ba ông Hoàng Phủ Ngọc Tường, Nguyễn Đắc Xuân, Hoàng Phủ Ngọc Phan mà cả thế hệ "nhảy núi" ở Huế trong đó rất nhiều nhà nghiên cứu văn hóa, nhà văn, nhà thơ, họa sĩ, nhạc sĩ cho đến nay vẫn không biết gì, không thấy gì, không viết gì về Thảm sát Tết Mậu Thân thì quả là chuyện lạ. Hãy thử đặt mình trong vị trí của gia đình các nạn nhân vụ Thảm sát Huế, các ông có nghĩ rằng chính Hoàng Phủ Ngọc Tường, Hoàng Phủ Ngọc Phan, Nguyễn Đắc Xuân hoặc đã giết hoặc biết chắc ai đã giết thân nhân các ông không? Chắc chắn là có, không thể có lời giải thích thứ ba.

Lẽ ra Thảm sát Tết Mậu Thân phải là nguồn thôi thúc cho nhiều tác phẩm văn học lớn nói lên sự đau khổ, sự chịu đựng tận cùng của đồng bào Huế nói riêng và dân tộc Việt Nam nói chung. Lẽ ra những người đang bị dư luận kết án, nếu thật sự không tham dự vào cuộc tàn sát, thay vì than mây khóc gió trong văn chương hay lao đầu vào cơm áo, nên dành phần còn lại của đời mình đi tìm cho ra cội nguồn gốc rễ để vừa giải oan cho đồng bào mà cũng minh oan cho chính mình. Gia đình nạn nhân còn đó, nhân chứng còn đó, hầm hố còn đó, bạn bè còn đó, chứng tích còn đó, chế độ còn đó. Có thể người đọc vì sự công phẫn chưa nguôi, sẽ không tin hết các điều các ông các bà viết nhưng nếu đúng rồi lịch sử sẽ tin. Nếu không làm thế, cơ chế độc tài này chắc chắn sẽ tàn lụi nhưng tên tuổi Hoàng Phủ Ngọc Tường, Hoàng Phủ Ngọc Phan, Nguyễn Đắc Xuân, Nguyễn Thị Đoan Trinh... mãi mãi vẫn là những dấu đen ngàn đời không phai.

Dư luận khắt khe nhưng không bất công. Suốt 42 năm, các ông các bà có rất nhiều cơ hội để làm sáng tỏ một sự kiện lịch sử mà các ông các bà từng tham dự, nhưng ngoại trừ việc phải trả lời vài buổi phỏng vấn rải rác đó đây, các ông các bà im lặng. Kết án lại những người kết án không phải là cách trả lời mà nhân dân Việt Nam đang muốn biết. Ông Nguyễn Đắc Xuân được gọi là "nhà Huế học" nhưng Huế không chỉ có sông Hương, núi Ngự, lăng tẩm, đền đài mà còn có Bãi Dâu, Khe Đá Mài, khu Gia Hội và hàng chục ngôi mồ tập thể khác. Đời sống của một dân tộc không chỉ gồm những thời đẹp đẽ, vinh quang mà còn cả những giai đoạn đau buồn, tủi nhục. Tại sao ông không viết? Phải chăng những người "nhảy núi" ở Huế cũng giống như Hun Sen hay tên Khmer Đỏ giết chồng bà Samrith Phum năm 1977, đang cố chôn đi quá khứ ? Sự im lặng của các ông các bà không phải là một công án thiền mà là lời tự tố cáo lớn tiếng nhất.

Dân tộc Việt Nam đã trải qua nhiều thời kỳ suy vi và phân hóa nhưng sự kiện một số người dã tâm tàn sát nhiều ngàn người Việt khác trong chỉ vài tuần bằng các phương tiện phi nhân chưa từng có như ở Huế là lần đầu. Vết thương Mậu Thân sẽ không bao giờ lành một khi tội ác chưa được đưa ra ánh sáng. Nền tảng của hòa giải là công lý và sự thật chứ không phải che đậy và lãng quên.

Nhiều tác giả đã viết về Thảm sát Mậu Thân. Những dữ kiện trong bài viết này không có gì mới mà đã được nhắc đi nhắc lại. Dụng ý của kẻ viết bài này chỉ muốn nhấn mạnh một điều rằng, nhiều trong số những người "nhảy núi" còn sống ở Huế hay trong và cả ngoài nước, nhưng chắc không sống bao lâu nữa. Tuổi tác của các ông các bà đều trên dưới bảy mươi. Thời gian còn lại như tiếng chuông ngân đã quá dài. Tất cả sẽ là không. Các ông các bà ra đi không mang theo gì cả nhưng sẽ để lại rất nhiều. Vẫn biết con người khó tự kết án chính mình nhưng các ông, các bà vẫn còn nợ dân tộc Việt Nam, nhất là các thế hệ mai sau, câu trả lời cho cái chết của nhiều ngàn dân Huế vô tội.

Ngọn nến trước khi tắt thường bật sáng, vì tương lai dân tộc, các ông các bà hãy sáng lên sự thật một lần trước ngày chết.

CÁC HIỆN TƯỢNG THA HÓA TRONG "GIÁO HỘI PHẬT GIÁO VIỆT NAM" TẠI VIỆT NAM

Tháng trước, một bức hình của tỳ kheo Thích Pháp Định và ca sĩ Đàm Vĩnh Hưng hôn môi nhau đã trở thành một đề tài đàm tiếu trong mọi tầng lớp dân gian. Mỗi ngày, rất nhiều hình ảnh đã được chỉnh sửa nhằm lăng mạ Phật Giáo được gởi lên internet nhưng bức hình hôn môi là một bức hình thật và câu chuyện hôn môi cũng là câu chuyện thật. Người Phật Tử nào khi xem bức ảnh cũng có thể tự hỏi làm thế nào một bậc tăng sĩ đã thọ tỳ kheo lại hành xử thiếu suy nghĩ đến mức như vậy.

Tỳ kheo Pháp Định hẳn đã thuộc lòng lời dạy cuối cùng của Đức Phật: "Các pháp hữu vi là vô thường, hãy tinh tấn, chớ có phóng dật!" Giới luật là cốt lõi của tu tập. Trong suốt bốn mươi lăm năm gieo hạt giống từ bi, Đức Bổn Sư Thích Ca Mâu Ni dành chuyến hoằng pháp cuối cùng từ thành Vương Xá đến xứ Kusinara để nhắc nhở ba điểm bất di bất dịch của một tu sĩ Phật Giáo: Giới, Định, Huệ. Một Phật Tử tại gia phải giữ năm giới, một tu sĩ bậc Sa Di giữ mười giới, một tăng sĩ như Tỳ Kheo Pháp Định đã thọ đại giới, tức phải giữ 250 giới.

Sau đó tôi được biết Tỳ Kheo Pháp Định, thế danh Phan Văn Triển, sám hối và đã chọn cách trả lại y bát để trở về đời sống thường tục. Đức Phật dạy trong kinh Pháp Cú: "*Người kia ở chiến trường, tuy thắng trăm muôn giặc, chưa bằng thắng chính mình, là chiến sĩ bậc nhất*". Anh Phan Văn Triển không chiến thắng được chính mình, không vượt qua được những cám dỗ xã hội. Anh không thấy đúng, nghĩ đúng, nói đúng, làm việc đúng, sống đúng, chuyên cần đúng, nhớ đúng, tập trung đúng theo tinh thần Bát Chánh Đạo mà đức Phật đã dạy. Nhiều người trước đó chê bai anh, nay khen anh vì biết lỗi lầm và ra đi. Nhưng ra đi chưa hẳn là chọn lựa tích cực nhất. Lần té ngã nào cũng có một sức bật để vươn lên. Nếu anh Triển thay vì hoàn tục mà ở lại chùa, dùng lầm lỗi của mình như một liều thuốc để tự chữa trị vết thương, đóng cửa tu học, biết đâu năm hay mười năm nữa anh chẳng những vượt qua mà còn chứng nghiệm được nhiều ý nghĩa vi diệu trong Phật Pháp.

Người Phật tử kính trọng tăng không phải chỉ vì chiếc y các thầy đắp mà còn vì hạnh nguyện các thầy đã chọn để dâng hiến đời mình. Hành trạng các thầy đang bước qua khỏi chiếc cầu trần gian đầy cám dỗ này vô cùng khó khăn và đầy thử thách. Mỗi chúng ta là một con người sinh ra với hỉ, nộ, ai, lạc, ái, ố, dục và bắt đầu hành trình tu học như một con người mang tất cả đặc tính đó. Có vị đi được vài năm như anh Triển và cũng có vị bỏ cuộc sau khi đã đi gần hết cuộc đời mình. Trước anh Triển đã có nhiều người thất bại như anh và sau này cũng sẽ có nhiều người như thế. Trước anh Triển đã có nhiều người vượt qua được bể trầm luân và sau anh Triển cũng sẽ có nhiều người vượt qua được. Sự tha hóa qua chuyện "Ca sĩ Đàm Vĩnh Hưng và Tỳ Kheo Pháp Định hôn môi" đáng buồn nhưng không thể gọi là xấu hổ cho Phật Giáo nói chung.

Sự tha hóa đáng xấu hổ là sự tha hóa trong hàng ngũ lãnh đạo của "Giáo Hội Phật Giáo Việt Nam" tại Việt Nam.

Thật vậy, từ khi được đảng CSVN thành lập ngày 7 tháng 11 năm 1981 tại chùa Quán Sứ Hà Nội và được xếp vào một trong 37 thành viên của Mặt Trận Tổ Quốc Việt Nam, "Giáo Hội Phật Giáo Việt Nam" chỉ là một đoàn thể xã hội giống như các đoàn thể khác trong mặt trận như Hội Người cao tuổi Việt Nam, Hội Châm cứu Việt Nam, Hội nghề cá Việt Nam, Hội Làm vườn Việt Nam, Hội kế hoạch hoá gia đình Việt nam v.v.. Một tôn giáo có lịch sử hai ngàn năm và đã đóng góp một phần không nhỏ cho mảnh đất hình chữ S này còn tồn tại trên bản đồ thế giới, bị đặt vào vị trí ngang hàng với một hội làm vườn, cắt cỏ nhưng không một lãnh đạo Phật Giáo nào phàn nàn hay thắc mắc.

Sự tuân phục, phụ thuộc của hàng ngũ lãnh đạo "Giáo Hội Phật Giáo Việt Nam" vào Đảng CS trầm trọng đến mức nhiều văn kiện từ một bài văn, bài báo bình thường cho đến đạo từ quan trọng nhân đại lễ Phật Đản của Pháp Chủ tối cao cũng không quên dành một phần lớn để ca ngợi công ơn cao dày của Đảng. Đạo từ của Pháp Chủ Thích Phổ Tuệ "Giáo Hội Phật Giáo Việt Nam" công bố nhân mùa Phật Đản Phật Lịch 2556, tháng 5 năm 2012 là một bằng chứng.

Thông điệp Phật Đản lẽ ra là một cơ hội để nhắc đến công ơn của Đức Phật đã thị hiện trên thế gian để cứu vớt chúng sinh bị đắm chìm trong ô trược, soi rọi ánh sáng từ bi trí tuệ vào nhận thức con người đang lạc loài trong tăm tối vô minh, khơi mạch suối tình thương chảy vào thung lũng hận thù giết chóc. Nhưng không, đạo từ của Pháp Chủ Thích Phổ Tuệ, vỏn vẹn chỉ một trang nhưng phân đoạn dài nhất được dành để ghi ơn Đảng CS Việt Nam trao tặng cho giáo hội "huân chương Hồ Chí Minh", các huân chương và bằng khen khác "*...Trong suốt 30 năm xây dựng và phát triển, Tăng Ni, Cư sỹ, Phật tử các cấp Giáo hội Phật giáo Việt Nam đã đạt được nhiều thành tựu Phật sự trên tất cả các lĩnh vực Đạo pháp và Dân tộc cũng như quan hệ đối ngoại Phật sự quốc tế; được Đảng, Nhà nước, Mặt trận Tổ quốc Việt Nam và cộng đồng xã hội đánh giá cao vị thế của Giáo hội Phật giáo Việt Nam. Nhân dịp này, Đảng và Nhà nước đã quyết định trao tặng Huân Chương Hồ Chí Minh lần thứ hai cho Giáo hội, cùng một số chư Tôn đức, Cư sỹ, Phật tử có nhiều thành tựu Phật sự ích đời lợi đạo đã được trao tặng Huân chương Hồ Chí Minh, Huân chương Độc lập, Huân chương Đại đoàn kết Dân tộc, Bằng khen của Thủ Tướng Chính Phủ và Chính quyền các cấp. Đây là minh chứng ghi nhận những đóng góp to lớn của giới Tăng Ni, Cư sỹ, Phật tử Giáo hội Phật giáo Việt Nam đối với sự nghiệp Cách mạng của Đảng và của Dân tộc.*"

Huân chương để làm gì? Bằng khen để làm gì? Là tu sĩ, có gì cao quý hơn vinh dự được mang họ Thích, được đắp y truyền thừa của Phật, được nương tựa vào Chánh Pháp? Danh lợi, quyền lực là một trong những giới cấm tối quan trọng của một bậc xuất gia. Đại lão hòa thượng Phổ Thoại, 95 tuổi, xuất gia khi chỉ mới 6 tuổi đầu, ngài tu cả đời người dưới mái chùa cong, trong tiếng chuông tiếng mõ, bên ngoài vòng danh lợi. Với tuổi tác và thời gian trụ thế của ngài, tôi không nghĩ hòa thượng tự tay cầm bút viết những dòng trơ trẽn đó nhưng rõ ràng các lãnh đạo của "Giáo Hội Phật Giáo Việt Nam" phải chịu trách nhiệm cho nội dung mâu thuẫn với những lời dạy xa lánh danh lợi, khước từ quyền lực của Đức Phật mà một người học đạo bình thường nào cũng biết.

Điều mỉa mai hơn, đạo từ nhằm đề cao danh lợi, đánh bóng quyền lực lại được công bố đúng trong ngày một bậc thánh nhân ra đời chỉ để rồi 29 năm sau từ bỏ mọi quyền uy bậc nhất dành cho ngài, rời cung vàng điện ngọc, cắt mái tóc đông cung thái tử trả lại vua cha, khoát lên người một mảnh áo vàng và đi bằng đôi chân đất vào lòng thế gian đau khổ. Hai ngàn năm trăm năm từ ngày đại nguyện đó, trên đất nước Việt Nam có những kẻ tự nhận là con Phật, chọn ngày sinh của ngài để vinh danh, ca ngợi tầng lớp cai trị đang chà đạp lên những quyền căn bản của con người mà đức Phật đã dành 45 năm để xiển dương giá trị. Một câu cũng Đảng, hai câu cũng Đảng, không một dòng nào trong đạo từ nhắc đến ý nghĩa sự ra đời của Thái tử Tất Đạt Đa và bảy bước đi trên bảy đoá sen màu nhiệm. Không một câu nào trong đạo từ giải thích ý nghĩa vi diệu của câu nói đầu đời "Thiên thượng thiên hạ duy ngã độc tôn" mà Thái Tử Tất Đạt Đa cất lên.

Sự suy thoái của Phật Giáo từ cuối thời nhà Trần như cố Đại Lão Hòa Thượng Thích Thiện Hoa viết trong Lịch sử Phật Giáo Việt Nam không chỉ là một bằng chứng mà còn là bài học "*Thế mà Đạo Phật trong đời nhà Trần, chỉ thịnh phát trong khoảng 50 năm đầu, rồi dừng lại và thoái bộ mãi. Vì hai lý do làm cho Đạo Phật không thể tiến phát được là ở bên ngoài, sự cạnh tranh ráo riết, có nhiều khi là cả một sự đàn áp của Khổng-Giáo; và ở bên trong, giáo lý Đạo Phật dần dần bị xen lẫn mê tín, dị đoan của những tà giáo, ngoại đạo mà các vua chúa trong đời nhà Trần rất sùng mộ*".

Hôm nay, một lần nữa, thỏa hiệp với giới cai trị và biến đạo Phật thành một loại tà đạo mê tín dị đoan là hai hiện tượng tha hóa phổ biến của "Giáo Hội Phật Giáo Việt Nam" tại Việt Nam.

Việc thỏa hiệp với giới cầm quyền có thể tìm thấy trong câu hỏi của "đại biểu quốc hội" Thích Thanh Quyết với Nguyễn Tấn Dũng trong kỳ họp quốc hội vừa qua: "Nhiều mạng thông tin Internet đăng tải nhiều thông tin không đúng sự thật, truyền bá văn hóa đồi trụy, độc hại, trái thuần phong mỹ tục, bịa đặt xuyên tạc, gây dư luận xấu hoài nghi đối với các lãnh đạo Đảng, Nhà nước. Chính phủ có giải pháp gì để ngăn chặn tình trạng không lành mạnh này, xử lý thế nào những người đưa thông tin không đúng sự thật?" Theo cách hỏi của Thích Thanh Quyết, các quan điểm đi ngược với chính sách độc tài toàn trị của đảng CS, phê bình chỉ trích giới lãnh đạo đảng, nhà nước CS là những lời "bịa đặt", "xuyên tạc", "gây dư luận xấu", "hoài nghi" và cần phải có biện pháp trừng trị thích đáng. Ngoài ra, khi trả lời câu hỏi của báo chí vào tháng Tư năm nay Thích Thanh Quyết phát biểu về tự do tôn giáo tại Việt Nam: "*Tôi thấy, ở nước ta, tín ngưỡng, tôn giáo rất được tự do, tự do đến mức độ được tôn trọng. So với các nước trong khu vực, tự do tôn giáo, tín ngưỡng của Việt Nam ít nhất là không kém, thậm chí còn nhiều mặt cao hơn và thể hiện rõ nhất niềm tin của nhân dân đối với Nhà nước*". Đạo Phật suy vi, thoái hóa không phải chỉ vì những ác ma, tà đạo bên ngoài nhưng vì những ung nhọt làm băng hoại Phật chất từ bên trong tăng đoàn. Thích Thanh Quyết còn trẻ, một ngày không xa, khi chế độc tài này sụp đổ, chắc y còn sống và phải trả lời trước Phật tử Việt Nam về những lời nịnh bợ hôm nay.

Nhưng sự nịnh bợ bốc mùi nhất có thể đọc trong bài "An lạc Phật giáo hòa trong vinh quang của Đảng" của Thích Giác Phú viết trong tạp chí *Xây Dựng Đảng* số xuân Tân Mão và được nhiều trang web đăng lại: "*Có thể nói, đất nước, dân tộc Việt Nam từ ngày có Đảng CS Việt Nam lãnh đạo đến nay đã đứng trên một vị thế mới - vị thế một quốc gia xã hội chủ nghĩa độc lập, tự chủ - trong thế giới hội nhập, sẵn sàng làm bạn với tất cả các nước cùng phát triển. Đó cũng là cơ duyên, vận hội để Phật giáo ngày càng gắn bó với dân tộc, đồng hành cùng dân tộc, phụng sự dân tộc vì cuộc sống hạnh phúc, an lạc. Thật sung sướng thay, trên mảnh đất hình chữ S thân yêu của chúng ta hôm nay: đất nước phồn vinh, thịnh vượng, Phật pháp xương minh phát triển trong ánh vinh quang Đảng CS Việt Nam*". Những nhận xét vô cùng ngu xuẩn, ấu trĩ, phản đạo như thế và đăng trong các báo quan trọng nhất nước mà không một lãnh đạo Phật Giáo nào lên tiếng phê bình.

Ngoài những đạo từ, bài viết, phát biểu nịnh bợ đảng và nhà nước CS của lãnh đạo giáo hội trung ương cũng như của giáo hội địa phương vừa nêu, còn rất nhiều thông điệp, đạo từ, bài văn, bài báo tương tự, bắt đầu bằng ca ngợi đảng và chấm dứt bằng tung hô đảng không thể nào trích hết ra đây.

Nhiều người có thể phê bình tôi khi nhắc đến vài hiện tượng tiêu cực mà bỏ qua những "thành tựu to lớn" mà Phật Giáo đã đem lại trong 37 năm qua với nhiều chùa, nhiều tu viện, thiền viện và hơn bốn chục ngàn tăng ni. Vâng, to lớn và đông đảo, nhưng để làm gì? Phật Giáo đã đến Việt Nam và đã đi vào lòng lịch sử dân tộc Việt Nam bằng những tấm lòng vị tha cao quý chứ không phải bằng con số và những cuộc tranh giành, thắng thua. Phát triển trên sự chịu đựng đau thương triền miên của dân tộc, phát triển dưới lọng tàng của chế độ độc tài, đảng trị không phản ảnh tinh thần "vị chúng sanh thị hiện" của đức Phật. Có gì xứng đáng để khoe khoang?

Phương châm "Đạo pháp - Dân tộc - Chủ nghĩa xã hội" của "Giáo Hội Phật Giáo Việt Nam" cũng không đại diện cho truyền thống của một tôn giáo đã gắn liền với dòng sinh mệnh Việt Nam mà chỉ nói lên sự sợ hãi, phụ thuộc, nô lệ vào đảng CS. Đảng CS và dân tộc Việt Nam không đồng hành về tương lai mà cũng chưa hề đồng hành trong quá khứ.

Nhân dân Việt Nam muốn gì? Nhân dân Việt Nam muốn có một cuộc sống an bình thịnh vượng trong một cơ chế chính trị dân chủ pháp trị và phát triển toàn diện phù hợp với thời đại văn minh dân chủ. Chính quyền trong cơ chế chính trị dân chủ có nhiệm vụ ngăn chặn mọi hình thái độc quyền, bảo đảm công bằng xã hội và bình đẳng cơ hội cho mọi thành phần dân tộc và mọi miền đất nước, tạo dựng môi trường, điều kiện và cơ hội đồng đều để mỗi người phát huy khả năng và sở thích đặc thù, đóng góp vào việc xây dựng nền văn minh mới cho toàn dân và cho nhân loại.

Đảng CS muốn gì? Sau hơn 80 năm qua nhiều lần thay màu đổi dạng nhưng Đảng vẫn duy trì một mục đích áp đặt quyền cai trị tuyệt đối lên toàn dân tộc Việt Nam, sống giàu sang phú quý trên mồ hôi nước mắt và xương máu nhân dân, kiểm soát mọi sinh hoạt vật chất cũng như tinh thần của đời sống con người, áp dụng mọi biện pháp để tiêu diệt một cách không nương tay các hành vi chống đối, mọi tiếng nói bất đồng phát sinh từ trong lòng dân tộc.

Phân tích để thấy, dân tộc Việt Nam và chủ nghĩa CS chẳng những không chia sẻ một mục đích cuối cùng chung mà còn mâu thuẫn đối kháng ngay từ trong căn bản. Do đó, về lý luận cũng như về thực tế, không bao giờ có chuyện "đảng song hành cùng dân tộc" như các lãnh đạo "Giáo Hội Phật Giáo Việt Nam" lập đi lập lại khẩu hiệu tuyên truyền mị dân của đảng CS.

Lịch sử nhân loại đã chứng minh, niềm tin vào chân lý từ bi bao giờ cũng mạnh hơn cường quyền và bạo lực. Tình thương rồi sẽ thắng. Tự do rồi sẽ thắng. Bao nhiêu chế độ độc tài hà khắc được dựng lên bằng bạo lực và đã sụp đổ trước sức mạnh của nhân dân. Chế độ độc tài CS Việt Nam rồi cũng thế. Họ chỉ có thể kéo dài hơi thở bằng bộ máy công an kìm kẹp, bằng nhà tù, sân bắn, bằng vuốt ve, dụ dỗ nhưng không thoát ra khỏi quy luật xã hội. Các thầy không làm được như Phật Giáo Miến Điện, Phật Giáo Tây Tạng, Phật Giáo Nepal thì cũng không nên phạm vào giới vọng ngữ, một trong bốn giới hàng đầu của đại giới, làm nặng nghiệp cho chính mình và hại cho người khác.

Ngày nay, tình trạng "giáo lý Đạo Phật dần dần bị xen lẫn mê tín, dị đoan của những tà giáo, ngoại đạo" cũng trầm trọng không kém cuối đời nhà Trần như cố đại lão Hòa Thượng Thích Thiện Hoa đã phân tích. Ngày rằm tháng Giêng chùa nào cũng đông đúc người sắp hàng xin xăm bói quẻ nhưng không lâu trước đó đại lễ Phật Thành Đạo mùng 8 tháng Chạp, ngày đạo Phật chính thức có mặt trên cõi ta bà này, lại thưa vắng người đi. Trong nhiều trường hợp, các lãnh đạo "Giáo Hội Phật Giáo Việt Nam" chẳng những không ngăn chặn tình trạng mê tín dị đoan mà còn khai thác sự mê muội của người dân vốn đã nghèo để thu góp tiền cúng sao, giải hạn. Cũng Thích Thanh Quyết, Ủy viên Hội đồng Trị sự của "Giáo Hội Phật Giáo Việt Nam" khi trả lời phỏng vấn của báo *Tiền Phong*, đã hãnh diện về tệ trạng mê tín dị đoan gia tăng "Năm nay số lượng người đăng kí giải sao, cầu an tại chùa khoảng 23 vạn người, tăng 5% so với năm ngoái. Số sớ được viết căn lên cũng phải được con số hàng tạ", và y khoe khoang về mức thu nhập cao "Trước khi tôi về làm trụ trì tại chùa Phúc Khánh thì tiền công đức tại chùa rất ít nhưng khi tôi về làm trụ trì thì ngay lập tức có người đến công đức tại đây hàng chục tỷ đồng. Qua đó, phóng viên bài phóng sự phân tích số tiền thu "*Do giá cả mọi thứ đều tăng nên tiền cúng giải sao, cầu an năm nay cũng tăng 30% so với năm ngoái. Giải sao đầu năm là: 100.000 đồng/người, cầu an: 100.000 đồng/hộ; còn giải sao cả năm là: 700.000 đồng/người, cầu an: 400.000 đồng/hộ... Thông thường, người đến cầu an sẽ giải hạn luôn. Bởi theo giới thiệu của người giúp nhà chùa thu tiền, thì phải làm đồng thời cầu an và giải hạn luôn mới nghiệm. Nếu tính toán, với 23 vạn người, chỉ riêng thu từ tiền cầu an, giải hạn, đã lên đến khoảng 4-5 tỷ đồng*". Nhìn cảnh đồng bào nghèo khó xác xơ, chen lấn nhau nộp tiền "cầu sao giải hạn", một người có chút nhận thức và lương tâm không khỏi đau lòng.

Lịch sử đạo Phật đã cho thấy, trong thời đại nào và ở đâu, các hàng tăng sĩ lãnh đạo Phật Giáo thỏa hiệp với tầng lớp thống trị, bị lôi cuốn vào vòng lợi danh và quyền lực, lợi dụng nỗi khổ đau bất hạnh của con người, giáo hội Phật Giáo đó không còn là đại diện cho đạo từ bi của đức Phật nữa mà đã bị tha hóa thành công cụ của bộ máy cầm quyền.

Dĩ nhiên, không thể quy kết bốn chục ngàn tăng ni Phật Giáo tại Việt Nam là bốn chục ngàn "đại biểu quốc hội" háo danh Thích Thanh Quyết hay bốn chục ngàn ma tăng Thích Giác Phú. Ẩn mình trong đám mây đen là ánh sáng của vầng dương trí tuệ. Che dấu dưới lớp rêu xanh là những viên ngọc từ bi nhẫn nhục. Hàng ngàn Như Lai Trưởng Tử thật sự đang dâng hiến cuộc đời cho Phật Giáo Việt Nam và Dân tộc Việt Nam trong nhiều cách khác nhau trên khắp ba miền đất nước. Các bậc tăng tài chân chính đó là những mạch nước đang âm thầm chảy trong lòng dân tộc, khó khăn nhưng vẫn phải chảy để giữ gìn Chánh Pháp của đức Thế Tôn.

LÃNH ĐẠO CỘNG SẢN VIỆT NAM TRONG QUAN HỆ MỸ - TRUNG

Người dân Việt Nam, trong cũng như ngoài nước, rất quan tâm đến vận nước nhưng đa số sống trong tâm trạng chờ đợi. Chờ đợi người yêu nước và nhiều khi cũng chờ đợi cả kẻ bán nước. Chờ đợi đồng minh và chờ đợi luôn kẻ thù. Mỗi tin tức chính trị là cơ hội để những người chờ đợi bàn thảo, suy diễn theo ước muốn và quan điểm chủ quan của mình. Chuyến đi của Nguyễn Phú Trọng gây nhiều bàn thảo trước khi y đi, phân tích khi y đến, dự đoán những gì sẽ xảy ra sau khi y về.

Nhưng rồi, cũng như bao nhiêu chuyến đi trước của các lãnh đạo CS, sẽ không có gì thay đổi cả. Ngoài Biển Đông, máu của ngư dân Việt Nam đã đổ và sẽ tiếp tục đổ. Trong lòng biển, nguồn dầu khí Việt Nam ngày càng bị vét cạn. Trên đất liền, tài nguyên thiên nhiên bị Trung Cộng khai thác sẽ còn tiếp tục bị khai thác.

Chuyến đi của Nguyễn Phú Trọng không tạo ra nên một thay đổi cấp bách và tức khắc nào trong bang giao Việt Mỹ và Việt Trung bởi vì thay đổi mang tính cách mạng không phải là mục đích của y.

Mục đích chuyến đi của Nguyễn Phú Trọng

Một số nhà phân tích cho rằng sự kiện Trung Cộng vào ngày 1 tháng 5, 2014 đã đưa giàn khoan HD-981 đến cách đảo Tri Tôn thuộc quần đảo Hoàng Sa chỉ 17 hải lý và cách đảo Lý Sơn, thuộc tỉnh Quảng Ngãi 120 hải lý trong khi cách đảo Hải Nam đến 180 hải lý, là điểm vượt giới hạn (tipping point) mà CSVN có thể chấp nhận. Hành động bành trướng một cách lộ liễu của Trung Cộng ít nhiều đã làm cho khuynh hướng chống Tàu gia tăng trong nội bộ lãnh đạo CSVN. Trung Cộng khôn ngoan tạm thời dời giàn khoan để làm dịu tình hình.

Giả thiết Trung Cộng nhận ra và dừng lại tại điểm vượt giới hạn, rồi những gì xảy ra trước sự kiện HD-981, hàng trăm vi phạm trắng trợn luật quốc tế, nghiêm cấm đánh cá, húc đụng tàu bè và tàn sát ngư dân Việt Nam của CSTQ chẳng lẽ là trong giới hạn và được lãnh đạo CSVN chấp nhận hay sao?

Hôm 18 tháng 7, 2015 Nguyễn Phú Trọng phát biểu tại Hà Nội "Về nước cũng nhận được nhiều đánh giá, gọi điện hỏi, chúc mừng, cho đây là thành công rất lớn, gọi đây là cuộc gặp gỡ lịch sử, xem ông CS Việt Nam đi ra nước ngoài thế nào mà đến Phòng Bầu dục ở Nhà Trắng, đối thoại với Tổng thống Mỹ, là việc chưa từng có trong lịch sử, mà lại là hai ông cựu thù."

Mục đích hàng đầu của Nguyễn Phú Trọng đúng là "đến Phòng Bầu dục Nhà Trắng, đối thoại với Tổng thống Mỹ." Rất đơn giản, không có gì phức tạp như nhiều người bàn tán. Nguyễn Phú Trọng muốn chứng tỏ cho thế giới và nhất là nhân dân Việt Nam thấy Mỹ đã thừa nhận tính chính danh của đảng CS. Lần đầu tiên một Tổng Bí Thư đảng CSVN đặt chân vô Tòa Bạch Ốc. Không lạ gì trước ngày đi, mấy trăm tờ báo và các hệ thống truyền hình, truyền thanh của đảng đều nhấn mạnh đến chuyện "thảm đỏ" theo cả nghĩa bóng lẫn nghĩa đen.

Tập Cận Bình, tháng Tư năm nay, 2015, đã dành cho Nguyễn Phú Trọng một buổi tiếp đón trịnh trọng ngoài sức tưởng tượng của y mặc dù trước đó đã từ chối tiếp y. Hình thức tiếp đón dù màu sắc bao nhiêu cũng không gây tiếng vang quốc tế nào vì cả hai đều là lãnh đạo của hai đảng CS. Như người viết đã trình bày trong bài trước, cách Hoa Kỳ tiếp đón Nguyễn Phú Trọng cho thấy Hoa Kỳ chỉ thừa nhận yếu tố CSVN trong xung đột Biển Đông chứ không phải thừa nhận tính chính danh lãnh đạo Việt Nam của đảng CS.

Đối với các đảng CS cầm quyền, tính chính danh vô cùng quan trọng. Tấm bình phong "giải phóng dân tộc" đã giúp cho các đảng CS ở châu Á tồn tại đến nay trong khi hầu hết các đảng CS châu Âu đều sụp đổ.

Sau biến cố Thiên An Môn, Đặng Tiểu Bình nhận ra rằng chỉ đề cao "tư tưởng Mác Lê" chẳng những không đủ mà còn là một đe dọa đối với chế độ. Để ngăn chặn các tư tưởng tự do dân chủ đang lan rộng trong giới trí thức trẻ, y chỉ thị phải chuyển hướng tuyên truyền từ chủ nghĩa Mác Lê sang chủ nghĩa dân tộc. Ngay cả đảng CSTQ cũng phải thay hình đổi dạng từ một đảng vô sản chuyên chính sang loại hình CS dân tộc. Các lãnh đạo CSVN đã và đang áp dụng gần như rập khuôn phương pháp tuyên truyền của CSTQ qua việc đưa vai trò của chính phủ nổi bật hơn vai trò của đảng và lừa gạt được khá nhiều người.

Trước ngày đi Mỹ, Nguyễn Phú Trọng đã vội vã sang Bắc Kinh triều kiến Tập Cận Bình và trấn an y. Bản tuyên bố chung giữa Nguyễn Phú Trọng và Tập Cận Bình ký ngày 8 tháng Tư năm 2015 mang nội dung đầu hàng, thần phục. Người đọc có cảm tưởng văn bản này ký năm 1955 khi CSVN thở nhờ bình dưỡng khí Trung Cộng chứ không phải 2015.

Đọc toàn văn bản tuyên bố giữa Tập Cận Bình và Nguyễn Phú Trọng, một người có chút ít kiến thức và nhận thức chính trị căn bản không khỏi ngỡ ngàng. Ngày nay, nhân loại đã bước đi một đoạn đường trên thiên niên kỷ thứ ba văn minh dân chủ mà Nguyễn Phú Trọng còn buông ra được những câu sặc mùi Diên An, Pác Bó như "*tình hữu nghị truyền thống Việt - Trung do Chủ tịch Hồ Chí Minh và Chủ tịch Mao Trạch Đông cùng các nhà lãnh đạo tiền bối hai nước đích thân vun đắp là tài sản quý báu của hai Đảng*." Y cũng không quên những lời nịnh bợ Trung Cộng một cách lạc lõng khi nhắc lại thời kỳ Mao còn mỗi đêm nã vài ngàn viên đại pháo sang các đảo Kim Môn và Mã Tổ như "*ủng hộ quan hệ hai bờ eo biển Đài Loan phát triển hòa bình và sự nghiệp lớn thống nhất Trung Quốc, kiên quyết phản đối hành động chia rẽ Đài Loan độc lập dưới mọi hình thức*."

Chuyến đi Mỹ và nội dung những lời phát biểu Nguyễn Phú Trọng tại Mỹ nếu không phải toàn văn thì cũng đại ý đã được trình bày với Tập Cận Bình. Do đó, mặc dù rất nhạy cảm trước các biến cố ngoại giao gây bất lợi cho Trung Cộng, lãnh đạo Trung Cộng không bày tỏ một thái độ bất bình chính thức nào trước chuyến viếng thăm Mỹ của Nguyễn Phú Trọng.

Biết thế nhưng tại sao Obama vẫn tiếp Nguyễn Phú Trọng?

Tại sao không? Các lãnh đạo Hoa Kỳ tiếp bất cứ chính trị gia, lãnh đạo đảng, nhà nước nào phục vụ cho chính sách đối ngoại, trong trường hợp này là bao vây Trung Cộng, của Mỹ. Augusto Pinochet của Chile, Manuel Noriega của Panama,

Emílio G. Médici của Ba Tây, Mobutu Sese Seko của Congo, Hosni Mubarak của Ai Cập, Samuel Doe của Liberia và một danh sách dài của các lãnh đạo độc tài đã từng được các tổng thống Mỹ bắt tay hay chào đón tại Phòng Bầu Dục, tòa Bạch Ốc.

Chưa đầy hai năm trước ngày Muammar Gaddafi và con trai của y Mutassim Gadahfi bị giết, tháng Tư 2009, bà Hillary Clinton đã tiếp Mutassim Gadahfi tại Washington DC và ca ngợi việc tái lập quan hệ ngoại giao với kẻ đã từng bị TT Ronald Reagan gọi là "chó điên" nhưng cũng chính Hillary Clinton đã đùa giỡn với các phụ tá "*Chúng ta Đến, Chúng ta Thấy, Hắn Chết!*" ("We Came, We Saw, He Died!") khi được báo tin Muammar Gaddafi bị quân cách mạng giết.

Mobutu Sese Seko, một trong những tên độc tài tàn ác nhất Phi Châu, có tài sản ước lượng 5 tỷ Mỹ kim do biển thủ suốt 32 năm cai trị Congo. Sau khi thăm viếng lãnh tụ CS Bắc Hàn Kim Nhật Thành về, Mobutu đã rập khuôn theo cách cai trị tàn ác của họ Kim. Y ra lịnh thay đổi tên đường, tên phố, quốc kỳ, quốc ca, và tháng 10, 1971 thay cả tên nước. Mobutu Sese Seko là một trong những nhà độc tài đã được đón tiếp trịnh trọng đến bốn lần (ba lần dưới thời Ronald Reagan, một lần dưới thời George H. W. Bush) tại Phòng Bầu Dục Tòa Bạch Ốc. Tuy nhiên, cũng chính phủ Mỹ năm 1993 đã từ chối cấp thông hành cho Mobutu vào Mỹ khi con cờ chống Liên Xô tại Phi Châu đã không còn cần thiết.

Từ "Xoay trục Thái Bình Dương" (Pacific Pivot) đến "Tái cân bằng" (Rebalance) Á Châu của Mỹ

- Thời TT Bill Clinton. Các nhà chiến lược Mỹ đã thấy nhu cầu xoay trục sang Á Châu rất sớm. Sau Chiến tranh Lạnh, quyền lợi kinh tế thương mại đã được nâng lên ngang tầm với quyền lợi về an ninh quốc gia. Bộ trưởng Thương Mại Ron Brown dưới thời Bill Clinton đã tuyên bố "*Quyền lợi thương mại hiện nay ngang mức với an ninh thế giới trong chính sách đối ngoại.*" Thượng Đỉnh của Diễn Đàn Hợp Tác Kinh Tế Á Châu Thái Bình Dương (APEC) vào tháng 11, 1993 tại Seattle tất cả thành viên của ASEAN, ngoại trừ Mã Lai, đều tham dự. Quan hệ mậu dịch hai chiều giữa Mỹ và các nước ASEAN vào 1996 đã lên đến 109 tỷ Mỹ kim, 57% cao hơn so với Trung Cộng và cao hơn so với Nam Mỹ hay so với Phi Châu. Việc TT Clinton đồng ý tái lập quan hệ ngoại giao với CSVN vào tháng Bảy 1995 cũng là phần trong chiến lược xoay trục sang Á Châu của Mỹ. Tuy nhiên suốt thời kỳ của TT Bill Clinton, chính sách Mỹ đối với Trung Cộng đặt nặng trên các yếu tố kinh tế thương mại hơn là quân sự. Theo kết quả thăm dò của Gallup năm 1999, 47 phần trăm số người được hỏi cho rằng TT Clinton đã đi quá xa trong việc duy trì một quan hệ xây dựng với Trung Cộng.

- Thời TT George W. Bush. TT George W. Bush thuộc đảng Cộng Hòa và bộ tham mưu của ông là những Cộng Hòa bảo thủ. Chính sách đối ngoại của TT George W. Bush đượctóm tắt bằng ba chữ ABC (Anything But Clinton) nghĩa là bất cứ chính sách nào ngoại trừ các chính sách đã được TT Bill Clinton theo đuổi. Suốt thời gian vận động ứng cử George W. Bush nhấn mạnh Trung Cộng là một đe dọa chiến lược đối với Mỹ chứ không phải là hợp tác chiến lược như TT Clinton biện hộ. Condoleezza Rice, Cố Vấn An Ninh Quốc Gia và sau đó là Ngoại Trưởng thời TT Bush tố cáo "Trung Cộng đang thay đổi cán cân quyền lực theo ý họ." Chỉ 100 ngày sau khi nhậm chức, TT George W. Bush tuyên bố "sẽ làm tối đa những gì để có thể làm để giúp Đài Loan bảo vệ chính họ" trong trường hợp bị Trung Cộng tấn công. Các tổng thống tiền nhiệm dù Cộng Hòa hay Dân Chủ đều tránh trả lời một cách dứt khoát như TT George W. Bush.

- Trung Cộng "đục nước béo cò" sau biến cố 9-11. Biến cố ngày 11 tháng 9, 2001 đã buộc chính phủ Hoa Kỳ đặt trọng tâm vào Trung Đông hơn là Á Châu Thái Bình Dương. Mỹ cũng cần hòa dịu với Trung Cộng vì muốn Trung Cộng nếu không ủng hộ Mỹ công khai tại Liên Hiệp Quốc và các diễn đàn quốc tế, ít ra cũng bằng lòng ngầm khi Mỹ phát động chiến tranh tại Iraq và Afghanistan. Chiến tranh Iraq là một cơ hội để Trung Cộng bành trướng Á Châu Thái Bình Dương. Yuan Peng, Giám đốc bộ phận Mỹ thuộc Viện Trung Quốc về Quan Hệ Quốc Tế Hiện Đại thừa nhận "*Chúng tôi nắm lấy cơ hội để cải thiện kinh tế, cải thiện các mối quan hệ với láng giềng và cải thiện quan hệ với Mỹ.*" Gọi là "cải thiện các mối quan hệ với láng giềng" nhưng thực chất là Trung Cộng gây sự với hầu hết các nước trong vùng như Nhật Bản qua vụ xung đột đảo Senkaku vào tháng Chín 2010, bắn vào tàu đánh cá Philippines và kiểm soát Việt Nam một cách chặt chẽ hơn. Chính phủ Mỹ nghĩ rằng dù sao Trung Cộng nên hành xử với tư cách một cường quốc có trách nhiệm và giữ đúng lời cam kết mà Hồ Cẩm Đào "không chủ trương độc quyền bá chủ" Á Châu Thái Bình Dương. Thực tế đã trái ngược. Từ năm 2006, chi tiêu dành cho quốc phòng của Trung Cộng cao thứ năm trên thế giới và có mức gia tăng hàng năm cao hơn bất cứ quốc gia Tây Phương nào.

- Thời TT Barack Obama. Các chính sách dưới thời TT Obama bao gồm thỏa hiệp tự do mậu dịch với Nam Hàn (FTA), tham gia đàm phán TTP là bước tiếp tục đã được thực hiện từ thời TT George W. Bush. Chủ trương hiện đại hóa quân sự một cách cấp bách của Trung Cộng đã đặt ra cho các nhà làm chính sách Mỹ một chọn lựa phải cứng rắn và cụ thể hơn trước sự bành trướng quân sự của Trung Cộng.

Năm 2010 tại Hà Nội, Hillary Clinton, lúc đó là Ngoại Trưởng, tuyên bố mạnh mẽ Hoa Kỳ sẽ "chống lại việc bất cứ một quốc gia tranh chấp nào sử dụng vũ lực." Cùng vào thời gian đó, để đánh dấu 15 năm bình thường hóa quan hệ ngoại giao giữa hai nước, Hoa Kỳ gởi hàng loạt chiến hạm viếng thăm Đà Nẵng hay trong khu vực biển Đà Nẵng như hàng không mẫu hạm USS George Washington, khu trục hạm USS John S. McCain. Năm trước đó, khu trục hạm USS Blue Ridge USS Lassen, tàu bệnh viện USNS Mercy, hàng không mẫu hạm USS John C. Stennis và cả soái hạm của Đệ thất Hạm đội USS Blue Ridge cũng thăm viếng Việt Nam. Mùa thu 2011 đánh dấu thời điểm chính quyền Obama đặt ưu tiên sự hiện diện quân sự của Mỹ tại Á Châu lên hàng đầu như đã khẳng định trong diễn văn trước Quốc Hội Úc tháng 11, 2011.

Mặc dù ngân sách quốc phòng Hoa Kỳ trong tài khóa 2011, 2012 bị cắt giảm nhưng có ảnh hưởng đến Lục Quân và Thủy Quân Lục Chiến nhiều hơn là Hải Quân. Điều đó cho thấy Á Châu-Thái Bình Dương đã được đánh giá cao trong quan điểm của các nhà chiến lược quốc phòng Mỹ. Khái niệm Trận chiến Không Hải (Air-Sea Battle) gọi tắt là ASB là một khái niệm chiến tranh mới do các chiến lược gia quốc phòng Mỹ đặt ra. Khái niệm này được nhắc đến lần đầu vào năm 2010 và là một trong những điểm được các nghị sĩ và dân biểu Hoa Kỳ quan tâm nhất. Chiến lược ASB nhắm vào hai đối tượng thù địch là Trung Cộng và Iran.

Sự kiện đưa máy bay thám thính tối tân nhất của Mỹ US P8-A Poseidon bay trên khu vực Trung Cộng đang xây đảo nhân tạo trên Biển Đông và khu trục hạm chiến đấu USS Forth Worth cũng tiến vào khu vực Trung Cộng cho rằng thuộc chủ quyền của họ là một thể hiện của phối hợp chiến lược ASB. Hôm 18 tháng Bảy, 2016 đích thân Đô đốc Scott Swift, Tân Tư Lịnh Đệ Thất Hạm Đội Mỹ đã bay trên phi cơ thám thính U.S. P-8A Poseidon suốt bảy giờ trong Biển Đông. Phát ngôn viên Trung Cộng phản ứng nhẹ và xem đó là một sự kiện quân sự hơn là một biến cố ngoại giao và kêu gọi Mỹ không nên chọn phe trong cuộc tranh chấp chủ quyền trên Biển Đông giữa Trung Cộng và các quốc gia khác trong vùng.

Chính sách bao vây, ngăn chặn (containment) của Mỹ đối với Trung Cộng

Liên Xô từng rất mạnh ở trung tâm nhưng yếu ở các vòng ngoài và đã dẫn đến tan vỡ khi các quốc gia vùng Baltic và Trung Á ly khai đòi độc lập. Các lãnh đạo CS Trung Quốc luôn bị ám ảnh với các những cuộc nổi dậy như Thiên An Môn có thể xảy ra bất cứ lúc nào và bất cứ tại đâu trên lãnh thổ mênh mông và dị biệt sâu sắc về kinh tế, văn hóa, xã hội. Và cũng giống như Liên Xô, lãnh đạo Trung Cộng buộc phải đáp ứng nhu cầu chuyển hóa tự nhiên của xã hội qua các đổi mới nhưng các lãnh đạo đảng cũng không thể biết trước giọt nước đổi mới nào sẽ làm tràn ly cách mạng dân chủ.

Các nhà chiến lược Mỹ dĩ nhiên chuẩn bị cho mọi khả năng sụp đổ của Trung Cộng nhưng dù khả năng nào, chính sách bao vây ngăn chặn tham vọng bành trướng của Trung Cộng vẫn là chính sách được hầu hết các tổng thống Hoa Kỳ đã và đang theo đuổi. Trong thời gian tới, Mỹ sẽ gia tăng áp lực, kể cả áp lực quân sự, từ bên ngoài để Trung Cộng một ngày sẽ tan vỡ từ bên trong, giống như các TT Hoa Kỳ từ Harry Truman đến Ronald Reagan đã thực hiện và thành công đối với Liên Xô.

Mỹ, Trung Cộng và Việt Nam là tam giác?

Vào tháng 6, 2015, trong bài báo trên *The Diplomat* "A Tipping Point in the US-China-Vietnam Triangle," tác giả Alexander L. Vuving cho rằng quan hệ giữa Mỹ, Trung Cộng và Việt Nam đang thay đổi sâu sắc và ở trong thế tam giác.

Đánh giá Việt Nam dưới chế độ CS như là một quốc gia có tư thế độc lập không phản ảnh thực tế kinh tế chính trị của Việt Nam trong bang giao quốc tế. CSVN không có được vị trí của một chân kiềng hay chân vạc gì cả. Trung Quốc và Mỹ đều muốn làm thầy, làm chủ để sai khiến giới lãnh đạo đảng CS Việt Nam thuận theo chính sách của họ hơn là một đồng minh thân cận.

Trong buổi tiếp xúc với "cử tri Hà Nội" hôm 18 tháng 7, 2015 Nguyễn Phú Trọng tuyên bố một cách đắc chí "Rất hay là vừa đi Mỹ về, thì Phó thủ tướng Trung Quốc cũng sang đây." Nói vậy mà không biết mắc cỡ. Chẳng có gì hay. Việc Barack Obama tiếp Nguyễn Phú Trọng là nằm trong chiến lược chống Trung Cộng bành trướng Á Châu cũng không khác gì khi Richard Nixon tiếp Sese Seko của Congo hay Ronald Reagan tiếp Samuel Doe của Liberia trong chiến lược chống Liên Xô bành trướng sang Phi Châu. Tất cả chỉ là những con cờ ngắn hạn của Mỹ.

Kết luận

Việt Nam hiện trong vị trí của một quốc gia đện (buffer state). Bài học từ hai cuộc chiến Triều Tiên và Việt Nam cho thấy Trung Cộng bằng mọi cách sẽ giữ quốc gia độn Việt Nam trong vòng lệ thuộc hay ảnh hưởng. Mỹ cũng biết Trung Cộng không dễ dàng thả lỏng Việt Nam nhưng với chính sách bao vây, Mỹ tiếp tục gây áp lực kể cả áp lực quân sự để đẩy Trung Cộng đến một thời điểm chín muồi cho sự tan rã từ bên trong.

Đành rằng nền kinh tế Việt Nam phụ thuộc nhiều vào Trung Cộng với 30% nhập cảng, 12% xuất cảng, 25% du khách viếng Việt Nam, nhưng Trung Cộng không phải là nước không phụ thuộc vào ai. Khoan nhắc đến các yếu tố tham nhũng có tính đảng, chủ nghĩa dân tộc tai họa, tình trạng nhân quyền tồi tệ, ô nhiễm hàng đầu thế giới, chỉ riêng nền kinh tế suy thoái do giảm đầu tư nước ngoài, mức xuất cảng các sản phẩm kỹ nghệ nặng xuống thấp, mất cân đối trong các ngành sản xuất là những vấn đề mà các lãnh đạo Trung Cộng phải điên đầu.

Giả thiết Việt Nam là một Nam Hàn, Singapore, Thái Lan, Mã Lai, Trung Cộng có thể vẫn tìm cách gây hấn, ăn hiếp nhưng không sai khiến các "lãnh đạo" như sai đầy tớ, muốn cho gặp thì gặp không muốn thì thôi như Tập Cận Bình đối xử với các lãnh đạo CSVN.

Ngoài Việt Nam, Trung Cộng chia sẻ biên giới với 13 quốc gia khác là Ấn Độ, Pakistan, Afghanistan, Tajikistan, Kyrgyzstan, Kazakhstan, Mongolia, Bhutan, Nepal, Miến Điện, Nga, Bắc Hàn và Lào. Phần lớn các quốc gia này nhỏ hơn Việt Nam nhiều nhưng không có một lãnh đạo quốc gia nào phải chầu chực, hầu hạ các lãnh đạo Trung Cộng như cách các lãnh đạo CSVN đã và đang làm.

Lý do Trung Cộng sai khiến lãnh đạo CSVN dễ dàng vì chúng biết rõ gan ruột của đàn em một lần phản trắc này xem quyền lợi của đảng lớn hơn, quan trọng hơn sự quyền lợi của đất nước. Duy trì quyền cai trị của đảng CS là mục tiêu tối thượng, chi phối toàn bộ chính sách đối nội và đối ngoại, ngắn hạn cũng như dài hạn của đảng CSVN.

Khi phân tích về quan hệ giữa Việt-Mỹ và Việt-Trung, nhiều nhà phân tích Tây phương bỏ sót một yếu tố có tính quyết định, đó là cơ chế chính trị. Nếu đi ngược dòng lịch sử Việt Nam cận đại, các nhà phân tích đó sẽ thấy cốt tủy của mọi xung đột chính là cơ chế chính trị CS.

Muốn đứng thế chân vạc, một quốc gia trước hết phải có vị trí độc lập trong tương quan về chính trị, kinh tế và quân sự quốc tế. CSVN không có được vị trí độc lập và sẽ không bao giờ có được vị trí độc lập khi nào đảng CS vẫn còn độc quyền cai trị Việt Nam. Để có một vị trí độc lập trong bang giao quốc tế và để tạo thế liên minh tin cậy chiến lược, Việt Nam trước hết phải là một quốc gia dân chủ.

Tham khảo:

Wanli, Y. (2009). *Breaking the Cycle?: Sino-US Relations under George W. Bush Administration*. The National Institute for Defense Studies.

Pivot to the Pacific? The Obama Administration's "Rebalancing" Toward Asia. (2012, March 28). Congressional Research Sevice.

Rabin, A. (2012, February 1). US-China Relations in the Bush Era - Strategic Partners or Competitors? *https://inpecmagazine.com/2012/02/01/us-china-relations-in-george-w-bush-era-hu-jintao/*

MacKinnon, M. (2011, September 8). China's chance: How 9/11 played into Beijing's plans in Asia. *The Globe and Mail*.

http://www.theglobeandmail.com/news/world/chinas-chance-how-911-played-into-beijings-plans-in-asia/article593666/

George W. Bush on China. *http://www.ontheissues.org/George_W_Bush_China.htm*

Kissinger, H. (2011). *On China.* The Penguin Press.

McMahon, R. (1999, February 15). *Limits Of Empire: The United States and Southeast Asia Since World War II.* Columbia University Press.

China's Maritime Disputes. Council on Foreign Relations. *http://www.cfr.org/asia-and-pacific/chinas-maritime-disputes/p31345#!/*

Hillary Clinton Laughs About Killing Moammar Gaddafi. *http://www.realclearpolitics.com/video/2015/06/19/flashback_2011_hillary_clinton_laughs_about_killing_moammar_gaddafi_we_came_we_saw_he_died.html*

Tổng bí thư: Phía Mỹ tiếp đón "vượt mức yêu cầu." (2015, July 18). VnEconomy. *http://vneconomy.vn/thoi-su/tong-bi-thu-phia-my-tiep-don-vuot-muc-yeu-cau-2015071801251242.htm*

Thông cáo chung Việt Nam - Trung Quốc. (2015, September 4). Nhân Dân. *http://nhandan.com.vn/chinhtri/tin-tuc-su-kien/item/26031902-thong-cao-chung-viet-nam-trung-quoc.html*

Chinese State Media to Pacific Fleet: We Won't Be Pushed Around in South China Sea, (2015, July 20). *http://foreignpolicy.com/2015/07/20/chinese-state-media-to-pacific-fleet-we-wont-be-pushed-around-in-south-china-sea/*

Vuving, A. (2015, July 6). A Tipping Point in the US-China-Vietnam Triangle. The Diplomat. *http://thediplomat.com/2015/07/a-tipping-point-in-the-u-s-china-vietnam-triangle/*

Pei, M. (2013, February 13). 5 Ways China Could Become a Democracy. The Diplomat. *http://thediplomat.com/2013/02/5-ways-china-could-become-a-democracy/*

ĐỪNG TƯỚI NƯỚC LÊN GỐC CÂY RÃ MỤC

Giáo sư Tương Lai, trong bài viết "Vietnam's Overdue Alliance With America" đăng trong mục Ý Kiến của *Nytimes.com* và bản tiếng Việt "Những Cơ Hội Bị Bỏ Lỡ cho Một Liên Minh Việt Mỹ" do Liêm Nguyễn dịch đăng trên nhiều trang web tiếng Việt, đã lấy làm tiếc khi nhiều cơ hội đã bị bỏ qua cho một liên minh Việt Mỹ.

Lần đầu do cơ quan tình báo chiến lược Mỹ OSS (tiền thân của CIA) "giúp huấn luyện và thành lập đơn vị du kích Mỹ-Việt đầu tiên vào cuối năm 1944." Và cơ hội khác khi TT Truman không phúc đáp các lá thư của Hồ Chí Minh "bày tỏ lòng ngưỡng mộ của người Việt Nam" đối với "dân tộc Mỹ vì sự đấu tranh cho những lý tưởng cao đẹp của Công lý và Nhân đạo quốc tế, vì những thành tựu kỹ thuật hiện đại mà người Việt Nam cảm thấy bị lôi cuốn."

Tôi không dám phê bình trình độ chính trị học của giáo sư Tương Lai nhưng sẽ ngạc nhiên nếu ông thật sự tin rằng nếu lúc đó TT Truman đáp ứng lời kêu gọi của Hồ Chính Minh và quân đội Mỹ, giống như OSS từng làm, yểm trợ Việt Nam để phục hồi nền độc lập, xây dựng đất nước thì Việt Nam đã là một quốc gia dân chủ, tự do chứ đâu phải bị nô lệ trong ý thức hệ CS và bị Trung Cộng đè đầu cưỡi cổ như hiện nay.

Giáo sư Tương Lai bỏ qua mối quan hệ "tuy hai mà một" giữa Hồ Chí Minh và đảng CSTQ như vô số tài liệu cho thấy và cũng không nhắc đến những khả năng gì sẽ xảy ra với liên minh Mỹ Việt sau khi CSTQ đã chiếm hết lục địa Trung Hoa năm 1949.

Quan điểm của giáo sư Tương Lai cũng có thể gây cho người đọc hiểu lầm rằng Hồ Chí Minh không hẳn là người CS và chỉ trở thành người CS khi không có chỗ dựa nào khác trong cuộc chiến chống Thực Dân Pháp mà quên đi sự kiện chính Hồ Chí Minh từ tháng 2 năm 1920 đã "vui mừng đến phát khóc" khi đọc *Luận cương về vấn đề dân tộc và vấn đề thuộc địa* của Lenin.

Lý do TT Truman không đáp ứng thư của Hồ Chí Minh

Theo tài liệu lưu trữ trong văn khố Hoa Kỳ, tổng số gồm 11 lá thư Hồ Chí Minh gởi TT Truman, Ngoại trưởng James Byrnes và Bộ Ngoại Giao Hoa Kỳ. Lá thư thứ nhất ký ngày 17 tháng 10 năm 1945 và lá cuối cùng vào ngày 28 tháng Hai năm 1946.

Ngày 12 tháng 9 năm 1946, George M. Abbott, lúc đó là Đệ nhất Tham Vụ Tòa Đại Sứ Hoa Kỳ tại Paris, đã điện đàm với Hồ Chí Minh. Dĩ nhiên quan tâm hàng đầu của Hoa Kỳ vẫn là gốc gác của họ Hồ. Theo báo cáo của George M. Abbott cho đại sứ Hoa Kỳ tại Pháp, Hồ Chí Minh không thừa nhận ông ta là CS.

Không những thế, ông Hồ còn chỉ ra cho George M. Abbott thấy "không một người nào trong nội các của ông ta là CS." Trong thực tế, các chức vụ then chốt gồm Chủ tịch (Hồ Chí Minh), Bộ trưởng Quốc Phòng (Võ Nguyên Giáp), Bộ trưởng Tài Chánh (Lê Văn Hiến), Bộ trưởng Tư Pháp (Vũ Đình Hòe) trong nội các liên hiệp kháng chiến đều do các đảng viên đảng CS hay đảng Dân Chủ nắm giữ.

Khi George M. Abbott hỏi có hay không có một đảng CS tại Việt Nam, Hồ Chí Minh thừa nhận là trước đây có nhưng đã giải tán mấy tháng trước rồi. Dĩ nhiên, như viết trong báo cáo, George M. Abbott cũng biết những câu trả lời của Hồ Chí Minh chỉ là những câu nói dối.

Ngày 12 tháng Ba năm 1947, TT Harry Truman xin quốc hội chuẩn chi ngân sách 400 triệu Mỹ kim để viện trợ vũ khi cho chính phủ Cộng Hòa Hy Lạp để đánh bại phiến loạn CS và để giúp hiện đại hóa quân đội Cộng Hòa Thổ Nhĩ Kỳ nhằm đối phó với đe dọa quân sự của Liên Xô. Ngăn chặn làn sóng CS trên phạm vi thế giới là trọng tâm của Chủ thuyết Truman (Truman Doctrine). Lẽ ra, những lá thư của Hồ Chí Minh là cơ hội hiếm hoi để Truman đóng nút sự bành trướng của chủ nghĩa CS ở Đông Nam Á qua ngả Trung Quốc. Nhưng không. TT Truman không đáp ứng vì chính phủ Mỹ biết rõ rằng Hồ Chí Minh và đảng CS Việt Nam là một bộ phận Đông Dương của đệ tam quốc tế CS chứ chẳng quốc gia dân tộc gì.

Với đảng CS, việc thay tên đổi họ, từ một người hay thậm chí cả đảng, theo nhu cầu chiến lược mỗi thời kỳ là chuyện bình thường. Đảng CS tổ chức tinh vi và chặt chẽ đến mức dù dùng tên gì vẫn hoạt động thống nhất và tuân chỉ triệt để một cương lĩnh. Vào thời điểm 1946, trước khi CSTQ chiếm toàn lục địa Trung Hoa, nếu Mỹ viện trợ, Hồ Chí Minh sẽ nhận và nếu Mỹ lên tiếng phản đối Pháp, Hồ Chí Minh sẽ cám ơn nhưng chắc chắn không bao giờ có chuyện "giải tán đảng CS" hay thành thật từ bỏ đảng CS.

Niềm tin tuyệt đối vào chủ nghĩa CS đã đóng đinh vào nhận thức của các tầng lớp lãnh đạo CSVN. CS hóa Việt Nam là canh bạc của đời họ. Dòng lịch sử đầy tang thương của đất nước diễn ra từ đó đến nay qua các đợt khủng bố tiêu diệt các đảng phái Quốc Gia, Cải Cách Ruộng Đất, đày ải nhiều trăm ngàn công nhân viên chức VNCH, đưa đất nước vào ngõ tối độc tài lạc hậu đã cho thấy nhận định của chính phủ Truman về Hồ Chí Minh và đảng CSVN là đúng.

Năm 1954, vừa chiếm được nửa nước, chưa có một ngày ổn định và đời sống người dân miền Bắc còn quá sức nghèo, trung ương đảng CSVN đã nghĩ đến việc chiếm nửa nước còn lại. Có tổng tuyển cử? Tốt, đảng sẽ chiếm miền Nam mà không tốn nhiều xương máu. Không có tổng tuyển cử? Không sao, đảng vẫn chiếm miền Nam nhưng bằng súng đạn Nga, Tàu. Dù qua phương cách gian lận bầu cử, khủng bố cử tri hay phải "đốt cháy cả dãy Trường Sơn" mục tiêu toàn trị vẫn không thay đổi. Sinh mạng của nhiều triệu người Việt, tương lai bao nhiêu thế hệ Việt Nam, viễn ảnh một Việt Nam nghèo nàn thua sút phần lớn nhân loại không nằm trên bàn tính của Bộ Chính trị Trung ương Đảng CSVN.

Trung Cộng muốn gì?

Hôm nay, hoàn cảnh chính trị thế giới đã thay đổi. Việt Nam đang đứng trước một đế quốc thực dân mới và lần này là chủ nghĩa bành trướng Trung Cộng. Như người viết đã phân tích trong các bài trước, Trung Cộng muốn Việt Nam:

Hoàn toàn lệ thuộc về cơ chế chính trị và tư tưởng.

Một phần không thể tách rời trong toàn bộ chiến lược an ninh châu Á của Trung Cộng.

Trung Cộng độc chiếm toàn bộ các quyền lợi kinh tế vùng Biển Đông bao gồm cả các vùng biển đảo Hoàng Sa, Trường Sa đang tranh chấp.

Nội dung của mật ước Thành Đô không được công bố, tuy nhiên, các diễn biến kinh tế, chính trị và quốc phòng cho thấy ba điểm nêu trên là ba yêu sách chính mà Trung Cộng đã đưa ra trong các phiên họp vào hai ngày 3 và 4 tháng 9 năm 1990 tại khách sạn Kim Ngưu, Thành Đô, thủ phủ tỉnh Tứ Xuyên.

Về mặt kinh tế chính trị: Khi thỏa hiệp bán nước Thành Đô vừa ký kết xong, ngày 25 tháng 2 năm 1992, Quốc vụ viện Trung Cộng thông qua "Luật Lãnh hải và vùng tiếp giáp" quy định lãnh hải rộng 12 hải lý, áp dụng cho cả bốn quần đảo ở Biển Đông trong đó có quần đảo Tây Sa (Hoàng Sa) và Nam Sa (Trường Sa). Ba tháng sau đó, Trung Cộng ký hợp đồng khai thác dầu khí với công ty năng lượng Crestone, cho phép công ty này thăm dò khai thác dầu khí trong thềm lục địa Việt Nam và hứa sẽ bảo vệ công ty Creston bằng võ lực. Ngoài ra, Trung Cộng còn ra lịnh cấm đánh cá, thành lập các đơn vị hành chánh cấp huyện tại Hoàng Sa và Trường Sa.

Về mặt quốc phòng: Việt Nam theo đuổi một chính sách quốc phòng "ba không": *(1) không tham gia các liên minh quân sự, (2) không là đồng minh quân sự của bất kỳ nước nào, (3) không cho bất cứ nước nào đặt căn cứ quân sự ở Việt Nam và không dựa vào nước này để chống nước kia*. Đây là một chính sách quốc phòng tự sát vì chỉ có lợi cho Trung Cộng. Việt Nam là một nước nhỏ, và cũng chính vì là một nước nhỏ, những người lãnh đạo lẽ ra phải biết từng bước hội nhập vào cộng đồng nhân loại, biết nâng cao vị thế quốc gia trong bang giao quốc tế, biết linh động trong việc mở rộng các mối quan hệ song phương và đa phương, gần và xa để tạo thế đứng thuận lợi trong hòa bình và chiến lược trong chiến tranh.

Trong Thế Chiến thứ Hai, trong số 20 quốc gia châu Âu tuyên bố trung lập chỉ có 6 quốc gia là không bị lôi kéo vào chiến tranh. Sáu quốc gia này may mắn không phải nhờ Hitler tôn trọng lời tuyên bố mà chỉ vì không nằm trên trục tiến quân của các sư đoàn Panzer Đức, rất tốn kém để chinh phục như trường Thụy Điển hay vì vị thế chính trị có lợi cho khối trục mà không cần đánh chiếm như trường hợp Tây Ban Nha dưới chế độ độc tài Francisco Franco.

Để làm nhẹ áp lực Trung Cộng, Việt Nam cần có liên minh. Vâng, nhưng liên minh được với Mỹ trong vị trí tương xứng với Nam Hàn, Nhật Bản chỉ là giấc mơ ngày. Mỹ có quyền lợi ở vùng Đông Nam Á và Nam Thái Bình Dương? Có. Mỹ có xung đột với Trung Cộng về ảnh hưởng kinh tế chính trị và cả quân sự trong vùng Đông Nam Á và Nam Thái Bình Dương? Có. Mỹ có phê bình, lên án chính sách bá quyền Trung Cộng đối với các nước nhỏ trong vùng Nam Thái Bình Dương? Có. Tuy nhiên, với quan hệ kinh tế tài chánh quá lớn và vô cùng phức tạp giữa hai cường quốc này như hiện nay, ngoại trừ xung đột sâu sắc, trầm trọng và trực tiếp về quyền lợi của Mỹ trong khu vực, Mỹ sẽ không can thiệp vào các tranh chấp song phương giữa Trung Cộng và Việt Nam hay Trung Cộng và một quốc gia nào đó của ASEAN. Trung Cộng hiểu được điều đó nên theo đuổi chính sách gặm nhấm từng mảnh nhỏ tài nguyên của Việt Nam, bao vây kinh tế Việt Nam, và tránh né việc quốc tế hóa các xung đột với Việt Nam và các nước trong vùng.

Nỗi sợ lớn nhất của Trung Cộng

Như người viết đã phân tích trong bài *Để thắng được Trung Cộng*, chính sách tuyên truyền thâm độc và bưng bít thông tin tuyệt đối tại Trung Cộng cho thấy mối lo sợ lớn nhất của lãnh đạo CSTQ là ánh sáng dân chủ. Trung Cộng không ngại mấy chiếc tàu ngầm kilo mà rất lo "sân sau" CSVN trở thành một nước dân chủ. Việt Nam có dân chủ trước Trung Cộng là cách tốt nhất để vô hiệu hóa sự lệ thuộc vào Trung Cộng về mặt cơ chế chính trị và tư tưởng. Độc lập chính trị là tiền đề dẫn đến độc lập chủ quyền lãnh thổ.

Với Trung Cộng, việc giải quyết xung đột lãnh thổ gắn liền với nhu cầu ổn định nội bộ. Theo nghiên cứu của M. Taylor Fravel trong tác phẩm *Strong borders, Secure Nation: Cooperation and Conflict in China's Territorial Disputes*, trong thập niên 1960, lãnh đạo Trung Cộng nhân nhượng lãnh thổ với hàng loạt quốc gia nhỏ như Burma, Nepal, Mongolia, Bắc Hàn, Pakistan và Afghanistan chỉ vì họ cần tập trung vào việc ổn định vùng biên giới phía bắc sau cuộc xâm lăng Tây Tạng và giải quyết nạn đói sau chính sách Bước tiến nhảy vọt đầy thảm họa của Mao.

Con đường giành lại được Hoàng Sa và bảo vệ Trường Sa là con đường dài, đầy kiên nhẫn, khai thác mọi khó khăn, mọi nhược điểm của Trung Cộng, nhưng dù làm gì cũng phải bắt đầu từ độc lập về cơ chế chính trị. Không có con đường nào khác. Như người viết đã nhấn mạnh nhiều lần, một Việt Nam văn minh dân chủ với một nền kinh tế cường thịnh, một hệ thống khoa học kỹ thuật hiện đại là phương pháp hữu hiệu nhất để ngăn chặn không những Trung Cộng mà bất cứ một thế lực xâm lăng nào muốn thách thức đến chủ quyền và sự toàn vẹn lãnh thổ Việt Nam.

Đừng hoài công tưới nước lên gốc cây rã mục

Ba mươi chín năm qua, không chỉ đất nước đứng trước ngã ba mà nhiều người Việt quan tâm cho đất nước cũng đang đứng trước ngã ba. Không ít người, ngoài miệng lớn tiếng phê bình đảng nhưng trong đáy lòng vẫn nghĩ chỉ có đảng CS mới thay đổi được hướng đi của đất nước. Vì thế họ mãi loay hoay, hy vọng, chờ đợi trong mỏi mòn một bình minh không bao giờ đến.

Thay vì tìm cách cứu đảng hãy chung lưng góp sức để đẩy mạnh cuộc cách mạng dân chủ được diễn ra và thành công trong hòa bình, thuận lợi, ít lãng phí tài nguyên dân tộc. Con đường dân chủ có thể làm cho một số người chưa quen cảm thấy bỡ ngỡ lúc ban đầu hay ngay cả gây ít nhiều đau nhức nhưng đó là con đường của thời đại. Hãy đi cùng dân tộc và thời đại. Ý thức hệ CS chưa bao giờ lỗi thời và lạc hậu hơn hôm nay. Đừng hoài công tưới nước vào một gốc cây đang rã mục mà hãy dành để tưới lên những mầm xanh hy vọng của tương lai đất nước.

QUA CÁI CHẾT CỦA ÔNG LÊ HIẾU ĐẰNG, NGHĨ VỀ CHỌN LỰA CỦA HÔM NAY

Một người nữa vừa ra đi, ông Lê Hiếu Đằng. Trong tinh thần Phật Giáo những lời cầu nguyện "Siêu thăng Tịnh Độ" hay "Vãng sanh Cực Lạc" chẳng qua để an ủi người sống chứ không mảy may hiệu lực nào đối với người đã qua đời. Mỗi người trong cuộc đời này đều đang tự tìm nơi chôn cất mình và tự đào mộ cho chính mình. Chết về đâu và mộ như thế nào là do duyên nghiệp và tu tập của mỗi người quyết định, chẳng lời cầu nguyện nào làm thay đổi được.

Ông qua đời sau khi ông chính thức ra khỏi Đảng được hơn 40 ngày sau hơn 40 năm là đảng viên đảng CSVN. Lý do như ông viết "*Đảng Cộng sản Việt Nam bây giờ không còn như trước (đấu tranh giải phóng dân tộc) mà đang suy thoái biến chất, thực chất chỉ là đảng của những tập đoàn lợi ích, trở thành lực cản cho sự phát triển đất nước, dân tộc, đi ngược lại lợi ích dân tộc, nhân dân.*" Lời tuyên bố của ông Lê Hiếu Đằng mới được ông Hồ Ngọc Nhuận giải thích thêm "*Sau này Đảng mà ảnh đã vô đã phản bội lại lý tưởng của ảnh, của chính Đảng đó và lợi ích của dân tộc thì từ mấy chục năm nay ảnh thấy chuyện gì phản lại dân tộc, nhân dân thì ảnh luôn phản đối.*"

Cả ông Lê Hiếu Đằng lẫn ông Hồ Ngọc Nhuận đều trách oan cho Đảng. Đảng CS chưa bao giờ nói họ là đảng được lập ra để "*đấu tranh giải phóng dân tộc*" hay đấu tranh vì "*lợi ích của dân tộc*" cả.

Điều lệ đảng 1935: "*Đảng CS Đông Dương, đội tiền phong duy nhất của vô sản giai cấp, tranh đấu để thu phục đa số quần chúng vô sản, lãnh đạo nông dân lao động và tất thảy quần chúng lao động khác, chỉ huy họ làm cách mạng phản đế và điền địa (mưu cho Đông Dương được hoàn toàn độc lập, dân cày được ruộng đất, các dân tộc thiểu số được giải phóng), lập chính quyền Xô viết công nông binh, đặng dự bị điều kiện tranh đấu thực hiện vô sản chuyên chính, kiến thiết xã hội chủ nghĩa là thời kỳ đầu của CS chủ nghĩa theo chương trình của Quốc tế CS.*"

Gần 60 năm sau, cương lĩnh đảng 1991, lần nữa khẳng định "*Đảng CS Việt Nam lấy chủ nghĩa Mác - Lênin và tư tưởng Hồ Chí Minh làm nền tảng tư tưởng, kim chỉ nam cho hành động, tiếp thu tinh hoa trí tuệ của dân tộc và của nhân loại, nắm vững quy luật khách quan và thực tiễn của đất nước để đề ra Cương lĩnh chính trị, đường lối cách mạng đúng đắn, phù hợp với yêu cầu, nguyện vọng của nhân dân.Mục đích của Đảng là xây dựng nước Việt Nam dân chủ, giàu mạnh theo con đường xã hội chủ nghĩa và cuối cùng là thực hiện lý tưởng CS chủ nghĩa.*"

Tất cả các đảng CS trong phong trào CS thế giới trước đây cũng như năm nước Việt Nam, Trung Cộng, Bắc Hàn, Cu Ba, Lào còn lại có thể khác nhau ít nhiều về phương pháp thực hiện nhưng đều giống nhau trong mục đích theo đuổi.

Là một người đã từng dạy triết học Mác Lê ở trường Đảng như ông Lê Hiếu Đằng hay từng là Giám đốc chính trị của báo

Tin Sáng như ông Hồ Ngọc Nhuận, cũng như tất cả các ông bà lớn lên, học hành ở miền Nam, đã tranh đấu chống chế độ VNCH dưới quyền lãnh đạo của đảng CSVN đều biết mục đích cuối cùng của đảng CS không phải là giải phóng dân tộc Việt Nam và đảng CSVN cũng chưa bao giờ đồng hành với dân tộc. Hôm nay, khi gần hết nhân loại sống trong tự do dân chủ, mảnh đất đau thương hình chữ S này vẫn còn là một nhà tù của đảng CSVN và số phận 90 triệu người Việt Nam khốn khổ này vẫn còn là nô lệ của đảng CS.

Ông Lê Hiếu Đằng cần đến 40 năm để từ bỏ đảng CS mặc dù ông đã trải qua bao nhiêu đêm thao thức, dằn vặt khi mỗi ngày phải chứng kiến cảnh "*Dân chúng đói kém rên xiết. Các đợt cải tạo tư sản X1, X2 đã làm tan nát biết bao gia đình, làm dòng người vượt biên ngày càng nhiều và biết bao gia đình phải chết tức tưởi trên biển*" như ông đã ghi lại trong *Suy nghĩ trong những ngày nằm bệnh...*

Tại sao? Bởi vì một nỗi sợ luôn ám ảnh lấy ông.

Sợ CS trả thù? Có nhưng không phải là nỗi sợ lớn nhất, nỗi sợ lớn nhất là sợ chính ông.

Ông Lê Hiếu Đằng không đủ sức mạnh để tự chặt lấy cánh tay lầm lỗi của mình. Ông không đủ can đảm để kết án mình về những hành động sai lầm trong quá khứ. Ông không đủ tự trọng để gạch bỏ đi 40 năm đảng viên CS trong số 70 năm của cuộc đời mình. Ông Lê Hiếu Đằng chỉ hết sợ khi ngộ ra một điều rằng mình không còn sống lâu hơn nữa. Bốn mươi năm hay bảy mươi năm rồi cũng không khác gì nhau khi những cấu tạo hữu cơ làm nên con người ông đang dần dần tan rã. Có và không. Sinh và diệt.

Thế mới biết, con người ai cũng chết nhưng không phải ai cũng sống như biết mình sẽ chết cho đến khi sắp hắt lên hơi thở cuối cùng.

Đêm nằm trong giường bệnh hẳn là đêm trăn trở nhất trong đời ông và cũng là lúc ông thừa nhận "*Vấn đề là trước đây chúng ta chưa có đủ điều kiện, dữ liệu để nhận thức một số vấn đề sống còn của đất nước, nhưng hiện nay tình hình trong nước và trên thế giới đã thay đổi, vì vậy chúng ta phải nhận thức lại một số vấn đề trước đây. Nhận thức lại và dấn thân hành động cho cuộc chiến đấu mới.*" Và "*Thật sự là Miền Nam đã giải phóng Miền Bắc trên tất cả các lĩnh vực nhất là kinh tế, văn hóa, tư tưởng….*" Ông Lê Hiếu Đằng hiểu những điều đó từ lâu nhưng chỉ viết ra khi biết mình sắp chết.

Ông ra đi "thanh thản" như một số bài viết nhắc tới không phải vì ông trả hết nợ, nhẹ hết trách nhiệm nhưng bởi vì ông hết sợ và không còn là đảng viên đảng CSVN. Ông Lê Hiếu Đằng, những bài viết cuối đời của ông, hành động từ bỏ đảng của ông là một bài học, một nhắc nhở cho những đảng viên CS còn sống.

Tám năm trước đó, nhà văn Nguyễn Khải cũng thế. Đêm 27 tháng 5, 2006 cũng là đêm trăn trở nhất của nhà văn sau khi chấm hết tùy bút chính trị *Đi tìm cái tôi đã mất* bằng câu "*Vì tiềm lực tinh thần của mọi cá nhân được vun xới, được phát triển trong tự do là nền tảng vững chắc nhất của mọi thiết chế chính trị. Vì còn nó ta có thể vững tin sẽ vượt qua mọi sóng gió bất thần của thời thế để mãi mãi tiến về phía trước.*" Cuối cùng, nhà văn đã "vượt qua." Khi mất tất cả cũng là khi nhà văn tìm lại được cái tôi chân thật và cao quý của con người mình.

Trong những bài viết trước đây, tôi nhiều lần trách cứ các anh chị về các hành động trong quá khứ, cụ thể như trong bài

Những người đi tìm tổ quốc: "Trước 1975, các anh chị có quyền biểu tình, có quyền chống độc tài, chống tham nhũng, chống độc diễn nhưng khi bỏ đi sang hàng ngũ của những người ném lựu đạn vào quán ăn, pháo kích vào trường học, đặt mìn trên quốc lộ, các anh chị đã phản bội quyền sống trong hoà bình của nhân dân miền Nam. Giống như những đứa con lớn lên trong một gia đình nghèo, có bà mẹ bệnh tật, có người cha say rượu hay đánh đập con cái và còn một bầy em nhỏ dại. Thay vì khuyên răn người cha, săn sóc người mẹ, che chở cho đám em khờ, các anh chị lại bỏ đi, và chẳng những đã bỏ đi mà còn dắt kẻ gian về đốt phá nhà mình."

Các anh chị yêu nước, nhưng tình yêu nước chỉ là tình cảm; còn yêu đúng hay sai, lý tưởng hay nông nổi thì lại khác. Những điều đó thuộc về lý trí và nhận thức. Tình yêu nước trong nhiều trường hợp là con dao hai lưỡi, được dùng để cứu non sông nhưng cũng dễ dàng tự đâm vào da thịt của chính mình. Các anh chị không thể tiếp tục tự bào chữa rằng theo CS chỉ vì lòng yêu nước và yêu nước thì không có tội. Thống chế Pháp Philippe Pétain, anh hùng dân tộc Pháp trong Thế Chiến thứ Nhất, cũng chẳng từng biện hộ rằng việc hợp tác với Hitler của ông ta phát xuất từ lòng yêu nước đó sao. Sau Thế Chiến thứ Hai, Philippe Pétain bị kết án tử hình, sau đó được giảm xuống chung thân và cuối cùng chết trong tù.

Trong những năm gần đây sinh hoạt của ông Lê Hiếu Đằng gắn liền với phong trào chống Trung Cộng bảo vệ chủ quyền Việt Nam trên hai quần đảo Hoàng Sa và Trường Sa nhưng chắc hẳn ông cũng biết đảng CSVN đối với Trung Cộng chỉ là một chư hầu. So sánh thái độ và phản ứng giữa Việt Nam và Philippines đối với sự ngang ngược của Trung Cộng trên Biển Đông sẽ biết ngay. Hôm 16 tháng 1, 2014 vừa qua, Bộ trưởng

Hải Quân Philippines Voltaire Gazmin tuyên bố cứng rắn nếu cần chính phủ Phi sẽ dùng hải quân để bảo vệ tàu đánh cá Phi.

Việt Nam thì sao?

Các phát ngôn viên Bộ Ngoại Giao CSVN từ mấy chục năm vẫn niệm mỗi một câu thần chú "*Việt Nam có đầy đủ bằng chứng lịch sử và cơ sở pháp lý để khẳng định chủ quyền của Việt Nam đối với hai quần đảo Hoàng Sa và Trường Sa.*"

Mà dù muốn nói khác đi, lãnh đạo CSVN cũng không thể nói gì khi cái vòng kim cô Trung Cộng vẫn còn dính trên đầu. Việt Nam gần như không chuẩn bị dù đang đối diện với hiểm họa diệt vong hậu quả của một cuộc chiến tranh phát sinh từ vùng Thái Bình Dương. Nếu chiến tranh là tai họa không tránh khỏi, Việt Nam vì lý do địa lý chiến lược, sẽ trở thành mục tiêu sớm nhất của Trung Cộng như số phận Áo, Tiệp trong nanh vuốt Hitler trước Thế Chiến thứ Hai.

Sam Rainsy một chính trị gia Campuchia nhưng rất hãnh diện mình thuộc gốc Hán, tuyên bố "*Trung Quốc là tương lai*" và y cũng đã từng kêu gọi quốc hội Campuchia ủng hộ chính sách của Trung Cộng đối với Hoàng Sa và Trường Sa: "*Để bày tỏ lòng biết ơn đối với Cộng Hòa Nhân Dân Trung Hoa đã ủng hộ Cambodia nhiều chục năm, Cambodia phải hoàn toàn ủng hộ Trung Quốc qua chính sách Một Trung Hoa và bảo vệ chủ quyền và toàn vẹn lãnh thổ của quốc gia này.*"

Chưa bao giờ Việt Nam, một dân tộc nhỏ lại phải đương đầu với nhiều khó khăn quá lớn, bên trong bị cai trị bởi một đảng độc tài hèn với giặc ác với dân và bên ngoài nhìn đâu cũng toàn là kẻ thù đang rình rập như thế. Những khó khăn đó đã đặt ra cho tất cả những ai còn quan tâm đến tiền đồ đất nước một chọn lưa dứt khoát trước khi không còn cơ hội. Và chọn lựa của hôm nay phải là chọn lựa con đường tự do dân chủ.

Không có con đường nào khác.

Sau Thế Chiến thứ Hai chỉ có 30% nhân loại sống dưới chế độ dân chủ trong đó đa số là các quốc gia tư bản châu Âu, hiện nay trên 80% các quốc gia trên thế giới đang sống trong chế độ dân chủ tuy mức độ còn nhiều ít khác nhau. Dân chủ là một khải hoàn ca đang được thổi lên từ chiếc tù và của anh chăn cừu trên thảo nguyên Mông Cổ cho đến mũi khoan đang ghim vào lòng đất của người thợ mỏ Nam Phi. Như có lần tôi đã viết, chỉ có một Việt Nam văn minh dân chủ với một nền kinh tế cường thịnh, một hệ thống khoa học kỹ thuật hiện đại mới có thể ngăn chặn không những Trung Cộng mà bất cứ một thế lực xâm lăng nào muốn thách thức đến chủ quyền và sự toàn vẹn lãnh thổ Việt Nam.

Trước 1975, người dân ở miền Bắc sống trong căn nhà không cửa sổ và trước mặt nhà chỉ có một con đường là đường ra mặt trận. Họ không có đủ thông tin để thấy được sự khác nhau giữa đảng và dân tộc, không nhận thức được sự mâu thuẫn đối kháng giữa mục đích của đảng CS và khát vọng độc lập tự do đích thực của dân tộc Việt Nam.

Từ đầu thập niên 1990 và nhất là sau khi hệ thống CS châu Âu sụp đổ, Đảng CSVN đã phải tự diễn biến (đổi mới) liên tục để tồn tại, cánh cửa sổ được mở ra, ánh sáng văn minh qua đó được chiếu vào và dù không muốn đã tạo ra những điều kiện thuận lợi để những ai quan tâm đến tương lai Việt Nam có thể thể hiện quan điểm chính trị bằng tiếng nói và bằng hành động cụ thể.

Không ai cho rằng con đường dân chủ hóa Việt Nam là con đường tráng nhựa mà sẽ có nhiều gai góc, ổ gà, hầm hố nhưng đó là con đường mà thế hệ Việt Nam hôm nay phải dấn bước lên đi. Không đi sẽ không bao giờ đến đích. Tổ tiên chúng ta đã vượt qua được những khó khăn trong thời đại họ và chúng ta hôm nay sẽ vượt qua được những khó khăn trong thời đại của chúng ta. Đây là thời điểm ngọn nến yêu nước chân chính phải được thắp sáng trong lòng mỗi người Việt Nam trong và ngoài nước.

Chúng ta có thể mang trên lưng những vết thương đau nhức khác nhau, những suy tư trăn trở riêng tư khác nhau nhưng chỉ có một đất nước để cùng lo gánh vác. Hãy sống vì tương lai của con cháu. Hãy xé thẻ đảng để đứng về phía đồng bào. Hãy chấm dứt những màn van xin và thỉnh nguyện. Hãy từ chối bổng lộc của đảng và can đảm nói lên tiếng nói của khát vọng từ trái tim mình. Hãy sống như sẽ chết sáng mai. Đừng đợi khi quá gần với cái chết mới nói như các ông Nguyễn Khải, Lê Hiếu Đằng. Đành rằng yêu nước chẳng bao giờ quá trễ nhưng sớm vẫn tốt hơn.

KỸ THUẬT TUYÊN TRUYỀN "NGƯỜI THẬT CHUYỆN GIẢ" DƯỚI CHẾ ĐỘ CỘNG SẢN

Sau loạt bài về tẩy não, một số độc giả nêu thắc mắc chế độ độc tài nào độc ác nhất trong lịch sử loài người, Đức Quốc Xã hay CS. Câu trả lời tùy thuộc vào người được hỏi là ai. Với người Do Thái câu trả lời sẽ là Hitler, lý do chỉ vì họ không muốn nhân loại lãng quên Holocaust. Nhưng với phần lớn nhân loại, nhất là sau khi khối Liên Xô sụp đổ và nhiều tài liệu được công khai hóa, sẽ trả lời là CS. Trước khi bàn đến kỹ thuật tuyên truyền "người thật chuyện giả," người viết sẽ so sánh giữa tuyên truyền Đức Quốc Xã và chính sách tẩy não của CS.

Mặc dầu nhiều tài liệu chưa được bạch hóa hết vì vẫn còn năm quốc gia CS đang tồn tại, số lượng nạn nhân bị giết dưới các chế độ CS là 94 triệu theo ước lượng của Stéphane Courtois trong *The Black Book of Communism* hay 110 triệu theo kết toán của R.J. Rummel. Cả hai ước tính đều cao hơn The Holocaust nhiều lần. Cách giết người qua việc bỏ đói hàng triệu trẻ em tại Trung Cộng, Gulag tại Nga, bằng cuốc xẻng tại Campuchia, cải cách ruộng đất tại Việt Nam cũng tàn nhẫn và vô nhân không thua kém gì phương pháp lò thiêu sống của Hitler ở Auschwitz.

Lenin ít được đem ra so sánh với Hitler, Stalin hay Mao không phải y là người nhân đức nhưng chỉ vì chết sớm khi kế hoạch toàn trị Liên Xô chỉ mới bắt đầu. Nếu y sống lâu như Stalin rồi cũng không khác gì mà có thể còn độc ác hơn. Khi mới nắm quyền hành chính Lenin đã thiết lập ngay hai cơ quan phụ trách hai chức năng khủng bố và tẩy não.

Tên hung thần đầu tiên trong hệ thống khủng bố CS quốc tế là Felix Dzerzhinsky. Tên đồ tể khát máu này gốc Ba Lan nhưng là người thành lập cơ quan mật vụ Cheka khủng khiếp nhất tại Nga ngay sau khi Cách mạng Tháng 10 Nga, 1917. Sau khi một lãnh đạo tổ chức Cheka bị ám sát hụt tại St. Petersburg, Dzerzhinsky ra lịnh bắt 800 người và tất cả đều bị xử bắn không qua một phiên tòa nào. Chỉ trong vòng một tháng từ tháng Chín đến tháng Mười 1918, ước lượng đã có 10 ngàn đến 15 ngàn người bị giết. Danh từ "Khủng bố Đỏ" xuất hiện trong giai đoạn này.

Dzerzhinsky kiêm nhiệm hàng loạt chức vụ cấp bộ trưởng ngoài việc điều hành ngành an ninh Xô Viết. Y có năng khiếu về ngoại ngữ mặc dù học hành bị dang dở vì tham gia hoạt động CS. Dzerzhinsky bị tù nhiều lần trong đó có lần bị lưu đày tận vùng băng tuyết Siberia. Sau khi vượt thoát khỏi Siberia, Dzerzhinsky hoạt động cho đảng CS Đức. Là nhân vật nổi tiếng trong phong trào CS Đông Âu, sau 1917, Felix Dzerzhinsky thay vì hồi cư về Ba Lan đã quyết định ở lại Nga và được bầu vào đảng ủy CS thủ đô Moscow. Felix Dzerzhinsky chia sẻ quan điểm của Lenin về vai trò toàn trị của Soviet và là người đầu tiên nhận trọng trách thành lập cơ quan an ninh CS.

Thế nhưng, cánh tay khủng bố dù tàn bạo, sắt máu bao nhiêu cũng không thể giữ được chế độ tồn tại lâu dài. Tim óc của chế độ toàn trị chính là bộ phận tuyên truyền tẩy não. Tẩy não là một tiến trình xóa bỏ tận gốc rễ các nhận thức cũ bằng nhiều cách và trên đó xây dựng một hệ thống nhận thức mới. Cơ quan tuyên truyền Agitprop được Lenin thành lập và sau đó đổi tên thành Ban Tư Tưởng Trung Ương. Chỉ trong vòng hai năm, 1917 đến 1918, Agitprop đã phát hành 3600 mẫu bích chương tuyên truyền. Tại mọi cửa hàng, cửa sổ, đường phố, cơ quan, đâu cũng dán truyền đơn, bích chương, biểu ngữ tuyên truyền đập vào mắt, xoáy vào nhận thức người đọc. Nhiều đoàn xe lửa tuyên truyền chạy từ thành phố này sang thành phố khác phân phối truyền đơn, tổ chức những đêm văn nghệ tại những nơi xe lửa dừng.

Kỹ thuật tuyên truyền "người thật chuyện giả"

Trong xã hội CS, vô số "anh hùng" được dàn dựng, khác nhau về bố cục, tình tiết nhưng đều tuân theo một nguyên tắc: người thật chuyện giả. Một vài ví dụ điển hình là Hướng Lôi Phong, Huang Jiguang, Wang Jinxi, Shi Chuanxiang của Trung Cộng, Pavlik Morozov, Alexey Stakhanov của Liên Xô và vô số người thật chuyện giả ở Việt Nam. Cái chết của Nguyễn Văn Trỗi là một ví dụ quen thuộc của kỹ thuật tuyên truyền "người thật chuyện giả."

Tố Hữu viết về cái chết của Nguyễn Văn Trỗi trong bài thơ *Hãy nhớ lấy lời tôi:*

Anh thét to: "Ta có tội gì đây?"

Chúng trói Anh vào cọc mấy vòng dây.

Mười họng súng. Một băng đen bịt mắt

Anh thét lên: "Chính Mỹ kia là giặc!"

Và tay Anh giật phắt mảnh băng đen

Anh muốn thiêu, bằng mắt, lũ đê hèn

Với cái chết. Anh muốn nhìn giáp mặt

Như ngọn lửa không bao giờ dập tắt!

...

Anh thét lên: Hãy nhớ lấy lời tôi:

Đả đảo đế quốc Mỹ!

Đả đảo Nguyễn Khánh!

Hồ Chí Minh muôn năm!

Hồ Chí Minh muôn năm!

Hồ Chí Minh muôn năm!

Phút giây thiêng, Anh gọi Bác ba lần!

Súng đã nổ. Mười viên đạn Mỹ

Anh gục xuống. Không, Anh thẳng dậy

Anh hãy còn hô: "Việt Nam muôn năm!"

Máu tim Anh nhuộm đỏ đất Anh nằm!

Một người bị trói cả hai tay vào "*cọc mấy vòng dây*" mà còn tay nào để "*giật phắt mảnh băng đen?*"

Ngay cả khi bị "*Mười viên đạn*" "*gục xuống*" làm sao còn "*đứng thẳng dậy*" để hô?

Những câu chuyện hoang đường chỉ có trong đầu cuồng tín bệnh hoạn của Tố Hữu mà trong tuổi về già đã thú nhận với

Trần Đăng Khoa trong *Chân Dung và đối thoại* rằng chính y đã nhét vào mồm Nguyễn Văn Trỗi: "*Tôi cho cả Nguyễn Văn Trỗi hô: Hồ Chí Minh muôn năm. Mà hô những ba lần kia.*"

Bài thơ *Hãy nhớ lấy lời tôi* đầy nghịch lý, khinh thường hiểu biết của người đọc, phạm những lỗi lầm sơ đẳng, thế nhưng đã được đưa vào mọi sách giáo khoa. Những trò tuyên truyền bỉ ổi đó không phải chỉ trong thời chiến mà nửa thế kỷ sau khi nhân loại sống trong thời đại toàn cầu hóa 2014 này vẫn còn có những văn nô, bồi bút đem ra ca ngợi. Mấy tuần qua, nhan nhản trên các báo đảng, bài thơ buồn cười đó cũng được đem ra học tập giống như trong thập niên 1960 ở miền Bắc.

Một ví dụ khác về kỹ thuật tuyên truyền "người thật chuyện giả" là "anh hùng Nguyễn Văn Bé". "Anh hùng" này đã làm cả hệ thống tuyên truyền của đảng hố to và có lẽ "liệt sĩ Nguyễn Văn Bé" là trường hợp duy nhất sau 1975 đảng gián tiếp thừa nhận chỉ là sản phẩm tuyên truyền.

Nguyễn Văn Bé là ai?

Theo cả hai nguồn tài liệu, Việt Nam Cộng Hòa và CSVN, Nguyễn Văn Bé sinh năm 1946 tại quận Châu Thành tỉnh Mỹ Tho trong một gia đình nghèo. Y tham gia các hoạt động CS tại địa phương và chính thức trở thành đoàn viên Đoàn Thanh Niên Nhân Dân Cách Mạng trực thuộc đảng Nhân Dân Cách Mạng (tên gọi của đảng CS khi hoạt động tại miền Nam Việt Nam). Nguyễn Văn Bé gia nhập bộ đội CS ở tuổi 19 và được giao trách nhiệm tải súng đạn. Vào năm 1966, trận đụng độ giữa quân đội CS và quân Mỹ, Bé bị bắt cùng với số vũ khí mà y đang tải vào ngày 30 tháng 5, 1966 tại kinh Cả Bèo, xã Mỹ Quý, tỉnh Kiến Phong.

Đến điểm này hai bên, VNCH và CSVN, đều tường thuật gần giống nhau. Theo bộ máy tuyên truyền CS phát ra từ Hà Nội, "anh hùng Nguyễn Văn Bé" dù bị tra tấn chẳng những không khai một lời mà còn phát biểu những câu nói bất hủ "*Tất cả hành động của Mỹ rồi cũng chẳng khác gì bong bóng của xà phòng sẽ bị nước sông cuốn đi.*" Cuối cùng, Nguyễn Văn Bé bị đưa đến một trung tâm gần xã Mỹ An. Tại đây, Nguyễn Văn Bé, sau khi nháy mắt ra dấu cho người thợ cày đứng gần để chạy ra xa, đã nâng 10 kí lô mìn Claymore khỏi đầu, miệng hô lớn "*Mặt trận Giải Phóng Miền Nam muôn năm, đả đảo đế quốc Mỹ*" trước khi đập mạnh khối mìn vào thành một chiếc tăng M113. Khối mìn nổ lớn và cả kho đạn bị nổ lây. Cũng theo bản tin của đài phát thanh Hà Nội, "16 lính Mỹ và 10 lính ngụy" chết ngay tại chỗ, ngoài ra nhiều thương vong do đạn lạc gây ra sau đó. Tuy nhiên, một anh hùng như thế mà chỉ giết được "16 lính Mỹ và 10 lính ngụy" thì quá ít nên trong những bản tin sau đó con số lính Mỹ chết được tăng lên 96.

Tức khắc khi câu chuyện được đăng trên báo Nhân Dân ở miền Bắc và các báo bí mật ở miền Nam, các cơ quan tuyên truyền bắt đầu chỉ thị học tập noi gương "chủ nghĩa anh hùng cách mạng" của "Liệt sĩ Nguyễn Văn Bé." "*Sự hy sinh của anh không những được cả thế hệ thanh niên Việt Nam kính phục mà còn nhận được sự thán phục bởi tuổi trẻ toàn thế giới.*"

Bàn tay Nguyễn Văn Bé dùng để đập khối bom được báo đảng gọi là "bàn tay thiên tài." Nhiều vở kịch được dựng ngay để diễn lại "hành động anh hùng" của Nguyễn Văn Bé. Một bài báo đảng cho biết sức mạnh của bàn tay Nguyễn Văn Bé chắc chắn được thúc đẩy bởi một lực huyền bí vì "*chẳng những giết ngay gần hàng trăm kẻ thù mà còn tạo nên một ảnh hưởng dây chuyền dẫn đến một phong trào làm theo anh hùng Nguyễn Văn Bé khắp cả nước.*" Nói chung, hình ảnh Nguyễn Văn Bé như ngôi sao mầu nhiệm làm cả nước đều tin. Chủ nghĩa anh hùng cách mạng thôi thúc con người miền Bắc. Nhiều thanh niên đã gác hết chuyện học hành, gia đình lại để tình nguyện vào Nam chiến đấu theo gương "anh hùng Nguyễn Văn Bé."

Các cơ quan tuyên truyền địa phương tin chắc rằng Nguyễn Văn Bé đã chết.

Thật không may cho đảng, Nguyễn Văn Bé không chết. Anh đã đầu hàng, tình nguyện chiêu hồi và còn sống bình an. Các hình ảnh anh chụp với gia đình được báo chí phổ biến rộng rãi. Trên đài phát thanh, đoạn băng "*Tôi là Nguyễn văn Bé, hãy còn sống đây...*" được phát mỗi ngày khi bắt đầu chương trình. Nguyễn Văn Bé thật có đụng độ nhưng trận chiến chỉ kéo dài không đến 30 phút. Theo báo *Time*, anh ta chưa bắn được một viên đạn mà đang trốn trong con kinh đào và bị nắm tóc kéo lên.

Để phản công trong trận chiến tuyên truyền, phía Việt-Mỹ đã in hơn 20 triệu truyền đơn, bảy triệu minh họa, 465 ngàn bích chương, 167 ngàn tấm hình Nguyễn Văn Bé, 10 ngàn bài hát và rất nhiều chương trình truyền thanh truyền hình nói về sự thật Nguyễn Văn Bé đã đầu hàng, hồi chánh và hiện sống bình an. Các cơ quan tâm lý chiến Việt Mỹ còn phỏng vấn cha mẹ Nguyễn Văn Bé và giúp đưa gia đình họ đến khu vực an toàn. Các cơ quan tuyên truyền của đảng CS phản ứng bằng cách tổ chức rầm rộ ngày kỷ niệm một năm "anh hùng Nguyễn Văn Bé hy sinh." Các đài phát thanh, báo chí và cả báo chí Liên Xô cũng đăng bài thương tiếc "liệt sĩ Nguyễn Văn Bé." Nhân dân miền Bắc lại tiếp tục tin rằng anh đã thật sự hy sinh.

Sau 1975, quả thật với một chiến công to lớn như vậy, Nguyễn Văn Bé không chỉ có tên đường mà phải một tên phố, một công viên mang tên anh. Nhưng không, bởi vì sự giả dối như thế quá trâng tráo và trắng trợn. Câu chuyện ngụy tạo Lê Văn Tám còn có thể im lặng vì thời gian xa nhưng Nguyễn Văn Bé vẫn còn mang tính thời sự, nhiều người trong thời đó còn sống, nhiều tác giả nhạc, văn, thơ còn chưa hết sượng sùng.

Tội ác của bồi bút và văn nô

Hiện nay hầu hết các "anh hùng xã hội chủ nghĩa" ở 15 nước cựu Liên Xô và các nước Đông Âu, một số bị chôn vùi trong tro bụi thời gian, một số chỉ còn xuất hiện trong các truyện tranh vui giải trí (comic book). Riêng tại Việt Nam, không chỉ các thế hệ măng non mà cả thanh niên, sinh viên còn phải học, phải tin vào những mẫu chuyện hoang đường một cách đáng thương và tội nghiệp. Dĩ nhiên không phải tại các em, những nạn nhân bất hạnh đã sinh ra và lớn lên trong xã hội lọc lừa. Ngoài chính phạm là đảng CS, tội ác này còn có sự a tòng của đám văn nô, bồi bút, những kẻ chỉ vì chút bổng lộc đảng ban cho mà chịu cúi đầu làm tôi mọi, tiếp tay với đảng làm băng hoại mọi giá trị đạo đức và tương lai dân tộc.

Người viết xin trích một số đoạn trong bài thơ *Tản mạn về thơ và đồng nghiệp* của nhà thơ Thái Bá Tân để kết luận cho bài viết này:

Đất nước cần thần tượng?

Dạ, có ngay, có ngay.

Cần anh hùng? Rất dễ.

Anh hùng thì có đầy.

Thế là Lê Văn Tám,
Nguyễn Văn Bé trung kiên,
Rồi nhà tù Phú Lợi,
Rồi kéo pháo Điện Biên...

Rồi báo cáo, tổng kết,
Rồi thi đua, phê bình,
Cái việc ai cũng biết
Là lừa người, lừa mình.

Tham khảo:

Courtois, S., Werth, N., Panné, J., Paczkowski, A., Bartosek, K., Margolin, J. (1999, October 15). *The Black Book of Communism, Crimes, Terror, Repression.* Harvard University Press.

Bocarnea, M., Osula, B. (2008). Edifying the New Man: Romanian Communist Leadership's Mythopoeia. *International Journal of Leadership Studies, 3 (2)*, 198-211.

Peacock, M. (2010). Broadcasting Benevolence: Images of the Child in American, Soviet and NLF Propaganda in Vietnam, 1964–1973. *The Journal of the History of Childhood and Youth, 3(1)*, 15-38.

Friedman, H. *The Strange Case of the Vietnamese "Late Hero" Nguyen Van Be.* http://www.psywarrior.com/BeNguyen.html

South Viet Nam: The Hero. (1967, March 17). *http://content.time.com/time/magazine/article/0,9171,836801,00.html*

Friedman, H. The Use of Music in Psychological Operations. *http://www.psywarrior.com/MusicUsePSYOP.html*

Sự thật về Nguyễn Văn Bé *http://vietnamsaigon75.blogspot.com/2013/07/liet-si-nguyen-van-be-hy-sinh-nam-1966.html*

Christoph Giebel. (2004). *Imagined Ancestries of Vietnamese Communism: Ton Duc Thang and the Politics of History and Memory*. University of Washington Press.

Questioning of Lei Feng's Frugality Leads to Detention. (2013, August 21). *http://blogs.wsj.com/chinarealtime/2013/08/21/four-detained-for-questioning-lei-fengs-frugality/*

Thái Bá Tân. (2012, September 4). *Tản mạn về thơ và đồng nghiệp*. Facebook.

Trần Đăng Khoa. (1998). *Chân Dung và Đối Thoại*. truyen.com

PAVLIK MOROZOV, LÔI PHONG, VÕ THỊ SÁU: NHỮNG NẠN NHÂN CỦA "CHỦ NGHĨA ANH HÙNG"

Nikolai Bukharin, lý thuyết gia CS, chủ nhiệm báo *Sự Thật*, cơ quan ngôn luận chính thức của đảng CS Liên Xô và người bị Stalin thanh trừng năm 1938, viết trong tác phẩm *ABC về Chủ nghĩa CS*: "*Tuyên truyền về chủ nghĩa CS, về lâu dài trở thành một phương tiện để xóa bỏ mọi tàn tích cuối cùng của tuyên truyền tư sản bắt nguồn từ chế độ cũ, và là phương tiện mạnh mẽ để tạo ra một hệ lý luận mới, một cách suy nghĩ mới, một tầm nhìn về thế giới mới.*"

Nikolai Bukharin thừa nhận và khẳng định mục đích của tuyên truyền là "xóa bỏ mọi tàn tích" của chế độ cũ và xây dựng một con người mới, con người xã hội chủ nghĩa.

Năm phương pháp căn bản để "xóa bỏ"

John A. Saliba trong *Perspectives on New Religious Movements* sau khi so sánh phương cách tuyển dụng tín đồ của các tà đạo và tẩy não kiểu CS, đã tổng kết năm kỹ thuật căn bản được áp dụng theo thứ tự gồm:

1. Kiểm soát toàn bộ và cô lập đối tượng.

2. Làm suy nhược thân thể đối tượng.

3. Gây rối loạn tinh thần và tạo bất an cho đối tượng.

4. Làm đối tượng cảm thấy tội lỗi và nhục nhã.

5. Làm cho đối tượng cảm thấy thư thái như được cứu rỗi và hồi sinh.

Nhà tâm lý học Robert Jay Lifton nghiên cứu chính sách tẩy não Trung Cộng đã áp dụng với tù binh Mỹ và rút ra mười kết luận, về căn bản không khác nhiều so với năm điểm John A. Saliba tổng kết.

Các nhà nghiên cứu về chủ nghĩa CS trước đây thường nghĩ ý thức hệ CS Trung Quốc được du nhập từ Liên Xô nên các phương pháp tuyên truyền cũng là sản phẩm của Liên Xô. Nhưng sau đó, khi nghiên cứu thêm, phần lớn thừa nhận là không đúng. Tuyên truyền tại Trung Cộng tinh vi và thâm độc hơn CS châu Âu nhiều.

Nhận thức của con người không ở trong trạng thái tĩnh nhưng luôn luôn biến động, thay đổi và đón nhận các nguồn thông tin từ bên ngoài bao gồm xã hội, giáo dục, môi trường thiên nhiên và cả cơ thể của chính con người. Chủ động kiểm soát được nguồn thông tin đi vào ý thức con người là kiểm soát được con người.

Trong chế độ CS, năm phương pháp tẩy não trên đây được thực hiện liên tục, phối hợp chặt chẽ và tác dụng hỗ tương vào nhận thức con người cho đến khi đối tượng hoàn toàn bị đặt trong vòng kiểm soát.

Tuyên truyền CS tập trung vào giới trẻ

Các nguồn thông tin do chế độ CS cung cấp có tính hệ thống, theo từng tuổi, từng giai đoạn trưởng thành thâm nhập, củng cố và đóng đinh trong ý thức. Đối tượng được đảng nhắm đến trước là thế hệ trẻ vì tuổi trẻ ngoài năng lực còn là tuổi của khát vọng xanh tươi, nhiệt tình nồng cháy, chưa có những tham vọng cá nhân.

Để khai thác, bộ máy tuyên truyền của đảng sản xuất các "anh hùng" mang tinh thần dâng hiến, hy sinh và vô vụ lợi. Trung Cộng có Lôi Phong, Liên Xô có Alexey Stakhanov, CSVN có Lê Văn Tám, Võ Thị Sáu...

Sau khi phong trào CS Châu Âu sụp đổ để lộ nguyên hình những Pavlik Morozov, Alexey Stakhanov chỉ là những câu chuyện ngụy tạo chung quanh con người thật với mục đích đánh lừa nhận thức người dân. Hiện nay, các "anh hùng" này trở thành chuyện cười dân gian như tại Nga, một số khác đi vào các viện bảo tàng tội ác CS như tại Hungary.

Nhưng tại Trung Cộng và Việt Nam, không ít "anh hùng" vẫn còn được tôn thờ và còn tiếp tục gây tác hại.

Liên Xô với Pavlik Morozov

Câu chuyện chủ nghĩa anh hùng của Pavlik Morozov có lẽ là chuyện phổ biến nhất tại Liên Xô. Cậu bé Pavlik Morozov, theo tài liệu tuyên truyền, năm 1932 khi cậu lên 13 tuổi, đã tố cáo cha mình cho chính quyền CS địa phương về tội làm giấy thông hành giả để bán cho các thành phần chống phá chế độ. Cha cậu, Trofim Morozov, bị bắt, bị xử án mười năm lao động khổ sai và sau đó bị xử bắn.

Sau khi tố cáo, Pavlik Morozov bị giết vì một lý do nào đó. Một số lời tố cáo không bằng chứng cho rằng Pavlik Morozov bị bà con giết để trả thù cho Trofim Morozov.

Bộ máy tuyên truyền Liên Xô nhân câu chuyện đó đã biến Pavlik Morozov thành anh hùng, người dù tuổi còn nhỏ đã biết đặt quyền lợi của Xô Viết lên trên tình nghĩa cha con. Những người can vào tội giết Pavlik Morozov đều bị bắt và xử bắn. Pavlik Morozov được vinh danh như là "Thiếu niên Tiền Phong số 1" và ngày cậu bị giết, 3 tháng Chín, 1932 là một ngày lễ mà nhiều triệu thiếu niên Liên Xô phải ghi khắc. Pavlik Morozov được ca ngợi như một học sinh giỏi, yêu nước và kính trọng thầy cô.

Tuy nhiên một thời gian ngắn trước và sau khi Liên Xô sụp đổ nhiều tác giả đã đến tận nơi phỏng vấn những nhân chứng còn sống sót và xem xét tại chỗ nơi cậu đã sinh ra, đi học và bị giết. Các tác giả đồng ý, các chi tiết chung quanh cách chết của Pavlik Morozov chỉ là tưởng tượng nhằm mục đích tuyên truyền.

Tấm hình duy nhất của Pavlik Morozov còn để lại là một cậu bé thiếu dinh dưỡng, ốm o, gầy gò không giống tấm hình giả của một Pavlik Morozov phương phi được in trong hàng triệu bích chương, biểu ngữ, sách vở.

Cậu không phải là một học sinh giỏi, chuyên cần nhưng gần như không biết đọc, ngỗ nghịch trong lớp học. Cậu cũng không tố cha để bảo vệ chế độ Xô Viết nhưng do mẹ xúi vì giận cha cậu bỏ rơi bà. Không có bằng chứng cụ thể nào cho thấy ông và chú của Pavlik Morozov đã giết cậu. Cái chết của Pavlik Morozov có thể xảy ra sau khi gây gổ với nhóm trẻ khác về một khẩu súng.

Tatyana Kuznetsova, giám đốc "Viện Bảo Tàng Pavlik Morozov" thời Liên Xô nhìn lại và thừa nhận "*Pavlik Morozov có thể không phải là anh hùng mà chỉ là một cậu bé, nhưng thời gian đó chúng tôi cần những anh hùng.*"

Trung Cộng với Lôi Phong

Chuyện "anh hùng lao động" Lôi Phong một năm sau khi bị trụ đèn đè chết trở thành anh hùng cũng là một ví dụ rất hề nhưng nhiều triệu người tin.

Lôi Phong có thể là tên của một người có thật. Nhưng sau khi chết vì tai nạn, anh được bộ máy tuyên truyền CSTQ biến thành thần thánh. Một phong trào "noi gương đồng chí Lôi Phong" được Mao phát động trong phạm vi cả nước. Ngoài việc phát hành nhật ký Lôi Phong đầy những lời ca tụng Mao, bộ máy tuyên truyền Trung Cộng còn trưng bày nhiều hình ảnh của Lôi Phong đang "lao động quên mình" khi còn sống.

Susan Sontag, một nhà sản xuất phim ảnh sau khi xem xét bộ ảnh 12 tấm của Lôi Phong đã nhận xét những bức ảnh đó được chụp bằng một điều kiện kỹ thuật tuyệt hảo đến mức khó có một nhiếp ảnh gia chuyên nghiệp nào có thể có mặt bên cạnh Lôi Phong để chụp mà không phải chuẩn bị các điều kiện kỹ thuật và ánh sáng một cách kỹ càng.

Ngoại trừ các bậc tiên tri, không ai có thể biết trước một anh chàng binh nhì Lôi Phong khi anh ta gần như vô danh tiểu tốt, để đi theo và ghi lại "cuộc đời anh hùng", "một người vì mọi người" của anh ta qua một bộ ảnh chuyên nghiệp.

Các nhà nhiếp ảnh chuyên nghiệp quốc tế đồng ý bộ ảnh chỉ là một sản phẩm tuyên truyền được tạo dựng sau khi Lôi Phong chết. Bây giờ, với một số người Trung Quốc có học, chuyện Lôi Phong là một chuyện cười nhưng đã có một thời người tuyệt đại đa số dân Trung Quốc tin một cách chân thành.

Ran Yunfei, một nhà hoạt động dân chủ Trung Quốc, cho *The New York Review of Books*, biết về Lôi Phong "*Tất cả những gì đảng CS dạy bạn để kính phục đều là những chuyện giả dối. Hiện nay họ lại thúc đẩy học tập Lôi Phong lần nữa nhưng ai cũng biết Lôi Phong là nhân vật giả tưởng do đảng CS nặn ra. Tất cả 'anh hùng' đều là giả tạo."*

Việt Nam với Võ Thị Sáu

Trường hợp của Pavlik Morozov, Lôi Phong và Võ Thị Sáu giống nhau vì đều chỉ trở thành "anh hùng" sau khi chết.

Theo sách vở và phim ảnh của đảng, ngày bị xử bắn, bà Võ Thị Sáu còn rảnh rỗi để đi dạo và hái hoa cài lên tóc của mình. Câu chuyện mô tả suy nghĩ của bà Võ Thị Sáu lúc đó giống như một công chúa cao sang đài các chứ không phải tâm trạng một tử tù sắp chết. Một người tỉnh táo, có nhận thức trưởng thành không ai đi "tắm nắng" trong giờ vĩnh biệt cuộc đời. Bao nhiêu việc phải làm đối với đất nước, đồng bào, bạn tù và gia đình còn ở lại.

Nhưng tại sao đã có hàng triệu người tin vào chuyện Lôi Phong hay Võ Thị Sáu?

Phải chăng, bộ máy tuyên truyền gồm những người ngu đến mức bịa những chuyện quá xa với thực tế?

Không phải. Bởi vì, hiệu quả của tuyên truyền không chỉ tùy thuộc đơn thuần vào kỹ thuật dàn dựng tinh vi nhưng quan trọng là đáp ứng đúng mức độ dân trí trong thời điểm đó.

Ngày nay, một người có chút học thức và có khả năng căn bản để đánh giá một sự kiện, đều biết chuyện Võ Thị Sáu là chuyện bịa nhưng trong thập niên 1950 đã có vô số người tin. Bao nhiêu thanh niên miền Bắc đã từng sôi sục máu căm thù khi nghe giọng Bích Liên cất lên thê thiết "*Chị Sáu đã hy sinh rồi, giọng hát vẫn như còn vang dội …*"

Không phải đợi đến khi nhà thơ Nguyễn Duy kể mà từ nhiều năm trước ở vùng Bà Rịa, người dân địa phương đã truyền miệng nhau câu chuyện thật về bà Võ Thị Sáu bị bịnh khùng. Không ai ngụy tạo sự kiện này mà ngay trong phim ảnh do đảng thực hiện cũng mô tả một Võ Thị Sáu bất bình thường.

Giống như Pavlik Morozov của Liên Xô, Lôi Phong của Trung Quốc, nhân vật Võ Thị Sáu là một người thật. Đảng CS lợi dụng bà trong tuổi vị thành niên và bịnh tật đáng thương để khích động, xúi giục làm một kẻ sát nhân, khủng bố khi chỉ mới 14 tuổi đầu và không chỉ một lần mà nhiều lần.

Một ngày không xa những Tôn Đức Thắng, Lê Văn Tám, Võ Thị Sáu... cũng giống như Alexey Stakhanov, Pavlik Morozov của Nga sẽ trở thành chuyện cười dân gian hay rơi vào quên lãng. Vâng, nhưng bên trong những chuyện cười và bóng tối lãng quên đó là dấu tích của một thời tàn phá bất nhân và thâm độc nhất trong lịch sử Việt Nam và sẽ tác hại sâu xa trong văn hóa nhiều đời sau.

TÔN NỮ THỊ NINH, ĐẠI BIỂU XUẤT SẮC CỦA "TRÍ THỨC XÃ HỘI CHỦ NGHĨA"

Khi phê bình đảng CS, có người mạnh miệng nhận xét "Đảng CS thực tế chỉ là một đảng Mafia." Ý nói đảng CS chỉ là tổ chức tội ác giết người cướp của trên một tầm vóc quốc gia chứ chẳng còn ý thức hệ CS như thời Liên Xô chưa tan rã. Thật ra, nói vậy không đúng và nếu có cũng chỉ một góc cạnh "giết người cướp của." Nếu đảng CS là đảng Mafia thì đã sụp đổ lâu rồi.

Định nghĩa đúng nhất cho trường hợp chế độ CS Trung Cộng và Việt Nam là định nghĩa của giáo sư sử học Roderick Macfarquhar, thuộc đại học Harvard khi ông gọi là chủ nghĩa CS hiện nay là một loại chủ nghĩa Lenin không có Marx.

Chủ nghĩa Lenin không có Marx do hai bộ phận cấu thành (1) một nhà nước chuyên chính sắt máu và (2) tuyên truyền lý luận tư tưởng tinh vi. Bộ phận nhà nước chuyên chính rất rõ nét và gần như ai cũng thấy, nhưng đảng CS không tồn tại chỉ bằng nhà tù sân bắn mà còn được che chở bằng một hàng rào lý luận tuyên truyền vô cùng tinh vi thâm độc. Tuyên truyền là cột xương sống của chế độ CS. Như người viết đã có dịp trình bày trong những bài trước, sau cách mạng CS Nga 1917, công việc đầu tiên Lenin làm là thành lập cơ quan tuyên truyền Agitprop và trong giai đoạn đầu còn do chính ông ta đích thân lãnh đạo. Tại Trung Cộng cũng vậy, trong đại hội đảng CS Trung Quốc lần đầu vào năm 1921 chỉ bầu ra vỏn vẹn ba ủy viên trung ương nhưng một trong ba ủy viên đó chịu trách nhiệm tuyên truyền.

Bộ máy tuyên truyền sẽ không chạy được nếu thiếu đi một tầng lớp có học, có địa vị xã hội tự nguyện làm xăng nhớt. Thành phần đó gọi chung là "trí thức xã hội chủ nghĩa."

Trước khi viết tiếp, người viết xin dừng lại ở đây để bày tỏ lòng biết ơn dành cho những trí thức chân chính và xứng đáng được kính trọng. Họ là những người có trình độ văn hóa giáo dục cao, những văn nghệ sĩ đang công khai hay âm thầm tranh đấu cho một nước Việt Nam mới, tốt đẹp, tự do và dân chủ trong điều kiện và hoàn cảnh riêng của họ. Họ không thuộc thành phần mà người viết sắp bàn.

Thành phần "trí thức xã hội chủ nghĩa" chia sẻ ba đặc điểm chung: (1) có học, khoa bảng (2) chủ nghĩa cơ hội, (3) bồi bút, uốn lưỡi bảo vệ đảng trung thành.

Một đại biểu xuất sắc trong tầng lớp này và có đủ ba đặc điểm vừa nêu là bà Tôn Nữ Thị Ninh.

Bà Tôn Nữ Thị Ninh thỏa mãn đặc điểm thứ nhất dễ dàng vì bà thuộc thành phần khoa bảng, mang họ hoàng tộc. Phần lớn thời tuổi trẻ của bà lớn lên dưới chế độ Việt Nam Cộng Hòa và được đi du học tại các trường nổi tiếng tại Pháp, Anh. Bà về nước dạy đại học Sư Phạm Sài Gòn và từng là Phó Ban Anh Ngữ của trường. Trong thời gian ở Pháp, bà Ninh quen biết các thành viên của phái đoàn CS "Chính phủ lâm thời Cộng

Hòa Miền Nam Việt Nam" và phụ giúp công việc phiên dịch tại những buổi gặp gỡ không chính thức của họ. Như bà kể lại trong bài báo Paris: 'Vườn ươm' lực lượng, bà "không được chứng kiến các cuộc đàm phán chính thức," phần lớn những gặp gỡ đều qua trung gian của các "hội yêu nước" và được bà Nguyễn Thị Chơn, vợ ông Trần Bạch Đằng, "bồi dưỡng chính trị."

Thành phần có học nhưng bị lá bùa "độc lập, tự do" của CS mê hoặc tại Pháp, thời đó rất nhiều như bà thừa nhận với phóng viên Hoàng Thi trên báo Nhân Dân "tại Pháp, tôi đã tham gia phong trào phản chiến đang diễn ra rất sôi nổi nơi đây."

Sau 30-4-1975, bà Tôn Nữ Thị Ninh cũng chỉ sinh hoạt trong "Hội trí thức yêu nước" như phần lớn các nhà giáo, văn nghệ sĩ thuộc "thành phần thứ ba" ở Sài Gòn. Thành phần này, trong đó có bà, được đảng thưởng công bằng chuyến "tham quan" các nước CS như Lý Quí Chung kể lại trong hồi ký của ông ta.

Đường công danh dưới chế độ CS của bà Ninh chỉ thật sự bắt đầu khi tình cờ gặp ông Xuân Thủy năm 1978. Từ đó, trong giai đoạn giao thời đảng đang cần người có khả năng giao tiếp với thế giới mà họ chưa từng biết qua, bà nắm lấy cơ hội. Không giống như những người CS theo đuổi mục đích CS, vào tù ra khám hiến thân cho canh bạc của cuộc đời họ, bà chỉ là một kẻ cơ hội chủ nghĩa.

Hai đặc điểm, khoa bảng và chủ nghĩa cơ hội nói trên, dù không mấy tốt đẹp, cũng chỉ có tính cách cá nhân và không phải là tội ác, đặc điểm bồi bút trung thành và uốn cong ba tấc lưỡi để bảo vệ đảng CS của bà Ninh mới thật sự là một tội ác trí thức vì đã gây tác hại đến nhiều người.

Dưới đây là vài ví dụ chứng minh bà Ninh bẻ cong ngòi bút.

Bà Tôn Nữ Thị Ninh **và nguyên tắc dân chủ kiểm soát và cân bằng (checks and balances)**

Trong *Tạp chí Cộng Sản* số tháng 6, 2007, bà Tôn Nữ Thị Ninh viết về tình trạng tham nhũng tại Việt Nam: "*Cần có một cơ chế "đối trọng" (phương Tây gọi cơ chế này là checks and balances). Đối trọng của ta là trong phạm vi chế độ, là sự kiểm tra giám sát của các đoàn thể quần chúng, chứ không phải là đối trọng về chính trị. Quốc hội có vai trò, tư pháp cũng phải độc lập, đoàn thể phải vào cuộc, nếu không hệ thống chính trị của ta sẽ không có cơ chế tự điều tiết.*"

Hẳn nhiên, với trình độ giáo dục cao và tiếp cận nhiều với sinh hoạt chính trị dân chủ Âu Châu trước đây, bà Ninh biết rõ khái niệm kiểm soát và cân bằng (checks and balances) nhằm sự kiểm soát lẫn nhau để giữ sự cân bằng và công bằng giữa các ngành trong các chế độ dân chủ pháp trị.

Nguyên tắc này ra đời nhằm giới hạn quyền hành của chính phủ (hành pháp) thường rất dễ bị lạm dụng. Sự đối trọng giữa các ngành trong cơ chế chính trị chỉ hữu hiệu khi các ngành đó có được sự độc lập về quyền hạn và trách nhiệm. Một sinh viên lấy lớp chính trị học nhập môn cũng nắm vững định nghĩa căn bản đó.

Thế nhưng bà uốn cong định nghĩa "checks and balances" giữa các ngành trong chế độ dân chủ pháp trị thành một khái niệm giữa quần chúng (không có tiếng nói) và nhà nước (nắm hết quyền lực). Tại Việt Nam ai đối trọng với ai, ai kiểm soát ai và ai cho phép tạo nên sự cân bằng quyền lực trong hệ thống chính trị bị chỉ đạo bởi một đảng duy nhất là đảng CS?

Một người có hiểu biết căn bản nào cũng trả lời được, dưới chế độ CS, không ai, không một tập thể, không một thành phần nhân dân nào đứng trên quyền lực của đảng CS. Thời gian 2006 bà Ninh là "Đại biểu Quốc hội" đơn vị Vũng Tàu và hơn ai hết bà cũng biết chức "Đại biểu Quốc hội" của bà chẳng phải do người dân Vũng Tàu nào tự nguyện bầu bà lên mà chỉ là hư danh do đảng CS trả công cho bà.

Bà Tôn Nữ Thị Ninh chống đối Bob Kerrey

Theo phóng sự điều tra của Gregory L. Vistica trên The New York Times phát hành ngày 25 tháng Tư, 2001, vào đêm 25 tháng Hai, 1969, đội SEALs (đơn vị đột kích tinh nhuệ của hải quân Mỹ viết tắt của chữ Sea, Air and Land Teams) dưới quyền chỉ huy của Trung Úy Bob Kerrey, 25 tuổi, tiến vào làng Thạnh Phong với mục đích tiêu diệt một phiên họp của Việt Cộng với sự tham gia của một lãnh đạo quân sự.

Sau khi thanh toán mục tiêu thứ nhất bằng dao để khỏi lộ mục tiêu, đơn vị SEALs bị trong làng bắn ra. Với tin tức tình báo nhận được, đội SEALs đinh ninh một phiên họp của lãnh đạo CS cao cấp đang diễn ra và đã bắn trả quyết liệt.

Đừng quên, lúc đó đã sau 9 giờ tối trong một đêm không trăng tại ngôi một làng hẻo lánh tối tăm chứ không phải trưa ban ngày giữa đồng rộng hay đường lớn để có thể nhận diện dễ dàng. Bob Kerrey kể lại ông ta không thấy ai hết.

Khi phản công chấm dứt, toán SEALs tiến vào các chòi lá và hình ảnh mà Bob Kerrey sẽ nhớ đến khi chết là không có một chỉ huy Việt Cộng nào mà chỉ toàn là thường dân, đàn bà và trẻ con bị giết. Tuy nhiên, Gerhard Klann, một đội viên SEALs dưới quyền Kerrey kể khác rằng trong chòi lá thứ nhất không chỉ có đàn ông mà còn có đàn bà và trẻ em, và chính Bob Kerrey không những ra lệnh mà còn tham gia vào việc giết những người trong chòi lá thứ nhất.

Lời kể của Klann trùng hợp với kể của nhân chứng Việt Nam Pham Tri Lanh. Bob Kerrey không đồng ý với Klann nhưng nhận lỗi lầm với tư cách chỉ huy. Các đội viên khác có người ủng hộ lời kể của Bob Kerrey và có người từ chối trả lời. Nói chung, các lời kể rất rời rạc, trước sau không thống nhất.

Kerrey nhắc lại nhiệm vụ chính của các toán SEALs là tiêu diệt một mục tiêu được giao phó và nhiệm vụ của đội SEALs vào làng Thạnh Phong đêm đó là tiêu diệt chứ không phải bắt tù binh. Sau khi bị thương và giải ngũ về nhà, Kerrey kể lại thảm sát Thạnh Phong cho mẹ nghe và mẹ ông ta khóc.

Với nhiều người khác, biến cố là một tai nạn giết lầm, đổ thừa cho tình báo, cho cấp chỉ huy, cho chiến tranh và rồi ăn ngon ngủ kỹ. Nhưng với Bob Kerrey, lương tâm ông bị cắn rứt và đã làm rất nhiều trong lãnh vực giáo dục để xoa dịu vết thương giữa hai dân tộc cũng như đau đớn tinh thần của riêng ông.

Với kinh nghiệm chín năm làm chủ tịch của New School University ở New York, ông hy vọng sẽ áp dụng những vốn liếng đó vào việc lãnh đạo Fulbright University Vietnam và nâng trường lên đẳng cấp quốc tế.

Ngoại trưởng Hoa Kỳ John Kerry cũng nhấn mạnh yếu tố chuyên môn kết hợp với tình cảm cá nhân trong diễn văn đầy tinh thần hòa giải của ông khi giới thiệu Fulbright Vietnam. Bob Kerrey với kinh nghiệm lâu năm trong ngành giáo dục, một cựu Thượng Nghị Sĩ, cựu ứng cử viên tổng thống, nhà chính trị có quan hệ rộng rãi với chính giới Hoa Kỳ và gắn bó tinh thần với Việt Nam xứng đáng để lãnh đạo Fulbright University Vietnam.

Thay vì thuận theo tinh thần hòa giải được khơi dậy trong diễn văn của Ngoại trưởng John Kerry và mở rộng hơn cánh cửa giáo dục cho các thế hệ Việt Nam, máu cơ hội "chống Mỹ cứu nước" trong bà Tôn Nữ Thị Ninh sôi sục lên và bà phán: "*Ông Bob Kerrey là người đã trực tiếp tham gia vào cuộc thảm sát thường dân vô tội, phụ nữ, trẻ em, người già tại thôn Thạnh Phong vào tháng 2/1969. Điều này không thể chối cãi và chính ông Kerrey cũng thừa nhận. Có thể nhìn nhận vấn đề ở nhiều mức độ khác nhau, cả phía Việt Nam và phía Mỹ. Nhưng một điều chắc chắn, sự việc đó là đủ để kết luận Bob Kerrey, nói theo cách nhẹ nhất, hoàn toàn không thể giữ vị trí Chủ tịch Đại học Fulbright Việt Nam. Và cũng không thể nhân danh tương lai mà bỏ qua sự thật đó.*"

Khi nhắc đến câu "không thể nhân danh tương lai mà bỏ qua sự thật," không biết bà có nhìn quanh thử xem mình đang sống ở đâu không. Bà đang sống trong một đất nước mà nơi đó sự thật chỉ là chiếc bánh tuyên truyền rẻ tiền và hư thối đến nỗi một đứa bé đói khát cũng không thèm cầm lấy. Chắc bà không lạ gì những nhãn hiệu "Nhà Xuất bản Sự Thật", "Báo Sự thật"...

Nếu bà thật sự quan tâm đến sự thật và căm ghét những kẻ đã giết dân vô tội, hãy về Huế một lần trong dịp Tết để hỏi thăm đồng bào Huế của bà những ai là kẻ giết người và những ai là người có thân nhân bị giết, không phải 24 người mà nhiều ngàn người. Những kẻ chôn sống nhiều ngàn dân Huế không nói tiếng Anh như Bob Kerrey mà có một giọng nói rất giống giọng của bà.

Nếu bà quan tâm đến sự thật hãy tìm đến các "Anh hùng các lực lượng vũ trang nhân dân" và hỏi họ đã giết bao nhiêu "Mỹ Ngụy" còn mặc tã ở nhà hàng Mỹ Cảnh, bao nhiêu mái đầu xanh ở rạp hát Kinh Đô, bao nhiêu em bé chết trong tay còn ôm cặp ở trường tiểu học Cai Lậy... Hàng ngàn cuộc thảm sát do CS gây ra trên đất nước Việt Nam đang cần được đưa ra dưới ánh sáng sự thật và công lý.

Bob Kerrey có lỗi với ai?

Bà Ninh phát biểu bằng một giọng trịch thượng và hằn học *"Việc ông hối hận về vai trò trong vụ thảm sát Thạnh Phong tôi không thể biết và chỉ có mình ông Kerrey biết. Không thể coi việc giữ vị trí lãnh đạo của đại học nhiều tham vọng như Đại học Fulbright là cách sửa sai cho những hành động trong quá khứ."* Việc bà "không thể biết" là tại bà kém thông tin nhưng cựu Thượng Nghị sĩ Bob Kerrey hay Ngoại trưởng John Kerry không cần phải báo cho bà biết. Người viết không binh vực cho Bob Kerrey.

Bob Kerrey dù trực tiếp ra tay, ra lệnh hay không vẫn là người có lỗi. Nhưng ông ta chỉ có lỗi với nhân dân Việt Nam, với thân nhân những người bị toán SEALs của ông giết chứ không có lỗi gì với đảng CS và nhà nước CS mà bà Ninh đang cung phụng.

Dước các chế độ dân chủ, vai trò, chức năng và sự phân định giữa nhân dân và chính phủ rõ ràng chứ không đánh lận con đen "đảng là dân tộc, đảng là tổ quốc" như dưới chế độ CS. Một lỗi lầm của Bob Kerrey trong chiến tranh không làm cuộc chiến bảo vệ tự do của miền Nam mất đi chính nghĩa và cũng không giúp đảng CSVN có chính nghĩa.

Hôm 27 tháng Năm, 2016, trong chuyến viếng thăm Hiroshima, Nhật Bản, TT Barack Obama bày tỏ lòng thương tiếc đối với nạn nhân bom nguyên tử của Mỹ và cảm tình đối những người sống sót nhưng ông không xin lỗi.

Cuộc chiến chống Phát Xít Nhật là cuộc chiến chính nghĩa. Những kẻ phải chịu trách nhiệm cho điêu tàn của nước Nhật và chết chóc của nhân dân Nhật là lãnh đạo chế độ quân phiệt Phát Xít Nhật thời đó chứ không phải Mỹ.

Tương tự, trong lúc không thể so sánh nỗi đau bằng một nỗi đau, thảm sát Thạnh Phong cũng phải được nhìn từ nguyên nhân đến hậu quả của cả cuộc chiến Việt Nam. Cái chết của 24 người dân làng Thạnh Phong, phân tích cho cùng, cũng không khác gì cái chết của năm ngàn người dân Huế, của 32 học sinh trường tiểu học Cai Lậy, của 10 cô gái Thanh niên Xung phong ở Ngả Ba Đồng Lộc, của Nguyễn Văn Thạc, của Đặng Thùy Trâm, của bao nhiêu thế hệ thanh niên miền Bắc và nói rộng hơn, của ba triệu người dân Việt khắp hai miền do âm mưu CS hóa Việt Nam bằng bạo lực của đảng CS.

Chủ trương CS hóa Việt Nam đã được in đậm trong cương lĩnh đầu tiên của đảng CS từ 1930 chứ không phải sau khi Mỹ đổ bộ xuống Đà Nẵng 1965. Dù Mỹ có đến hay không thì mục tiêu tối hậu của đảng CSVN vẫn không thay đổi.

Bà Ninh hãy trả lời giùm câu hỏi "*Nếu đảng CSVN không chủ trương thôn tính miền Nam bằng võ lực thì thảm sát Thạnh Phong có xảy ra không?*"

Thành phần "trí thức xã hội chủ nghĩa" như bà Tôn Nữ Thị Ninh chẳng những không đóng góp được gì vào việc làm thăng tiến xã hội, thúc đẩy nhanh hơn cuộc cách mạng tự do và nhân bản cho đất nước, giúp đưa dân tộc chúng ta vượt qua những bế tắc tư tưởng và chính trị để hội nhập vào dòng thác tiến bộ của nhân loại, mà với khả năng bồi bút, uốn cong ba tấc lưỡi, thành phần này đã trở thành bức tường chắn ngang tiến trình khai phóng đất nước và đó là một tội ác.

BỆNH SỢ DƯỚI CHẾ ĐỘ CỘNG SẢN

Sợ là một ý thức hiển nhiên gắn liền với số phận con người. Sợ sống, sợ già, sợ đau, sợ chết, nói chung, sợ tất cả những hiện tượng mà con người luôn phải đối đầu nhưng chưa giải thích được bản chất của chúng.

Tuy nhiên, dưới chế độ CS sợ là một căn bệnh xã hội và bệnh phát cơn khi có một nguồn kích động xảy ra. Giống như ánh sáng tuy không phải là lý do của bệnh đau đầu kinh niên nhưng mỗi khi bệnh nhân bước vào căn phòng quá sáng hay đèn bật sáng bất ngờ, cơn nhức đầu lại bừng bừng nổi dậy.

Trong nước, từ một em bé tiểu học cho đến một cán bộ đảng cao cấp có lập trường chính trị hồng như ráng trời chiều đều có ít nhiều vi khuẩn sợ trong người. Từ những bài tập viết văn cho đến các tiểu luận, biên khảo vẫn nặng phần trích dẫn. Thậm chí trong một bài viết vỏn vẹn hai trang đã hơn một nửa là trích dẫn những câu kinh điển do các "lãnh tụ anh minh" CS nào đó để lại. Trích dẫn không phải để chứng minh cho cái đúng hay che giấu cái dốt của mình mà quan trọng hơn là để an tâm.

Trong buổi họp, nếu ai lên tiếng phàn nàn, phản đối trước một đề nghị nào đó, chủ tọa chỉ cần dọa "một lần đề nghị đó cũng chính là ước vọng của lãnh tụ anh minh," tức khắc sự phàn nàn dù không ai khuyên cũng xì nhanh hơn bong bóng. Thói quen dựa dẫm vào những người được trao cho quyền "bất khả xâm phạm" trong xã hội, dù còn sống hay đã chết, cũng đều từ sự sợ hãi mà ra. Thói quen đó đã theo thời gian phát triển thành một cố tật trong sinh hoạt văn hóa xã hội tại Việt Nam.

Ngoài nịnh bợ, bệnh sợ hãi còn gây ra biến chứng trầm trọng khác là đổ thừa. Trong các bài tự phê bình chính thức hay không chính thức, những lý do khách quan bao giờ cũng nhiều hơn chủ quan. Chậm tiến là vì, nghèo đói là vì, tham nhũng là vì, tuyệt nhiên không có cái vì nào trong số đó là lỗi của mình.

Trong lúc sự sợ hãi là một phần của số phận con người như vừa trình bày, nó chỉ trở nên tai họa tập thể khi mức sợ hãi phát triển thành một bệnh trạng của cả xã hội, tồn tại như một phần của đời sống văn hóa, gây nên những phản động lực cản trở sự phát triển tinh thần của con người và ngăn chặn sự thăng tiến của xã hội.

Trong lịch sử của nhân loại thời cận đại, xã hội Liên Xô dưới thời Stalin và Bắc Hàn trong thời Kim Nhật Thành, có thể được xem là những nơi căn bệnh sợ hãi đã bị xã hội hóa đến mức độ gần như toàn diện.

Dưới chế độ toàn trị của Stalin, con người thấy chung quanh họ không có ai là bạn mà chỉ toàn là kẻ thù, kể cả cha mẹ, vợ chồng, anh em, bè bạn. Đảng có kẻ thù của đảng, nhà nước có kẻ thù của nhà nước, nhân dân có kẻ thù của nhân dân. Chủ trương trồng cấy vi khuẩn sợ hãi vào toàn bộ xã hội Liên Xô của Stalin thành công đến mức có lần y cho rằng một ngày các cơ quan an ninh để kiểm soát dân chúng có thể không còn cần thiết. Lý do Stalin tự tin như thế bởi vì sợ hãi đã có thể tự quản được trong chính mỗi con người.

Bệnh trạng sợ hãi tại Bắc Hàn so với Liên Xô còn trầm trọng hơn vì nhiều nơi tại Bắc Hàn con người được thuần hóa đến mức không còn biết sợ là gì. Nhận thức của con người họ phụ thuộc hoàn toàn vào một trung tâm chỉ đạo ý thức được điều khiển từ bên ngoài.

Nhiều người dân Bắc Hàn hoàn toàn mất ý niệm không gian và thời gian. Ngày tháng và nơi chốn đã bị đổi thay sau khi Kim Nhật Thành xóa bỏ niên lịch AD đang được dùng trên thế giới và thay vào đó bằng lịch Juche lấy năm sinh của họ Kim làm chuẩn. Ví dụ, năm 2000 là năm cuối cùng của thiên niên kỷ đối với phần lớn thế giới nhưng tại Bắc Hàn chỉ mới là năm Juche 99.

Nếu lý luận theo quan điểm kinh tế của Mác, khi mức độ xã hội hóa của nền kinh tế đạt đến mức toàn diện, chế độ kinh tế tất yếu sẽ biến thái, thì sự biến thái của các xã hội bị khống chế bằng nỗi lo sợ toàn diện như trường hợp Bắc Hàn, không có gì khác hơn là mang con người trở về thời nguyên thủy.

Cũng may, con người có lý trí và dù trong hoàn cảnh nghiệt ngã đến đâu nghị lực con người vẫn âm thầm phản kháng và tìm mọi cách vươn lên. Phong trào chống sợ và vươn lên như thế đang lan rộng tại Việt Nam. Đó là một tin mừng, bởi vì bệnh sợ càng thuyên giảm nhanh bao nhiêu, ngày tự do cho đất nước sẽ đến sớm bấy nhiêu.

ĐOÀN XE TANG TRÊN ĐƯỜNG PHỐ HỘI AN

Ngày đó, 41 năm trước, những người này hay cha mẹ những người này ngồi trên những chiếc Molotova dơ dáy, phủ những nhánh cây rừng, đội nón tai bèo, tay cầm súng AK, khuôn mặt hầm hầm tiến vào thành phố.

Ngày này, 41 năm sau, những người đó hay con cái những người đó ngồi trên những chiếc Limousine sạch sẽ, mới nhập màu đen lánh, ăn mặc sang trọng, tay cầm iPhone, khuôn mặt tươi cười, tiến vào thành phố.

Ngày đó, khá đông các thành phần tò mò, nằm vùng, ngây thơ chào đón họ. Chiếc bánh vẽ "độc lập, tự do, hạnh phúc" còn rực màu sơn nên không ít người tưởng thật.

Ngày này, gần như không còn ai tò mò, không còn ai ngây thơ, không còn ai nằm vùng ra chào đón họ. Chiếc bánh vẽ được thay bằng chiếc bánh bao Tàu nhưng thịt có tẩm chất salbutamol siêu nạc.

Đoàn xe màu đen như xe tang đi qua trên đường phố Hội An trong lặng lờ như đoàn xe Đức cũng màu đen trên đường phố Paris tháng Sáu năm 1940. Dăm bóng người ngơ ngác và không ai vẫy tay chào.

Để giữ gìn các kiến trúc không thể thay thế, bảo vệ an toàn, kính trọng các giá trị lịch sử và nét đẹp tự nhiên, nhiều thành phố cổ trên thế giới nghiêm cấm xe chạy trong những khu lịch sử. Trung tâm thành phố Vienna ở Áo, Grand Place ở Bỉ, Nuremberg ở Đức, đảo Hydra ở Hy Lạp... nghiêm cấm xe cộ ra vào. Hội An giữ một vị trí quan trọng trong lịch sử của Đàng Trong vào cuối thế kỷ 16.

Trong thế kỷ 17, thành phố là nơi thả neo của nhiều tàu buôn quốc tế, nơi nghiên cứu và ẩn dật của các nhân vật cách mạng, chính khách thế giới sa cơ.

Hội An có những mái ngói cong, những cột gỗ lim tròn chạm trổ công phu, những con đường lót sỏi chạy dọc theo bờ sông Thu Bồn thơ mộng chảy từ Trà My tuyệt vời ra Thái Bình Dương bát ngát. Thời gian trôi qua, các điều kiện địa lý và kinh tế chính trị thay đổi, trục giao thương chuyển ra Đà Nẵng nhưng các giá trị lịch sử của Hội An vẫn còn nguyên vẹn.

Sau năm 1975, Phố Cổ vốn u trầm lại càng buồn hơn. Thành phố già nua trong thời chiến càng cằn cỗi hơn trong thời bình.

Con người Hội An, giống như cả nước, sống trong sự an bài của định mệnh hơn là chọn lựa của đời mình. Nhưng từ khi được UNESCO công nhận định chế World Heritage Site năm 1999, Hội An ngủ quên suốt mấy trăm năm và may mắn sống sót trong cuộc chiến tranh dài đã thức dậy. Du khách nhiều nơi trên thế giới ồ ạt ghé thăm và thích thú được chiêm ngưỡng một Phố Cổ rêu phong nhưng gần như còn nguyên vẹn trong lòng một miền Nam Việt Nam điêu tàn và đổ nát.

Những chiếc lồng đèn, những mái ngói cong, những cột gỗ lim chạm trổ công phu, những tiệm cao lâu, những địa danh nghe rất lạ tai nhưng vô cùng thân thiết trong lòng người dân xứ Quảng như chùa Cầu, chùa Âm Bổn, chùa Ông từ quá khứ lãng quên bỗng hóa thành cơm gạo, bạc tiền giúp nuôi sống người dân của thành phố không có một công nghệ chính nào.

Sự kiện đoàn xe nhiều chục chiếc của Thủ tướng CS Nguyễn Xuân Phúc chạy trên đường Phố Cổ Hội An cấm chạy xe cho thấy bản chất vô văn hóa, thiếu tư cách của những người lãnh đạo CS, sau 41 năm vẫn không thay đổi.

Không có trường học nào dạy Chủ tịch Quốc hội cách cho cá ăn, Chủ tịch Nước chọn lời ăn tiếng nói hay Thủ tướng Chính phủ biết con đường nào nên tránh lái xe qua. Những điều đó thuộc về tư cách. Những việc như nhổ một cây đinh, nhặt dăm cọng rác, rải thức ăn xuống hồ cá, mở lời trước công chúng nước ngoài, chọn một lối đi, rất nhỏ nhoi và gần như phản xạ tự nhiên nhưng thường là thước đo trung thực nhất cho tư cách con người.

Tư cách con người là kết quả của một quá trình sống, học hỏi, trải nghiệm lâu dài trong một môi trường giáo dục khoa học, nhân bản và khai phóng chứ không phải là một món hàng có được qua mua sắm bằng tiền nhất là tiền ăn cướp của kẻ khác.

Khi ngồi trên xe, Nguyễn Xuân Phúc và đám quan quyền CS có để ý ánh mắt đầy giận dữ của người dân Hội An đứng nhìn đoàn xe nặng nề đang lăn bánh trên con đường mỏng manh sau mấy trăm năm chịu đựng lụt lội, nắng mưa?

Khi ngồi trên xe, Nguyễn Xuân Phúc và đám quan quyền CS có để ý đôi mắt ngạc nhiên và khinh bỉ của các du khách ngoại quốc đứng bên đường nhìn lãnh đạo cao cấp của một quốc gia đang vi phạm luật lệ do chính các lãnh đạo đó ban hành?

Dĩ nhiên Nguyễn Xuân Phúc và đám quan quyền CS không thấy, bởi vì, dù ngồi trên Molotova trước đây hay trên Limousine hôm nay, họ cũng chỉ là một loại người chưa được khai hóa.

AI SỢ AI?

Phần đông các nhà nghiên cứu về chủ nghĩa CS đồng ý chế độ CS tồn tại nhờ vào cơ chế toàn trị, trong đó hai phương pháp được áp dụng song song gồm bạo lực làm cho con người sợ hãi và tẩy não làm cho nhận thức con người trở thành phụ thuộc.

Tuy nhiên, "bạo lực cách mạng" dù sắt máu đến đâu và "giáo dục trồng người" dù tinh vi đến đâu cũng không thể được thực hiện một cách dễ dàng, bởi lẽ con người không thể bị thuần hóa hay bị chế ngự một cách tuyệt đối.

Lãnh đạo CS thường gọi cuộc tranh đấu giữa "chuyên chính vô sản" và "tàn dư tư bản" là cuộc đấu tranh "ai thắng ai?" Thật ra, để gọi cho đúng phải gọi đó là cuộc đấu tranh "ai sợ ai," bởi vì ngày nào người dân không còn sợ đảng CS, đó cũng là ngày cáo chung của chế độ độc tài CS.

Tại Liên Xô

Trong suốt 74 năm tại Liên Xô, "ai sợ ai" diễn ra một cách khủng khiếp theo từng giai đoạn, từng thời điểm với số người chết dưới chế độ CS được ước tính từ 20 triệu người đến 61 triệu người. Dù sắt máu bao nhiêu, Lenin và Stalin cũng không dập tắt được tiếng nói bất khuất của người dân tại các nước cộng hòa bị trị.

Tháng Giêng 1987, Gorbachev nhận thức con đường duy nhất để duy trì chế độ là phải thực hiện cấp bách các cải tổ kinh tế và cởi mở văn hóa chính trị. Tuy nhiên vào thời điểm đó, phần thắng trong cuộc chiến "ai sợ ai" đã nghiêng hẳn về phía người dân.

Trận chiến "ai sợ ai" cuối cùng diễn ra vào sáng ngày 19 tháng 8, 1991 khi Boris Yeltsin, khoa học gia Mikhail Arutyunov và nhiều người khác hiên ngang trực diện với chế độ CS và cũng là khi chỉ huy trưởng đoàn tăng Sergey Yevdokimov quyết định không bắn vào dân. Mặc dù còn hơn ba tháng Mikhail Gorbachev mới chính thức từ chức nhưng hôm đó đã là ngày quyết định số phận của cơ chế độc tài.

Tại Trung Cộng

Mao là một trong số ít đồ tể hàng đầu của nhân loại nhưng chính y đã nhận ra sự phản kháng của xã hội không thể nào ngăn chặn được và gọi đó là "Diễn biến hòa bình." Thật ra nếu gọi cho đúng đó là chuyển hóa xã hội dân chủ. Cuộc chiến "ai sợ ai" tại Trung Công đã diễn ra khốc liệt.

Sau trận chiến "ai sợ ai" đẫm máu tại Thiên An Môn vào tháng Sáu năm 1989, lãnh đạo Trung Cộng càng sợ dân hơn và áp dụng một chính sách trấn áp song song với hệ thống tuyên truyền tẩy não vô cùng chi tiết, tinh vi.

Tại Việt Nam

Riêng tại Việt Nam, theo tổng kết của sử gia Steven Rosefielde khoảng 200 ngàn đến 900 ngàn người Việt bị CS giết trong thời kỳ thiết lập chế độ CS tại miền Bắc năm 1954. Tuy nhiên không phải vì thế mà cuộc chiến "ai sợ ai" tại Việt Nam dừng lại. Điển hình nhất là cuộc nổi dậy Quỳnh Lưu. Từ

1975 trên phạm vi cả nước, sức đề kháng của người dân bị trị vẫn tiếp tục dưới nhiều hình thức và trong mọi lãnh vực.

Sau khi hệ thống CS Châu Âu sụp đổ đầu thập niên 1990, để tồn tại, về mặt kinh tế, hàng loạt các biện pháp "đổi mới" đã được lãnh đạo đảng thực thi bên cạnh những "cởi trói" trong văn hóa, văn nghệ. Nhà tù luôn có thêm tù nhân mới nhưng ánh sáng văn minh thời đại cũng đã tràn vào qua những khe hở nhỏ. Nhiều tiếng nói khác đã bắt đầu được gióng lên, các mạng lưới dân chủ được nối kết, các phong trào xã hội được hình thành.

Hiện nay, lãnh đạo CSVN chỉ còn biết dựa vào tầng lớp bồi bút để bênh vực phần lý luận, dựa vào bộ máy quân đội, công an để trấn áp đồng bào.

Sự kiện nhiều chục ngàn dân liên tục xuống đường của đồng bào Hà Tỉnh và nhiều nơi ở miền Trung chống công ty Formosa gây ô nhiễm đang làm đầy ly nước bất bình công phẫn của các tầng lớp nhân dân đối với chế độ.

Lãnh đạo CSVN, thay vì đàn áp đẫm máu như họ đã làm để dập tắt cuộc nổi dậy của đồng bào Quỳnh Lưu, Nghệ An tháng 11 năm 1956, họ chọn lui vào thế thủ bằng cách im lặng và ra lệnh cho mấy trăm tờ báo, các hệ thống truyền thanh, truyền hình im lặng.

Nhưng lãnh đạo đảng im lặng được bao lâu và nếu không im lặng họ sẽ làm gì?

Chắc chắn lãnh đạo đảng không muốn tự đào huyệt chôn mình bằng một Quỳnh Lưu đẫm máu khác, nhưng cũng không có nhiều chọn lựa dành cho đảng ngoài việc chờ cơn phẫn nộ của nhân dân lắng xuống và tìm cách thỏa hiệp riêng với các thành phần trong phong trào. Đây là thời điểm thách thức của lòng yêu nước và thái độ dứt khoát không phải chỉ nơi các lãnh đạo phong trào mà cả các tầng lớp nhân dân muốn đi cùng dân tộc và thời đại. Yêu nước không bao giờ quá trễ.

Cuộc nổi dậy Quỳnh Lưu và phong trào chống Formosa tại Kỳ Anh cách nhau tròn 60 năm. Đó một chặng đường lịch sử đầy hy sinh, xương máu nhưng chỉ vì một mục đích tự do, dân chủ cho dân tộc Việt Nam.

Hôm nay, tự do, dân chủ không còn là một ước mơ mà là một hiện thực trong tầm tay với. Mỗi người Việt Nam, bên cạnh những khó khăn phải chịu đựng, thử thách đang phải đương đầu, sẽ cảm thấy vinh dự vì được sinh ra và lớn lên trong một thời đại mà những đóng góp, những hy sinh của mỗi người sẽ góp phần làm thay đổi một cách căn bản hướng đi đích thực của dân tộc hôm nay và mai sau.

LÃNH TỤ VÀ THỜI ĐẠI

Lãnh tụ tạo nên thời đại hay thời đại tạo nên lãnh tụ vẫn còn là một vấn đề được tranh luận nhưng chắc chắn cả hai có một quan hệ hỗ tương, gắn bó chặt chẽ trong đó ý thức của thời đại đóng vai trò quyết định. Nhìn lại một giai đoạn lịch sử hay một sự kiện chính trị để phán xét là điều quá dễ dàng nhưng khi sống ngay trong giai đoạn đó thì khó có thể phán xét đúng và sai, nhân và quả.

Vài trường hợp thường được đem ra thảo luận.

Neville Chamberlain và quan điểm "thời đại hòa bình"

Một lãnh đạo quốc gia dân chủ bị phê bình nặng nhất trong Thế Chiến thứ Hai là Thủ tướng Anh, Lord Neville Chamberlain. Tuy nhiên trong thời điểm tháng Chín 1938, ông ta là một anh hùng của nước Anh. Ngày thứ Sáu, 30 tháng Chín, 1938, thủ đô London giống như một ngày hội. Theo tin tức trên các báo, buổi sáng hôm đó Thủ tướng Lord Neville Chamberlain sẽ thành công trở về sau cuộc hội đàm với Quốc trưởng Đức Adolf Hitler. Nhiều báo còn kêu gọi dân chúng cùng đi đón thủ tướng tại phi trường bằng mọi phương tiện. Các hãng xe bus đưa thêm xe, tàu điện ngầm tăng thêm chuyến. Hàng ngàn dân Anh nô nức đổ ra phi trường Heston, cách thủ đô London chín dặm, để chào đón thủ tướng của họ.

Khi cánh cửa máy bay vừa mở, Thủ tướng Anh Lord Neville Chamberlain bước xuống cầu thang. Ông nói như hét vào tai của Bộ trưởng Ngoại Giao Anh, Lord Halifax, đang đứng trong hàng viên chức ra tiếp đón thủ tướng "Tôi đạt được rồi, tôi đạt được rồi." Ý ông là đạt được thỏa hiệp với Hitler. Thủ tướng Anh rút trong túi một tờ giấy và cẩn thận mở ra và đọc nguyên văn "Chúng tôi, Quốc trưởng Đức và Thủ tướng Anh đã họp thêm sáng nay và cùng công nhận rằng mối quan hệ giữa Anh và Đức là mối quan hệ quan trọng hàng đầu đối với hai nước cũng như đối với toàn châu Âu. Chúng tôi nhìn nhận thỏa hiệp được ký tối qua và thỏa hiệp hải quân Anh-Đức như biểu tượng cho ước muốn của nhân dân hai nước sẽ không bao giờ phát động chiến tranh chống nhau lần nữa." Ý thức chủ hòa là ý thức chung của đại đa số dân Anh lúc bấy giờ.

Câu nói bất hủ của Neville Chamberlain "Hòa bình trong thời đại chúng ta" vang dội khắp nước Anh trong những ngày sau đó nhưng cũng chính câu nói này đã ám ảnh ông cho đến khi ông qua đời hai năm sau.

Adolf Hitler và mộng bành trướng Châu Âu

Buổi sáng ngày 19 tháng 8, 1934 là ngày nhân dân Đức đi bỏ phiếu để hợp thức hóa vai trò lãnh đạo tối cao của Adolf Hitler. Một cột báo lớn trên trang nhất long trọng công bố "Hôm nay Adolf Hitler là biểu tượng của nhân dân Đức." Tổng thống Paul von Hindenburg qua đời hai ngày trước. Cuộc đại khủng hoảng kinh tế thế giới 1928, hiệp ước Versailles và quan điểm chủ hòa của phe đồng minh Anh-Pháp đã góp phần để đưa một chính trị gia chỉ được 32% số phiếu bầu hai năm trước trở thành "lãnh tụ anh minh" với gần 98.9% cử tri Đức ủng hộ trong lần bầu cử 1934, và trở nên một "cứu tinh dân tộc." Theo sử gia

Sebastian Haffner, ngay cả một số người Đức bỏ phiếu chống Hitler trước đó cũng quay sang ủng hộ Hitler.

Đành rằng, bộ máy tuyên truyền của Đức Quốc Xã do Joseph Goebbels điều hành đóng một vai trò rất lớn trong việc vận dụng tinh thần yêu nước của người dân Đức, phần chủ yếu vẫn cũng là ý thức chính trị chung của người dân Đức. Hậu quả của ý thức thời đại đó như mọi người đều biết là Thế Chiến thứ Hai với khoảng 80 triệu người chết.

Ý thức thời đại đang quay về với một loại chủ nghĩa quốc gia ngay trong kỷ nguyên toàn cầu hóa. Do đó, đừng lấy làm ngạc nhiên khi Tổng thống Nga Vladimir Putin được 83 phần trăm dân Nga được thăm dò chấp thuận hay Tổng thống Philippines Rodrigo Duterte được 76 phần trăm dân Philippines được thăm dò chấp thuận. Nước Mỹ đang cần một lãnh đạo có khả năng làm lực đối trọng với Vladimir Putin của Nga, Tập Cận Bình của Trung Quốc, với Recep Tayyip Erdoğan của Thổ Nhĩ Kỳ, với Hassan Rouhani của Iran, và cũng có khả năng đặt vấn đề quyền lợi cũng như trách nhiệm một cách thẳng thắn với các quốc gia đồng minh của Mỹ.

Chọn lựa trước thùng phiếu khác với tình cảm trong quán nhậu. Niềm tin của cử tri Hoa Kỳ, ngoài việc cần phải thay đổi còn dựa vào xương sống của nền dân chủ Mỹ, đó là nguyên tắc đối trọng (checks and balances) giữa ba ngành chánh phủ. Nguyên tắc đối trọng hữu hiệu ngay cả trong trường hợp hành pháp lẫn lập pháp đều thuộc một đảng.

Trong nhiệm kỳ đầu của TT Barack Obama, đảng Dân Chủ nắm đa số tại Thượng Viện lẫn Hạ Viện nhưng quan điểm thiểu số Cộng Hòa vẫn được tôn trọng và nhiều đạo luật phản ảnh tinh thần lưỡng đảng.

Xin mở ngoặc ở đây, trong phương pháp bầu cử theo cử tri đoàn, mục đích của ứng cử viên là chiếm được đa số cử tri đoàn và mục đích đó chi phối toàn bộ các phương pháp vận động bầu cử. Một số người không nghiên cứu tường tận cách thức bầu cử cử tri đoàn dựa trên đa số nhưng tôn trọng quyền thiểu số của Mỹ, đã vội vã phê bình là khiếm khuyết, thiếu dân chủ. Luật bầu cử của một quốc gia trước hết đặt cơ sở trên các giá trị lịch sử và điều kiện chính trị đặc thù của quốc gia đó. Nước Mỹ là liên bang của những tiểu bang, trong đó mỗi tiểu bang có chiều dày lịch sử, văn hóa, dân số và địa lý khác nhau. Nước Mỹ hình thành không phải từ "một mẹ trăm con" hay một dân tộc có nhiều ngàn năm lịch sử, mà là gặp nhau từ bốn phương trời với vỏn vẹn trên dưới 300 năm lịch sử. Phần lớn mười ba thuộc địa đầu tiên dựng nên nước Mỹ, ngoại trừ New York, đều là những thuộc địa nhỏ. Do đó, giải pháp bầu theo cử tri đoàn là giải pháp tối ưu để vừa thuận theo đa số nhưng tôn trọng thiểu số. Nếu theo phương pháp phổ thông đầu phiếu, người dân tiểu bang Wyoming sẽ chẳng có quyền quyết định gì trong chính trị Mỹ vì tiểu bang này chỉ có hơn nửa triệu dân so sánh với California dân số hơn ba mươi tám triệu.

Tranh chấp Biển Đông

Chiến lược của Mỹ trong tranh chấp Biển Đông có lẽ là điều mà mọi người Việt ưu tư về đất nước quan tâm. Trong tư cách Ngoại Trưởng, Hillary Clinton từng tuyên bố tại Diễn đàn Khu vực về Hợp tác an ninh ở châu Á tổ chức tại Hà Nội hôm 23 tháng Bảy, 2010: "*Hoa Kỳ, giống như các quốc gia khác, có quyền lợi quốc gia về tự do hàng hải, mở cửa những thủy lộ chung tại châu Á, và tôn trọng luật pháp quốc tế trên Biển Đông. Hoa Kỳ chia sẻ quyền lợi này, chẳng những với các quốc gia thành viên ASEAN hoặc các quốc gia tham dự Diễn đàn Khu vực ASEAN, mà còn với các quốc gia có nhu cầu về hàng hải khác và cộng đồng quốc tế rộng lớn hơn.*"

Sau hơn 6 năm từ tháng 7, 2010, Trung Cộng vẫn tiếp tục dùng vũ lực khống chế khu vực Biển Đông, độc quyền khai thác các nguồn dầu mỏ, khoáng sản, và xâm phạm quyền lợi của các quốc gia vùng Đông Nam Á, tiếp tục tăng cường quân sự, hiện đại hóa võ khí và đe dọa chủ quyền các quốc gia Á Châu.

Hiểu được hướng đi của thời đại là điều rất cần thiết cho những ai đang mưu cầu một tương lai tốt đẹp, tự do dân chủ cho Việt Nam. Các nước nhỏ không có nhiều chọn lựa mà chỉ có thể vận dụng và phải biết vận dụng đúng trong mọi tình huống.

Cuộc đấu tranh chống chế độ Phân Biệt Chủng Tộc Nam Phi của tổ chức ANC (African National Congress) do Nelson Mandela lãnh đạo là một bài học điển hình và một tấm gương sáng để soi. Trong một thời gian dài khi Mandela và các bạn chiến đấu của ông còn chịu đựng tù đày, các tổng thống Hoa Kỳ từ Ronald Reagan tới George H.W. Bush chẳng những không yểm trợ mà còn kết án ANC là khủng bố. Nhưng các lãnh tụ ANC không vì thế mà nản lòng, bỏ cuộc, trái lại vẫn kiên trì tranh đấu và khi phong trào CS châu Âu sụp đổ, họ nắm bắt cơ hội ý thức thời đại đang chuyển về hướng dân chủ để thay đổi Nam Phi.

Nền dân chủ Việt Nam cũng vậy. Dân chủ Việt Nam như một bông hoa mọc lên giữa bụi cây đầy gai nhọn và rất khó gỡ ra, nhưng vẫn phải vươn lên. Dân chủ là văn minh của thời đại và không có chọn lựa nào khác ngoài dân chủ. Lịch sử của Nam Phi, Miến Điện và sẽ của Việt Nam, được viết bởi những người ở lại chứ không phải bởi những kẻ bỏ đi.

TƯỢNG ĐÀI CỘNG SẢN, MỘT GIA TÀI KHÔNG AI MUỐN NHẬN

Tổng Bí Thư CS Nguyễn Văn Linh và quốc tổ Hùng Vương, ai đáng kính trọng hơn? "Đó là câu hỏi ngu!" Những người có chút ít nhận thức chính trị và lịch sử, chẳng những không trả lời mà còn mắng ngược kẻ đặt ra câu hỏi.

Làm thế nào Nguyễn Văn Linh, một trong những người đã ký mật ước Thành Đô quy thuộc Trung Cộng lại có thể đem so với vị vua đã sáng lập nên nước Văn Lang của dòng giống Lạc Việt?

Làm thế nào một lãnh đạo của chỉ ba triệu đảng viên CS lại có thể đem ra so sánh vua Hùng, sáng tổ của cả dân tộc? Và đừng quên không có vua Hùng đã không có một nước tên gọi Việt Nam trên bản đồ thế giới trong khi nếu không có đảng CSVN lại là một điều vô cùng may mắn cho dân tộc Việt Nam.

Sự thật khó tin nhưng chính các lãnh đạo CSVN, có văn bản đàng hoàng, cho rằng Tổng Bí thư CSVN Nguyễn Văn Linh đáng kính trọng hơn Quốc Tổ Hùng Vương.

Theo nội dung Quyết Định số 1063/QĐ-TTg do Nguyễn Tấn Dũng ký ngày 2 tháng 7, 2015, phê duyệt kế hoạch tổ chức các ngày lễ trong hai năm 2014 và 2015, ngày sinh của Nguyễn

Văn Linh 01/07 được đảng CSVN được xem như ngày lễ "Quy Mô Cấp Quốc Gia" trong khi này Giỗ Tổ Hùng Vương Mùng 10 tháng 3 năm Ất Mùi 2015 chỉ là lễ địa phương và bị đưa xuống hàng cấp tỉnh. Theo Quyết Định này, vua Hùng bị xếp ngang hàng với Trần Phú, Nguyễn Lương Bằng, Hoàng Quốc Việt, Nguyễn Chí Thanh.

Nguyên văn: "*Ngày lễ lớn do Ban Tổ chức cấp quốc gia chủ trì tổ chức, giao Bộ Văn hóa, Thể thao và Du lịch chủ trì xây dựng Đề án trình Thủ tướng Chính phủ phê duyệt gồm: Kỷ niệm 100 năm Ngày sinh Tổng Bí thư Nguyễn Văn Linh* (01/7/1915 - 01/7/2015)."

Nguyên văn: "Bao gồm kỷ niệm ngày sinh của các đồng chí lãnh đạo chủ chốt của Đảng, Nhà nước, lãnh đạo tiền bối tiêu biểu; phong trào cách mạng; sự kiện tiêu biểu và ngày truyền thống, ngày thành lập ngành; ngày giải phóng, ngày thành lập tỉnh, thành phố trực thuộc Trung ương. 1. Kỷ niệm 55 năm Ngày mở đường Hồ Chí Minh (19/5/1959 - 19/5/2014). Bộ Quốc phòng đã tổ chức. 2. Giỗ Tổ Hùng Vương (mùng 10 tháng 3 năm Ất Mùi - 2015). Giao tỉnh Phú Thọ chủ trì tổ chức..."

Quyết định của lãnh đạo CSVN phát xuất nhiều lý do như người viết đã trình bày trong các bài viết, nhiều nhất trong bài Bàn về tẩy não, xin tóm tắt lần nữa dưới đây:

- Tiếp tục tẩy não các thế hệ Việt Nam, nhất là thế hệ trẻ. Một khi chính sách tuyên truyền tẩy não không còn tác dụng, đảng CS sẽ tắt thở. Đó là trường hợp của Liên Xô.

Trong lúc "bóng ma chủ nghĩa CS," mà Karl Marx dùng để thách thức quyền lực của các nhà nước tư sản giữa thế kỷ 19 trong Tuyên Ngôn Đảng CS, đã chìm vào quá khứ và đại đa số nhân loại đang hăng say tiến bước trên con đường dân chủ hóa.

Việt Nam thì chưa. Tại Việt Nam, hàng triệu học sinh, sinh viên mỗi ngày vẫn phải học thuộc một cách từ chương những khái niệm, những định nghĩa sai lầm và lỗi thời. Tại Việt Nam, bệnh sùng bái cá nhân, tôn thờ lãnh tụ vẫn còn đang chế ngự trong hầu hết các lãnh vực của đời sống văn hóa và tinh thần đất nước. Không một giáo án, giáo trình, diễn văn, tham luận, tuyên ngôn, tuyên cáo nào mà không trích dẫn vài câu nói của các lãnh tụ CS. Sự nô lệ tri thức như là một loại vi trùng sinh sôi và lan rộng trong từng con người, qua nhiều thế hệ, xói mòn và tàn phá tính khai phóng, làm thui chột tính sáng tạo trong con người.

- Đồng nghĩa lịch sử đảng CS và lịch sử dân tộc: Lãnh đạo đảng CSVN đang cố gắng tuyệt vọng vực dậy những xác chết, những tên tuổi đang bị lãng quên, vùi lấp trong làn sóng văn minh dân chủ thời đại để đánh đồng họ với các anh hùng dân tộc thật sự khác.

Tuy nhiên, những lãnh đạo CS đã chết, từ chết trẻ như Lý Tự Trọng, Nguyễn Thị Minh Khai, Trần Phú, chết già như Hồ Chí Minh, Tôn Đức Thắng, Nguyễn Lương Bằng, Hoàng Quốc Việt, chết trong chiến tranh như Nguyễn Chí Thanh... chỉ là đảng viên CS, không có liên hệ một chút gì đến lịch sử Việt Nam.

Có người có thể sẽ phản biện rằng, họ là người CS nhưng đồng thời là người yêu nước. Không. Những người kể trên là đảng viên CS, đã sống và chết như những người CS. Mục tiêu CS hóa Việt Nam là canh bạc của đời họ. Bằng chứng rõ ràng. Nguyễn Thị Minh Khai, Lý Tự Trọng và nhiều đảng viên CS khác khi bước lên máy chém đều hô lớn "Đảng CS Đông Dương muôn năm," không ai trong số họ hô "Việt Nam vạn tuế" hay

"Việt Nam muôn năm" như các đảng viên Việt Nam Quốc Dân Đảng đã hô tại Yên Bái sáng sớm ngày 17 tháng 6 năm 1930.

Một người sắp chết thường nghĩ về cội nguồn. Đó là cha mẹ, quê hương, dân tộc, tổ quốc. Người CS chỉ biết nghĩ về đảng vì đảng là cội nguồn của họ.

Như người viết đã phân tích trước đây, đó cũng là điểm khác biệt chính giữa các đảng cách mạng thật sự chiến đấu vì tự do, độc lập của dân tộc và đảng CSVN. Với những người yêu nước chân chính, đảng cách mạng chỉ là chiếc ghe để đưa dân tộc Việt Nam qua bờ tự do độc lập trong khi với Đảng CS chiếc ghe lại chính là dân tộc chuyên chở tham vọng của đảng.

Các nước cựu CS Đông Âu và thế giới xử trí sao với những "Nguyễn Lương Bằng," "Hoàng Quốc Việt", "Nguyễn Chí Thanh", "Nguyễn Thị Minh Khai."... của họ?

Ngày lễ kỷ niệm những người này tại các nước cựu CS rất dễ giải quyết. Tên tuổi họ tức khắc bị gạch ra khỏi lịch và nhanh chóng rơi vào quên lãng. Nhân dân các nước Cộng Hòa non trẻ quá bận tâm lao vào cuộc chạy đua với nhân loại để hiện đại hóa đất nước, chẳng còn ai có thì giờ nghĩ đến chuyện xưa, mới đó nhưng chừng già hơn trái đất.

Tuy nhiên, việc phá hủy các tượng đài là cả một vấn đề vì phải tốn nhiều công sức và tranh luận.

Các nhà sử học Đông Âu gọi tượng đài các "anh hùng CS" là gia tài không ai muốn nhận (unwanted heritage) hay như hai tác giả W. Logan và K Reeves gọi là gia tài nan giải trong tác phẩm Những nơi đau nhức và nhục nhã, đương đầu với một "gia tài nan giải" (Places of pain and shame: dealing with "difficult heritage").

Chẳng hạn việc phá hủy bức tượng khổng lồ của Enver Hoxha (Lê Duẩn của đảng CS Albany) đã gây nhiều tranh cãi. Một số sử gia cho rằng nên giữ tượng Enver Hoxha để các thế hệ sau này khi học về một chế độ độc tài tàn bạo sẽ đến ngay đó để xem mặt mày của y ra sao. Nhiều nơi vẫn còn giữ lại một số tượng đài trong ý nghĩa đó. Một số tượng đài khác bị bỏ hoang. Số phận của chúng giống như những lô cốt thời thực dân còn lại. Quốc kỳ cũng vậy, tất cả quốc gia cựu CS không dùng lá cờ dưới chế độ CS trước đây bị gọi là "cờ tổ quốc," trong trường hợp Việt Nam là cờ đỏ sao vàng, làm quốc kỳ cho kỷ nguyên Cộng Hòa mới của đất nước họ.

Riêng chính phủ Hungary có một sáng kiến hay. Họ muốn nhắc nhở các thế hệ mai sau một quá khứ hãi hùng, đau thương của đất nước, một bài học mà các thế hệ trẻ phải học để tránh, nên thay vì phá hủy, đã tập trung các "Bác Hồ," "Lý Tự Trọng," "Nguyễn Thị Minh Khai," "Lê Hồng Phong," "Phan Đăng Lưu"... của nước họ vào một công viên gọi là Memento Park, địa chỉ 1223 Budapest Balatoni road, Szabadkai street corner, Hungary.

Công viên này là trung tâm du lịch nổi tiếng ở Budapest. Phải mua vé mới được vào xem mặt các "anh hùng." Bộ trưởng Giáo Dục Hungary Zoltán Pokorni phát biểu "Tôi nghiên cứu các kế hoạch của đề án Memento Park với một quan tâm rất lớn. Tôi thấy đây là một kế hoạch đầy hứa hẹn để giữ ký ức lịch sử còn sống và tăng cường ý thức của công dân về trách nhiệm và cam kết để giữ gìn nền dân chủ… Công viên sẽ được sinh viên học sinh, những em không có kinh nghiệm và ký ức riêng tư, thăm viếng thường xuyên, nhờ đó có cái nhìn sâu xa và ấn tượng của một thời đại được biểu hiện trong công viên."

Việt Nam rồi cũng thế. Một ngày những thế hệ trẻ Việt Nam sẽ đến những nơi tương tự không phải để thưởng ngoạn hay thăm viếng nhưng để học về sự chịu đựng vô bờ bến của ông bà họ trên đoạn đường đầy máu và nước mắt mà dân tộc Việt đã phải đi qua.

VIỆT NAM KHÔNG PHẢI LÀ MIẾN ĐIỆN

Mỗi khi có một cuộc cách mạng dân chủ hay thắng lợi của phong trào dân chủ tại một nước độc tài nào đó, những người Việt quan tâm đến tương lai đất nước thường ngậm ngùi tự hỏi tại sao không phải là Việt Nam.

Sáng nay thức dậy đọc tin chiến thắng của Liên minh Dân tộc vì Dân chủ (National League for Democracy, NLD) dưới sự lãnh đạo của bà Aung San Suu Kyi và nền dân chủ tại Miến Điện đang được phục hồi lần đầu sau 25 năm dưới chế độ quân phiệt, những người Việt quan tâm đó chắc lại một lần nữa thở than tại sao sau bao nhiêu năm Việt Nam vẫn chưa có một Aung San Suu Kyi, chưa tạo được một phong trào đối kháng có khả năng lật đổ chế độ CSVN.

Thật sự, điều kiện chính trị của Miến Điện khác nhiều so với Việt Nam.

Cơ sở hạ tầng của NLD hoạt động chặt chẽ, phong trào dân chủ Việt Nam chỉ mới hình thành. Đảng đối lập NLD có cơ sở hạ tầng vững chắc và đã thắng 396 trong tổng số 485 ghế Quốc hội trong cuộc bầu cử dân chủ công khai được quốc tế công nhận năm 1990, trước khi bị đám quân phiệt đàn áp. Cơ sở hạ tầng đó không bị tiêu diệt hay chết dần theo thời gian mà đã tiếp tục lớn lên. Ngay cả các đại diện ngoại giao và quốc tế của NLD vẫn tiếp tục hoạt động ngoài Miến Điện sau khi bà Aung San Suu Kyi bị tù. Phong trào dân chủ Việt Nam chưa bao giờ có được cơ hội hoạt động công khai hay bán công khai. Các phong trào xã hội tại Việt Nam còn rất non trẻ và các lãnh đạo của phong trào lần lượt bị tù đày.

Quân phiệt Miến độc tài, CSVN toàn trị. Tập đoàn lãnh đạo Miến Điện dù sao cũng chỉ là một tập đoàn quân phiệt tay ngang, võ biền chứ không phải là một chế độ độc tài toàn trị được tổ chức tinh vi, nắm trong tay không những quân đội, công an, nhà tù, sân bắn mà còn có khả năng kiểm soát từng ngôi chùa, nhà thờ, thánh thất, từng hộ khẩu, từng cân đường, cân gạo của mỗi người dân như đảng CS Việt Nam. Giới lãnh đạo Việt Nam đối với Trung Quốc thì rụt rè, khép nép nhưng trấn áp dân mình thì rất giỏi.

Quân phiệt Miến xa rời lịch sử, CSVN sống bám vào lịch sử. Tập đoàn quân phiệt Miến không có chỗ dựa lịch sử. Lịch sử đứng về phía bà Aung San Suu Kyi và nhân dân Miến. Đảng CS Việt Nam thì khác, họ bám sâu vào cây đại thụ dân tộc Việt Nam, sinh sôi nẩy nở bằng nhựa nguyên và nhựa luyện Việt Nam. Đảng CS đồng hóa đảng và dân tộc, lịch sử đảng và lịch sử dân tộc. Bộ máy tuyên truyền của đảng giải thích lịch sử theo quan điểm của đảng. Quá trình hình thành và phát triển của Đảng CS Việt Nam là một quá trình đầy ngộ nhận lịch sử và họ tồn tại đến ngày nay, một phần cũng nhờ vào những ngộ nhận đó.

Quân phiệt Miến kiểm soát bậc đại học, CSVN đầu độc tuổi trẻ từ khi biết nói. Quân phiệt Miến độc tài nhưng không theo đuổi chính sách tẩy não tận cùng như CSVN đã và đang làm với các thế hệ Việt Nam. Tuổi trẻ Việt Nam lớn lên trong nền giáo dục một chiều và phản khoa học. Họ được dạy sự có mặt của Đảng CS trong đời sống chính trị và sinh hoạt xã hội Việt Nam tự nhiên chẳng khác gì bốn mùa xuân hạ thu đông. Nói như Mác, tự do là sự thừa nhận các quy luật tất yếu, và sự tồn tại của Đảng CS Việt Nam cũng được giải thích như là tất yếu. Nền giáo dục vẹt tồn tại trong xã hội Việt Nam từ bao nhiêu năm qua đã giết chết mọi mầm mống sáng tạo tự nhiên trong con người. Sự nô lệ trí thức như là một loại vi trùng sinh sôi và lan rộng trong từng con người, qua nhiều thế hệ, xói mòn và tàn phá tính khai phóng, làm thui chột tính sáng tạo trong con người. Suy nghĩ lạc hậu đó được tiêm vào nhận thức tuổi thơ từ khi các em mới tập nói và cũng tồn tại trong một số không ít những người được gọi là trí thức. Muốn tháo gỡ ra, muốn tách hệ ý thức lạc hậu đó ra, mà không phải làm ung thối đi nguồn nhựa sống hay làm ngã cây cổ thụ dân tộc, không phải là một chuyện dễ dàng.

Quân phiệt Miến bị thế giới cô lập, CSVN được Tàu nuôi dưỡng. Không giống tập đoàn quân phiến Miến cô đơn trong lòng dân tộc và bị cô lập về mặt quốc tế, CSVN đang được Tàu nuôi dưỡng. Như đã phân tích trước đây trong bài *Trung Cộng không đáng sợ*, mặc dù không công khai tuyên bố, giới lãnh đạo CSTQ cũng biết hiện nay chỉ còn năm quốc gia theo một loại chủ nghĩa mà giáo sư sử học Roderick Macfarquhar, thuộc đại học Harvard, gọi là chủ nghĩa Lê Nin không có Mác, tức một nhà nước chuyên chính sắt máu nhưng không còn dựa trên nền tảng triết lý duy vật. Hai cơ chế chính trị CSTQ và CSVN có một mối quan hệ hữu cơ mật thiết với các yếu tố tương quan và phụ thuộc vào nhau. Sự lệ thuộc về chính trị của Việt Nam vào

Trung Cộng không chỉ giúp để giữ an toàn phòng tuyến phía nam Trung Cộng mà còn tránh sự sụp đổ dây chuyền trong trường hợp cách mạng dân chủ tại Việt Nam diễn ra trước. Không có bình sữa của Tàu, CSVN chết khô, chết héo từ lâu rồi.

Bài học Miến Điện cho phong trào dân chủ Việt Nam

Chọn lựa đúng thời điểm đấu tranh trực diện. Báo chí và dư luận ca ngợi bà Aung San Suu Kyi như một lãnh tụ tài ba và can đảm, và không ít người cũng ca ngợi Thein Sein như một lãnh đạo thức thời đã mở ra cánh cửa mới cho xứ sở ông ta. Vâng. Bà Aung San Suu Kyi là một lãnh tụ tài ba, can đảm và có tầm nhìn xa vào tương lai Miến Điện. Việc bà chấp nhận được trả tự do trong lúc hàng trăm bạn chiến đấu của bà vẫn còn đang bị tù và chỉ sáu ngày sau cuộc bầu cử trong đó cánh quân phiệt chiếm đại đa số trong quốc hội là một chọn lựa hết sức can đảm. Hai mươi năm trước đó, chiều ngày 11 tháng Giêng năm 1990, Nelson Mandela cũng chọn lựa để bước ra khỏi cổng nhà tù Victor Verster trong lúc các bạn chiến đấu của ông vẫn còn bị tù. Với bà Aung San Suu Kyi và Nelson Madela, tự do không phải là tự do cho riêng họ mà chỉ là bước đầu trong hành trình đầy gian nan phục hưng đất nước. Cả hai đã chọn đúng thời điểm để đấu tranh trực diện.

Sức mạnh nhân dân là nền tảng. Không thể phủ nhận vai trò lãnh đạo về mặt tinh thần và tổ chức của bà Aung San Suu Kyi. Tuy nhiên những người quyết định vận mạng Miến Điện không phải là Aung San Suu Kyi hay Thein Sein mà chính là nhân dân Miến suốt 53 năm dài vẫn kiên trì tranh đấu cho tự do dân chủ. Cuộc đấu tranh đó bắt đầu từ 1962, 26 năm trước biến cố đẫm máu 8888 (8-8-1988) mà bà Aung San Suu Kyi tham gia. Nhắc lại, cuộc nổi dậy 8888 bắt đầu vào tuần lễ đầu tháng 7, 1988 của nhiều trăm ngàn dân Miến đòi dân chủ và đã bị tập đoàn quân phiệt đàn áp một cách dã man. Cảnh sát và quân đội được lịnh bắn thẳng vào đoàn biểu tình. Bà Aung San Suu Kyi thạm gia vào cuộc nổi dậy ngày 28 tháng 8 với diễn văn tại chùa Shwedagon và NLD được thành lập một tháng sau đó. Từ đó bà lãnh đạo cuộc đấu tranh dân chủ bằng phương pháp bất bạo động cho đến hôm nay. Trong suốt 53 năm, hay 25 năm nếu tính từ lần bầu cử tự do 1990, nhiều ngàn người dân Miến bị giết chết cùng nhiều ngàn người khác bị tù. Máu của họ không đổ xuống trong oan uổng mà đã tô thắm con đường dân chủ của Miến Điện hôm nay. Những người dân bình thường, không tên tuổi đó mới thật sự là những anh hùng dân chủ của dân tộc Miến.

Chiến lược tranh cử thông minh. Cuộc bầu cử tại Miến không phải chỉ có hai đảng USDP (Union Solidarity and Development Party) và NLD (National League for Democracy) mà đã có tới 90 đảng lớn nhỏ tranh nhau vào quốc hội. Tuy nhiên, với mục đích loại đảng USDP do quân đội ủng hộ, cánh dân chủ đưa ra khẩu hiệu là chọn một trong hai, Chọn Quân Đội (Military Selection) hay bầu Bầu Cử Dân Chủ (Real Election). Hẳn nhiên không phải người dân nào cũng ủng hộ cánh dân chủ, và ngay cả không phải ai cũng ủng hộ bà Aung San Suu Kyi, nhưng đều ý thức đó là chuyện về sau, trước mắt phải tập trung dứt điểm độc tài quân phiệt bằng cách không bầu cho USDP. Cuộc đấu tranh giành độc lập tại các quốc gia vùng Baltic trong những năm đầu 1990 cũng vậy. Các lãnh tụ phong trào dân chủ ý thức rằng chỉ tập trung được sức mạnh toàn dân mới thắng được CS. Trong cuộc bầu cử quốc hội Latvia tháng 6, 1993 có tới 23 đảng ghi danh ứng cử nhưng khi đối đầu với Liên Xô hai năm trước họ chỉ đứng dưới hàng ngũ của Mặt Trận Dân Tộc (Popular Front).

Thành công của phong trào dân chủ tại Miến Điện hy vọng sẽ là bài học cho những ai quan tâm đến tương lai Việt Nam. Điều kiện văn hóa lịch sử, kinh tế chính trị của mỗi quốc gia mỗi khác nhưng học hỏi kinh nghiệm vận động dân chủ tại các nước độc tài trên thế giới bao giờ cũng cần thiết.

Dân tộc Miến may mắn có một Aung San Suu Kyi tài ba, đảm lược và xứng đáng với tất cả lời ca ngợi thế giới dành cho bà.

Việt Nam không có Aung San Suu Kyi, nhưng không phải vì thế mà cuộc vận động dân chủ phải dừng lại và các phong trào dân chủ phải đốt đuốc đi tìm cho ra được một minh quân để dẫn lối soi đường trước khi tiếp tục. Đừng quên, hàng trăm quốc gia đã chiến đấu đầy hy sinh gian khổ để giành được độc lập từ chủ nghĩa thực dân suốt thế kỷ 19 và thế kỷ 20 nhưng không phải quốc gia nào cũng có một Mahatma Gandhi. Thay vì chờ đợi một nhân tài cứu nước hay đi vay mượn chiếc búa ngoại bang để về đập đổ bức tường chuyên chính, hãy bắt đầu từ những bàn tay Việt Nam nhỏ nhoi và kiên nhẫn để xoi mòn cơ chế độc tài đảng trị. Con đường có thể dài nhưng đích thực đó là con đường tự chủ.

NHÌN SANG MIẾN ĐIỆN, NHÌN LẠI VIỆT NAM ĐANG THIẾU AI?

Cuộc bầu cử Quốc Hội tại Miến Điện tháng 11, 2015, đã diễn ra trong tương đối tự do sau 25 năm với phần thắng lớn nghiêng về phía Liên minh Dân tộc vì Dân chủ (National League for Democracy, NLD) dưới sự lãnh đạo của bà Aung San Suu Kyi. Hơn ba phần tư trong số 84% số phiếu bầu được kiểm, đã bầu cho NLD. Đảng Union Solidarity and Development Party (USDP) với sự hậu thuẫn của quân đội chỉ chiếm được 5% số phiếu. Đương kim Tổng Thống Miến Điện Thein Sein, một tướng lãnh đã dành 40 năm trong quân ngũ, tuyên bố sẽ chấp nhận ý dân về kết quả của cuộc bầu cử.

Ngoại trừ Trung Cộng, thế giới ca ngợi bà Aung San Suu Kyi và TT Thein Sein vì những đóng góp của họ cho tiến trình chuyển tiếp dân chủ trong hòa bình tại Miến.

Một chủ đề đang được thảo luận khá hăng say trên các mạng xã hội, Việt Nam đang thiếu ai?

Phải chăng Việt Nam đang thiếu một Aung San Suu Kyi tài ba, can đảm, kiên trì với mục đích dân chủ hóa đất nước?

Phải chăng Việt Nam đang thiếu một Tổng Thống Thein Sein thức thời, thấy được hướng đi của đất nước trong thời đại toàn cầu, có khuynh hướng dân chủ, thân Tây Phương và ý thức về hiểm họa Trung Cộng tại Á Châu?

Nhìn chung, đa số cho là Việt Nam đang thiếu một lãnh tụ tài ba, can đảm, uy tín cả quốc nội lẫn quốc tế như Aung San Suu Kyi. Một số khác cho rằng Việt Nam thiếu một Thein Sein có uy tín trong quân đội và cũng không có quá khứ bàn tay dính máu đồng bào như một số tướng lãnh cai trị Miến Điện trước ông. Một số khá đông cho rằng Việt Nam cần có cả hai mới có thể dẫn tới một cách mạng dân chủ ôn hòa, không đổ máu, và một tương lai tốt đẹp cho các thành phần trong xã hội.

Nhưng phân tích cho cùng, những người mà Việt Nam thiếu nhất không phải là Aung San Suu Kyi hay Thein Sein mà là Nhân dân.

Nhân dân, theo định nghĩa về pháp lý, là những người sinh ra tại hay được thừa nhận bởi một đất nước, có những quyền lợi, quyền hạn và trách nhiệm phải hoàn thành đối với đất nước, và trong quan điểm dân tộc, là những người cùng chia sẻ một sắc tộc, lịch sử, nền văn hóa, ngôn ngữ và nguồn gốc.

Bà Aung San Suu Kyi có trí tuệ sáng suốt và can đảm khi chấp nhận được tự do mặc dù nhiều bạn chiến đấu của bà còn ở trong tù. Đừng quên, suốt 20 năm trước đó bà đã từ chối tự do cho bản thân bà. Lần này, bà biết được ý định của Tổng Thống Thein Sein muốn chuyển hóa đất nước sang dân chủ một cách hòa bình vì dân chủ là cánh cửa duy nhất để Miến Điện có thể đuổi kịp các nước trong vùng và hội nhập vào thời đại toàn cầu hóa.

Nhưng dù tài ba, đảm lược, có tầm nhìn xa bao nhiêu bà Aung San Suu Kyi cũng không thể vực dậy một dân tộc không có khả năng đứng lên. Kết quả cuộc bầu cử tại Miến Điện hiện nay là kết quả của bao hy sinh xương máu mà nhân dân Miến đã đổ xuống từ 1962, 26 năm trước khi bà Aung San Suu Kyi tham gia phong trào dân chủ Miến. Tương lai Miến Điện vẫn còn rất khó khăn nhưng cũng đầy hy vọng.

Nelson Mandela cũng thế. Đêm 10 tháng 1, 1990 của Nelson Mandela tại nhà tù Victor Verster hẳn là một đêm trăn trở. Sau 3 năm đàm phán, phần lớn là bí mật từ nhà tù và ngay cả các bạn chiến đấu thân cận nhất cũng không biết, ngày hôm sau ông sẽ được trao trả tự do. Với ông, tự do chỉ là bước đầu tiên trong hành trình hòa giải quốc gia đầy gian nan mà ông vừa mới lên đường.

Dù Nelson Mandela đã thức tỉnh trong nhà tù và chọn lựa một phương pháp đấu tranh mới nhưng liệu nhân dân Nam Phi và chiến hữu của ông có thức tỉnh như ông không. Nelson Mandela nghĩ đúng và chọn lựa đúng. Hơn 60% nhân dân Nam Phi thức tỉnh, các bạn chiến đấu của ông trong African National Congress thức tỉnh và điều này đã dẫn tới chiến thắng của ANC trong cuộc bầu cử ba năm sau.

Nếu Nelson Mandela hay Aung San Suu Kyi là người Việt Nam rồi hai vị đó cũng chỉ là những tiếng kêu bi thương trong cô đơn tuyệt vọng. Hai ngọn gió thổi qua không làm nên bão tố cách mạng, họ sẽ bị tù và có thể rồi sẽ chết trong tù. Lý do, như đã viết ở phần trên, bởi vì Việt Nam chưa có khối nhân dân đủ mạnh để làm hậu thuẫn cho một Nelson Mandela Việt Nam hay một Aung San Suu Kyi Việt Nam.

Do đó, không lạ gì khi thấy Đảng CSVN rất coi thường người Việt trong nước.

Tin tức về bầu cử dân chủ tại Miến rất hạn chế phổ biến tại Trung Cộng. Biến cố Thiên An Môn cho lãnh đạo Trung Cộng thấy sức mạnh của nhân dân. Theo Foreign Affairs số tháng 6, 2015, chỉ riêng đối ngoại, Trung Cộng dành một ngân sách 10 tỷ Mỹ kim một năm cho mục đích tuyên truyền. Ngân sách dành để kiểm soát 1.3 tỉ dân tại lục địa không kiểm chứng được nhưng chắc chắn cao hơn nhiều. Cơ quan Thông tin thuộc Hội Đồng Nhà Nước tại Bắc Kinh có nhiệm vụ kiểm soát toàn bộ các phương tiện văn hóa thông tin của Trung Cộng trong đó gồm Nhân Dân Nhật Báo, Global Times, truyền hình trung ương, Tân Hoa Xã. Ám ảnh bởi biến cố Thiên An Môn, đảng CSTQ che đậy mọi tin tức liên quan đến dân chủ ngoại trừ những bản tin ngắn phải loan vì liên quan đến chính sách đối ngoại.

Lãnh đạo CSTQ làm vậy vì họ rất sợ nhân dân nổi dậy.

Ngay cả Kim Jong-un cũng sợ nhân dân. Người dân Bắc Hàn hoàn toàn không biết những gì đang xảy ra tại Miến Điện. Bắc Hàn là chiếc lồng sắt và người dân không biết gì ngoài những tin do cơ quan thông tin chính thức của đảng loan ra. Chính phủ Bắc Hàn không chỉ hạn chế tin tức mà còn thay đổi nội dung để phục vụ cho mục đích tuyên truyền của đảng. Korean Central News Agency là cơ quan duy nhất tại Bắc Hàn có quyền hạn về tin tức. Các báo chí, truyền thanh, truyền hình đều nhận tin từ cơ quan này.

Kim Jong-un kiểm soát chặt chẽ đến mức như vậy cũng chỉ vì y sợ người dân nổi dậy.

Việt Nam thì khác. Các báo chí đảng và nhà nước CS tương đối thoải mái trong việc loan tin về bầu cử tại Miến Điện. Các báo *Nhân Dân*, *Lao Động*, *Thanh Niên*, *VNExpress*... đều loan tin về bầu cử tại Miến, ca ngợi bà Aung San Suu Kyi. Báo Nhân Dân, cơ quan chính thức của đảng CS không chỉ loan tin mà đăng cả hình ảnh nhân dân Miến Điện vui mừng chiến thắng của NLD trong cuộc bầu cử dân chủ.

Đảng CSVN đánh giá người Việt Nam thấp như vậy chỉ vì họ biết Việt Nam có 92 triệu người đang sinh sống, trong đó 60% là trong tuổi lao động, nhưng có rất ít "nhân dân."

Ngoài một số nhóm nhỏ đang hoạt động dưới dạng tôn giáo, tranh đấu trong phong trào dân oan và dấn thân trong các tổ chức xã hội dân sự, phần còn lại của năm mươi lăm triệu người trong tuổi lao động không biết đòi quyền lợi, không ý thức về quyền hạn và không quan tâm đến trách nhiệm phải hoàn thành đối với đất nước họ, đối với tương lai con cháu họ.

Đại đa số sống theo chủ nghĩa định mệnh tất định, nhắm mắt đưa chân. Với số người này đảng là mùa xuân mai nở, mùa hạ ve kêu, là nắng mưa, là bão lụt, là động đất.

Một số hiểu được lẽ đúng sai nhưng thỏa hiệp để sống một cuộc sống ích kỷ cho bản thân và gia đình được an nhàn, chấp nhận là xăng nhớt cho bộ máy độc tài tiếp tục cày xéo lên đất nước.

Một số khác hoàn toàn bị tẩy não để tin vào đảng cuồng nhiệt, bệnh hoạn như những tín đồ tà đạo, phát biểu như bị ma nhập trong những phim kinh dị.

Để có một cuộc cách mạng dân chủ thật sự, phải tập trung nhiều hơn nữa vào việc xây dựng tầng lớp nhân dân không chỉ có tình cảm yêu nước mà còn thể hiện lòng yêu nước bằng hành động.

Có người sẽ hỏi làm thế nào để có nhân dân? Mỗi người, mỗi tổ chức, mỗi phong trào, mỗi đoàn thể đấu tranh cho dân chủ Việt Nam có khả năng riêng và nhắm vào các thành phần xã hội khác nhau. Do đó, không có một phương pháp nào độc nhất mà là tất cả các phương pháp có khả năng tác động vào mọi lãnh vực của đời sống và nhận thức của người Việt Nam. Tất cả cố gắng của người Việt Nam từ nhiều ngả, nhiều giới, nhiều thế hệ có thể khác nhau miễn là cùng dẫn tới một điểm hẹn huy hoàng của lịch sử: Cách mạng Dân chủ tại Việt Nam.

FIDEL CASTRO CHẾT, NÊN VUI HAY BUỒN?

Sáng sớm hôm nay, thứ Bảy 26 tháng 11, 2016, hàng ngàn người dân Cuba đang định cư tại Miami xuống đường vui mừng trước tin tức lãnh tụ độc tài Cuba Fidel Castro qua đời.

Họ có lý do, tuy nhiên, nếu bình tâm đọc lại nửa thế kỷ lịch sử đầy máu, nước mắt, hy sinh và chịu đựng của các thế hệ Cuba từ tháng Giêng 1959, họ sẽ lấy làm hối tiếc hơn là hả dạ, vui mừng.

Giống như hòn đảo nhỏ nơi một thời có nhà tù nổi tiếng Alcatraz Island chỉ cách bờ San Francisco hơn một dặm mà xa ngàn trùng, Cuba chỉ cách Key West, Florida 90 dặm mà hoàn toàn cách biệt với phần còn lại của thế giới tự do. Bởi vì Cuba là một nhà tù CS.

Lẽ ra Fidel Castro dù bao nhiêu tuổi cũng nên sống để một ngày trả lời trước lịch sử Cuba về cái chết của ít nhất 33 ngàn người dân Cuba mà chính y có trách nhiệm ra lịnh tử hình. Nhiều tài liệu cho rằng con số người bị giết lên đến cả trăm ngàn.

Chỉ sáu tháng đầu năm 1959, đoàn quân dưới quyền của Castro đã xử tử 550 người Cuba chỉ vì bị gán ghép tội "chống đối chính quyền cách mạng" hay đã từng "phục vụ trong chế độ Fulgencio Batista."

"Cuba Archive", một đề án phi lợi nhuận phục vụ nhân quyền tai Cuba đã tổng kết được danh sách của 8,200 người bị mất tích dưới chế độ Castro và đề án này hiện đang tiếp tục được tổng kết. Tiến sĩ Lago, thuộc đại học Harvard, dựa theo các báo cáo của lực lượng tuần dương Mỹ đã ước lượng số người dân Cuba chết trên đường vượt biển là 77 ngàn.

Nhiều người bị giết trên đường vượt biển, không nằm trong danh sách đó, là do trực thăng của công an Cuba thả bao cát cho bè chìm, bắn thẳng xuống bè, ra lịnh tàu hải quân Cuba tông vào những chiếc bè mong manh. Trường hợp tàn sát "The Canimar River" hay "Tugboat massacre of 1994" trong đó nhiều trẻ em bị giết được ghi nhận nhưng vô số trường hợp khác sẽ không được biết, ít nhất cho đến ngày chế độ CS Cuba sụp đổ.

Fidel Castro đã đưa đất nước Cuba từ một nền kinh tế ổn định trong giai đoạn 1959 trở thành một trong những quốc gia nghèo nàn và chậm tiến nhất.

Vào thời điểm 1959, GDP theo mỗi đầu người là 2,067 Mỹ kim Mức phát triển này gần với các nước đang phát triển trong khu vực như Ecuador (1,975), Jamaica (2,541), Panama (2,322). Ngày nay, GDP trên đầu người chính thức là 5,539 Mỹ kim nhưng lương trung bình của công nhân Cuba chỉ 20.00 Mỹ kim mỗi tuần. Nếu khấu trừ mức lạm phát, tiền lương của công nhân Cuba không tăng một đồng nào trong suốt 20 năm qua.

Cuba nghèo đến mức phải từng bán máu tù cho CSVN

Báo Thanh Niên ngày 27 tháng 11, 2016 đăng một bài viết của Phạm Tiến Tư, nguyên Đại sứ CSVN tại Cuba với tựa "Vì Việt Nam, Cuba sẵn sàng hiến dâng đến cả máu của mình."

Câu nói đó là của Fidel Castro phát biểu để ủng hộ CS miền Bắc trong chiến tranh thôn tính miền Nam. Năm 1973, khi thăm Bắc Việt, Castro đã lần nữa lập lại lời cam kết sẵn sàng góp máu. Trước khi trình bày việc "góp máu" Cuba, thiết nghĩ nên lượt qua tình trạng và số lượng tù nhân chính trị tại Cuba vì số lượng tù ảnh hưởng đến số lượng máu.

Theo nhà xã hội học Juan Clark, chuyên gia hàng đầu về tình trạng áp bức tại Cuba, đã có khoảng 60 ngàn tù nhân bị giam trong các trại "cải tạo" khắp Cuba trong thập niên 1960. Cuba có hơn 550 nhà tù trên khắp đảo. Theo cơ quan mật vụ Đông Đức Stasi, nhà cầm quyền CS Cuba giam giữ 15 ngàn tù nhân. Tuy nhiên, cơ quan Stasi không tính các nhà tù quân sự, trong đó giam khoảng 25 ngàn tù nhân thuộc giới đồng tính, lãnh đạo các tôn giáo, các thành phần "chống phá cách mạng",...

Mặc dù chiếm Cuba từ tháng Giêng 1959, mãi đến 2006, nhà cầm quyền CS Cuba vẫn còn giam giữ khoảng từ 339 đến 1000 tù nhân chính trị. Trở lại với tuyên bố của Fidel Castro "Vì Việt Nam, Cuba sẵn sàng hiến dâng đến cả máu của mình." Đó không phải là câu để cổ võ tinh thần mà là câu nói thật. Cuba đã từng "đóng góp" máu của người Cuba để chuyển cho thương binh CSVN trong thời chiến.

Tuy nhiên, có hai điểm chính của sự kiện góp máu Fidel Castro cố tình che giấu; thứ nhất, đó không phải là máu của dân Cuba tự nguyện hiến mà là máu của những tù nhân bị chế độ CS Cuba kết án tử hình, và thứ hai, không phải máu tặng không mà CS Bắc Việt phải trả lại Cuba 50 Mỹ kim ho mỗi túi. Với 7 túi máu, mỗi tử tù đem lại cho nhà nước CS Cuba một thu nhập 350 Mỹ kim. Như đã viết ở trên, Cuba có nhiều ngàn tử tù bị hành quyết tập thể; do đó, thu nhập từ xuất cảng máu hàng năm không phải nhỏ.

Tin tức này rất dễ gây xúc động cho các thương binh miền Bắc nên người viết xin ghi nguồn thật chi tiết. Độc giả chỉ cần google là đọc được nguyên văn. Theo điều tra của The Wall Street Journal ngày 30 tháng 12, 2005, bà Mary Anastasia O'Grady đăng lại báo cáo của Ủy Ban Nhân Quyền Liên Mỹ Châu (InterAmerican Human Rights Commission) ngày 7 tháng Tư, 1967:

"*Vào 27 tháng Năm, 1966, 166 người Cuba, gồm dân sự và quân sự, bị tử hình, và phải tiến hành thủ tục y tế rút máu trung bình bảy túi mỗi người. Lượng máu này được bán cho CS Việt Nam với giá 50 Mỹ kim mỗi túi với hai mục đích vừa kiếm tiền đô và vừa đóng góp vào cuộc chiến tranh xâm lược của Việt Cộng.*" "*Mỗi túi máu tương đương nửa lít. Việc trích một lượng máu như vậy từ một người bị kết án tử hình gây cho nạn nhân tình trạng mất máu não, không còn ý thức, và tê liệt. Khi máu được trích xong, nạn nhân được hai người lính đặt lên cáng và khiêng tới địa điểm hành quyết.*"

Chủ trương rút máu này có lịch sử bắt đầu từ nước CS anh em Đông Đức trước đây khi cơ quan an ninh nổi tiếng tàn ác Stasi rút máu tù để bán cho Hồng Thập Tự Bavarian. CS Cuba áp dụng phương pháp của CS Đông Đức nhưng với tầm mức quy mô hơn.

Đề án *Cuba Archive*, một tổ chức nhân quyền phi lợi nhuận trích lời một cựu tù nhân Cuba bị tù từ 1963 đến 1968 tại nhà tù Boniato, Santiago de Cuba kể lại: "*Nhà tù Boniato vào năm 1963 có khoảng 5,000 tù nhân. Mỗi buổi sáng hai hay ba tù nhân trên đường ra pháp trường phải ghé lại trạm rút máu của bệnh viện nhà tù, phía sau phòng đóng kín. Bởi vì tôi là một tù nhân tật nguyền, không thể đi bộ nên tôi bị giữ tại bệnh viện nhà tù. Dù họ không cho thấy nạn nhân, tôi chỉ đứng cách đó 20 mét và có thể nghe mọi thứ. Chúng làm tương tự như thế cho mọi tù nhân bị tử hình.*" Ủy Ban Nhân Quyền thuộc Tổ Chức Các Quốc Gia Châu Mỹ (OAS) trong báo cáo vào tháng Tư 1967 cũng đã tố cáo thực tế rút máu tù nhân tại nhà tù La Cabaña Fortress. Ngoài máu tử tù, thân nhân của tù nhân cũng phải bị "hiến máu" trước khi được phép thăm viếng. Con số thân nhân thăm tù và bị rút máu lên đến nhiều chục ngàn người.

Rút máu trong cơ thể người sống trước khi bắn chết là hành động dã man, phi nhân và vi phạm mọi luật quốc tế trong đó có The Code of Ethics of Blood Donation and Transfusion thuộc International Society of Blood Transfusion (ISBT) đã được Liên Hiệp Quốc chấp nhận. Tử hình tập thể chấm dứt vào khoảng năm 1967 sau khi có cuộc nổi dậy của nông dân, nhưng kỹ nghệ xuất cảng máu của Cuba vẫn được tiến hành và nhận mức thu trung bình 30 triệu Mỹ kim từ năm 1995 đến 2012. Giới cầm quyền CS Cuba không chỉ xuất cảng máu sang Việt Nam mà còn sang nhiều quốc gia khác trong đó có Canada.

Trong một bài viết ngắn trên Facebook, người viết có nhấn mạnh với những tội ác tày trời như thế, lẽ ra Fidel Castro, dù cao tuổi bao nhiêu, cũng phải sống để đối diện với sự thật và trả lời những câu hỏi của người dân Cuba. Người dân bao giờ cũng là những người thực sự có quyền phán xét cuối cùng. Không một lãnh tụ thế giới nào tránh khỏi bị kết án nếu họ làm sai. Nhưng không, Fidel Castro chết nhẹ nhàng, chết êm thấm sau khi thọ đến 90 năm.

Fidel Castro qua đời mà không bị ai rút hết máu trong người cho đến khi bất tỉnh, như trường hợp anh nông dân 24 tuổi Angel Moisés Ruíz Ramos hay không đau đớn như trường hợp cô gái Lydia Peacuterez 25 tuổi có thai 8 tháng, bị cai tù đá vào bụng, máu của cô và của hài nhi cùng chảy cho đến khi hai mẹ con chết trong nhà tù Cuba.

Fidel Castro không chết vì bị xử bắn, không chết vì bị tra tấn như hàng ngàn tù nhân Cuba chết sau những trận đòn hỏi cung vô cùng tàn nhẫn theo báo cáo của Human Rights Watch hay Freedom House mà chỉ chết già sau 57 năm sống trên giàu sang nhung lụa và cai trị quốc gia đảo này bằng nhà tù và sân bắn.

Không giống như hàng ngàn người Cuba bị xử tử, bị giết trong tù hay chết trên đường vượt biển, Fidel Castro ra đi trong nhẹ nhàng, êm thấm như chưa từng nợ ai một giọt máu nào.

Ai sẽ trả lại cho nhà thơ Armando Valladares tám ngàn đêm của một thời tuổi trẻ khi ông bị giam, bỏ đói, tra tấn và chính mắt chứng kiến bạn tù bị xử bắn trong suốt 22 năm chịu đựng mọi cực hình tàn khốc trong nhà tù của Fidel Castro?

Ai sẽ trả lời cho cái chết của 14 ngàn thanh niên Cuba, trong số 50 ngàn được gởi đi làm bia đỡ đạn tại Angola theo lịnh của quan thầy CS Liên Xô?

Các lãnh tụ độc tài cá nhân bắt đầu từ nhiều gốc gác khác nhau nhưng chỉ kết thúc đời họ bằng một trong hai cách: chết già trong quyền lực hay bị lật đổ.

Những kẻ gây ra tội ác tày trời như Fidel Castro không có quyền được chết già mà phải sống để trả lời trước lịch sử về các tội ác mà y đã gây ra.

Nhiều người phê bình nhà cầm quyền CSVN tổ chức "Quốc tang" đúng ra nên gọi là đảng tang dành cho Fidel Castro, nhưng nghĩ cho cùng việc Nguyễn Phú Trọng và giới cầm quyền CSVN khóc cho Fidel Castro, lãnh tụ CS cuối cùng của thế kỷ 20 còn sót lại, cũng phải. Họ khóc cho Castro và cũng khóc cho chính họ. Castro có may mắn chết già nhưng liệu giới cầm quyền CSVN có được may mắn như thế hay không. Chưa chắc.

BỆNH NGHIỆN RƯỢU DƯỚI CHẾ ĐỘ CỘNG SẢN

Sắp Tết, số lượng rượu bia được tiêu thụ chắc chắn sẽ tăng cao. Câu hỏi đặt ra tại sao Việt Nam là một trong những quốc gia dùng rượu bia cao nhất thế giới?

Nhắc lại, hôm 26 tháng 9, 2016, Báo *VietNamNet* đưa tin "Đàn ông Việt uống rượu bia nhiều nhất thế giới." Theo lời Bác sĩ Trần Quốc Bảo, Cục Y tế Dự phòng dẫn chứng cho biết "*Nếu tính trung bình, một người nam giới trưởng thành uống khoảng 27.4 lít cồn nguyên chất, đây là con số rất đáng báo động và là một trong số những quốc gia đứng hàng đầu thế giới về tỉ lệ này.*"

Cùng lúc, Thứ trưởng Bộ Y tế Nguyễn Thanh Long cũng thốt lên: "*Dù nước ta mọi mặt kinh tế, xã hội đều có sự phát triển, nhưng tỉ lệ dùng rượu bia đang tăng quá nhanh so với các chỉ số khác. Nếu không có biện pháp mạnh tay để hạn chế, Việt Nam sẽ là quốc gia đứng đầu thế giới về sử dụng rượu bia.*"

Kỷ lục dùng rượu bia tại iệt Nam không phải ngẫu nhiên.

Theo công bố của WHO (Tổ chức Y tế Thế giới) thuộc Liên Hiệp Quốc, năm 2015, chín trong số mười quốc gia tiêu thụ lượng rượu cao nhất thế giới là những nước cựu CS. Các nước này gồm Belarus, Moldova, Lithuania, Russia, Romania, Ukraine, Hungary, Czech Republic và Slovakia.

Lấy nước Nga, từng là nước CS lớn nhất châu Âu để phân tích trước.

Tiêu thụ rượu cao tại Nga có từ thời Sa Hoàng nhưng vượt cao sau Cách mang CS Nga 1917.

Rất nhiều lý do như thời tiết, chiến tranh, nghèo khó... được đưa ra để giải thích việc sử dụng rượu quá cao tại Nga CS. Những giải thích này đều không đứng vững vì sau nội chiến, khi điều kiện sống tốt hơn và những mùa không quá lạnh số lượng rượu được tiêu thụ cũng không giảm bớt.

Tháng Năm, 1985, Gorbachev tung ra chiến dịch toàn quốc chống nghiện rượu. Ông cho rằng nghiện rượu là một trong ba căn bệnh trầm trọng nhất tại Liên Xô, chỉ sau bệnh tim và ung thư.

Gorbachev hy vọng việc giảm lượng rượu được dùng sẽ giúp gia tăng năng xuất, nhưng kết quả trái ngược, thu nhập lợi tức từ rượu của chính phủ có giảm nhưng mức sản xuất không tăng một cách tương ứng.

Thực tế đó cũng đã xảy ra tại Ba Lan. Trong phóng sự điều tra của báo Christian Science Monitor phát hành ngày 3 tháng 3, 1981 khi chế độ CS Ba Lan còn rất mạnh, một trong những căn bệnh xã hội trầm trọng nhất tại Ba Lan là nghiện rượu. Mười phần trăm trong số mười hai triệu công nhân Ba Lan say rượu mỗi ngày. Nhà cầm quyền CS tăng giá rượu cao với hy vọng số lượng rượu được tiêu thụ sẽ giảm, nhưng không, lượng rượu được dùng đã không giảm bớt.

Theo nghiên cứu của sử gia Thomas Kochan trong tác phẩm *The Blue Strangler - Drinking habits in the GDR*, Đông Đức trong thời kỳ CS tiêu thụ rượu cao nhất châu Âu và gấp đôi Tây Đức. Chữ "The Blue Strangler" trong tác phẩm của ông là hiệu rượu vodka Đông Đức có 40% cồn. Lương trung bình của một công nhân Đông Đức khoảng 500 Marks trong lúc một chai rượu Cognac giá 80 Marks. Trong số những người nghiện rượu hạng nặng có cả các ủy viên Trung ương đảng hay ủy viên Bộ Chính trị CS Đông Đức như trường hợp Alfred Neumann.

Tại Trung Cộng, theo công bố của WHO vào tháng 12, 2012 "Alcohol and alcohol-related harm in China: policy changes needed", số người uống rượu tại Trung Cộng cao hơn phần lớn nhân loại với 55.6 phần trăm đàn ông và 15 phần trăm đàn bà uống rượu. Hiện nay, Trung Cộng là một trong những nước sản xuất bia nhiều nhất thế giới. Uống rượu trong giờ làm việc cũng là một tình trạng phổ biến tại Trung Cộng và tình trạng này gắn liền với tham nhũng, hối lộ trong giới chức nhà nước. Nhiều nghiên cứu cho thấy mức độ bệnh gan có liên quan đến rượu nơi giới viên chức nhà nước CS cao hơn nhiều so với giới dân thường. Ngay cả báo đảng *Nhân Dân Nhật Báo* cũng thừa nhận tình trạng uống rượu trong lúc làm việc và viết hàng loạt phóng sự về vấn đề này.

Các phân tích đó cho thấy cơ chế chính trị CS là một tương quan nổi bật giữa các nước CS Liên Xô và Đông Âu trước đây cũng như Trung Cộng và CSVN hiện nay. Các thể hiện của tương quan này:

Mượn rượu giải sầu: Nhiều công nhân, nông dân dưới các chế độ CS mượn rượu để làm lối thoát cho lòng tổn thương, thất vọng. Sự thất bại của các chính sách cai nghiện rượu cho thấy việc giải quyết không đơn giản là tăng giá như chính phủ Ba Lan hay Liên Xô đã làm nhưng phải áp dụng các cải cách chính trị kinh tế căn bản.

Say rượu là một biểu hiện của thái độ trốn chạy thực tế (escapism): Lý do chính như Michael Binyon trong nghiên cứu Life In Russia xuất bản vào thập niên 1980 cho rằng nhiều người Nga uống rượu chỉ để say. Họ tuyệt vọng khi đối diện với một "khoảng trống tinh thần," một xã hội không còn có những giá trị văn hóa mà đất nước họ đã từng có trong lịch sử trước đó.

Điều kiện sống: Nhà ở chật chội, lương bổng thấp, thiếu thốn mọi thứ cần thiết và sống trong bóng tối theo nghĩa đen lẫn nghĩa bóng đã đẩy người dân chọn rượu như là phương tiện "giải trí" dễ có nhất. Xã hội CS là một xã hội thiếu thốn những món hàng căn bản trong đời sống hàng ngày của con người nhưng lại có đầy đủ rượu. Giới cầm quyền CS từ chối nguyên nhân này nhưng thực tế đó đã được rất nhiều nghiên cứu rút ra khi so sánh đời sống của công nhân dưới hai xã hội tự do và CS.

Giới cầm quyền CS không quan tâm đến sức khỏe của người dân: Đối với giới cầm quyền CS, thu nhập và thuế do việc tiêu thu rượu đem lại quan trọng hơn là sức khỏe của người dân. Vladimir Treml, một nhà kinh tế thuộc cựu Nga CS đang làm việc tại Duke University cho biết "Hơn sáu mươi năm, thuế rượu đem lại 12 phần trăm đến 14 phần trăm thu nhập của nhà nước" và do đó nhà nước CS khuyến khích hơn là ngăn chặn tệ nạn lạm dụng rượu tại Liên Xô.

Chế độ CS đã sụp đổ tại Châu Âu nhưng những căn bệnh xã hội do cơ chế gây ra đã trở thành một lối sống, một văn hóa xã hội chủ nghĩa tại những nước này và không thể dễ dàng thay đổi.

Giống như tại Liên Xô, Đông Đức, Ba Lan, giới cầm quyền CSVN cũng sẽ từ chối và cho rằng chẳng lẽ tệ trạng nào cũng đổ lên đầu chế độ hay sao. Thế nhưng, các nghiên cứu cho thấy đúng vậy, cơ chế chính trị CS là nguyên nhân tiềm ẩn sâu xa của bệnh nghiện rượu.

Giấu cơn giận trong men cay, ngăn nỗi buồn nơi đáy cốc là thái độ tìm quên tiêu cực nhưng rất phổ biến của người dân thường trước những bất công đang đè lên số phận của họ. Bệnh xã hội như thế chỉ thuyên giảm khi các điều kiện vật chất và tinh thần thay đổi theo một chiều hướng tốt đẹp hơn.

BỆNH LƯỜI DƯỚI CHẾ ĐỘ CỘNG SẢN

Hôm 24 tháng 8, 2016, VietNamNet có bài viết "*Việt Nam mãi nghèo vì người Việt quá lười? Ngẫm sâu hơn, có thể bạn sẽ nghĩ khác!*" Tác giả bài báo dùng các ví dụ về hợp tác xã nông nghiệp để phân tích và dù tránh đụng đến nguyên nhân sâu xa, cũng đã thừa nhận tệ trạng lười biếng phát xuất từ chính sách: "*Dân lười nên nghèo hay chăm chỉ có của ăn của để do chính sách nông nghiệp khác nhau tạo ra môi trường khác nhau.*"[1]

Một bài viết khác khá chi tiết Đất nước của những kẻ lười biếng của tác giả Lục Phong tập trung vào việc phê bình người Việt "lười học", "lười làm", "lười suy nghĩ", "lười tập thể dục", "lười tranh đấu."[2]

Nói chung, đủ thứ lười. Những điều các tác giả đưa ra đều đúng. Không chỉ hai bài trên, quý vị chỉ cần vào google và đánh ba chữ "Việt Nam lười" sẽ hiện lên hàng chục bài viết tương tự.

Phê bình các hiện tượng xấu, tiêu cực trong xã hội là một điều nên làm, cũng giống như là dựng lên một chiếc gương để

---

[1] *Việt Nam mãi nghèo vì người Việt quá lười? Ngẫm sâu hơn, có thể bạn sẽ nghĩ khác!* VietNamNet, 24/08/2016.

[2] *Đất nước của những kẻ lười biếng*, Lục Phong, VietnamVanHien.net, 24/9/2016.

mỗi người có thể soi vào đó mà nhìn lại chính mình. Tuy nhiên, nếu chỉ phê bình hiện tượng thôi sẽ không bao giờ chữa trị được căn bệnh xã hội trầm trọng như bệnh lười tại Việt Nam.

Đặc biệt trong thời gian qua, không chỉ báo "lề dân" mà cả báo đảng cũng đồng thanh lớn tiếng phê bình bệnh lười của người Việt, nhất là trong các thế hệ trẻ. Phê bình nhiều đến nỗi, một người Việt Nam tự trọng và có nhận thức sẽ không khỏi cảm thấy bị xúc phạm khi đọc đến những điều này và đặt câu hỏi phải chăng lười biếng là một loại bệnh tổ tiên, một phần của văn hóa Việt Nam?

Câu trả lời là dứt khoát không phải.

Bệnh lười do ý thức hệ CS gây ra

Đây không phải là lý luận kiểu "có gì xấu đổ lên đầu CS" mà từ các ông tổ CS như Karl Marx, Friedrich Engels, Lenin, Mao cho đến các lãnh tụ CS sau này đều công nhận lười biếng là một thực tế trầm trọng dưới chế độ CS.

Không giống như bệnh nghiện rượu mà người viết trình bày lần trước là những hiện tượng xã hội, bệnh lười được chế độ CS nuôi dưỡng và tồn tại suốt chiều dài của chế độ. Nói theo lý luận Marx Lenin, bệnh lười giống như tệ trạng tham nhũng, có tính đảng và xảy ra không chỉ riêng ở năm nước CS còn lại mà đã từng xảy ra ở mọi quốc gia CS như Liên Xô, khối Đông Âu, Đông Đức trước đây.

Nguyên nhân của căn bệnh cũng rất hiển nhiên và dễ hiểu.

Chủ nghĩa CS xóa bỏ quyền sở hữu cá nhân, giới hạn các quyền tự do căn bản, ngăn chặn tinh thần sáng tạo, cạnh tranh, cầu tiến và ước muốn được đền bù xứng đáng cho công lao tự nhiên có trong mỗi con người. Tất cả những điều đó đã làm cho con người có thói quen lười biếng.

Bệnh lười trích trong Tuyên Ngôn Đảng CS

Qua các tác phẩm kinh điển, Karl Marx, Friedrich Engels, Lenin, Mao, Lưu Thiếu Kỳ đã tập trung biện luận rằng bệnh lười là sản phẩm của chủ nghĩa tư bản chứ không thuộc về bản chất của ý thức hệ CS.

Lấy Tuyên Ngôn Đảng CS, văn bản chỉ đạo quan trọng nhất của các đảng CS để phân tích trước.

Trong tuyên ngôn này, Karl Marx và Frederick Engels đã tìm cách lý giải bệnh lười dưới chế độ CS một cách ngụy biện: "*Người ta còn phản đối lại rằng xoá bỏ chế độ tư hữu thì mọi hoạt động sẽ ngừng lại, thì bệnh lười biếng sẽ phổ biến sẽ ngự trị. Nếu quả như vậy thì xã hội tư sản phải sụp đổ từ lâu rồi do tình trạng lười biếng, vì trong xã hội ấy, những người lao động thì không được hưởng, mà những kẻ được hưởng lại không lao động. Tất cả sự lo ngại chung quy chỉ là luận điệu trùng phức cho rằng không còn tư bản thì cũng không còn lao động làm thuê nữa.*"[1]

Tuy nhiên, ngay cả khi biện hộ, một điểm mà Marx, Engels, Lenin, Mao đều không phủ nhận rằng bệnh lười trầm trọng chỉ phát sinh sau khi đảng CS chiếm được nhà nước.

Bệnh lười tại Liên Xô

Trong thời kỳ từ 1918 đến khi chết, 1924, Lenin đối diện với bệnh lười lan rộng nhanh chóng trong xã hội CS và gần như làm tê liệt bộ máy kinh tế. Chính Lenin cảnh cáo bằng

---

[1] *Tuyên ngôn của Đảng Cộng sản*, Karl Marx, Friedrich Engels, marxistsfr.org

khẩu hiệu "Ai không làm thì không ăn". Leon Trotsky còn đi xa hơn "Ai không vâng lệnh thì không ăn", nhưng bệnh lười không vì các đe dọa đó mà giảm sút.[1]

Để tạm thời giải quyết bệnh lười xã hội chủ nghĩa, Lenin buộc lòng thay đổi chính sách từ tuyệt đối kiểm soát nền kinh tế sang một hình thức nới rộng tạm thời mà ông ta gọi là Chủ nghĩa Tư bản Nhà nước để nhằm kích thích sản xuất bằng cách trả lại một phần quyền sở hữu của người dân cho họ.

Trước 1990, Liên Xô với nền kinh tế quốc doanh chỉ huy, đã dành 20 phần trăm Tổng sản lượng quốc gia (GDP) vào mục tiêu sản xuất võ khí nhằm cạnh tranh với Mỹ.[2]

Cuộc chạy đua vũ trang đã để lại một khoảng trống to lớn và không được quan tâm đối với các ngành kinh tế khác cũng như các lãnh vực khác của đời sống con người. Vào thời điểm 1986, Liên Xô có 45,000 đầu đạn nguyên tử trong khi không đủ giấy vệ sinh để cung cấp cho dân.[3]

Bệnh lười tại Trung Cộng dưới thời Mao

Bệnh lười tại Trung Cộng sau cách mạng CS 1949 trầm trọng không kém như tại Liên Xô. Mao Trạch Đông trước Hội Nghị Bắc Đới, 30 tháng Tám, 1958 cũng thú nhận bệnh lười đang xảy tại Trung Quốc khi y phát biểu: "*Ngày nay, nếu một*

---

[1] *On The Famine, A Letter To The Workers Of Petrograd*, V.I. Lenin, 22 May, 1918.

[2] *Soviet Military Budget*: $128 Billion Bombshell, The New York Times, May 31, 1989.

[3] Research *Toilet Paper Usage in the Former Soviet Bloc and the Transition*, Mike Haynes, University of Wolverhampton, United Kingdom.

người có một phát minh mới, chúng ta trả người đó chỉ 100 yuan và điều đó sẽ tạo ra tình trạng lười biếng và bất mãn."[1]

Cũng tại Trung Cộng, Diêu Văn Nguyên, Ủy viên Bộ Chính trị kiêm Trưởng ban Tuyên Truyền Trung Ương Đảng CS Trung Quốc, trong tham luận "*Phản Bác Lý Thuyết CS Nuôi Dưỡng Sự Lười Biếng*" xuất bản tại Bắc Kinh tháng 10, 1958 cho rằng xã hội CS là xã hội của những con người tự giác, nơi đó, "*mỗi người sẽ sống vì mọi người và mọi người sẽ vì mỗi người.*"[2]

Diêu Văn Nguyên khai triển lý thuyết "từ vượn thành người" của Frederick Engels khi cho rằng sở dĩ con người có hai tay như ngày nay cũng là kết quả của một quá trình lao động dài để chuyển hai chân trước thành hai tay và việc lười biếng có trong con người là thói quen do các chế độ bóc lột sau đó truyền nhiễm. Đọc tiểu luận của Diêu Văn Nguyên đầy những ngụy biện và hoang tưởng đến độ buồn cười nhưng đã một thời khống chế trong nhận thức của mỗi người dân Trung Quốc. Nhắc lại họ Diêu là một trong Nhóm Bốn Người (the Gang of Four) bị Đặng Tiểu Bình và phe nhóm bắt, tống giam và đã qua đời năm 2005.

Những biện luận đó cho thấy, bệnh lười thuộc về bản chất của chế độ và là một trong những mối lo của những người sáng lập nên chủ nghĩa CS.

Một điều rất dễ hiểu, con người với bản tánh tự nhiên, không muốn đổ mồ hôi nước mắt cho một mục tiêu, phục vụ

---

[1] *Remarks by Mao Zedong at the Beid aihe Conference*, 30 August, 1958.

[2] *Disprove the "Communism Breeds Laziness"* Theory. Yao Wenyuan (1931 - 2005), October 23, 1958.

cho một nền sản xuất mà họ biết cả đời họ có thể sẽ không được hưởng. Ví dụ như tại Ba Lan và Bulgaria trong thời kỳ CS, một người dân muốn mua một căn phòng trong chung cư phải chờ trong danh sách ít nhất 20 năm. Ngay cả khi dành dụm đủ tiền mua xe, một người dân Đông Đức phải chờ 15 năm để sở hữu một chiếc xe. Tại Romania để tiết kiệm năng lượng, nhà cầm quyền CS không cho phép người dân được sử dụng bóng đèn quá 45 watt cho một căn phòng, không được mở nhiệt độ trong nhà cao quá 57 độ Fahrenheit và đài truyền hình chỉ phát hai giờ mỗi ngày.[1]

Lưu Thiếu Kỳ định nghĩa "người CS là người lo trước và hưởng sau" nhưng những "nhiệt tình cách mạng," "lý tưởng giai cấp" như họ Lưu nói nếu có cũng chỉ tồn tại trong một thời gian ngắn và trong số ít người cuồng Cộng thuộc thế hệ CS thứ nhất nhưng đã chết dần theo thời gian, nhường chỗ cho các nhu cầu tinh thần và vật chất thực tế của đời sống con người thuộc các thế hệ sau.[2]

Bệnh lười tại Trung Cộng dưới thời Tập

Dưới thời Tập Cận Bình hiện nay, tình trạng lười biếng cũng không có dấu hiệu gì thay đổi. Tháng 9, 2015, họ Tập ra lịnh sa thải 249 cán bộ trong 24 tỉnh về tội lười, thất bại trong chính sách chống tham nhũng và cố tình trì hoãn các công trình.

---

[1] *Normal Countries: The East 25 Years After Communism*. Andrei Shleifer và Daniel Treisman. Foreign Affairs, November/December 2014.

[2] Liu Shaoqi How to Be a Good Communist, July 1939. *Selected Works of Liu Shaoqi*, Volume I, Liu Shaoqi Reference Archive, February 2004.

Tân Hoa Xã, trong bản tin Anh Ngữ "China Voice: Incompetence and laziness mean curtains for China's officials" nhắc lại chủ trương nghiêm khắc chống lười của Tập Cận Bình: "*Lười biếng là bệnh không thể chấp nhận trong đảng CS Trung Quốc.*"[1]

Chỉ trong vòng 2 năm 2013 và 2014, có tổng cộng 96,788 cán bộ các cấp đã vi phạm các ngăn cấm của đảng CSTQ trong đó có lười biếng. Dù cứng rắn bao nhiêu và kỷ luật nhiều cán bộ bao nhiêu, bệnh lười không có dấu hiệu gì giảm bớt.[2]

Các nước cựu CS sau cách mạng dân chủ

Hàng loạt các cuộc cách mạng dân chủ đầu thập niên 1990 đã thay đổi khuôn mặt của Đông Âu, không chỉ về các giá trị tinh thần, tự do, nhân bản nhưng cả trong đời sống vật chất.

Andrei Shleifer và Daniel Treisman trên *Foreign Affairs*, tháng 12, 2014 đã đánh giá những khó khăn và thành tựu của các nước cựu CS qua những nghiên cứu, thống kê, tham khảo rất chi tiết.

Theo nghiên cứu này, nếu dùng Tổng sản lượng quốc gia (GDP) như thước đo của mức độ phát triển, những quốc gia cựu CS đã phát triển với một tốc độ nhanh hơn cả những quốc gia đã có nền kinh tế thị trường tiên tiến trong khu vực. Chẳng hạn trong giai đoạn mười năm từ 1990 đến 2011, GDP của Uzbekistan gia tăng 47 phần trăm trong lúc Na Uy gia

---

[1] *Detect and Deter: Can Countries Verify the Nuclear Test Ban?* Ola Dahlman, Jennifer Mackby, Svein Mykkeltveit, Hein Haak, pp. 24-27.

[2] *China Voice: Incompetence and laziness mean curtains for China's officials*, Xinhua, July 29 2015.

tăng 45 phần trăm. Lợi tức tính theo đầu người của Bosnia và Herzegovina, vốn chịu đựng CS và rồi nội chiến, đã gia tăng gấp năm lần so với thời kỳ CS và là quốc gia phát triển nhanh hạng thứ ba trên thế giới trong thời kỳ đó, nhanh hơn của Singapore và Hong Kong.

Các phương tiện cần thiết để thỏa mãn các nhu cầu đời sống đã thúc đẩy con người lao vào sản xuất và qua đó gia tăng mức lợi tức cá nhân cũng như gia đình. Theo chỉ tiêu cung cầu, tại Nga, mức cầu của người dân sau 1991 gia tăng 53 phần trăm so với mức gia tăng 45 phần trăm của phần còn lại của thế giới. Riêng Ba Lan, mức cầu gia tăng 146 phần trăm, cùng hạng với Nam Hàn tiên tiến. Trong thời gian từ 1993 đến 2011, số lượng xe hơi tính theo đầu người tại các nước cựu CS Lithuania, Slovenia và Ba Lan cao hơn cả Anh quốc.

Dưới thời kỳ CS, du lịch nước ngoài là chuyện hiếm hoi, năm 2012, các quốc gia cựu CS đã thực hiện 170 triệu chuyến du lịch quốc tế. Nhờ vào các chương trình tư hữu hóa nhà cửa, ngày nay 99 phần trăm người dân Tiệp, 85 phần trăm người dân Armenia, 39 phần trăm người dân Nga được sống trong những căn nhà rộng rãi.

Khi con người tập trung vào sản xuất để thỏa mãn nhu cầu ngày càng đa diện cũng giúp cho tình trạng sức khỏe cũng qua đó nâng cao. Bệnh nghiện rượu, vốn là phương tiện duy nhất để giải sầu dưới thời CS, tự động được chữa trị bằng một đời sống tinh thần phong phú. Mức độ tiêu thụ rượu trung bình đã từ từ giảm tại các quốc gia cựu CS. Không giống thời kỳ CS Liên Xô, nơi đó theo một thống kê, trên 50 phần trăm công nhân thừa nhận có uống rượu trong khi làm việc, điều kiện và tinh thần làm việc đã thay đổi một cách nhanh chóng sau thời kỳ CS.

Như Andrei Shleifer và Daniel Treisman kết luận: "*gần như tất cả thống kê đã cho thấy một sự cải thiện cấp bách về phẩm chất của đời sống đối với người dân các nước cựu CS tính trung bình từ 1989 - một thay đổi thường vượt qua những tiến bộ tương tự tại các phần khác của thế giới.*"

Bệnh lười tại Việt Nam

Con người Việt Nam, cũng giống như bao nhiêu tỉ con người khác trên thế giới không phải mang theo bản chất lười biếng khi ra đời. Hơn thế nữa, nhìn lại lịch sử Việt, nếu dân tộc Việt Nam lười biếng thì từ lâu đã không có một nước Việt Nam mà là tỉnh An Nam, tỉnh Nam Việt nào đó của Tàu hay thậm chí đã không còn tồn tại trên mặt đất này.

Bệnh lười tại Việt Nam đã được phân tích khá nhiều, người viết không thấy cần phải viết thêm. Điều muốn nhấn mạnh ở đây, cũng những con người đó, cũng những dân tộc đó nhưng chỉ trong một thời gian ngắn các quốc gia CS cũ đã hoàn toàn thay đổi. Việt Nam thì chưa. Một người có nhận thức căn bản cũng hiểu vật cản đầu tiên và cuối cùng cho tương lai phát triển toàn diện Việt Nam chính là đảng CS.

Việt Nam sẽ không bao giờ trở thành một Singapore, Nam Hàn hay Thái Lan ngày nào đảng CS còn cai trị Việt Nam bởi vì Việt Nam thiếu một nguyên tố quan trọng nhất để thăng tiến, đó là dân chủ.

Những ai đang mơ một ngày Việt Nam sẽ trở thành Nam Hàn nên đọc phân tích của tạp chí *The Economist*: "*Nam Hàn không chỉ đơn giản phát triển nhanh. Quốc gia này đã kết hợp sự phát triển với dân chủ. Mặc dù khởi đi dưới thời một nhà độc tài quân sự,* Park Chung Hee, *trong suốt 25 năm, quốc gia đã có một hệ thống quốc hội đầy sinh động. Theo Freedom House, Nam Hàn có mức độ phát triển dân chủ ngang với Nhật Bản. Không một nước Á Châu nào có sự phát triển tốt đẹp tương tự.*"[1]

Những người Việt có lòng yêu nước và biết nhìn xa, xin đừng xoa dịu vết thương xã hội đang mỗi ngày thêm lở loét bằng những lớp băng bó ngoài da mà hãy mạnh tay cắt bỏ những ung nhọt đã làm cho thân thể Việt Nam hư thối.

Chỉ có ánh sáng của tự do dân chủ mới chữa được bệnh lười CS. Tiến trình thay đổi cơ chế chính trị độc tài CS bằng một cơ chế dân chủ là một tiến trình gian nan và đầy chông gai thách thức nhưng, như lịch sử các quốc gia cựu CS vừa cho thấy, đó là chọn lựa của thời đại và không có chọn lựa nào khác.

---

[1] *South Korea's economy, What do you do when you reach the top?* The Economist, Nov 12th 2011.

ĐỪNG ĐỂ LẠI MỘT NGÔI ĐỀN

Hôm nay, 36 năm trước, ngày 6 tháng 3, 1979, Trung Cộng bắt đầu rút quân ra khỏi Lạng Sơn.

Vì chịu đựng tổn thất quá lớn nhưng không tiến được sâu vào lãnh thổ Việt Nam, trên đường rút lui, các chỉ huy Trung Cộng ra lịnh san bằng tất cả làng mạc, thị trấn chúng chiếm được để trả thù. Đây không phải lần đầu. Tổ tiên chúng đã từng làm như thế nhiều lần với dân tộc Việt Nam. Nhưng sau bao nhiêu thử thách, chịu đựng, hy sinh Việt Nam vẫn tồn tại đến hôm nay như một dân tộc trong cộng đồng nhân loại.

Nhưng lịch sử nhân loại cũng đã chứng minh, lịch sử của một dân tộc không phải là một ngôi miếu để thờ cúng mà là một phần của một đời sống con người luôn đổi mới. Truyền thống chỉ là một thói quen lỗi thời nếu truyền thống không được hiện đại hóa. Angkor Wat, Angkor Thom nguy nga, đồ sộ nhưng không cứu được một phần tư dân tộc Khờ Me khỏi bàn tay Pol Pot. Tương tự, Ấn Độ có nền văn minh lâu đời nhất nhân loại và trải qua các thời đại hoàng kim từ Ashoka đến Gupta, cũng đã chịu đựng hàng loạt ngoại xâm từ Mông Cổ, Hồi Giáo và thực dân Anh kéo dài suốt 600 năm.

Việt Nam cũng thế. Nếu chỉ biết tôn vinh quá khứ và làm ngơ trước hiểm họa Trung Cộng hôm nay, rồi lịch sử dân tộc với những chiến công hiển hách của các thời Ngô, Đinh, Lý, Trần cũng sẽ chỉ là những tấm bia trong một ngôi đền cổ. Hãy tưởng tượng, nếu tất cả chúng ta đều im lặng, làm ngơ, chịu nhục trước hiểm họa mất nước, rồi bốn ngàn năm nữa, những đứa trẻ dòng Việt tộc, đi ngang qua di tích đền Hùng, sẽ căm hận biết bao khi nghĩ về tổ tiên nhu nhược của chúng vào bốn ngàn năm trước đó.

Lịch sử mang tính kế tục nhưng đồng thời cũng mang tính thời đại. Mỗi thế hệ có trách nhiệm để hoàn thành những gì lịch sử giao phó cho thời đại của họ nhưng dù không hoàn thành, ngọn đuốc lịch sử vẫn phải được chuyển sang bàn tay thế hệ khác. Tương tự, quyền tự chủ dân tộc trong thời đại ngày nay không chỉ thể hiện bằng những chiến công bảo vệ đất nước như trước đây nhưng phải bảo vệ đất nước trên nền tảng của một xã hội tự do dân chủ. Nói rõ hơn, Việt Nam không bao giờ giành lại được Lão Sơn, Hoàng Sa, Trường Sa từ tay bá quyền Trung Cộng bằng cơ chế chính trị độc tài mất lòng dân và không được quốc tế ủng hộ như chế độ CSVN hiện nay.

Việt Nam phải có dân chủ và phải có dân chủ trước khi Trung Cộng sụp đổ.

Mối lo hàng đầu của lãnh đạo Trung Cộng là nguy cơ sụp đổ của cơ chế toàn trị hiện nay và mọi chính sách đối nội cũng như đối ngoại đều tập trung vào việc bảo vệ cơ chế CS. Tranh chấp về biên giới trong quan điểm của lãnh đạo Trung Cộng không phải chỉ là vấn đề lãnh thổ, chủ quyền hay danh dự đất nước mà là phần của chính sách đối ngoại và được thay đổi theo từng giai đoạn theo nhu cầu an ninh chính trị nội bộ.

Trung Cộng có xung đột biên giới không chỉ với Việt Nam mà với 14 nước. Từ năm 1949 đến nay, Trung Cộng đã có 23 lần đàm phán biên giới với các nước chung quanh và, ngoại trừ Ma Cao và Hongkong, đã phải nhượng bộ 17 lần, trong số đó có những quốc gia rất nhỏ như Butan (1984) và Kazakhstan (1992). Như đã viết ở trên, Trung Cộng nhượng bộ, dĩ nhiên, không phải vì tôn trọng chủ quyền các nước lân bang nhưng để bảo vệ sự sống còn của chế độ. Lý thuyết chính trị học "hy sinh quyền lợi xa để bảo vệ sự sống còn gần" được Trung Cộng áp dụng nhiều lần một cách chính xác.

Trong một xung đột có ảnh hưởng toàn cầu về quân sự, chính trị hay cả kinh tế tài chánh, một Trung Cộng mênh mông có nguy cơ tan thành nhiều mảnh, chủ quyền ngay tại lục địa còn không giữ được nói chi là "chủ quyền" trên các vùng đất không người ở hay các nhóm đảo xa xôi, trong trường hợp Việt Nam là Hoàng Sa và Trường Sa.

Như người viết đã viết trong bài "Để thắng được Trung Cộng", Việt Nam chỉ có thể thắng được Trung Cộng bằng (1) dân chủ và dân chủ trước Trung Cộng, (2) đoàn kết dân tộc, (3) chủ động chiến lược hóa vị trí quốc gia và (4) đoàn kết với láng giềng cùng hoàn cảnh và tham gia các liên minh đáng tin cậy.

Chỉ có một Việt Nam đoàn kết dưới ngọn cờ dân chủ mới thật sự tập trung được sức mạnh tổng hợp của dân tộc và là nền tảng cho một quốc gia dân chủ thịnh vượng lâu dài. Trung Cộng không sợ USS George Washington hay bom nguyên tử mà sợ dân chủ và rất lo "sân sau" Việt Nam trở thành một nước dân chủ.

Đừng để lại cho các thế hệ Việt Nam tương lai một ngôi đền mà ngay hôm nay hãy xây cho họ một căn nhà Việt Nam Mới tự do, dân chủ, một dân tộc biết thương yêu nhau và đùm bọc lẫn nhau.

BÁNH MÌ AI CẬP, CÁ VIỆT NAM, KHÁT VỌNG CON NGƯỜI

Dân chủ là gì? Nếu bạn hỏi một viện sĩ hàn lâm, có lẽ ông hay bà viện sĩ sẽ bắt đầu từ thời Hy Lạp, với chữ Demos là dân chúng và Kratein là lãnh đạo, nghĩa là một xã hội do con người lãnh đạo. Nếu bạn hỏi một giáo sư chính trị học, có lẽ ông hay bà giáo sư sẽ bắt đầu từ Plato đến John Locke rồi qua John Stuart Mill, từ một hệ thống chính trị dựa trên tiêu chuẩn đa số cho đến một xã hội dân bản, nơi con người cùng suy nghĩ về những vấn đề và hợp tác để tìm giải pháp cho những vấn đề của chính họ. Nếu bạn hỏi lãnh tụ sinh viên Trung Quốc, người phát biểu đầu tiên trong biến cố Thiên An Môn, anh ta sẽ trả lời là Minzhu, Min là nhân dân" và Zhu là làm chủ và Minzhu có nghĩa là nhân dân làm chủ.

Nhưng không phải ai cũng hiểu dân chủ một cách lý thuyết như vậy. Dân chủ với đại đa số người dân đơn giản hơn nhiều. Dân chủ là những gì có thể cầm được, sờ mó được hay thậm chí ăn được.

Bánh mì Ai Cập

Tháng Giêng 2011, nếu bạn đến Tahrir Square, ở Ai Cập, và hỏi một người dân Ai Cập đang biểu tình chống độc tài Hosni

Mubarak trong Mùa Xuân Arab (Arab Spring Uprisings) dân chủ là gì, anh ta sẽ chỉ ổ bánh mì anh đang kẹp quanh đầu. Dân chủ, với anh, đơn giản là ổ bánh mì.

Tại sao bánh mì?

Nhân dân các quốc gia Á Rập sống dựa vào bánh mì. Riêng nước Yemen đã có 20 loại bánh mì khác nhau. Bánh mì là thức ăn không thể thiếu trong bữa cơm của người dân Ai Cập. Bánh mì quan trọng đến mức được gọi là "aish" có nghĩa là cuộc sống.

Trước đây dọc bờ sông Nile là những cánh đồng lúa mì bát ngát nhưng trong thời gian trước Mùa Xuân Á Rập, Ai Cập là một trong những nước phải nhập cảng lúa mì nhiều nhất thế giới. Giá bánh mì tăng 37%. Giá thực phẩm tăng 18.9%. Nạn thất nghiệp gia tăng làm bánh mì, một thức ăn vốn bình thường trong đời sống, trở nên một món hàng đắt đỏ.

Trong cuộc cách mạng Mùa Xuân Á Rập, nhiều người dân Á Rập kẹp trên đầu những ổ bánh mì, biểu tượng cho mục đích đấu tranh của họ. Khẩu hiệu đấu tranh "lật đổ chế độ độc tài Hosni Mubarak" trong thời điểm này đồng nghĩa với "nhân dân Ai Cập cần bánh mì."

Cuộc biểu tình chống độc tài Mubarak bắt đầu từ 18 tháng Giêng 2011 trước quốc hội Ai Cập. Dù bị đàn áp đẫm máu với 846 người bị giết và hơn 6 ngàn người bị thương, cuộc nổi dậy vẫn không dừng bước và cuối cùng đã buộc Mubarak từ chức vào 6 giờ chiều, ngày 11 tháng Hai, 2011.

Cá Việt Nam

Tương tự như người dân Ai Cập hay Yemen, nếu hôm nay, bạn ra Hà Tĩnh và hỏi ngư dân dân chủ là gì, người viết tin rằng những ngư dân đang chịu đựng khó khăn sẽ chỉ vào bãi cá chết dọc bờ.

Tại sao cá? Cá là "aish" của người Việt Nam, nhất là ngư dân vùng biển.

Cá là một phần của đời sống người Việt Nam, dù ngư dân hay không phải ngư dân, dù đang ở trong nước hay đang sống ở nước ngoài. Bữa cơm gia đình Việt Nam, nếu không mỗi ngày thì ít nhất vài lần một tuần phải có thêm món cá.

Ngư dân Việt Nam, không giống ngư dân các nước khác, ngoài chịu đựng thiên tai, còn chịu đựng nhân tai thảm khốc hơn nhiều. Trong suốt 41 năm, mỗi chuyến trở về của những ngư dân Hải Phòng, Thái Bình, Thanh Hóa, Hà Tĩnh, Quảng Ngãi... là một lần sống sót, không chỉ sống sót từ những trận bão tố ngoài khơi, những ngọn sóng to, những cơn gió lớn mà sống sót từ những viên đạn không một chút xót thương của những người "vừa là đồng chí vừa là anh em" Trung Quốc.

Biến cố cá chết vừa qua là vết thương mới trên thân thể vốn đã nhiều thương tích của họ. Và như ông bà ta thường nói "tức nước vỡ bờ," những làn sóng biểu tình đông đảo là phản ứng tự nhiên. Họ không thể im lặng, câm nín như trước nữa. Lãnh đạo CS đáp lại bằng những hành động đàn áp dã man, ngay cả đối với phụ nữ và trẻ em. Nhưng điều đó chỉ xác nhận chế độ đang lui dần vào ngõ cụt. Ngay cả các lãnh đạo CS trung ương cũng biết chế độ CS một ngày phải tàn. Ngày đó đang đến.

Chọn lựa nào của người Việt quan tâm?

Hãy gác qua một bên thành phần bán nước, thờ ơ, vô cảm, chỉ biết làm giàu trên xương máu đồng bào, riêng đối với thành phần thật sự quan tâm với đất nước chỉ có hai chọn lựa dành cho họ: (1) Phê bình nhưng bảo vệ đảng CS bởi vì dù sao đi nữa, đảng CS vẫn còn có thể sửa đổi, vẫn còn có "tư cách lãnh đạo đất nước," vẫn còn có khả năng đưa đất nước vượt qua những hố sâu tham nhũng, lạc hậu kinh tế giáo dục, vẫn còn đủ sức mạnh để chống đỡ nạn Hán xâm, vẫn còn là chỗ dựa của chính họ; và (2) phát xuất từ nhận định rằng cơ chế chính trị, kinh tế, và văn hóa độc quyền CS hiện nay là nguyên nhân tạo ra tình trạng chậm tiến, lạc hậu của đất nước, bất lực trước nạn Hán xâm, và do đó cần phải tập trung sức mạnh dân tộc để tháo gỡ bằng một cuộc cách mạng dân chủ toàn diện và triệt để.

Đối với những người chọn lựa phương pháp thứ nhất, bên cạnh những lo lắng cho tương lai đất nước có thể rơi vào hỗn loạn sau cách mạng, một phần khác, dù nói gì đi nữa, chính cái chế độ tồi tệ này đã nuôi dưỡng họ, đã ban phát cho họ bổng lộc, tạo cho họ một chỗ đứng trong xã hội, và điều đó có nghĩa nếu chế độ này sụp đổ, họ sẽ như cánh bèo giữa biển biết trôi giạt về đâu, liệu chế độ dân chủ có chấp nhận họ hay không.

Thực tế tại các nước cựu CS trả lời cho cả hai lo lắng.

Hãy nhìn sang Đức, sang 6 nước cựu CS Đông Âu, 15 nước thuộc Cộng Hòa Liên Bang Xô Viết cũ, 8 nước vùng Balkans, 3 nước Angola, Congo, Ethiopia ở Phi Châu, và ngay cả Mông Cổ ở Á Châu, có quốc gia nào đã trừng phạt nặng nề các đảng viên CS đã dựa vào đảng chỉ vì chén cơm manh áo không?

Không. Ngoại trừ các biện pháp đối với những kẻ đã gây ra tội ác, còn thì quan tâm hàng đầu của các chính phủ dân chủ sau CS, kể cả Việt Nam sau này, là phục hưng sức mạnh đất nước để cố gắng đuổi kịp các nước đã tiến trước quốc gia họ hơn nửa thế kỷ. Latvia, Lithuania, Estonia, Tiệp Khắc, Ba Lan, Hungary... đã làm vậy, và họ thành công.

Đồng thời, thực tế tại các nước cựu CS cho thấy có nước nào trong đó lãnh đạo đảng CS tự nguyện thay đổi, tự nguyện chuyển hóa đất nước từ độc tài sang dân chủ?

Không. Tất cả đều bị đẩy lui bằng sức mạnh nhân dân qua các cuộc biểu tình ồ ạt. Các lãnh đạo CS, có kẻ chết trước khi cách mạng dân chủ xảy ra nên không bị xử như Enver Hoxha của Albania, có kẻ may mắn nên chỉ bị hai năm tù treo như Czesław Kiszczak của Ba Lan, cũng có kẻ phải chết nhục trong lưu đày như Erich Honecker hay bị xử bắn như Nicolae Ceauşescu. Lịch sử chứng minh, dù trong hoàn cảnh nào, các lãnh tụ CS vẫn cố bám vào chiếc ghế quyền lực đến giờ phút cuối cùng, không ai tự nguyện ra đi.

Dù tiến trình thay đổi có thể khác nhau nhiều ít tại mỗi quốc gia, dân chủ vẫn là khát vọng chung của con người dù sống ở đâu trên mặt đất này. Các học giả có thể tranh luận về phương pháp, mức độ áp dụng các nguyên tắc dân chủ theo điều kiện của mỗi quốc gia nhưng không ai cho rằng dân chủ chỉ là sản phẩm riêng của các nước tiên tiến Tây phương chứ không phải chung của nhân loại.

Sierra Leone, Ghana, Ivory Coast ở châu Phi là những bằng chứng hùng hồn. Những quốc gia này trước đây không lâu đồng nghĩa với chiến tranh, lạc hậu, tủi nhục, đói nghèo ngày nay là những quốc gia dân chủ điển hình đầy kiêu hãnh của Phi châu.

Tại sao một người dân trong bộ lạc ở rừng núi Guinea hay Malawi có quyền bầu cử, ứng cử, tự do tôn giáo, tự do báo chí, tự do đi lại còn người Việt Nam thì không?

Ai cũng có thể trả lời được vì đó là do cơ chế độc tài CS. Do đó, chọn lựa thứ hai, tháo gỡ cơ chế CS, là chọn lựa đúng đắn, bức thiết của những ai đang quan tâm đến sinh mệnh Việt Nam.

Bảo vệ chế độ CS dù qua bất cứ hình thức nào kể cả bằng việc phê bình nhưng xây dựng đảng trong thời điểm này là đi ngược lại quyền lợi sống còn của đất nước. Lãnh đạo CSVN, trong thời gian tới, có thể sẽ thực hiện vài "đổi mới" nhỏ để làm dịu lòng công phẫn của người dân nhưng đó chỉ là những viên thuốc ngủ như họ đã từng cho nhân dân Việt Nam uống suốt 41 năm qua.

Mỗi người trong đời ít nhất đã có một lần phải chọn lựa. Không ai có thể cùng lúc đi trên cả hai con đường. Chọn lựa hôm nay là chọn lựa giữa độc tài và dân chủ. Dân chủ không chỉ là tiền đề, là cơ sở để phục hưng đất nước mà còn là vũ khí để chống nạn Hán xâm. Chọn lựa thay đổi tận gốc rễ có thể sẽ gặp vài khó khăn, sẽ phải giẫm lên nhiều chông gai, nhưng đó phải là con đường thời đại và không có con đường nào khác.

Yêu nước không bao giờ quá trễ, hãy đi cùng dân tộc và thời đại.

NIỀM ĐAU MADRID, NỖI NHỚ SÀI GÒN

Chuyến viếng thăm Việt Nam của TT Barack Obama có lẽ là chuyến viếng thăm của một nguyên thủ quốc gia để lại nhiều cảm xúc trong lòng người Việt Nam nhất, không phải chỉ thiện cảm, xúc động, hân hoan, niềm nở khi ông đặt chân xuống Sài Gòn nhưng cũng để lại ít nhiều cay đắng, ngậm ngùi, trống vắng khi cánh cửa của Air Force One từ từ khép lại.

Là một con người nặng tình cảm, TT Barack Obama hẳn đã đọc được những khao khát tự do dân chủ của người dân Việt Nam, nhất là tại Sài Gòn, qua cách chào đón họ đã dành cho ông. Và là một con người nặng tình cảm, ông đã để những cảm xúc riêng tư qua cách nói, cách cười, cách choàng vai tự nhiên, thân tình, đằm thắm lấn át vai trò của một nguyên thủ quốc gia trong nhiều nơi ông đã ghé thăm. Đừng quên, Barack Obama từng là một điều hợp viên cộng đồng với nhiều sắc dân ở Chicago lo việc dạy kèm, thuê nhà cho người nghèo nên việc ông hòa hợp dễ dàng vào giới bình dân không có gì lạ.

Nhưng dù gì đi nữa, cuối cùng, quyền lợi và chính sách lâu dài của nước Mỹ vẫn trên hết.

Lịch sử để lại vô số bài học.

Madrid tháng 8, 1944

Ngày 25 tháng Tám, 1944 Paris chính thức được giải phóng. Tư lịnh Đức Tướng Dietrich von Choltitz, người từ chối lệnh của Hitler chiến đấu tới cùng cho đến khi Paris chỉ còn là đống gạch vụn, đầu hàng tại khách sạn Meurice. Trong lúc các lực lượng đồng minh tiến về phía Bắc để tấn công sang lãnh thổ Đức, một bộ phận tiếp tục giải phóng các tỉnh miền Nam nước Pháp.

Ảnh hưởng từ các cuộc nổi dậy của nhân dân Pháp tại những nơi quân đội đồng minh sắp đến vang dội sang tận Tây Ban Nha lúc đó đang chịu đựng dưới sự cai trị độc tài hà khắc của tướng Francisco Franco.

Francisco Franco (1892-1975) thiết lập chế độ độc tài toàn trị Phát Xít tại Tây Ban Nha khi phe quân phiệt của ông ta dưới danh nghĩa Bảo Hoàng với sự giúp đỡ của Hitler và Mussolini thắng cuộc Nội chiến Tây Ban Nha. Dưới chế độ hà khắc của Franco, khoảng từ 200,000 đến 400,000 người bị giết và vô số người bị đày ải trong 190 trại tập trung trên khắp Tây Ban Nha.

Mặc dù tuyên bố "trung lập" trong Thế Chiến thứ Hai, Franco cho phép hải quân Đức và Ý cập vào các cảng Tây Ban Nha và tình báo của phe Trục được quyền hoạt động trên đất Tây Ban Nha. Ngoài ra, Franco còn chấp thuận cho Sư Đoàn Xanh (Blue Division) tình nguyện chiến đấu bên cạnh quân đội Hitler tại các mặt trận Volkhov và Leningrad.

Với hai lý do, một chế độ Franco độc tài Phát Xít chà đạp lên các quyền tự do của con người và đồng minh của Hitler trong Thế Chiến thứ Hai, không ít người dân Tây Ban Nha tin rằng sau khi giải phóng nước Pháp, quân đội của Mỹ, nước dân chủ hàng đầu thế giới, sẽ có tất cả lý do chính đáng để giải phóng Tây Ban Nha khỏi ách độc tài Francisco Franco, xây dựng một Tây Ban Nha dân chủ và sẽ là một đồng minh thân cận, vững chắc của Mỹ bên bờ Địa Trung Hải.

Với lòng tin tưởng quân đội Đồng Minh sắp giải phóng Tây Ban Nha, tại thủ đô Madrid, các phong trào sinh viên Tây Ban Nha đã tổ chức hàng loạt các cuộc biểu tình, nổi dậy, phân phối truyền đơn kêu gọi các tầng lớp nhân dân Tây Ban Nha đứng lên lật đổ độc tài Francisco Franco.

Không. Quân đội đồng minh không vượt biên giới Pháp Tây Ban Nha và phong trào sinh viên Tây Ban Nha đã bị Franco dập tắt một cách đẫm máu.

Lý do quân Mỹ không vượt biên giới. Từ khi phần thắng của Thế Chiến thứ Hai nghiêng về phía Đồng Minh, các lãnh đạo đồng minh đã hình dung ra một bản đồ mới, một trật tự mới tại châu Âu.Riêng đối với trường hợp Tây Ban Nha, Stalin muốn trừng phạt Tây Ban Nha về tội "liên minh" với Đức nhưng Franklin Roosevelt và Winston Churchill từ chối. TT Mỹ và TT Anh chẳng những không muốn can thiệp vào chế độ chính trị Tây Ban Nha mà còn muốn dùng Franco để chống lại Stalin sau thế chiến.

Khi TT Franklin Roosevelt qua đời ngày 12 tháng Tư 1945, Phó TT Harry Truman lên thay đã khai triển quan điểm bao vây Liên Xô một cách cụ thể hơn trong chủ thuyết được gọi là Chủ Thuyết Truman (Truman Doctrine). Trong kế hoạch đó, ngăn chặn sự bành trướng của chủ nghĩa CS là trọng điểm và là ưu tiên cao nhất trong chính sách đối ngoại của Hoa Kỳ. Mỹ o bế Franco vì biết y là người chống Liên Xô triệt để. Đáp lại,

Franco cho phép Hoa Kỳ thiết lập bảy căn cứ quân sự Mỹ trên lãnh thổ Tây Ban Nha.

Sài Gòn tháng 5, 2016

Sài Gòn tháng 5, 2016, hàng trăm ngàn người thuộc nhiều thế hệ đổ ra đường chờ suốt mấy giờ để đón chào tổng thống Mỹ.

Như đã viết trong bài trước, người dân miền Nam đón chào một người đại diện cho thế giới tự do hơn là tổng thống một quốc gia. Tiếng hoan hô TT Barack Obama bằng tiếng Anh, bằng tiếng Việt vang lên trên đường phố Sài Gòn. Một lần nữa cho thấy mạch sống dân chủ trong lòng người dân miền Nam vẫn còn chảy.

Những em nhỏ sinh ra hay lớn lên ở Sài Gòn sau 1975 có thể không nhận ra nhưng dân chủ ở miền Nam là những hạt giống do Phan Chu Trinh, Bùi Quang Chiêu, Nguyễn Phan Long, Phan Văn Trường, Nguyễn An Ninh và rất nhiều nhà cách mạng miền Nam khác gieo xuống hàng thế kỷ trước đã mọc ra, lớn lên trong ý thức các em và đã là một phần trong máu huyết của các em. Điều đó giải thích tại sao các em cảm thấy gần gũi với lãnh đạo một quốc gia dân chủ từ xa xôi đến hơn là những "lãnh đạo đất nước" cùng dòng giống với mình.

Sau 41 năm, người dân miền Nam vẫn còn mang tâm lý sống trong vùng bị chiếm hơn là dân của một "nước Việt Nam thống nhất." Người dân Sài Gòn vẫn mang nặng trong tim một nỗi nhớ Sài Gòn, dù họ sinh ra, lớn lên hay chỉ nghe lời kể lại của ông bà, cha mẹ.

Hơn mười năm trước, trên talawas, người viết đã có dịp phân tích những bản án mà đảng CS dành cho các nhà tranh đấu miền Nam bao giờ cũng nặng nề hơn, tù đày lâu hơn những người đấu tranh phát xuất từ miền Bắc:

"Trong lúc tôi vô cùng kính trọng những tiếng nói dân chủ vọng lên từ miền Bắc, những bản án dài hạn hơn nhiều mà giới lãnh đạo Đảng CS đã dành cho những nhà đấu tranh cho tự do tôn giáo và nhân quyền phát xuất từ miền Nam cho thấy rằng, ba trăm năm sau, con sông Gianh cách ngăn dân tộc từ thời Trịnh Nguyễn vẫn còn chảy, không phải ở Quảng Bình mà chảy ngay giữa lòng Hà Nội, chảy trong tư duy của những người lãnh đạo Đảng CS Việt Nam.

Tương tự, những phân chia ngăn cách Bắc Trung Nam từ thời thực dân chẳng những không được lấp lại, trái lại mỗi ngày bị đảng đào sâu thêm. Chính sách trả thù đã thể hiện không những đối với những người cầm súng, những viên chức chính quyền cũ mà còn áp dụng một cách tàn nhẫn đối với gia đình họ, con cái họ và thậm chí còn mở rộng đến nhiều triệu người dân vô tội chỉ vì họ sống bên này sông Bến Hải.

Sau 1975, trong lúc hàng trăm ngàn sĩ quan và viên chức Việt Nam Cộng Hòa bị tù đày trong rừng sâu nước độc, hàng triệu thân nhân họ cũng đã gánh chịu nhiều cực hình không kém phần độc ác. Tôi đã gặp những đứa bé miền Nam có cha mà như không cha, có mẹ mà như mất mẹ, sống lang thang đầu đường cuối chợ. Tôi đã gặp những đứa bé miền Nam thông minh nhưng không có một cơ hội đến trường, chỉ biết đứng bên ngoài cổng trường mà khóc. Đảng nói gì chưa với những mái tóc xanh kia?"

Những "mái tóc xanh" lang thang trên đường phố Sài Gòn sau 1975 bây giờ đã lớn, đã ngoài tuổi 40, nhưng ký ức của tuổi thơ hãi hùng sẽ không bao giờ phai nhạt. Sự có mặt của TT Barack Obama là cơ hội để các em bày tỏ thiện cảm dành cho tổng thống một nước dân chủ nhưng đồng thời cũng để nhà cầm quyền CS thấy sự khinh bỉ của các em dành cho các lãnh đạo độc tài.

Hàng năm, các loa tuyên truyền của đảng vẫn tiếp tục lập lại bài hát "hòa giải hòa hợp dân tộc" vào mỗi dịp 30 tháng 4, nhưng 41 năm trôi qua chính sách phân biệt đối xử của đảng CSVN đối với người dân miền Nam vẫn không thay đổi.

Trước đây, con số 20 năm tù trở thành một loại tiêu chuẩn dành cho những người tranh đấu nổi tiếng ở miền Nam như Linh mục Nguyễn Văn Lý (bị kết án 20 năm tù, 1977), Bác sĩ Nguyễn Đan Quế (bị kết án 20 năm tù, 1990), Gs Đoàn Viết Hoạt (bị kết án 20 năm tù, 1993) và hiện nay cũng thế, Trần Huỳnh Duy Thức (bị kết án 16 năm tù cộng với 5 năm quản chế, 2010).

Ngoài chính sách cai trị dựa trên lý lịch, quá khứ, việc kết án nặng nề dành cho các nhà tranh đấu miền Nam còn chứng tỏ đảng rất sợ dân miền Nam. Nhưng sợ hay không sợ, khao khát tự do dân chủ như ngọn lửa âm ỉ trong lòng người sẽ một ngày bùng lên thành cách mạng.

Niềm đau Madrid, nỗi nhớ Sài Gòn

Người viết đọc câu chuyện phong trào sinh viên Madrid trong một tạp chí ở Sài Gòn trước 1975. Thời gian dài trôi qua, tên tuổi đã quên, nhưng sự hy sinh của họ vẫn còn sống trong ký ức và niềm tiếc thương dành cho sự hy sinh của họ vẫn còn trĩu nặng đến bây giờ.

Dù trong sáng và cao quý bao nhiêu, số phận của các lãnh đạo phong trào dân chủ Tây Ban Nha chắc chắn đã không được nhắc tới trong các phiên họp bàn viễn ảnh về châu Âu của Anh

Mỹ. Tương tự, số phận của Trần Huỳnh Duy Thức và hàng trăm tù nhân lương tâm Việt Nam đang bị tù đày cũng không được TT Obama đặt ra như một điều kiện với lãnh đạo CSVN trong chuyến viếng thăm Việt Nam. Vì thế, TT Obama đã rời Việt Nam nhưng những "đáng tiếc", "lẽ ra", "phải chi" vẫn còn nghe đây đó.

Trước mặt các nhà kiến trúc chính trị Mỹ chỉ có tấm bản đồ chứ không có tên tuổi người nào. Họ xây dựng chính sách đối ngoại với Trung Cộng từ kinh nghiệm đương đầu với Liên Xô. Liên Xô rất mạnh ở trung tâm nhưng yếu ở các vòng ngoài. Mikhail S. Gorbachev biết rõ điểm yếu đó và từng ra lịnh đàn áp cuộc nổi dậy đòi độc lập của nhân dân Lithuania 1989 để cứu vãn Liên Xô nhưng thất bại khi các nước vùng Baltic cùng đứng dậy.

Dĩ nhiên Mỹ phải chuẩn bị cho mọi hình thức sụp đổ của Trung Cộng nhưng dù khả năng nào, chính sách bao vây ngăn chặn (containment) vẫn là bước đầu được hầu hết các tổng thống Hoa Kỳ, theo mức độ khác nhau, đã và đang theo đuổi. Cuộc "Chiến tranh Lạnh" khác đã bắt đầu ở Á Châu. Mỹ sẽ gia tăng áp lực, kể cả áp lực quân sự, từ bên ngoài để hy vọng Trung Cộng một ngày sẽ tan vỡ từ bên trong, giống như các TT Hoa Kỳ từ Harry Truman đến Ronald Reagan đã thực hiện và thành công đối với Liên Xô.

Thực tế chính trị quốc tế là vậy. Đừng nói chi là một phong trào dân chủ, dù Tây Ban Nha hay Việt Nam, mà ngay cả một quốc gia lớn như Tiệp Khắc còn bị Anh Pháp tặng không cho Hitler tại Hội nghị Munich trước Thế Chiến thứ Hai và một lần nữa bị Anh Mỹ bỏ rơi tại Hội nghị Yalta để cuối cùng rơi vào tay Stalin sau Thế Chiến thứ Hai.Từ một sinh viên cho đến lãnh đạo Tiệp không ai không xót đau, thương tiếc cho hàng triệu cái chết oan uổng của các thế hệ trước, nhưng thay vì nuôi thù báo oán họ tập trung xây dựng lại đất nước thịnh vượng và tự do dân chủ cho hôm nay và cho các đời sau.

Câu nói "vận mệnh Việt Nam nằm trong tay người Việt" của TT Obama là câu nói thành thật không phải với tư cách tổng thống Hoa Kỳ mà là một con người. Bởi vì, giá trị của một con người hay một đất nước cũng thế, không phải ở chỗ ngã xuống mà ở chỗ biết đứng lên, vượt qua và tiếp tục hành trình đi về phía trước. Không ai chết thay cho dân tộc Việt Nam ngoài dân tộc Việt Nam và cũng không ai cứu Việt Nam ngoài chính dân tộc Việt Nam.

•• GIÁ TRỊ CỦA VIỆT NAM CỘNG HÒA

GIÁ TRỊ CỦA VIỆT NAM CỘNG HÒA

Từ 1954 tại miền Bắc và sau 1975 trên phạm vi cả nước, bộ máy tuyên truyền của đảng CS đã không ngừng vẽ trong nhận thức của bao nhiêu thế hệ Việt Nam một VNCH chẳng khác gì một con ma, ghê sợ, hung dữ và tội lỗi nhất trong thế gian này. VNCH là hiện thân của mọi thứ tội ác. Trong nhận thức không chỉ tuổi trẻ Việt Nam sinh sau 1975 mà ngay cả các tầng lớp cán bộ, đảng viên, nhà văn, nhà thơ thì VNCH có ba đặc điểm lớn là "tham nhũng", "trấn áp" và "ôm chân đế quốc Mỹ".

Trong tiểu luận *"Khám nghiệm một hồn ma"* trên Talawas hơn mười năm trước người viết đã có dịp phân tích thể chế cộng hòa tại miền Nam. Xin trích một phần bài viết đó ở đây để chia sẻ với các độc giả chưa đọc.

Miền Nam trước 1975 có tham nhũng không? Có.

Miền Nam có đàn áp biểu tình, đối lập không? Có.

Miền Nam trước 1975 có sống bám vào viện trợ Mỹ không? Có.

Nhưng các đặc điểm đó có đại diện cho Việt Nam Cộng hoà (VNCH) không? Không.

Cho đến nay, một số người hoặc vì không có cơ hội nghiên cứu sinh hoạt chính trị tại miền Nam, không phân biệt được sự khác nhau giữa chính quyền và chế độ chính trị hoặc vì nghe riết những lời tuyên truyền của đảng đến độ nhập tâm, đã đồng hoá chính quyền của các ông Ngô Đình Diệm, Nguyễn Văn Thiệu, Nguyễn Cao Kỳ, Dương Văn Minh với VNCH.

Như một viên ngọc nằm trong lòng lớp rong rêu của vỏ con trai, trên tất cả, giá trị đích thực của VNCH không nằm trong tham nhũng, trấn áp và đồng đô la Mỹ mà nằm trong Hiến pháp VNCH đặt nền tảng trên một thể chế dân chủ do dân và vì dân.

Lời mở đầu của Hiến pháp 1967 do chủ tịch Quốc hội Lập hiến Phan Khắc Sửu ký ngày 18 tháng 3 năm 1967, xác định Việt Nam là một chế độ cộng hòa "*Dân chủ độc lập, thống nhất, lãnh thổ bất khả phân, chủ quyền thuộc về toàn dân*" phát xuất từ "*Ý thức rằng sau bao năm ngoại thuộc, kế đến lãnh thổ qua phân, độc tài và chiến tranh, dân tộc Việt Nam phải lãnh lấy sứ mạng lịch sử, tiếp nối ý chí tự cường, đồng thời đón nhận những tư tưởng tiến bộ để thiết lập một chánh thể cộng hòa của dân, do dân và vì dân, nhằm mục đích đoàn kết dân tộc, thống nhất lãnh thổ, bảo đảm Độc lập Tự do Dân chủ trong công bằng, bác ái cho các thế hệ hiện tại và mai sau.*"

Ngoài phần mở đầu hùng hồn nêu trên, chuyên chở trong suốt 9 chương và 117 điều của Hiến pháp 1967 là nền tảng của chế độ cộng hòa, qua đó, quyền lãnh đạo đất nước như chỉ rõ trong điều 3, được phân quyền rõ rệt: "*Ba cơ quan lập pháp, hành pháp và tư pháp phải được phân nhiệm và phân quyền rõ rệt. Sự hoạt động của ba cơ quan công quyền phải được phối hợp và điều hòa để thực hiện trật tự xã hội và thịnh vượng chung trên căn bản Tự do, Dân chủ và Công bằng xã hội*".

Hiến pháp 1967 tốt đẹp đến nỗi ông Lý Quý Chung, trong *Hồi ký không tên*, xuất bản tại Sài Gòn trước ngày ông qua đời, dù chê bai các chính quyền miền Nam tàn tệ, cũng không thể nói xấu bộ luật tối thượng của chế độ cộng hoà như một diễn đàn để ông ta thực thi dân chủ: "*Quốc hội lập hiến kéo dài một năm đã cung cấp cho tôi một môi trường học tập đấu tranh chính trị tại nghị trường và từ diễn đàn này, tôi cũng có cơ hội bày tỏ công khai qua mạng lưới báo chí Sài Gòn các quan điểm của mình đối với chính quyền, đối với các vấn đề dân chủ, chiến tranh, hoà bình...*"

Về căn bản, không có nhiều khác biệt giữa Hiến pháp VNCH 1967 và Hiến pháp Nam Hàn 1948 được tu chỉnh lần cuối vào năm 1987. Cả hai hiến pháp đều dựa trên chế độ cộng hoà, phân quyền rõ rệt, thích hợp với đà tiến hoá của văn minh nhân loại.

Dân chủ không phải là món quà của ông thần tài đem đặt ngay trước cửa nhà mà là chiếc máy lọc từ nước đục sang nước trong, từ phong kiến lạc hậu đến văn minh tiên tiến, và trong quá trình đó hai quốc gia VNCH và Nam Hàn, đều phải trải qua những kinh nghiệm máu xương trên con đường dân chủ hoá đất nước. Giống như người dân Nam Hàn, người dân miền Nam Việt Nam cũng vừa học dân chủ và vừa tập sống dân chủ với tất cả những khó khăn thử thách.

Điểm khác nhau chính giữa Nam Hàn và Nam Việt Nam là cơ hội. Nam Hàn có cơ hội để biến những ước mơ của dân tộc Triều Tiên gói ghém trong hiến pháp của họ để ngày nay là nước giàu mạnh nhất nhì châu Á. Miền Nam Việt Nam thì không. Chế độ cộng hoà tại miền Nam Việt Nam ra đời và lớn lên trong một hoàn cảnh chiến tranh tàn khốc, trong đó các nguyên tắc dân chủ đã trở thành con dao hai lưỡi. Chính con dao dân chủ hai lưỡi đó đã đâm vào thân thể của chế độ cộng hoà hàng trăm vết thương đau đớn từ ngày mới ra đời cho đến gục xuống trong tức tưởi.

Ngay cả những quốc gia tiên tiến như Pháp, Mỹ cũng phải bước qua con đường đầy máu nhuộm để có được nền dân chủ như hôm nay. VNCH cũng vậy. Miền Nam có đàn áp chính trị nhưng cũng có đấu tranh chính trị, có ông quan tham nhũng nhưng cũng có nhiều phong trào chống tham nhũng hoạt động công khai, có ông tướng lạm quyền nhưng cũng có ông tướng trong sạch, có nghị gà nghị gật nhưng cũng có những chính khách, dân biểu, nghị sĩ đối lập chân chính.

Nếu trước 1975, vì thiếu cái nhìn về cả hai bên của cuộc chiến và bất mãn trước xã hội nhiễu nhương, việc kết án chính quyền là "trấn áp" có thể còn thông cảm được, thế nhưng sau 42 năm sống dưới chế độ độc tài đảng trị vẫn có kẻ biện minh cho hành động đốt xe, bắt cóc, ném bom xăng vào thương xá, ném lựu đạn vào nhà hàng ăn uống trước đây thì quả thật là vô cảm.

Đặc điểm thứ ba đảng tuyên truyền là miền Nam chỉ biết "ôm chân Mỹ". Thật mệt mỏi nếu lại phải lần nữa đem so sự lệ thuộc vào Mỹ của chính quyền miền Nam và sự lệ thuộc vào Liên Xô, Trung Cộng của đảng CSVN và cũng chẳng sướng ích gì khi phải đọc lại bảng kê khai vũ khí, quân trang, quân dụng mà hai đế quốc CS đổ xuống Việt Nam.

Cho dù sự lệ thuộc vào cường quốc là điều không tránh khỏi trong thế giới phân cực của thời kỳ Chiến tranh Lạnh vừa qua thì chọn lựa cường quốc nào sẽ mang lại nhiều lợi ích cho đất nước hơn?

Lịch sử đã chứng minh một cách hùng hồn, hầu hết các nước chọn lựa hay do điều kiện chính trị thế giới đẩy đưa, đã đứng về phía tự do dân chủ như Nhật Bản, Tây Đức, Nam Hàn, Đài Loan, Ai Cập, Thổ Nhĩ Kỳ... đều trở nên các quốc gia ổn định và phát triển nhờ chính sách đối ngoại thân Mỹ một cách khôn khéo, trong lúc các nước theo chân Liên Xô, Trung Cộng như Bắc Việt, Cu Ba, Bắc Hàn thì kết quả ra sao không cần phải phân tích.

Không ai từng chống Mỹ quyết liệt hơn cố tổng thống Anwar Sadat nhưng để mưu cầu hạnh phúc cho nhân dân Ai Cập, năm 1976, ông đã bỏ đồng minh Liên Xô để bước sang phía thế giới tự do cho dù ông biết trước sự chọn lựa đó có thể trả giá bằng nhiều rủi ro như ông tiên đoán trong diễn văn đọc trước Quốc hội Israel ngày 20 tháng 11 năm 1967.

Một số người có thể cho rằng Hiến pháp VNCH cũng do người Mỹ nhúng tay vào. Dù điều đó đúng thì đã sao. Hiến pháp của quốc gia Nhật Bản hiện đại cũng do bàn tay của Mỹ nhưng ngày nay tướng McArthur chẳng những không bị oán ghét mà còn được nhân dân Nhật xem như là một trong những người có công lớn trong việc xây dựng nước Nhật hiện đại.

Dân chủ là một kỳ quan được nhân loại bồi đắp qua nhiều thời đại chứ không phải là tài sản riêng của quốc gia nào. Học hỏi cái hay cái đẹp của các nước tiên tiến để áp dụng vào cuộc cách mạng dân tộc và phát triển đất nước như cụ Phan Chu Trinh từng thống thiết kêu gào gần trăm năm trước, luôn luôn là điều đáng khuyến khích.

Phân tích để thấy, chế độ cộng hoà tuy không còn hiện diện tại miền Nam nhưng các giá trị dân tộc, nhân bản và khai phóng thể hiện trong Hiến pháp VNCH vẫn còn đó. Gia tài quý giá đó chẳng những không rã mục theo chính quyền Nguyễn Văn Thiệu, Dương Văn Minh mà ngày nay đã vượt ra khỏi biên giới Bắc Nam để trở thành ước vọng chung cho cả dân tộc.

Nếu ai cho người viết cường điệu hãy tạm gác qua bên các định kiến Bắc Nam, khuynh hướng chính trị, đảng phái, tôn giáo, tả khuynh, hữu khuynh, thù hận riêng tư và thậm chí che luôn bốn chữ Việt Nam Cộng hoà trên trang đầu của Hiến pháp mà chỉ đọc một cách nghiêm chỉnh nội dung của Hiến pháp VNCH 1967 thôi, người đọc sẽ công nhận đó chính là mục tiêu mà dân tộc Việt Nam cần phải đạt đến.

Việc lặp lại những lời tuyên truyền cũ mèm của đảng cho rằng chế độ cộng hoà tại miền Nam là "sản phẩm do chính quyền Mỹ tạo ra trong Chiến tranh Lạnh" chẳng khác gì chê lớp rong rêu ngoài vỏ một con trai.

Hiến pháp VNCH có thể chưa hoàn chỉnh nhưng là một văn kiện tham khảo cần thiết để kiến tạo một Việt Nam dân chủ cường thịnh. Hạt giống dân chủ khơi mầm tại miền Nam cũng không chỉ bắt đầu sau khi đất nước bị chia đôi mà đã có từ hàng trăm năm trước. Lợi dụng chính sách Nam kỳ tự trị của thực dân, các nhà cách mạng tại miền Nam có cơ hội học hỏi và áp dụng phương pháp đấu tranh nghị trường, tiếp cận các tư tưởng dân chủ Tây phương, mở mang dân trí làm nền tảng cho chế độ cộng hoà sau này. Đó không phải là sản phẩm của Tây hay Mỹ mà là vốn quý của dân tộc đã được đổi bằng mồ hôi nước mắt của nhiều người. Những ai biết gạt bỏ định kiến Bắc Nam, gạt bỏ lòng "căm thù Mỹ Ngụy", sẽ thấy đó chính là hành trang cần thiết cho nỗ lực mưu cầu một xã hội công bằng và tốt đẹp hơn cho các thế hệ mai sau.

Tiếc thay, viên ngọc và viên sỏi khác nhau khi nằm trong tay người thợ bạc nhưng lại giống nhau khi nằm trong tay mấy cậu bé bắn chim.

Do đó, phục hưng VNCH không có nghĩa là phục hưng chính quyền miền Nam. Chính thể không đồng nghĩa với một chính quyền và do đó không sống hay chết theo một chính quyền. Giá trị của VNCH được xây bằng xương máu của bao nhiêu người và ngày nay đã vượt qua khỏi vĩ tuyến 17 để trở thành ước vọng chung cho cả dân tộc.

Lịch sử Việt Nam như một dòng sông, có khi cuồn cuộn lúc âm thầm, có chỗ sâu chỗ cạn nhưng chưa bao giờ ngưng chảy. Đó là sự thật. Khoảng thời gian từ khi Mã Viện, danh tướng nhà Đông Hán, đánh bại Hai Bà Trưng (năm 43) đến khi Lý Nam Đế đánh bại quân Lương Vũ Đế và dựng nước Vạn Xuân (năm 543) là tròn 500 năm. Biết bao nhiêu lớp người đã sinh ra và chết đi trong suốt 5 thế kỷ sống trong bóng tối nô lệ nhưng sức sống Việt Nam vẫn tồn tại và lớn lên.

Đối mặt với một kẻ thù Trung Cộng đông hơn nhiều và mạnh hơn nhiều, chưa bao giờ sức mạnh tổng hợp của 90 triệu người Việt trong nước và 3 triệu người Việt ở hải ngoại cần thiết như hôm nay. Chỉ có sức mạnh toàn dân tộc phát triển trên cơ chế dân chủ tự do mới mong thắng được Trung Cộng và mọi kẻ thù có âm mưu xâm lược Việt Nam. Tổ tiên Việt Nam đã làm được rồi các thế hệ Việt Nam ngày nay cũng sẽ làm được.

Người viết biết rằng, đối với một số người Việt đã bị bộ máy tuyên truyền đầu độc quá lâu và các bạn trẻ bị nhào nặn hoàn toàn trong hệ thống giáo dục một chiều CS, để có một nhận thức đúng về lịch sử là một quá trình đấu tranh tư tưởng khó khăn.

Nếu vậy, tạm gác qua chuyện thế kỷ trước mà hãy nhìn thẳng vào thực tế đất nước sau 42 năm vẫn là một nước lạc hậu về mọi mặt từ kinh tế, chính trị, quốc phòng và đời sống. Việt Nam còn thua xa những nước ở châu Phi như Ghana, Sierra Leone, Namibia vì những quốc gia đó còn nghèo nhưng hãnh diện vì chính phủ họ do nhân dân họ bầu lên.

Nếu vậy, tạm gác qua chuyện thế kỷ trước mà hãy nhìn vào cách giải quyết tranh chấp Hoàng Sa, Trường Sa với Trung Cộng của lãnh đạo CSVN. Ngoài những lời phản đối đọc như kinh nhật tụng họ không có và cũng không thể có một chọn lựa dứt khoát nào chỉ vì quyền lợi trước mắt của một nhóm người cầm quyền được đặt lên trên quyền lợi lâu dài của đất nước.

Sau mỗi cơn giận hờn, lãnh đạo CSVN lại lên đường sang Bắc Kinh triều cống, lại 16 chữ vàng, lại ca ngợi tình đồng chí, nghĩa anh em thắm thiết. Cơn hờn giận giữa hai đảng CS theo thời gian có thể sẽ nguôi ngoai nhưng trên các vùng biên giới, trong lòng biển Việt Nam, máu của ngư dân Việt Nam, của người lính biển Việt Nam sẽ không ngừng chảy.

Thảm trạng xã hội Việt Nam hôm nay, những lạc hậu kinh tế hôm nay, những yếu kém về quốc phòng hôm nay, những cô đơn trong bang giao quốc tế hôm nay là những câu trả lời cho những ai còn do dự, còn một chút tin tưởng nào đó ở lãnh đạo đảng CSVN. Giống như hầu hết các nước cựu CS ở Đông Âu và khối Liên Xô, thể chế Cộng Hòa là chọn lựa đương nhiên và dứt khoát. Các quốc gia sẽ bình đẳng trước công pháp quốc tế. Những khẩu hiệu tuyên truyền rất sến như "16 chữ vàng", "hữu nghị Việt Trung" sẽ bị chôn sâu theo xác của ý thức hệ CS.

Dân tộc Việt Nam sẽ vượt qua những khó khăn để phát triển thành một quốc gia hiện đại về cả kinh tế lẫn quốc phòng. Các nhà lãnh đạo VNCH trong cuộc đấu tranh mới trên mặt trận ngoại giao sẽ hành xử xứng đáng với tư cách của một cấp lãnh đạo chính danh, thay mặt cho một nước VNCH thống nhất, dân chủ, độc lập, chủ quyền, toàn vẹn lãnh thổ và chắc chắn sẽ được sự ủng hộ của đại đa số con người yêu chuộng tự do, hòa bình trên thế giới. Giành lại Hoàng Sa và bảo vệ Trường Sa là một cuộc tranh đấu gian nan, gai góc, bị chi phối bởi nhiều yếu tố khách quan và chủ quan, nhưng chính nghĩa và chân lý cuối cùng sẽ thắng.

KHÔNG GÌ THIÊNG LIÊNG HƠN TỔ QUỐC

Suốt sáu tháng qua, nhất là từ cuối tháng Bảy đến đầu tháng Mười, 2016, phong trào chống Formosa bùng nổ lớn bằng các cuộc biểu tình với sự tham gia của nhiều ngàn đồng bào các tỉnh bị ảnh hưởng.

So với các cuộc biểu tình chống Trung Cộng xâm lăng biển đảo trước đây, các cuộc biểu tình tại Quảng Bình, Vinh, Nghệ An, Hà Tĩnh là những cuộc biểu tình đông đảo nhất trong suốt 41 năm qua. Sở dĩ phong trào phát triển nhanh và đông đảo như vậy là nhờ được sự ủng hộ tinh thần của các vị lãnh đạo Công Giáo thuộc các giáo phận tại miền Trung. Đồng thời, các mục tiêu tranh đấu cũng cụ thể và rõ ràng hơn.

Tại sao phải chống Formosa? Như Đức Cha Nguyễn Thái Hợp nhận định: "*Nếu nhà nước là đại diện của dân, theo đúng nguyên tắc nhiều nơi làm thì trước khi đòi Formosa bồi thường bao nhiêu thì phải đi nghiên cứu lại và xem dân thiệt hại bao nhiêu. Trong khi đó nhà nước lại đi đêm với Formosa và nhận như vậy thì điều đó trong thế giới hôm nay người ta không thể công nhận việc đó được.*"

Số tiền gọi là bồi thường của Formosa với thỏa thuận của nhà cầm quyền CSVN dù lên tới bao nhiêu tỷ Mỹ kim cũng chỉ là một loại tiền bố thí. Nhân dân Việt Nam không cần ai bố thí. Nước Việt là của người Việt. Việt Nam cần một môi trường sạch không chỉ cho hôm nay mà cả nhiều trăm năm, nhiều thế hệ về sau. Do đó, yêu cầu chung của người dân là Formosa phải đóng cửa.

Tinh thần của đồng bào Việt Nam trong cũng như ngoài nước chưa bao giờ lên cao hơn. Chế độ CS vẫn còn mạnh và còn đang cai trị nhưng chưa bao giờ ở trong tình thế bị bao vây, nao núng hơn.

Người viết và có thể nói hầu hết các nhà phân tích tình hình đất nước, đã tự đặt cho mình câu hỏi, liệu CSVN sẽ phải làm gì để thoát vòng vây? Trong hai bài viết liên quan đến sự kiện Nguyễn Ngọc Như Quỳnh bị bắt, người viết cho rằng CSVN sẽ cố gắng cô lập các cuộc biểu tình để không phát triển thành một làn sóng chống đối có tầm vóc quốc gia, chặt các chiếc cầu nối kết giữa phong trào chống Formosa sang các phong trào đòi tự do dân chủ và cuối cùng thỏa hiệp với từng thành phần có liên hệ.

Cho đến nay, dù đông đảo, các cuộc biểu tình vẫn còn giới hạn trong khuôn khổ tôn giáo. CS có đàn áp nhưng không dám nặng tay như trường hợp các chế độ độc tài Bắc Phi hay quân phiệt Miến Điện đã làm tại nước họ trước đây và kết quả đã dẫn đến sự sụp đổ nhanh chóng.

Để ngăn chặn phong trào vượt qua khỏi giới hạn tôn giáo và phát triển thành một phong trào của quần chúng, CSVN phải bắt những thành phần có khả năng tạo sự nối kết giữa Công Giáo với các thành phần đấu tranh thuộc nhiều tầng lớp xã hội và thuộc nhiều tôn giáo ngoài ảnh hưởng của giáo hội Công Giáo. Nguyễn Ngọc Như Quỳnh, ngoài uy tín, phương pháp đấu tranh ôn hòa còn là một tín đồ Công Giáo thuần thành, có khả năng làm chiếc cầu nối kết giữa các phong trào trong và ngoài Công Giáo. Ngoài ra, trong số các lãnh đạo phong trào xã hội tại Việt Nam hiện nay, Nguyễn Ngọc Như Quỳnh là khuôn mặt nổi bật nhất. Giới cầm quyền CS nghĩ rằng chưa cần phải bắt nhiều, chỉ một Như Quỳnh đủ để đe dọa các phong trào xã hội.

Ngoài việc giới hạn sự lan rộng của phong trào và bắt bớ, CSVN tiến hành thỏa hiệp.

Thỏa hiệp là một sách lược chính trị được áp dụng rộng rãi từ Đông sang Tây, tuy nhiên có thể nói, nguyên tắc thỏa hiệp với bên mạnh và tiêu diệt bên yếu trước là một trong những chủ trương có tính kinh điển của CS, không chỉ riêng CS Việt Nam mà cả phong trào CS quốc tế trước đây. Gọi là kinh điển bởi vì Lenin đã nhiều lần nhấn mạnh đến chiến lược này trong các tác phẩm của ông ta. Trong tuyển tập Lenin, chính y thừa nhận lịch sử của Bolshevism cả trước và sau "Cách mạng tháng Mười" là lịch sử của những thỏa hiệp, không những với các đảng phái không CS mà còn cả với các thành phần tư sản.

Hôm 26 tháng 10, 2016, CSVN tìm cách lấy lòng Tòa Thánh qua chuyến viếng thăm của phái đoàn do Thứ trưởng Ngoại giao Bùi Thanh Sơn dẫn đầu và được Đức Giáo Hoàng tiếp. Trong dịp này, Bùi Thanh Sơn "*khẳng định các cấp chính quyền Việt Nam luôn quan tâm đến các nhu cầu của Giáo hội Công giáo, tạo thuận lợi cho các hoạt động mục vụ của Công giáo, quan tâm cải thiện, nâng cao đời sống giáo dân, nhất là tại các địa phương khó khăn… Thứ trưởng đề nghị Tòa thánh và Đặc phái viên không thường trú của Toà thánh quan tâm, khuyến khích Giáo hội Công giáo Việt Nam sống tốt đời đẹp đạo, động viên chức sắc và giáo dân Công giáo tại các giáo phận đồng hành cùng đất nước, tham gia đóng góp một cách tích cực vào công cuộc phát triển kinh tế - xã hội của cả nước và ở từng địa phương.*"

Không cần phải nói thẳng ra hay dịch cho rõ nghĩa những lời đường mật của Bùi Thanh Sơn, ai cũng biết, CSVN muốn Tòa Thánh giúp làm lắng dịu cuộc đấu tranh chống Formosa hiện nay.

Như đã phân tích, bài học cách mạng dân chủ tại Romania, Ba Lan, Philippines, Haiti cho thấy một khi lời kêu gọi của các lãnh đạo tôn giáo được mọi thành phần quần chúng lắng nghe và hưởng ứng, đó cũng là ngày chế độ độc tài sắp sửa cáo chung. Những ngày tháng tới là thời gian đầy thách thức và chọn lựa không phải chỉ đối với ngư dân Quảng Bình, Vinh, Hà Tĩnh, Nghệ An, không phải chỉ của riêng các lãnh đạo tôn giáo mà của cả dân tộc.

Giáo hội luôn có sự cảm thông sâu xa đối với sự chịu đựng của dân tộc và có cảm tình đối với các cuộc đấu tranh của các tầng lớp nhân dân nhưng cảm thông hay cảm tình chưa đủ mà chỉ có sự chọn lựa dứt khoát mới thay đổi được hoàn cảnh đất nước.

Người viết không dám lạm bàn hay võ đoán các quyết định của Tòa Thánh và Giáo Hội Công Giáo Việt Nam, chỉ cầu mong quyết định của quý ngài phù hợp với nguyện vọng của nhân dân Việt Nam, góp phần xoa dịu vết thương của dân tộc đã và đang chịu đựng quá nhiều, quá lâu dưới chế độ CS và mở ra cánh cửa mới bằng tin mừng, hy vọng và hòa bình thật sự cho dân tộc Việt Nam.

Một mai, nếu đất nước Việt Nam bị họa Đại Hán tàn phá thành tro bụi rồi thì không chỉ tôn giáo thôi mà tất cả đều trở thành vô nghĩa. Do đó, phục vụ tôn giáo là một trách vụ thiêng liêng nhưng phục vụ tổ quốc cũng thiêng liêng không kém.

"THAY ĐỔI NƠI CHỐN, THAY ĐỔI THỜI GIAN, THAY ĐỔI NHẬN THỨC, THAY ĐỔI TƯƠNG LAI"

Một lần ghé thăm viện bảo tàng Peggy Guggenheim ở Venice, Italy, ngay trên lối vào có treo một câu danh ngôn và cũng là tác phẩm nghệ thuật của họa sĩ người Ý Maurizio Nannucci: *"Thay đổi nơi chốn, thay đổi thời gian, thay đổi nhận thức, thay đổi tương lai"* (*Changing place, changing time, changing thoughts, changing future*).

Tôi rất thích tác phẩm và chụp vài tấm hình để nhớ. Về nhà đọc lại trên Internet mới thấy tác phẩm và câu danh ngôn đó được xem như là một trong những câu nói thúc giục khát vọng của con người nhất. Đúng vậy, đi bao xa cũng chỉ làm thay đổi giờ giấc nhưng thay đổi tư duy, tầm nhìn, nhận thức mới thay đổi được tương lai.

Không nhìn đâu xa và không dám phê bình đích danh ai, chỉ nhìn lại chính mình thôi đã thấy nhận thức vô cùng cần thiết để vượt qua những khó khăn, chướng ngại trên đường học tập. Một trong những nhận thức đó là nhận thức về Ernesto "Che" Guevara.

Mỗi khi nghĩ về văn học miền Nam trước 1975, những độc giả lớn lên trong thời gian đó chắc không khỏi mỉm cười, một nụ cười thật đẹp để nhớ lại một quá khứ vô cùng thân thiết, không phải của riêng mình mà cả thời đại. Miền Nam trong những ngày tháng đó là miền Nam chiến tranh, tàn phá, nhưng cũng là nơi các giá trị tự do dân chủ đang bắt đầu trổ lá, những chiếc lá xanh non kia sẽ bị hỏa thiêu trong vài năm sau đó.

Những quán café đơn sơ quanh gốc me già, những hành lang thư viện, nơi đó không chỉ những nhân vật, những tác giả ngoại quốc đang được thế hệ trẻ ngày đó say mê, mà cả những tác giả nguyền rủa "ngụy quyền miền Nam" không tiếc lời cũng được đem ra thảo luận, chê và khen. Không những thế, sách do họ viết, nhật ký do họ ghi cũng được phát hành công khai và rộng rãi. Một trong những tác phẩm được phát hành trước 1975 là *Nhật ký Ernesto "Che" Guevara*, thường được gọi tắt là "Che." Thời gian qua lâu nhưng bức ảnh Che đội chiếc mũ bê-rê đen trong hình bìa vẫn còn rất rõ trong trí nhớ.

Sau này, đọc thêm các tác phẩm, các bút ký của những người cùng chiến đấu bên cạnh Che từ những ngày của Phong Trào 26 tháng Bảy đến khi làm giám đốc trại tù La Cabaña Fortress để biết Che, một Marxist phiêu lưu, chết là một điều may mắn cho Bolivia và nhiều nước Châu Mỹ La-Tinh khác. Che có tất cả cá tính của một nhà độc tài tàn bạo, giết người không gớm tay.

Hôm qua, đọc lại Nhật ký Ernesto "Che" Guevara bằng bảng tiếng Anh mới biết nhận thức của mình về Che đã hoàn toàn thay đổi so với hơn 40 năm trước.

Hình ảnh Che được kính trọng ở Cuba và được ngưỡng mộ trong nhiều thế hệ trẻ ở Châu Mỹ La-Tinh một phần bởi vì

Che chết sớm và một phần do Fidel Castro đánh bóng đến mức không thể nào bóng hơn. Như người viết đã phân tích trước đây, những lãnh tụ CS thường tận diệt kẻ thù còn sống nhưng ca tụng kẻ thù đã chết. Stalin ca tụng Lenin, Fidel Castro ca tụng Ernesto "Che" Guevara, Đặng Tiểu Bình ca tụng Mao Trạch Đông. Nếu Ernesto "Che" Guevara không làm cách mạng phiêu lưu Nam Mỹ mà tiếp tục ở lại Cuba, thật khó tưởng tượng ông ta có thể sống sót dưới bàn tay của Fidel Castro. Một rừng không có hai cọp, một nước không có hai vua, đừng nói chi là quan hệ giữa Che và Fidel Castro rạn nứt trước khi Che tạm biệt vợ con lần cuối và lên đường đi Bolivia cuối năm 1966.

Nhưng hôm nay tại Cuba, hình ảnh Che được dựng lên trên khắp ngả đường. Xác chết không nghe được lời ca tụng, không nếm được mỹ vị cao lương, không sống trong các biệt thự có kẻ hầu người hạ, chỉ có đám độc tài đang thống trị đất nước mới thật sự là những kẻ hưởng thụ quyền lực.

Nhắc đến việc thay đổi tư duy, nhận thức, không thể quên ơn Giáo sư Phan Đình Diệu vì ông đã kêu gọi người Việt Nam "thay đổi tư duy" rất sớm.

Năm 1992, tiến sĩ Phan Đình Diệu phát biểu tại một hội nghị của Ủy ban Trung ương Mặt trận Tổ quốc Việt Nam: "*Một mặt, chúng ta thừa nhận nền kinh tế thị trường với những chủ thể kinh tế tự do, bình đẳng của nó, nhưng mặt khác, chúng ta vẫn duy trì một hệ thống tổ chức xã hội theo mô hình chủ nghĩa xã hội nhà nước. Đây là một mâu thuẫn khó dung hòa được… Cũng xin phép nói rằng một Đảng theo chủ nghĩa CS, nếu thực sự kiên định với chủ nghĩa CS, thì không thể lãnh đạo sự phát triển kinh tế thị trường là cái mâu thuẫn như nước và lửa với học thuyết xây dựng xã hội CS.*"

Thời gian đó, Internet còn phôi thai, một nhóm bạn chuyền nhau đọc qua email những lời phát biểu của ông với tấm lòng ngưỡng mộ.

Khoảng năm 2005, Gs Phan Đình Diệu tổng kết các suy nghĩ thành những bài viết rõ ràng và chi tiết hơn nhằm đưa ra một "khung mẫu tư duy mới" thay thế cho khung mẫu kiểu cũ. Hẳn nhiên đảng không đếm xỉa gì đến những lời gan ruột của ông mặc dù trong tất cả văn kiện quan trọng của đảng đều có nhắc đến "vận dụng một cách sáng tạo," "cách mạng tư duy", "chủ động nắm bắt thời cơ," "đẩy mạnh kinh tế thị trường"...

Người viết không phải đồng ý hết với quan điểm của giáo sư khi ông chỉ muốn "thay rượu" nhưng cho rằng không cần thiết phải "đổi bình." Trong lý thuyết cũng như trong thực tế diễn ra của phong trào CS quốc tế cho thấy dù chậm hay nhanh, dù hòa bình hay bạo lực, cơ chế chính trị đều phải được thay đổi bằng cách mạng.

Lúc 7:12 phút tối ngày 25 tháng 12, 1991, Mikhail Gorbachev nhìn lên ống kính truyền hình và nói "Chúc quý vị mọi điều tốt đẹp" giữa sự thờ ơ của đa số dân Nga. Không ai hồi hộp, đợi chờ giờ phút đánh dấu sự cáo chung của chế độ CS lớn nhất trên thế giới, vì khi ông nói cách mạng đã diễn ra rồi.

Những lời kêu gọi của Gs Phan Đình Diệu, dù sao, đã tác động được nhiều người, nhất là thế hệ của người viết ngày đó ở hải ngoại, tất cả đều sinh ra ở miền Nam, lớn lên và học hành ở ngoài nước nên chắc chắn ông không biết. Người viết xin dừng lại ở đây để cám ơn ông.

Điều đó cho thấy, con đường phục hưng dân tộc không phải là độc đạo mà có thể từ nhiều ngả khác nhau. Mỗi người

Việt Nam sinh ra và lớn lên trong những hoàn cảnh gia đình, thế hệ không giống nhau, mang trên lưng một quá khứ khác nhau và do đó, tình yêu nước cũng thuận theo điều kiện mà thể hiện. Nhưng dù từ ngả nào đi nữa, muốn đồng hành cùng dân tộc và thời đại, trước hết phải thay đổi tầm nhìn và nhận thức.

Dù còn rất nhiều người bị hệ thống tuyên truyền của đảng làm xơ cứng nhận thức và che kín tầm nhìn, so với thời kỳ Giáo sư Phan Đình Diệu mới gióng lên tiếng nói, số người Việt ý thức được dân chủ là nguyện vọng của dân tộc, là bước cần thiết đầu tiên để "thoát Trung" và là khẩu hiệu của thời đại cũng đông đảo hơn nhiều. Chuyến tàu lịch sử dừng lại ở nhiều ga, tại mỗi nơi có người bước xuống và người bước lên nhưng chặng cuối cùng tự do dân chủ và nhân bản mỗi ngày một gần và sẽ đến.

HÃY LÀM MỘT GIỌT NƯỚC

Khi Disney World ở Florida khai mạc, ông Walt Disney, người đề xuất việc xây dựng theme park này đã qua đời. Trong ngày khai mạc, vị trưởng ban tổ chức đọc một diễn văn cảm động, ước ao rằng phải chi ông Walt Disney còn sống để thấy được những thành quả mà ông đã nghĩ ra.

Mặc dù diễn văn cảm động, vài hôm sau có một nhà báo cho rằng diễn văn không đúng. Chính chúng ta mới không thấy chứ ông Walt Disney đã thấy trong nhận thức của mình trước khi ông qua đời. Đúng vậy, nếu không thấy, không có tầm nhìn xa của ông, Disney World đã không được xây dựng và cũng không có những theme parks lớn trên thế giới bây giờ.

Điều đó cho tất cả chúng ta, có mặt hôm nay hay không có mặt hôm nay, đang sống ở hải ngoại hay trong nước, thấy sự quan trọng của tầm nhìn về tương lai đất nước. Không có nhận thức đúng sẽ không có những hành động đúng và sẽ không thể bước trên một hành trình lâu dài được.

Một câu chuyện thiền về một người đi tìm chân lý, đi mãi, đi mãi và cuối cùng mới biết chân lý không phải đâu xa mà ở ngay trong nhà của anh ta, chân lý là mẹ của anh ta. Chân lý mà một hành giả hay mỗi chúng ta đi tìm cũng thế. Mỗi người Việt phải trở về với nguồn cội của mình và đối diện với những vấn nạn của chính mình. Không ai giúp và không ai giải quyết vấn nạn Việt Nam thay cho người Việt Nam.

Trước nay, chúng ta thường mơ có một minh quân nào đó xuất hiện, một lãnh đạo nào đó xuất hiện để hướng dẫn chúng ta, nhưng quên rằng vị anh minh đó không phải ai khác mà chính là mình. Người hướng dẫn thật sự cuộc đời mình không ai khác ngoài chính mình.

Nhìn lại thực trạng đất nước suốt 41 năm qua. Trong thế giới ngày nay, 80 phần trăm các quốc gia đã có dân chủ trong một mức độ nào đó, ngoại trừ Việt Nam và một số quốc gia khác nữa. Tại sao? Câu trả lời rất dễ dàng, đảng CS Việt Nam là cản trở duy nhất trên con đường hướng tới tương lai của dân tộc Việt Nam. Dù chúng ta có đi tìm một vị anh mimh nào thì vị đó cũng chỉ nói hãy về lật đổ chế độ CS đi thì mọi việc sẽ tự động giải quyết.

Không cần phải một bậc tiên tri mà tất cả quý vị ngồi đây đều có thể trả lời được lý do duy nhất mà chúng ta vẫn lưu vong cho đến ngày hôm nay là vì đảng CSVN, và chỉ có thay đổi cơ chế chính trị tại Việt Nam mới giải quyết được vấn đề Việt Nam.

Trong thời gia qua, quý vị nghe rất nhiều rằng ông này tham nhũng, ông kia không tham nhũng, Nguyễn Phú Trọng tốt hơn, Nguyễn Tấn Dũng xấu hơn... Nếu Nguyễn Phú Trọng trong sạch chẳng lẽ chúng ta lại ủng hộ ông ta hay sao. Thật ra tất cả những người đó cũng phát sinh ra từ một cơ chế mà thôi. Thay đổi một bộ phận của bộ máy, sơn lại màu sơn mới của một chiếc xe không làm cho chiếc xe chạy nhanh hơn, mà phải thay đổi nguyên cả bộ máy mới có thể làm chiếc xe chạy nhanh hơn. Không nên để CS dắt chúng ta đi vòng vòng mà phải tập trung vào việc giải quyết cơ chế CS.

Nhân loại đang bước vào thời kỳ dân chủ; do đó, xã hội Việt Nam phải là một xã hội dân chủ. Dân chủ là một tiến trình chứ không phải là một sản phẩm. Tiến trình có nghĩa sự thay đổi diễn ra từng bước tốt đẹp hơn. Nền dân chủ Hoa Kỳ khác với nền dân chủ Ấn Độ. Sau khi CS sụp đổ, không phải Việt Nam sẽ có một xã hội giống hệt như xã hội Mỹ. Chắc chắn là không. Chúng ta còn phải trải qua rất nhiều khó khăn, rất nhiều khiếm khuyết. Tuy nhiên, chúng ta xây dựng một nền tảng và từ nền tảng đó, nếu chúng ta không làm hết được, con cháu chúng ta sẽ cải thiện và xã hội Việt Nam sẽ ngày càng tốt đẹp hơn. Do đó, không nên quá quan tâm đến cái gì sau đó mà trước hết phải lật đổ chế độ CS, xây dựng một chế độ dân chủ pháp trị, một nền giáo dục dân tộc, nhân bản và khai phóng mà nhiều người trong chúng ta đã trưởng thành từ đó để hướng dẫn tương lai của đất nước.

Câu hỏi khác được đặt ra là phải làm gì để có dân chủ. Một câu hỏi mà ai cũng hỏi và tự hỏi. Thật ra câu trả lời cũng không khó khăn lắm đâu.

Cách đây 25 năm, đây là câu hỏi khó. Cách đây 41 năm thì quá khó. Tuy nhiên, điều kiện đấu tranh ngày nay đã khác nhiều so với những năm trước. Người dân ngày nay không còn sợ CS như trước mà chính lãnh đạo CS đang sợ người dân hơn.

Trong bài viết "Ai sợ ai" tôi có nhắc; cách đây 25 năm, không có ông Nguyễn Xuân Phúc nào đi xin lỗi nhân dân. Ông ta xin lỗi không phải vì người CS hiểu được lòng dân mà vì không còn cách nào khác hơn là phải đi xin lỗi. Xin lỗi chẳng qua là cách giữ vị trí của mình, là cách làm lòng dân lắng dịu xuống chứ không phải vì biết mình sai.

Điều kiện ngày nay so với 25 năm trước khác nhau nhiều. Cách đây 25 năm, khi bác sĩ Nguyễn Đan Quế công bố tuyên ngôn Cao Trào Nhân Bản, nếu lúc đó CS đem bác sĩ ra bắn có lẽ cũng không bao nhiêu người biết. Nhưng tình thế ngày hôm nay đã khác; ngày nay, sức dân và lòng dân đang bắt đầu đấu tranh trực diện với đảng CS. Bây giờ CS sợ nhân dân hơn là nhân dân sợ CS.

Lật đổ chế độ CS cũng không phải là một việc quá khó. Cuộc cách mạng khoa học kỹ thuật đã mở ra một không gian mới, nền kinh tế toàn cầu đã mở ra những mối quan hệ mới trong bang giao giữa các quốc gia. Lãnh đạo CS không dám đàn áp như cách họ đã làm 30 năm hay 40 năm trước. Cuộc đấu tranh giữa CS và dân tộc đã khác hơn nhiều. Phần thắng đang nghiêng về phía dân tộc.

Cách đây 25 năm các phong trào đấu tranh còn rất nhỏ và mang màu sắc quá khứ. Chẳng hạn như Câu Lạc Bộ Kháng Chiến gồm những người cựu kháng chiến, có những điểm đồng thuận nhau và có cùng một quá khứ giống nhau. Họ đấu tranh với các mục tiêu nhất định là được thừa nhận trong cơ chế xã hội mới.

Cách đây 25 năm không có những phong trào xã hội rất là trong sáng như bây giờ, không có những mặt trận thanh niên sinh viên đoàn kết và được nhanh chóng lắng nghe tại hải ngoại. Khí thế đó đã tạo ra một làn sóng rất mạnh và mỗi ngày một lớn mạnh thêm. Cuộc đấu tranh giữa CS và dân tộc mỗi ngày càng khác hơn nhiều. Chúng ta mỗi ngày một tiến, CS mỗi ngày một lùi. CS đang bị bao vây.

Việc bắt Mẹ Nấm cũng là cách để lãnh đạo CS giải quyết vòng vây. CS không dám đàn áp thẳng tay như họ đã làm trước đây mà chỉ cố cô lập các cuộc biểu tình dưới hình thức tôn giáo, làm cho phong trào không vượt qua khỏi giới hạn tôn giáo để thành một phong trào của quần chúng, phong trào của dân tộc. Muốn như vậy họ phải bắt những thành phần có khả năng tạo sự nối kết giữa tôn giáo với các thành phần đấu tranh không tôn giáo ở bên ngoài. Mẹ Nấm là người đầu tiên họ bắt. Các cuộc biểu tình diễn ra trong khuôn viên nhà thờ, trong giới hạn nhà thờ dưới ánh sáng tôn giáo thì không sao nhưng khi đã biến thành một phong trào của quần chúng thì sẽ khác.

Trường hợp của Romania trước đây là một ví dụ. Các cuộc biểu tình tại Romania lúc đầu cũng chỉ diễn ra dưới hình thức tôn giáo khi một Mục sư người Hungary sống và giảng đạo tại Romania bị chính quyền CS Nicolae Ceaușescu đòi trục xuất. Các tín đồ của giáo phận đó đứng lên biểu tình với mục đích ban đầu là giữ Mục sư đó lại nhưng cuộc biểu tình ngày càng rộng lớn hơn vượt qua khỏi sự kiểm soát của chính quyền CS. Cuối cùng Nicolae Ceaușescu bị lật đổ và bị xử bắn một hai hôm sau khi trốn khỏi thủ đô Bucharest.

Đó là bài học mà các lãnh đạo CS đã học. Họ không muốn các phong trào đang nằm trong khuôn viên của tôn giáo trở thành một phong trào quần chúng. Cuộc biểu tình của 30 ngàn người diễn ra tại Vinh có lẽ không nguy hiểm lắm nhưng cũng 30 ngàn người đó mà biểu tình tại Sài Gòn, tại Hà Nội thì khác, chế độ CS có khả năng sụp đổ. Nhưng họ muốn là một việc mà có thực hiện được hay không là chuyện khác. Ý thức con người ngày nay đã đổi khác rồi. Ngày nào mà người dân không còn sợ đó là ngày cáo chung của đảng CS, và như chúng ta thấy tình trạng người dân sợ đảng CS mỗi ngày giảm dần, giảm dần.

Mỗi người Việt Nam hãy làm tất cả những gì có thể làm được để yểm trợ cho các phong trào trong nước. Đừng bao giờ chờ đợi Việt Nam sẽ có một Aung San Suu Kyi hay một Nelson Mandela. Nếu không có, chẳng lẽ chúng ta tiếp tục để CS cai trị hay sao. Mỗi người Việt Nam có khả năng làm một Aung San Suu Kyi hay một Nelson Mandela, bởi vì chúng ta không kỳ vọng làm những việc mà hai vị đó đã làm mà kỳ vọng làm những công việc chính chúng ta có thể làm được.

Quý vị có mặt ở đây, các bạn từ các nơi xa đến đây; tất cả những công việc đó, đóng góp đó như những giọt nước nhỏ nhưng sẽ trở thành một biển lớn. Mẹ Teresa có nói một câu như thế này "*Một giọt nước có thể không làm biển mặn hơn nhưng biển sẽ không mặn nếu thiếu đi những giọt nước*." Hãy làm một giọt nước và nếu mỗi người trong chúng ta đều cùng làm một giọt nước thì biển sẽ mặn.

NỖI ĐAU SẼ KHÔNG DỨT NẾU KHÔNG BIẾT TẠI SAO ĐAU

Em học sinh Việt Nam nằm gối đầu lên cặp sách, im lìm như đang ngủ trưa trong một bức hình đăng trên một tờ báo Mỹ. Các nhân viên y tế cứu thương chỉ vì quá thương xót mà tưởng như em còn biết đau nên đặt đầu em cao trên chiếc cặp vậy thôi. Không, em không ngủ trưa, em chết rồi. Em là một trong 32 học sinh trường tiểu học Cai Lậy, Định Tường, bị VC pháo kích chết lúc 2:55 trưa ngày 9 tháng 3, 1974. Em bị giết chỉ hơn một năm trước ngày chấm dứt chiến tranh để từ đó dân tộc Việt Nam chịu đựng 40 năm trong độc tài đảng trị đến hôm nay.

Ai giết 32 em học sinh trường tiểu học Cai Lậy, Định Tường?

Các em chết vì đạn pháo kích của Việt Cộng. Vâng. Nhưng đa số tuổi trẻ VN sinh ra và lớn lên sau 1975 không biết sự thật đó. Các em chỉ được nhồi sọ về cái chết của "10 cô gái Ngã ba Đồng Lộc."

Ngã ba Đồng Lộc thuộc xã Đồng Lộc, Hà Tĩnh, nằm trên con đường chiến lược nối vào dãy Trường Sơn nên trong thời chiến thường bị Mỹ ném bom. Ngã ba Đồng Lộc gắn liền với chuyện 10 nữ thanh niên xung phong bị bom của Không lực

Hoa Kỳ ném trúng ngay miệng hầm. Tiểu đội gồm 10 cô gái trẻ. Tất cả đều cùng quê hương Hà Tĩnh và đều chết tức khắc. Người nhỏ nhất là Vũ Thị Hà chỉ mới 17 tuổi.

Ai giết 10 cô gái Ngã ba Đồng Lộc?

Nếu hỏi 100 em học sinh Việt Nam, thì đúng 100 em sẽ trả lời do bom của "Đế quốc Mỹ."

Nhưng nếu không có "đế quốc Mỹ" rồi 10 cô gái ở Ngã ba Đồng Lộc và hàng triệu thanh niên miền Bắc vô tội có chết hay không?

Nếu hỏi 100 em học sinh Việt Nam, thì đúng 100 em sẽ trả lời "Không."

Thật ra, không có Mỹ các cô gái thanh niên xung phong đó cũng có thể chết. Nếu không chết tại Ngã Ba Đồng Lộc rồi cũng một ngã ba khác, một con đường khác, một thôn làng Việt Nam khác. Mười phần trăm dân số Việt Nam đã chết để tham vọng CS hóa Việt Nam của lãnh đạo CSVN và Quốc Tế được hoàn thành.

Số phận Việt Nam vốn đã nằm trong sinh tử lệnh của Mao và các lãnh đạo CS Trung Hoa không chỉ trước Điện Biên Phủ, sau hiệp định Geneve, hiệp định Paris, biến cố Hoàng Sa, Trường Sa mà ngay từ đầu thập niên 1920 khi đảng CSVN còn đang thai nghén trong nhận thức của Hồ Chí Minh.

Đường lối chiến tranh của Mao trong bài phát biểu tại Diên An: "*Nhiệm vụ trung tâm và hình thức cao nhất của cách mạng là chiếm lấy quyền lực xuyên qua đấu tranh võ trang và giải quyết xung đột bằng chiến tranh. Đây là nguyên tắc cách mạng của chủ nghĩa Mác Lê-nin, và phải được thực hiện một cách toàn diện tại Trung Quốc và toàn thể thế giới.*"

Đường lối đó chi phối toàn bộ chính sách của đảng CSVN. Quan hệ giữa hai đảng CS Việt Nam và Trung Quốc có khi nắng khi mưa, khi ấm khi lạnh nhưng đường lối đó chưa hề thay đổi.

Đáp ứng lời yêu cầu của Hồ Chí Minh trong chuyến thăm viếng Liên Xô, Trung Quốc và Mông Cổ từ ngày 22 tháng 6 đến 22 tháng 7 năm 1955, các đảng CS đó đã bắt đầu gởi súng đạn ồ ạt đến miền Bắc Việt Nam. Tổng số viện trợ quân sự Liên Xô, Trung Quốc và các nước xã hội chủ nghĩa khác giúp cho Hà Nội là 2 triệu 362 ngàn 581 tấn, trong đó bao gồm một danh sách dài của các loại vũ khí, từ 3 triệu 600 ngàn khẩu súng cá nhân cho đến 458 máy bay chiến đấu và hàng vạn đại pháo, hỏa tiễn nhiều loại.

Tài liệu đó không phải được trích dẫn từ các "thế lực thù địch" hay "thành phần phản động" nào mà là tài liệu của Viện Lịch sử Quân sự Hà Nội.

Trong tác phẩm *Trung Quốc lâm chiến: Một bộ bách khoa* (China at War: An Encyclopedia) tác giả Xiaobing Li liệt kê các đóng góp cụ thể của 320 ngàn quân Trung Cộng trong chiến tranh Việt Nam:

"*Mặc dù đang mạnh dần, Trung Quốc vẫn lo ngại sự hiện diện ngày càng mở rộng của Mỹ tại Đông Nam Á. Trong chiến tranh Việt Nam giai đoạn năm 1964 đến năm 1973, quân Giải phóng Nhân dân Trung Quốc (PLA) đã can thiệp một lần nữa. Tháng Bảy năm 1965, Trung Quốc bắt đầu đưa quân vào Bắc Việt, bao gồm các đơn vị hỏa tiễn địa-không (SAM), phòng không, làm đường rầy xe lửa, công binh, vét mìn, hậu cần. Quân đội Trung Quốc điều khiển các giàn hỏa tiễn phòng không, chỉ huy các đơn vị SAM, xây dựng và sửa chữa đường xá, cầu cống, đường xe lửa, nhà máy. Sự tham gia của Trung Quốc giúp cho Việt Nam có điều kiện gởi thêm nhiều đơn vị Bắc Việt vào Nam đánh Mỹ. Giữa năm 1965 và năm 1968, Trung Quốc gởi sang Bắc Việt 23 sư đoàn, gồm 95 trung đoàn, tổng số lên đến 320 ngàn quân. Vào cao điểm năm 1967, có 170 ngàn quân Trung Quốc hiện diện.*"

Từ năm 1955 và nhất là từ 1959, khi giới lãnh đạo Đảng Lao động Việt Nam quyết định mở đường Trường Sơn "giải phóng miền Nam bằng phương tiện võ lực," số lượng cố vấn Mỹ tại miền Nam cũng chỉ là những nhóm nhỏ và tập trung vào việc bảo vệ và xây dựng căn nhà dân chủ vừa được dựng lên.

Hơn bao giờ hết, các nền dân chủ non trẻ tại Á Châu cần sự giúp đỡ của thế giới tự do. Cũng vào thời điểm đó, các nước Cộng Hòa ở châu Á như Mã Lai, Nam Hàn, Singapore, Đài Loan đang vượt qua quá khứ thực dân hay chiến tranh Quốc Cộng để vươn lên cùng nhân loại. Trên cánh đồng miền Tây nước Việt, trên bến cảng Singapore, trong nhà máy ở thủ đô Seoul, những con người với niềm hy vọng mới đang hăng hái dựng lại căn nhà mới.

Niềm hy vọng của nhân dân miền Nam Việt Nam vừa lóe lên đã vụt tắt vì đảng CSVN quyết định chiếm Việt Nam Cộng Hòa dù phải "đốt cháy cả dãy Trường Sơn" như Hồ Chí Minh đã tuyên bố.

Người bình thường chỉ biết nhìn một biến cố từ hậu quả nhưng người có ý thức phải hiểu tận nguyên nhân, bởi vì mọi việc xảy ra trên đời, mọi sự vật có mặt trên đời đều có nguyên nhân.

Cả 32 em học sinh trường tiểu học Cai Lậy, Định Tường và 10 người chị Việt Nam của các em chết ở Ngã Ba Đồng Lộc chỉ chết vì một nguyên nhân: Tham vọng CS hóa toàn cõi Việt Nam của lãnh đạo CSVN và CS Quốc Tế. Dù có Mỹ hay không có Mỹ, dù bằng phương tiện hòa bình hay khủng bố thì chủ nghĩa CS độc tài chuyên chính vẫn phải được thiết lập trên toàn cõi Việt Nam. Mục tiêu đó đã được đóng khung tô màu từ trong đề cương thành lập đảng CSVN 1930.

Do đó, không ai khác mà chính các lãnh đạo CSVN và CS Quốc Tế đích thực là thủ phạm đã giết 2.5 triệu dân Việt Nam trên hai miền Nam Bắc trong đó có 10 cô gái thanh niên xung phong ở Ngã Ba Đồng Lộc và 32 em học sinh tiểu học Cai Lậy, Định Tường.

Giờ phút này, tôi tin rằng, trong căn phòng nhỏ ở Virginia, trong căn gác hẹp ở Paris, Santa Ana, Sydney, Berlin... bên những ngọn đèn heo hút ở Hà Nội, Huế, Sài Gòn, hàng ngàn người Việt Nam quan tâm đến tiền đồ dân tộc vẫn còn canh cánh bên lòng một câu hỏi chưa tìm được cách trả lời trọn vẹn "Tại sao sau 40 năm CSVN vẫn còn tồn tại?" Bởi vì dân tộc ta yếu hèn, phân hóa? Bởi vì đảng CSVN còn quá mạnh? Bởi vì cả hai lý do trên?

Thật ra, dân tộc ta không yếu hèn và đảng CS cũng không quá mạnh, nhưng chính vì các thành phần có khả năng thúc đẩy sự chuyển hóa xã hội không có một nhận thức và tầm nhìn đúng về bản chất của cuộc chiến Việt Nam. Sau 40 năm, một bộ phận không nhỏ người dân Việt Nam vì bị tẩy não nên chưa nhận ra hay chỉ vì bàn tay dính máu đồng bào nên không đủ can đảm thừa nhận nguồn gốc sâu xa của cuộc chiến.

Không hiểu đúng tại sao chủ nghĩa CS đến Việt Nam sẽ không có một cách thích hợp để đẩy chủ nghĩa CS ra khỏi Việt

Nam. Và tương tự, không hiểu đúng quá khứ sẽ không có hành động đúng vì tương lai đất nước.

Nỗi đau của dân tộc Việt Nam sẽ không dứt nếu không biết tại sao đau.

PHẢI CHĂNG LÒNG YÊU NƯỚC ĐÃ TỚI HỒI MỆT MỎI?

Như một thói quen, buổi sáng 15 tháng 9, 2015, tôi vào mạng CNN, lướt qua một vòng tin nước Mỹ, tin thế giới và dừng lại ở các tin Đông Nam Á. Sáng hôm đó CNN loan tin Trung Cộng đang xây phi đạo thứ ba trong vùng đảo Trường Sa đang tranh chấp. Theo CNN, các hình ảnh do vệ tinh Mỹ chụp được vào ngày 8 tháng 9 cho thấy Trung Cộng đang xây một phi đạo mới dài 3 ngàn mét dọc theo Mischief Reef. Trước đó Trung Cộng đã xây dựng xong hai phi đạo trên Fiery Cross Reef và Subi Reef cũng có chiều dài tương tự.

Greg Poling, Giám Đốc Trung Tâm Quốc Tế Nghiên Cứu Chiến Lược đặt tại Washington DC cho biết nếu quả thật đúng là phi đạo, Trung Cộng sẽ có ba phi đạo để dùng cho bất cứ loại phi cơ chiến đấu nào của Không quân Trung Cộng.

Phi đạo dùng cho phi cơ chiến đấu Trung Cộng J-11

Trong 18 tháng qua, theo giới chức Mỹ, Trung Cộng đã chiếm thêm 2 ngàn mẫu thuộc khu vực quần đảo Trường Sa đang tranh chấp. Các nước tranh chấp với Trung Cộng như Việt Nam, Philippines cũng có phi đạo nhưng không phi đạo nào thích hợp cho chiến đấu cơ thuộc thế hệ thứ tư, tức những chiến đấu cơ sản xuất khoảng từ 1980 tới nay.

Trước đó, theo phân tích "China's J-11 fighter jet 'may find new role in South China Sea" đăng trên tờ South China Morning Posts phát hành 21 tháng 6, 2015, cũng nhấn mạnh những phi đạo dài này có thể được xây dựng với ý định để các J-11 có tầm bay xa 1500 kilômét sử dụng. Loại chiến đấu cơ này, được nâng cấp từ Sukhoi Su-27SK, sản xuất lần đầu 1998, không phải là chiến đấu cơ tốt nhất của Trung Cộng và dĩ nhiên không phải là đối thủ của những chiến đấu cơ thuộc các nhóm F-18, F-22, F-35 của Mỹ nhưng là một đe dọa trực tiếp đối với an ninh của các quốc gia đang tranh chấp chủ quyền Trường Sa.

Lãnh đạo CSVN im lặng

Lãnh đạo CSVN, lẽ ra, dù nói không ai nghe cũng phải nói, dù la không ai nghe cũng phải la, dù kiện chưa chắc đi tới đâu cũng phải kiện. Biển Việt Nam, đảo Việt Nam, không một nước nào có quyền xây dựng phi đạo quân sự trên vùng đảo chỉ cách Cam Ranh 470 kilômét và cách Sài Gòn chưa đến 600 kilômét đường chim bay. Nhưng ngoài một số báo chí Việt Nam dịch lại các bản tin quốc tế, cho đến nay lãnh đạo đảng đã chọn thái độ "im lặng là vàng." Không một lời phản đối, không tuyên ngôn, tuyên cáo, không đưa vấn đề ra trước dư luận quốc tế.

Chuyến đi Mỹ của Nguyễn Phú Trọng mà các báo chí đảng đánh bóng như là "bước đột phá lịch sử" hay "một mốc lịch sử trong quan hệ Việt - Mỹ"... thực tế chỉ là những khẩu hiệu tuyên truyền.

Như đã trình bày trong **bài** *Lãnh đạo CSVN trong quan hệ Mỹ-Trung*, chuyến đi của Nguyễn Phú Trọng rồi cũng như bao nhiêu chuyến đi trước của các lãnh đạo CS, sẽ không có gì thay đổi. Ngoài Biển Đông, máu của ngư dân Việt Nam đã đổ và sẽ tiếp tục đổ. Trong lòng biển, nguồn dầu khí Việt Nam ngày càng bị vét cạn. Trên đất liền, tài nguyên thiên nhiên bị Trung Cộng khai thác sẽ còn tiếp tục bị khai thác.

Chính sách của Trung Cộng tại Biển Đông cũng không vì áp lực của Mỹ trong thời gian qua mà thay đổi. Chúng biết ngoài việc gia tăng sự hiện diện của hải quân hay vài chuyến bay thấp trong vùng, Mỹ không có chọn lựa nào khác. Những ai cho rằng Mỹ sẽ đem các chiến đấu cơ tối tân để can thiệp một khi Việt Nam bị không quân Trung Cộng tấn công chớp nhoáng có lẽ là những người có nhận định quá lạc quan. Mỹ can thiệp hay không còn tùy thuộc vào nhiều yếu tố an ninh và quyền lợi trực tiếp. Các mâu thuẫn Mỹ-Trung có đó nhưng còn quá sớm cho một cuộc xung đột quân sự giữa hai nước này có thể xảy ra trong vùng Biển Đông.

Chính sách đối ngoại của Trung Cộng là chính sách ngoại giao của những kẻ có đầu óc ti tiện. Chúng hành xử như cách loài chuột đồng tàn phá mùa màng qua việc gặm nhấm từng bụi lúa. Một mặt chúng lớn tiếng với quốc tế là luôn theo đuổi chính sách "hòa bình" và "ổn định" nhưng mặt khác lấn chiếm từng thước đất, từng bãi san hô, từng hòn đảo nhỏ trên biển Đông, đặt những giàn khoan trong thềm lục địa Việt Nam và hôm nay xây những phi đạo dài trên các vùng biển Trường Sa đang tranh chấp. Những hành động nhỏ nhen này không đủ va chạm quyền lợi nặng đến mức các cường quốc phải đặt vấn đề và các biến cố do chúng gây ra không đủ tác hại an ninh khu vực đến mức quốc tế phải quan tâm nhất là trong gia đoạn bất ổn kinh tế thế giới hiện nay.

Trọng thời gian ngắn trước và sau chuyến đi Mỹ của Nguyễn Phú Trọng, một số nhà phân tích cho rằng Việt Nam là một góc trong tam giác cân về thế đứng trong tranh chấp Biển Đông. Nhận xét đó không đúng. Lich sử bang giao quốc tế cho thấy, muốn đứng thế chân vạc, một quốc gia trước hết phải có vị trí độc lập trong tương quan về chính trị, kinh tế và quân sự quốc tế. Để đương đầu với một kẻ thù mạnh hơn, một quốc gia nếu không có đủ lực, phải có đủ thế.

Bài học Lithuania và Ukraine khi đương đầu với Nga

Có ít nhất hai bài học về thế và lực hiện còn đang là vấn đề thời sự quốc tế nóng bỏng cần được lưu ý: Cách hành xử của Lithuania và của Ukraine đối với chính sách bành trướng của Nga.

Trường hợp Lithuania. Sau khi sáp nhập Crimea năm ngoái, Nga đang nhắm đến các quốc gia nhỏ khác vùng Baltic. Cuối tháng 6, 2015, Bộ Tư pháp Nga cho rằng việc ba quốc gia Baltic gồm Lithuania, Latvia và Estonia tuyên bố độc lập khỏi Liên Bang Xô Viết có thể là không hợp pháp và đe dọa sẽ điều tra về sự kiện này. Tổng thống Lithuania Dalia Grybauskaitė tức khắc tuyên bố: "*Nền độc lập của chúng tôi đã đạt được bằng máu và hy sinh của nhân dân Lithuania. Không một ai có quyền đe dọa. Chỉ có chúng tôi, nhân dân Lithuania mới có quyền quyết định sinh vận mệnh của chúng tôi.*"

Sở dĩ TT Dalia Grybauskaitė tuyên bố một cách cương quyết và dứt khoát không có chuyện ngồi xuống bàn thảo luận phải trái với Nga vì bà biết Nga chỉ dọa nhưng sẽ không bao giờ làm gì được Lithuania. Quốc gia nhỏ bé này đã là một thành viên của Cộng đồng Châu Âu và hội viên của NATO hùng mạnh. TT Dalia Grybauskaitė không chỉ tuyên bố cứng rắn mà còn là nước hội viên NATO đầu tiên tình nguyện gởi vũ khí viện trợ Ukraine chống Nga và kêu gọi các quốc gia hội viên NATO khác làm theo.

Các thế hệ lãnh đạo Lithuania nhìn xa thấy rộng. Từ 1990, các lãnh đạo Cộng Hòa Lithuania vừa được hồi sinh đã thẳng thắn từ chối đề nghị của TT Nga Boris Yeltsin để tham gia vào Thịnh Vượng Chung của Các Quốc Gia Độc Lập (Commonwealth of Independent States) trong vòng ảnh hưởng của Nga. Các lãnh đạo Lithuania ngày đó, dĩ nhiên, cũng cảm thấy cay đắng nhìn lại giai đoạn lịch sử đầy đau thương tang tóc khi quốc gia nhỏ bé này bị Anh, Mỹ bỏ rơi sau Thế Chiến thứ Hai, nhưng thay vì sống ray rứt trong quá khứ, họ dứt khoát đứng về phía Tây phương vì tương lai con cháu họ.

Trường hợp Ukraine thì khác. Các lãnh đạo Ukraine thiếu khôn ngoan và tầm nhìn nên vào ngày 8 tháng 12, 1991 đã tự đeo cái vòng kim cô Nga lên đầu khi cùng với Nga và Cộng Hòa Belarus sáng lập nên tổ chức Thịnh Vượng Chung của Các Quốc Gia Độc Lập. Vết thương do vòng kim cô Nga gây ra đến nay vẫn chưa lành.

Nước Việt Nam CS không so sánh được với Lithuania về cả thế lẫn lực. Lãnh đạo CSVN là một đám mù lòa theo cả nghĩa đen lẫn nghĩa bóng.

Thật vậy, giữa lúc số phận của đất nước như chỉ mành treo chuông, lãnh đạo đảng thay vì tập trung ngân sách vào việc tăng cường quốc phòng lại lo đi xây những tượng đài tôn thờ lãnh tụ mà các quốc gia cựu CS đang khổ sở không biết làm sao đập đổ cho hết.

Giữa một đất nước còn quá lạc hậu về mọi mặt, nghèo đói, tụt hậu kỹ thuật so với các quốc gia tiên tiến hàng thế kỷ, lãnh đạo CSVN chỉ biết ăn, biết tham nhũng, biết sống xa hoa trên máu xương đồng bào. So sánh cảnh trang hoàng nội thất của cựu Tổng Bí thư CS gốc thợ rừng Nông Đức Mạnh và cảnh hàng ngàn học sinh khắp ba miền phải lội sông, đu dây đi học mỗi ngày để thấy các lãnh đạo CSVN quả thật đui về thị giác và mù tận đáy lương tâm.

Nhưng chỉ nguyền rủa lãnh đạo CSVN suông mà thôi sẽ không cứu được đất nước. Để cứu nước phải tập trung tháo gỡ cơ chế độc tài đảng trị CS ra khỏi đời sống chính trị đất nước, rồi từ đó xây dựng một Việt Nam tự do, dân chủ và phát triển toàn diện phù hợp với thời đại văn minh dân chủ.

Chỉ có một Việt Nam đoàn kết dưới ngọn cờ dân chủ mới thật sự tập trung được sức mạnh tổng hợp của dân tộc, trong và ngoài nước, để bảo vệ đất nước và làm nền tảng cho một quốc gia dân chủ thịnh vượng lâu dài. Không những thế, dân chủ phải đến sớm, không thể đợi đến khi chiến tranh Á Châu bùng nổ, máu đổ, thây phơi mới đến.

Một trong những lý do Cộng Hòa Lithuania sớm trở thành hội viên NATO dù với một quân đội hiện dịch chỉ vỏn vẹn 15 ngàn người bởi vì quốc gia này cam kết xây dựng một chế độ dân chủ toàn diện. Lithuania có dân chủ trước Nga và các quốc gia thuộc khối Liên Xô cũ nên tránh được vòng ảnh hưởng của Nga và các biến động gây bất ổn trong vùng. Ngày nào Việt Nam còn nằm dưới sự cai trị của đảng CS, ngày đó đừng hy vọng gì để trở thành một Lithuania ở Đông Nam Á.

Phải chăng lòng yêu nước đã tới hồi mệt mỏi?

Ba phi đạo quân sự của Trung Cộng, về lâu dài, có tác hại trầm trọng hơn nhiều so với việc Trung Cộng bắn thủng tàu đánh cá của ngư dân Việt Nam nhưng không phải người dân nào cũng biết, cũng hiểu, cũng lo.

Lẽ ra, đây là cơ hội cho những tiếng nói có trách nhiệm của người Việt quan tâm đến tiền đồ đất nước gióng lên một cách công khai, thẳng thắn và rộng rãi trước hiểm họa bành trướng của Trung Cộng. Nhưng một điều đáng buồn, không những lãnh đạo CS im lặng mà những tiếng nói yêu nước cũng thưa thớt dần. Đừng nói chi các cuộc xuống đường phản đối Trung Cộng mà ngay cả những bài báo, bài bình luận trong các mạng "lề dân" thảo luận về vấn đề sinh tử này cũng rất ít. Phải chăng lòng yêu nước đã tới hồi mệt mỏi?

Có thể. Nhưng xin đừng bỏ cuộc. Vẫn biết, con đường tranh đấu cho một Việt Nam dân chủ và cường thịnh đã khá dài và có thể còn dài nữa, nhưng phải kiên nhẫn và tiếp tục đấu tranh. Một trong nhiều đặc điểm của văn hóa Việt là tính kiên nhẫn. Một ngàn năm trong bóng tối nô lệ của các triều đại Tàu nhưng lòng yêu nước như ngọn đèn soi rọi tâm hồn, nuôi dưỡng niềm hy vọng phục hưng để hôm nay trên bản đồ thế giới còn một Việt Nam.

HÃY VỮNG TIN VÀO LỊCH SỬ

Ai cũng biết tuổi trẻ là tương lai. Khi nói về tuổi trẻ, chúng ta thường nói đến tuổi của sức sống tràn đầy, tuổi của khai phóng và sáng tạo. Khi nhận xét về tuổi trẻ, chúng ta thường nghĩ đến những mặt tích cực và lạc quan. Tuy nhiên trong phạm vi bài thuyết trình nầy và trước một cử tọa phần đông là các bạn sinh viên trẻ, tôi xin tạm gác những ước ao và hy vọng qua một bên, thay vào đó, tôi xin trình bày một vài mặt khác của tuổi trẻ Việt Nam như vừa để nói lên một thực tế và cũng vừa là một thách thức đối với các bạn để các bạn tìm cách vượt qua và vươn lên.

Có rất nhiều đánh giá khác nhau về tuổi trẻ Việt Nam, trong cũng như ngoài nước trong suốt 23 năm qua. Nhìn chung đó là những đánh giá không mấy tích cực.

Với tuổi trẻ trong nước

Tôi xin trích dẫn 2 quan điểm, từ một người cầm bút và từ một thanh niên. Nhà văn miền Bắc Dương Thu Hương nhận định như sau đây về tuổi trẻ trong nước: "*Tuổi trẻ không còn lý tưởng, họ đang lao vào cuộc sống thác loạn và xem đó như là cách trả thù cho những thế hệ cha ông đã lừa gạt họ.*" Tuổi trẻ mà nhà văn Dương Thu Hương muốn nói đây là tuổi trẻ miền Bắc, thế hệ đã bị đảng nhử bằng chiếc bánh vẽ độc lập, tự do, hòa bình, thống nhất để rồi bị đẩy vào vũng lầy chiến tranh, nghèo đói, tham nhũng, thối nát.

Đối với tuổi trẻ sinh ra và lớn lên ở miền Nam, nhà báo quen thuộc về các vấn đề Việt Nam, ông Andrew Lam của tờ San Jose Mercury trong số ra ngày 25 tháng 5 năm 1998 trích lời của một thanh niên tên là Tuấn tuyên bố với ông ta trong thời gian ông đến Việt Nam làm phóng sự rằng: «*Chúng tôi bị lừa gạt. Trước đây, tôi biết chủ nghĩa CS là sai khi tôi phải học thuộc lòng lý thuyết Mác nhưng không biết tại sao mình phải học. Khi Việt Nam mở cửa, tôi có được dịp xem ti-vi, đọc báo và qua đó tôi ý thức rằng những quốc gia khác giàu có biết bao nhiêu, phim ảnh của họ làm đẹp biết bao nhiêu, con người họ cũng đẹp đẽ biết bao nhiêu. Nhìn lại Việt Nam, tôi cảm thấy buồn. Đừng nói chi là Mỹ, ngay cả Thái Lan, Đại Hàn, Mã Lai cũng hơn Việt Nam quá xa. Việt Nam không có gì để nói, để khoe khoang và giới thiệu. Việt Nam chỉ là một quốc gia bị lãng quên trong nghèo đói.*"

Từ hai nhận xét trên, chúng ta thấy rằng tuổi trẻ hai miền đều bất mãn chế độ. Tuy nhiên, dù bất mãn, tuổi trẻ Việt Nam trong nước, từ Bắc đến Nam, đã có những thái độ và phản ứng tiêu cực trước những áp bức chính trị và những bất công xã hội. Thay vì đứng lên đạp đổ chính quyền CS, thay vì biểu tình xuống đường chống đối, họ đã sống trong lãng quên bằng những cuộc đua xe gắn máy bạt mạng, bằng cuộc sống buông thả, sa đọa, trụy lạc.

Với tuổi trẻ hải ngoại

Tôi thiết nghĩ không cần phải dẫn chứng từ sách vở nào hay từ nhân vật nào khác. Chúng ta phải thẳng thắn thừa nhận rằng, cho đến nay, tuổi trẻ hải ngoại chưa phải là lực lượng chủ động trong các sinh hoạt chính trị, đấu tranh vì tự do, vì dân chủ và nhân quyền của dân tộc Việt Nam. Một số rất ít anh chị tạm gọi là tương đối còn trẻ đang có những hoạt động liên hệ trực tiếp đến cộng đồng người Việt, có thể đếm trên đầu ngón tay.

Ngoài ra, một số các nhóm trẻ khắp các nơi như Đoàn Thanh Niên Phan Bội Châu ở California, Tổ Chức Dân Chủ Việt Nam ở Đức, Nhóm Diễn Dàn trước đây ở Tiệp Khắc, Về Nguồn Foundation ở Tennessee, Tổng Hội Sinh Viên Việt Nam Paris, Tổng Hội Sinh Viên Việt Nam tại Úc Châu, Tổng Hội Sinh Viên Nam Cali, Bắc Cali và khoảng hơn chục Tổng Hội Sinh Viên Việt Nam tại các tiểu bang lớn. Nhìn chung, các phong trào và tổ chức trẻ, có tổ chức chặt chẽ và hoạt động năng nổ tại hải ngoại kể ra thì nghe nhiều nhưng thực tế còn quá ít so với lực lượng đông đảo của khối chuyên gia trẻ, thanh niên, sinh viên Việt Nam tại hải ngoại. Hoạt động của các cá nhân và phong trào trẻ chưa đáp ứng một phần dù rất nhỏ so với nhu cầu của cộng đồng người Việt cũng như lịch sử dân tộc đang đặt ra cho thế hệ họ.

Trong giới hạn của bài này, tôi không thể đưa ra và phân tích tất cả, dĩ nhiên là rất nhiều, những lý do chính dẫn đến sự xa cách giữa lịch sử và tuổi trẻ... Tôi chỉ nhân cơ hội nầy để nhắc đến một lý do, thoạt trông rất bình thường nhưng ít ai đặt nặng đúng mức, đó là lý do tuổi trẻ Việt Nam không thuộc sử Việt Nam. Tôi tin rằng không phải các cô chú sinh viên Việt Nam nào lớn lên tại hải ngoại cũng biết Tôn Thất Đạm, Lương Ngọc Quyến, Ký Con, Phạm Hồng Thái là ai.

Việc không thuộc sử dẫn đến câu hỏi "tôi là ai", dẫn đến việc thiếu niềm tin vào sức sống và sự trường tồn của dòng giống Việt Nam, dẫn đến những cái nhìn thiển cận về tương lai đất nước. Lo những cái không đáng lo, sợ những điều không đáng sợ. Không lo những cái đáng lo, không sợ những điều đáng sợ. Do đó trước khi nói đến chuyện làm lịch sử, trước khi nói đến chuyện dời non lấp bể, đội đá vá trời, xin các bạn hãy trở lại làm một công việc căn bản nhất và đơn giản nhất là ngồi xuống và cùng nhau học sử Việt Nam.

Trong những ngày nầy, chúng ta thường nghe đến những cụm từ "nỗi đau của dân tộc Việt Nam", "căn bệnh Việt Nam", "cuộc chiến tranh Việt Nam", "tính tự ti mặc cảm Việt Nam" nhưng rất ít khi nghe "niềm tự hào Việt Nam."

Trong một diễn văn đọc tại Hội Nghị Nhân Quyền tại Mạc Tư Khoa vào năm 1992, một cô gái Việt Nam, làm cả hội trường xúc động khi cô nói lên tấm lòng của một người con gái Việt Nam mong có một ngày được nhận mình là người Việt Nam mà không mặc cảm.

Đó cũng là tâm trạng chung và rất thực tế của nhiều người và nhiều thế hệ, nhất là các thế hệ trẻ, khi đứng trước cảnh lầm than của xứ sở.

Tâm trạng đó không phải là sai về mặt kinh tế nhưng khi nhìn từ góc độ văn hóa và lịch sử, đó là một tâm trạng bi quan và tiêu cực. Tại sao phải mơ có một ngày nào đó mới dám thừa nhận là người Việt Nam mà không phải là ngay bây giờ?

Chẳng lẽ vì CS đang cưỡng chiếm quê hương chúng ta nên chúng ta không thể tự nhận mình là người Việt Nam hay sao?

Chẳng lẽ vì Việt Nam là một trong những quốc gia nghèo nhất thế giới nên chúng ta không dám nhận mình là người Việt Nam hay sao?

Chẳng lẽ chúng ta đang lưu vong trên đất khách quê người nên chúng ta cho rằng mình là những người vô tổ quốc hay sao?

Tội lỗi làm cho đất nước Việt Nam lầm than, điêu đứng là tội lỗi của CS nhưng trong tim của mỗi người Việt, dải giang sơn gấm vóc kia bao giờ cũng là đất nước của người Việt Nam. Nhìn vào lịch sử không phải chỉ nhìn vào hoàn cảnh chúng ta đang sống mà thôi nhưng còn nhìn lại hàng nghìn năm trước và nhìn xa vào hàng nghìn năm sau.

Chúng ta không may mắn sinh ra trong một gia đình nghèo và sống dưới căn nhà dột nát nhưng không phải vì thế mà chúng ta cảm thấy nhục nhã, cảm thấy mặc cảm. Chúng ta, trái lại, luôn hãnh diện với gia phong và huyết thống của mình. Nếu các bạn cho rằng gia phong huyết thống không đổi được chén cơm, không may được chiếc áo, điều đó không đúng. Gia phong huyết thống của đại gia đình Việt Nam là màu da chúng ta đang có, là chiếc áo dài các em đang mặc, là tiếng nói mà các em đang gọi nhau, là ca dao, là truyện Kiều, là lá trầu trái cau, là nụ cười của trẻ thơ và cả tiếng khóc đau lòng của mẹ. Gia phong huyết thống không những nuôi lớn chúng ta mà còn trao cho chúng ta cả cuộc đời và tương lai đầy hy vọng. Gia phong và huyết thống mà chúng ta đang có hôm nay đã tích lũy và kế thừa từ nhiều nghìn năm trước, là tổng hợp bao tinh hoa của nhiều thế hệ Việt Nam đi trước.

Lịch sử là vũ khí, là hành trang căn bản trong hành trình tranh đấu cho tự do dân chủ, cũng như để xây dựng đất nước sau nầy. Lịch sử là niềm tin. Niềm tin không thể mua bán. Niềm tin không thể nghe theo. Niềm tin không thể giả dối. Mỗi chúng ta phải tạo dựng niềm tin cho chính mình bằng suy nghĩ và cảm nhận của cá nhân mình. Những người nhắm mắt làm theo, nhắm mắt đi theo không bao giờ đi trọn con đường được. Họ chỉ có thể đi trên những đoạn đường bằng phẳng không gai góc, nhưng một khi có ghềnh thác hiểm nguy họ sẽ là những người đầu tiên vấp té và bỏ cuộc. Niềm tin là tự nguyện. Không ai cho chúng ta vay mượn niềm tin cả. Lịch sử cho thấy mọi sự vay mượn đều dẫn đến lệ thuộc. Lệ thuộc vật chất thì còn có thể thoát ra nhưng lệ thuộc niềm tin, lệ thuộc tinh thần sẽ dẫn đến nô lệ, vong thân, rất khó mà thoát ra được.

Tại sao Phạm Hồng Thái phải nhảy xuống sông Châu Giang tự tử?

Tại sao các tướng Nguyễn Khoa Nam, Lê Văn Hưng… phải tự sát?

Không phải vì các vị đó sợ hãi, không phải vì các vị đó chỉ biết căm thù, cũng không phải chỉ vì các vị đó can đảm hơn người khác nhưng quan trọng nhất, bởi vì các vị đó đã có một niềm tin quá lớn vào sự trường tồn của dân tộc, niềm tin đó lớn hơn cả mạng sống của chính họ. Muốn xây dựng niềm tin không có cách gì hay hơn là học sử.

Đảng CS Việt Nam đã lợi dụng lòng yêu nước của dân tộc Việt Nam trong cuộc kháng chiến chống thực dân, để rồi cuối cùng chiếm lấy đất nước, áp đặt ý thức hệ vong bản lên trên đầu trên cổ nhân dân Việt Nam, xích hóa cả dân tộc Việt Nam chúng ta. Câu khẩu hiệu «Yêu nước là yêu chủ nghĩa xã hội» mà các em thường học trong trường trung học hay đại học CS khi còn ở trong nước là câu tuyên truyền láo khoét và mâu thuẫn bởi vì Dân Tộc và CS không thể cùng tồn tại và hệ ý thức Dân Tộc và hệ ý thức CS là hai hệ ý thức mâu thuẫn có tính chất phủ định lẫn nhau.

Nói lên những điều tiêu cực không có nghĩa là tôi bi quan về tuổi trẻ. Nói những điều tiêu cực không có nghĩa là tôi đánh giá thấp vai trò của tuổi trẻ hay phủ nhận các đóng góp của tuổi trẻ trong sinh hoạt cộng đồng hay trong các nỗ lực đấu tranh vì dân sinh dân chủ cho đồng bào trong nước. Tôi chỉ mong các bạn trẻ nhìn vào vấn đề từ thực tế, tìm hiểu và giải quyết vấn đề từ căn bản cũng như biết mình là ai, đang đứng đâu và nên làm gì trước những khổ đau đang đè lên sinh mệnh dân tộc.

Mỗi thế hệ có một nhiệm vụ phải hoàn thành. Nhưng dù không hoàn thành vẫn phải nhường lại con đường cho các thế hệ trẻ tiến lên.

Các thế hệ trẻ dù muốn hay không muốn cũng phải nhận lãnh trách nhiệm của mình trước lịch sử. Đất nước Việt Nam là của các em. Tương lai Việt Nam có được vinh quang hay phải tiếp tục chịu đựng lầm than tủi nhục cũng là từ hành động của các em.

Đứng trước giai đoạn đầy bóng tối của đất nước hiện nay, nhiệm vụ của các em đã trở thành một thử thách lớn lao. Để đi hết con đường khó khăn trước mắt mỗi người phải tự thắp sáng niềm tin dân tộc trong lòng mình.

Mỗi người chúng ta phải tự xây dựng cho mình một ý thức dân tộc vững chắc nhằm chống lại mọi ý thức hệ vong bản, phi dân tộc khác. Ý thức dân tộc đó không phải tìm đâu xa lạ, tìm đâu khác hơn là trong sử sách Việt Nam. Mong rằng tại đây và ngay bây giờ, các bạn trẻ Việt Nam tại hải ngoại hãy cùng nhau dấy lên phong trào học sử Việt Nam.

TIẾNG HÁT LỘC VÀNG

Boston, nơi tôi ở, trời đã cuối thu. Những cơn mưa đêm tuốt đi những chiếc lá cuối cùng. Lá rơi đầy trên những con đường trong xóm, trên mặt hồ và hàng cây trước mặt nhà chỉ còn những cành trơ trụi. Sáng thức dậy là nghe tiếng chổi vọng về từ phía sân thiền viện bên kia đường. Những cánh chim Cardinal màu đỏ thắm, Blue jay màu xanh mới hôm nào nhộn nhịp đã không về nữa. Bầy ngỗng không còn kêu trên mặt hồ lạnh giá. Khu vườn chỉ còn là một thảm lá dày. Cô con gái út lặng lẽ đem cất bình đựng thức ăn dành cho chim vào trong kho đựng đồ đạc góc vườn và bảo chúng đã di cư về miền nam, hy vọng sang mùa nắng ấm chúng sẽ nhớ đường về.

Hôm trước, ngồi nghe ca sĩ Ánh Tuyết hát *Lá đổ muôn chiều* của Đoàn Chuẩn lòng chợt nghĩ về một nghệ sĩ khác có lần đã hát bài hát đó mà tôi nghe qua youtube. Bỗng dưng muốn viết về anh.

Tên anh là Nguyễn Văn Lộc, chủ quán Cà phê Lộc Vàng ở ven hồ Tây, Hà Nội. Tôi chưa gặp, chưa quen anh nhưng có thể tôi nghĩ về anh nhiều hơn những nghệ sĩ tôi đã gặp và quen. Hai tuần trước lại một lần nữa tâm sự với một người bạn trên Facebook về anh. Mới biết, tâm hồn con người là một thế giới tinh thần kỳ diệu, có điểm hẹn hò và có lối đi riêng, tưởng như vô hình và xa xôi nhưng lại vô cùng cụ thể và gần gũi.

Con người và con vật giống nhau ở chỗ sống theo bản năng nhưng khác nhau ở chỗ con người có tâm hồn mà con vật thì không. Trong một góc kín của tâm hồn có những người tôi thương mến dù biết có thể không bao giờ gặp nhau, vẫn nghe ấm lòng khi nghĩ đến dù có thể sẽ chẳng bao giờ được cầm lấy bàn tay nhau. Bởi vì, trong không gian vô cùng của ý thức có một sợi nhân duyên nối lại những tâm hồn mang nặng tình thương, tình yêu, tình đồng bào và tình nhân loại.

Nếu anh Nguyễn Văn Lộc sống ở các nước Đông Âu hay một trong 15 nước thuộc Liên Xô cũ, có thể nhiều tác phẩm đã viết về anh và nhiều phim ảnh được dựng quanh cuộc đời gian nan, cay nghiệt, đầy nước mắt nhưng cũng đầy huyền thoại của anh, nhưng tại Việt Nam, anh chỉ là một nghệ sĩ và chắc anh cũng chỉ mơ ước làm một nghệ sĩ cho đến cuối đời.

Những lời ca của anh chảy ra từ dòng suối tự do bất tuyệt. Giữa tiếng đạn réo bom rơi của hận thù tiếng nước vẫn reo róc rách. Không một Joseph Goebbels hay Heinrich Himmler của Đức Quốc Xã, không một Nikolai Ivanovich Yezhov hay Lavrentiy Beria của Liên Xô, không một Lê Đức Thọ hay Trần Quốc Hoàn của Việt Nam có thể làm suối tự do khô cạn trong lòng người khao khát tự do.

Tại Việt Nam, dòng suối tự do trong lòng các Phan Thắng Toán, Nguyễn Văn Đắc, Nguyễn Văn Lộc đã chảy dù nhiều khi chảy rất cô đơn. Các anh cô đơn bởi vì tuy giống nhau về khát vọng so với phong trào Nhân văn giai phẩm, các anh lẻ loi và đơn độc hơn nhiều. Những Phan Khôi, Trần Dần, Hữu Loan… có trong tay võ khí là cây bút, có trong tay phương tiện là tạp chí Nhân Văn, có ảnh hưởng ít nhiều trong quần chúng, các anh không có gì cả ngoài tiếng hát, lời ca.

Những người tôi quen đều biết đến anh và hẹn nhau nếu có dịp về Hà Nội sẽ đến quán Lộc Vàng nghe anh hát. Tôi cũng vậy, mơ được ngồi trong góc của quán Lộc Vàng để nghe anh hát như những ngày trước năm 1975 lang thang ở Sài Gòn với Cà phê Hân trên đường Đinh Tiên Hoàng, Cà phê Da Vàng gần Cổng xe lửa số 6 và vô số quán không tên dọc Thư viện Quốc Gia, trường Luật hay hẻm 220 trên đường Trương Minh Giảng. Sài Gòn ngày đó là Sài Gòn chiến tranh, Sài Gòn biểu tình, Sài Gòn "đại bác ru đêm" nhưng vẫn có một Sài Gòn với trái tim rung động theo từng nốt nhạc trong những tình ca của Đoàn Chuẩn, Văn Cao.

Nghe anh Lộc Vàng hát, tôi chợt nghĩ đến tiếng dương cầm của nhạc sĩ Do Thái Władysław Szpilman trổi lên từ căn gác nơi ông đang trốn ở Warsaw trong Thế Chiến thứ Hai. Phim *The Pianist* được dựng từ câu chuyện thật của đời ông. Nhạc sĩ Do Thái Władysław Szpilman may mắn hơn nghệ sĩ Việt Nam Nguyễn Văn Lộc. Viên sĩ quan Đức đứng nghe Władysław Szpilman chơi đàn có một trái tim nhân bản và lòng yêu âm nhạc nên Władysław Szpilman được cung cấp bánh mì và cho phép sống yên ở đó, nhưng những tên công an rình nghe nghệ sĩ Nguyễn Văn Lộc hát là những kẻ không có trái tim mà chỉ có cái đầu u mê cuồng tín nên anh phải chịu bản án mười năm lao động khổ sai trong các trại tù.

Cay nghiệt của đời anh bắt đầu từ thập niên 1960 khi anh và hai người bạn đam mê âm nhạc thường gặp nhau trong những tối và đàn hát nhau nghe những bản tình ca, nhiều nhất là của Đoàn Chuẩn. Mùa thu Hà Nội đi vào tâm hồn anh qua những ca từ lãng mạn "*Anh mong chờ mùa thu, dìu thế nhân dần vào chốn thiên thai, và cánh chim ngập ngừng không muốn bay, mùa thu quyến rũ anh rồi.*" Anh không vào chốn thiên thai mà vào Hỏa Lò. Anh bị bắt ngày 27 tháng 3 năm 1968, mới 23 tuổi, và ba năm sau bị kết án 10 năm tù cộng 4 năm mất quyền công dân chỉ vì cái tội hát tình ca. Quãng thời gian đẹp nhất của một đời người, từ đó, bị đóng khung trong bốn vách tường rêu.

Trong những bài phỏng vấn anh mà tôi được đọc, không ai hỏi anh hay vì không muốn gây khó cho anh, có bao giờ anh đã hát tình ca trong tám năm sống trong tù. Chắc là có dù có thể không hát lớn. Anh hát khi đứng nhìn những chiếc lá vàng bay qua cửa sổ nhà tù. Anh hát khi thức dậy nửa đêm nhìn ánh trăng thu soi bóng trong sân nhà tù vắng lặng. Và anh hát vì biết ngoài kia có một người con gái đang vượt qua bao nhiêu khổ đau để chờ đợi anh về. Ngày đó anh chị chưa cưới nhau nên những bản tình ca, ngoài ước mơ về một mái ấm gia đình còn mang nhiều mơ mộng phiêu du của hai trái tim son trẻ.

Làm sao ngăn được nhất là những đêm trăng anh nghe lòng cất lên "*Chờ trăng lên ánh trăng e lệ mãi, vương vấn mong lá rơi bên thềm vắng, gió thu như cùng chia mối âu sầu của bóng cây tàn lá, trong đêm hờ hững, rồi trăng lên ánh trăng mơ huyền quá, âu yếm hoa ý tơ dịu dàng say*" trong nhạc phẩm *Ánh trăng mùa thu*, hay "*Gửi gió cho mây ngàn bay, gửi bướm muôn màu về hoa, gửi thêm ánh trăng màu xanh*" trong bài Gởi gió cho mây ngàn bay.

Chị đã chờ đợi và chờ đợi cho đến ngày anh ra khỏi nhà tù. Họ cưới nhau và sống với với nhau những ngày vô vàn khổ cực nhưng cũng vô vàn hạnh phúc. Hạnh phúc của anh chị không phải trong một lâu đài mà chỉ là căn phòng vỏn vẹn 9 mét vuông, nhưng không gian nhỏ hẹp đó đã chứa được cả quả địa cầu của tình yêu chung thủy. Chị qua đời về thể xác nhưng vẫn mãi mãi sống trong anh một tình yêu tròn như trăng mười sáu.

Các anh vào tù là phải. Những năm 1960 không phải là thời của tình ca mà là thời "chủ nghĩa anh hùng cách mạng" được tiêm vào trong máu, phà trong từng hơi thở của mỗi con người miền Bắc.

Đó là thời thịnh hành của những nhạc phẩm cỡ *Xin khắc tên anh trên vách chiến hào* của Huy Du để ca tụng một "liệt sĩ Nguyễn Văn Bé" "*như bông hoa rực sáng bầu trời, hương tỏa ngát nơi nơi, tiếng mìn anh vang dội...*" dù lúc đó anh Nguyễn Văn Bé đang sống bình an ở Sài Gòn và cũng chưa hề ôm mìn, ôm bom gì cả mà chỉ trốn dưới con lạch nhỏ cho đến khi bị nắm đầu, kéo tóc lên.

Đó là thời của những bài thơ như "Hãy nhớ lấy lời tôi" của Tố Hữu vinh danh một "anh hùng Nguyễn Văn Trỗi", người thợ điện không phân biệt được cực âm dương nhưng lại có phép thần thông để "giật phắt mảnh băng đen" dù cảnh sát tư pháp VNCH đã "trói Anh vào cọc, mấy vòng dây." Đất nước có một thời đã sống trong niềm tin ngoại cảm như thế và vẫn còn tiếp tục sống cho đến ngày nay.

Giống như tại Liên Xô chỉ trong vòng hai năm, 1917 đến 1918, Agitprop, bộ tuyên truyền của Liên Xô, đã phát hành 3600 mẫu bích chương tuyên truyền, tại khắp nơi ở miền Bắc Việt Nam, từ mọi cửa hàng, đường phố, cơ quan, đâu cũng dán truyền đơn, bích chương, biểu ngữ tuyên truyền đập vào mắt, xoáy vào nhận thức người đọc bằng một khẩu hiệu, một mệnh lệnh, một giáo điều tuyệt đối. Chính sách tẩy não đạt đến mức triệt để và tận cùng.

Giữa một xã hội mà sự lừa dối chế ngự mọi lãnh vực của đời sống, các anh như dòng sông chảy ngược trong đau nhức để tìm lại cội nguồn nhân bản và sự thật từ trái tim mình.

Một lần, trên đường từ phi trường đến khách sạn ở Las Vegas, tôi bắt chuyện với anh tài xế taxi gốc Nam Mỹ vào tuổi trung niên. Anh đang tính đưa gia đình về miền tây nam vì sau 23 năm làm tài xế taxi ở Las Vegas anh vẫn chưa dành dụm được gì. Anh than thở, 23 năm ở khu sòng bài này thật là lãng phí. Tôi khuyên anh nên đi vì ở lại thành phố cờ bạc này đến cuối đời anh cũng chỉ là tài xế taxi nhưng đừng hối tiếc 23 năm lãng phí. Không ai biết được con đường ngày mai sẽ có ít hay nhiều gai góc nhưng nếu không gặp bất trắc anh sẽ có ít nhất 23 năm nữa để sống, và nếu có quyết tâm anh sẽ xây dựng cho anh chị và gia đình một cuộc sống mới tốt đẹp hơn. Thời gian 23 năm tới mới là quan trọng chứ không phải 23 năm đã qua. Khi bước xuống xe, tôi khuyên anh một điều, thời gian không bao giờ mất khi chúng ta còn sống.

Thật vậy. Thời gian trôi trên sông đời bất tận và chúng ta cùng trôi với thời gian. Không mất gì cả. Bầy chim bay về hướng nam tìm nơi ấm, người tài xế taxi dời về nam để tiếp nối cuộc đời và anh Lộc Vàng mỗi đêm vẫn hát tình ca.

BỐI CẢNH VIỆT NAM QUA PHIM THE SHAWSHANK REDEMPTION

Có thể độc giả sẽ trách "Giữa lúc dầu sôi lửa bỏng ở Biển Đông mà lại nói chuyện về phim ảnh." Thưa không. Chẳng qua chỉ vì một người bạn vừa nhắc đến phim The Shawshank Redemption trong facebook làm tôi chợt liên tưởng đến hoàn cảnh của xã hội Việt Nam. Tôi xem phim không nhiều nhưng phim *The Shawshank Redemption* là một trong vài phim tôi thích nhất. Đây là một cuốn phim rất hay và theo IMDb (Internet Movie Database) *The Shawshank Redemption* là phim số 1 trong số 250 phim hay nhất của từ trước tới nay.

Nhiều chi tiết trong sách của Stephen King khác với trong truyện phim của đạo diễn Frank Darabont. Bài viết này chỉ thảo luận về cuốn phim. Có bốn nhân vật trong phim *The Shawshank Redemption* đáng lưu ý.

Nhân vật chính là Andy Dufresne (Tim Robbins đóng). Andy bị kết án hai bản án chung thân về tội giết vợ và người yêu của vợ mà anh không gây ra. Trong tù, sau hai năm đầu bị hiếp đáp đủ điều, Andy kết bạn với một tù nhân khác tên là Red (Morgan Freeman đóng). Nhân vật này cũng là vai chánh, và trong phim, Red là người kể lại cuộc đời, nhân cách và hành trình của Andy từ khi bước chân vào nhà tù cho đến lúc vượt thoát. Andy dành gần 19 năm để khoét một đường hầm chỉ rộng đủ cho một người chui qua bức tường dày của nhà tù Shawshank. Dụng cụ anh dùng là chiếc búa rất nhỏ thường dùng để đục đẽo những con cờ bằng đá. Mơ ước của Andy là được đến Zihuatanejo, Mexico, một vùng biển anh ta chưa bao giờ đặt chân đến, để sống tự do cho đến hết đời mình vì như anh đọc đâu đó, miền đất ấm đó là nơi không giữ một dấu vết nào của quá khứ. Mỗi ngày Andy đục một chút vôi trên vách tường, bỏ vào túi quần và rải xuống đất khi đi bộ trong sân nhà tù. Cai ngục Samuel Norton biết Andy từng là phó chủ tịch của một ngân hàng nên chọn anh làm kế toán riêng để tính số số tiền mà y nhận từ hối lộ. Cuối cùng, sau gần 19 năm, anh đục xuyên bức tường dày và vượt ngục thành công. Trước khi vượt biên giới sang Mexico, Andy ghé các ngân hàng ở Maine để rút hết mấy trăm ngàn mà cai ngục ký thác dưới tên giả Randall Stephens. Andy cũng không quên gởi hồ sơ tội ác của Samuel Norton cho báo chí và kết quả dẫn đến việc viên cai ngục tham những này phải tự đưa mũi súng vào mồm tự sát.

Nhân vật đưa súng vào mồm và bóp cò vừa nhắc ở trên là Samuel Norton (Bob Gunton đóng), giám đốc nhà tù Shawshank thuộc tiểu bang Maine, Hoa Kỳ. Samuel Norton tham nhũng bằng cách cấu kết với giới đầu tư, xây dựng. Mỗi hợp đồng có liên hệ đến nhà tù y luôn được chia phần. Cai ngục Samuel Norton tàn bạo không chừa thủ đoạn nào, biệt giam những ai chống đối, thậm chí cho công an nhà tù ám sát luôn cả nhân chứng. Khi còn trẻ Samuel Norton không tàn ác như vậy mà là một người có lý tưởng cứu đời nhưng khi nắm lấy quyền lực y đã trở thành một lãnh đạo nhà tù thối nát. Phía sau bàn làm việc y ngồi treo những câu đạo đức được trích ra từ Kinh

Thánh và cũng luôn phát biểu những lời bao dung độ lượng, mong giáo dục tù nhân trở thành những công dân tốt nhưng chỉ để che giấu lòng tham và hành vi ác độc của mình. Y dung dưỡng một tập đoàn công an nhà tù dưới quyền Đại úy Hadley cũng tàn bạo không kém. Chúng đánh chết tù nhân ngay trong đêm đầu tiên vừa mới đặt chân đến nhà tù. Nhưng cuối cùng viên cai ngục Samuel Norton đã phải tự sát trước khi khi tội ác của y bị đưa ra trước ánh sáng công lý. Đại úy Hadley cũng bị tống giam như tòng phạm giết người.

Nhân vật thứ ba là Brooks Hatlen (James Whitmore 1921-2009 đóng), một tù nhân già dành gần hết cuộc đời trong nhà tù, phụ trách thư viện. Khi nghe tin mình sắp được đưa sang nhà chuẩn bị cho tù nhân hội nhập vào xã hội (halfway house) trước khi được trả tự do, Brooks Hatlen tìm cách gây tội chỉ để được tiếp tục ở tù. Xã hội và thế giới của Brooks là nhà tù. Đồng bào và nhân loại của Brooks là tù nhân. Quê hương và đất nước của Brooks được bao bọc không phải bằng núi đồi, sông biển mà là bốn bức tường vôi dày của nhà tù. Sinh hoạt của Brooks Hatlen giống như cây kim đồng hồ tuần tự bước, ngày qua ngày, tháng qua tháng, và như thế suốt 50 năm trong nhà tù. Cuộc sống nhà tù đã điều kiện hóa con người của Brooks về mọi mặt. Trong đáy sâu của ý thức, Brooks biết mình là một con người nhưng đồng thời cũng biết mình không giống như bao triệu người khác bên kia hàng rào kẽm gai. Từ một con người, nửa thế kỷ trong tù đã biến Brooks thành sản phẩm như một loại gà công nghiệp không thể bươn chải tìm mồi, như một loại chim kiểng trong lồng không thể sải cánh bay xa. Brooks Hatlen vẫn được thả và vì không thể điều chỉnh chính mình vào cuộc sống mới, ông ta đã treo cổ tự tử ở "halfway house." Red, một nhân vật trong phim, giải thích với các bạn tù về cái chết của Brooks Hatlen "Bị định chế hóa." Red nói "*Mấy bức tường nhà tù thật buồn cười. Đầu tiên bạn ghét chúng, rồi dần dần làm quen với chúng. Thời gian trôi qua, bạn tùy thuộc vào chúng.*"

Nhân vật thứ tư là Ellis Boyd Redding, gọi tắt là Red bị tù chung thân vì tội giết người. Red lanh lợi, khôn ngoan, có học, có uy tín với bạn tù, biết cách móc ngoặc với đám công an nhà tù để chuyển vận các hàng hóa từ bên ngoài vào nhà tù và cũng biết san sẻ quyền lợi cho đám tù nhân đàn em. Red là mẫu người được cả hai thành phần cai trị lẫn bị trị cần trong xã hội Shawshank. Red vừa thông đồng, hối lộ, móc ngoặc với giới lãnh đạo nhưng cũng vừa là "lãnh tụ" của nhân dân Shawshank thấp cổ bé miệng. Vì là một người có học, cuộc đấu tranh giữa đúng và sai, giữa vượt qua ao tù nước đọng ở Shawshank và phó thác cho số mệnh nhiều khi đã diễn ra trong nhận thức của Red. Sau khi Andy vượt ngục, Red tiếp tục sống với vai trò của mình như trước cho đến khi nhận được một bưu thiếp gởi từ Fort Hancock, Texas. Tuy bưu thiếp không có chữ nào, Red vẫn biết đó là tín hiệu Andy đã vượt ngục an toàn. Năm 1967, Red, giống như Brooks Hatlen, được đưa sang nhà chuẩn bị cho tù nhân trước khi được hoàn toàn tự do. Red cũng ngỡ ngàng trước xã hội đang thay đổi quá nhanh nhưng thay vì tự tử như Brooks đã làm, theo lời dặn dò của Andy khi còn ở trong tù, anh tìm đến bờ đá ở Buxton và khám phá một hộp thiếc nhỏ. Trong hộp, ngoài một số tiền còn là bảng chỉ dẫn đường đi Zihuatanejo. Cuối cùng hai cựu tù đoàn tụ nhau và sống những ngày còn lại bên bờ biển Thái Bình Dương xanh thẳm như Andy từng mơ ước.

The Shawshank Redemption là một phim hay, hấp dẫn, đối thoại sâu sắc, ngoài ra với tôi còn vì phim rất gần với thực tế của xã hội Việt Nam. Việt Nam hiện đang tồn tại bốn thành phần gồm lãnh đạo độc tài như Samuel Norton, những người bị định chế hóa như Brooks Hatlen, một số ít đang can đảm dấn thân như Andy Dufresne và đại đa số thuộc thành phần thỏa hiệp, do dự và sợ thay đổi như Red.

Ba thành phần kia tương đối rõ nhưng thành phần như Red gồm những ai?

Họ là những người ba mươi chín năm trước ngồi trước chén bo bo, tô nước muối khuấy lỏng, dĩa rau muống luộc, niềm ao ước được chén cơm ngon, một tô canh ngọt, một dĩa thịt, được sống bình an dù bình an trong cơ chế, được xem phim ảnh dù đã được kiểm tra từng chi tiết, được hát một bài tình ca dù đã được chọn lọc kỹ càng. Nói chung, họ bằng lòng với những gì đang có. Tuy biết đổi thay cũng tốt nhưng tốt hơn là đừng thay đổi. Họ có nghe về một chân trời rất xanh, một nơi xa rất đẹp, nhưng cũng giống như nhân vật Red, họ không dám đi xa khỏi căn nhà, không dám bỏ vườn rau thửa ruộng.

Họ là những người đã từng là nạn nhân của cơ chế độc tài và cảm thấy rất đau khi nhìn lại chính mình trong khoảng đời đã mất nhưng không thể bỏ những gì mà đã trả bằng một giá quá đắt để có được. Họ không yêu thích gì chế độ CS nhưng cũng giống như Red chỉ nói cho thỏa lòng căm tức trước những đám tù nhân tin cẩn trong bữa ăn, trong sân chơi nhưng không dám đấu tranh, vẫn tiếp tục hối lộ công an, tiếp tục làm ngơ trước những sai trái mà đám lãnh đạo đã và đang làm.

Họ là những người có địa vị trong xã hội. Giống như Red không những được các bạn tù trọng vọng mà còn được đám công an coi tù cũng dung dưỡng. Những quyền lực và quyền lợi họ được ban phát chỉ giới hạn trong vòng kiểm soát chặt chẽ của giới cầm quyền nhưng họ lo lắng sẽ không tìm thấy những quyền lợi đó một khi đất nước có tự do. Như Red nói, bên kia hàng rào kẽm gai, bên ngoài cánh cửa sắt anh ta sẽ không là gì cả. Xã hội Việt Nam cũng thế, như tôi đã viết trong bài "Bàn về tẩy não," là một xã hội được khoanh vùng có biên giới rõ rệt giữa các thành phần cùng tồn tại bằng thỏa hiệp.

The Shawshank Redemption chỉ là một cuốn phim không phải là thực tế xã hội nhưng dù hư cấu hay thực tế đều là những góc cạnh tri thức của con người về xã hội mà con người đang sống. Ba bài học chính rút ra từ phim:

Vượt qua nỗi cô đơn, sợ hãi

Andy rất cô đơn trong nhà tù. Trong xà lim thiếu sáng mỗi ngày anh chỉ đục một vài nắm vôi đủ để chứa trong túi quần. Trước khi kết bạn với Red, Andy chỉ đi dạo một mình trong sân trại tù. Không ai giúp anh và anh cũng không thể san sẻ cùng ai. Anh không sợ hãi. Anh đục hầm ngay giữa xà lim và che bằng tấm ảnh toàn thân của nữ minh tinh Raquel Welch. Trong những năm đầu anh bị hiếp đáp đủ điều nhưng luôn chống lại bằng tất cả những gì anh có.

Kiên nhẫn với mục đích

Khi Andy nhờ Red mua giùm cái búa đục đá. Red ngạc nhiên khi nghĩ Andy dám làm chuyện tày trời nhưng sau đó bật cười khi biết ra cái búa Andy muốn mua nhỏ đến mức bỏ lọt trong lòng cuốn sách và chỉ có thể dùng để đẽo viên đá nhỏ thành con cờ hay bức tượng đá tí hon. Red không bao giờ hình dung Andy có thể dùng để đục bức tường dày của nhà tù Shawshank. Điều đó nói lên đặc tính kiên nhẫn trong khi theo đuổi mục đích. Bức tường của nhà tù Shawshank không thể được đục bằng những dao to, búa lớn nhưng đã bị xuyên thủng bằng một chiếc búa làm đồ chơi rất nhỏ.

Chọn lựa đúng khi phải chọn lựa

Chọn lựa đi Mexico là chọn lựa sinh tử và sáng suốt nhất của Red. Từ ngày làm bạn với Andy, Red dần dần bị ảnh hưởng để làm quen với "hy vọng," một khái niệm mà trước đó Red từ chối. Bản chất Red là người tốt. Red biết nhà tù sẽ dần dần định chế hóa mình nhưng không có một chọn lựa nào dành cho anh. Thay vì tiếp tục sống trong "halfway house" chờ hội nhập vào xã hội và có thể cũng tự sát như Brooks Hatlen, Red quyết định vượt biên giới sang Mexico tìm Andy. Andy đã mở đường để cứu Red nhưng chọn lựa cuối cùng vẫn là của Red.

Trong thời điểm thử thách của đất nước hôm nay, mỗi người Việt đang đứng trước những chọn lựa khó khăn và cho dù khó khăn vẫn phải chọn một con đường để đi. Đừng sợ thay đổi. Hãy đi đúng cho mình và cho tương lai đất nước. Đời người rồi sẽ qua, không ai mang theo được gì nhưng có thể để lại rất nhiều. Hãy để lại cho các thế hệ mai sau những hạm đội và phi đoàn, những nông trường và nhà máy, những học viện và trung tâm, những chiến công và thành tựu, đừng để lại những ngôi đền tưởng niệm dân tộc Việt một ngày có thể sẽ mờ đi trong lịch sử loài người.

Rất nhiều danh ngôn của các danh nhân nói về hy vọng nhưng tôi thích nhất là câu nói của nhân vật Andy Dufresne trong phim *The Shawshank Redemption* và xin dùng để kết luận cho bài viết này: "*Hy vọng là điều tốt, có thể là điều tốt nhất, và trước nay chưa có điều tốt lành nào chết đi.*"

KHI TIẾNG KHÓC CHÍNH LÀ LỜI TỐ CÁO

Dù dưới một quan điểm tôn giáo nào, sự có mặt của con người trên thế giới này chỉ diễn ra trong một khoảng thời gian rất ngắn. Với tác giả bài viết này và có lẽ với nhiều độc giả, tiếng sóng vỗ vào thành ghe trong một đêm giông bão như vẫn còn vang vọng đâu đây nhưng đã hơn 30 năm rồi. Một triết gia đã viết, mỗi bước chân ta đi trong ngày là một bước gần hơn đến với ngôi mộ của mình.

Con người sinh ra đều trơ trụi giống nhau nhưng cuộc đời và cách chết đã làm họ khác nhau. Có những người chết đi để lại nhiều lợi lạc cho hậu thế, một cách sống đạo đức cho con cháu noi gương, nhưng cũng có những kẻ chết đi, dù được che đậy dưới lớp hào quang giả tạo rực rỡ dường nào hay bức tường thành thông tin bưng bít dày đến bao nhiêu, tội ác của họ cũng có một ngày được phanh phui để lộ nguyên hình những ác nhân thời đại. Con khủng long chết 65 triệu năm trước vẫn được tìm ra, nói chi là con người. Lịch sử là lương tri và từ sơ khai đến hiện đại lịch sử luôn phán xét công bằng, cho đến nay chưa ai tránh thoát.

Một buổi sáng tháng Chín 1997, trên đường phố Calcutta, hàng triệu dân Ấn đứng dọc hai bên đường để tiễn đưa một nữ tu đã dâng hiến gần trọn đời mình cho lớp người cùng khổ. Con đường đó, từ 1929, nữ tu gốc Albany thuộc dòng Loreto Sisters đặt chân đến lần đầu khi mới 19 tuổi. Vỉa hè Calcutta là nơi nữ tu thường đến để ngồi an ủi những người đang chết. Không có ngay cả một viên thuốc, nữ tu chỉ biết cầm lấy bàn tay đầy máu mủ của bịnh nhân và xua đuổi đi bầy kiến đang bám lên vết thương đau nhức. Nhiều bịnh nhân đã đáp lại bằng cách mỉm cười thay cho lời cám ơn trước khi hắt ra hơi thở cuối cùng. Và những khu nhà ổ chuột Calcutta này là nơi chiều chiều nữ tu một tay cầm một chiếc khăn và tay kia cầm một cục xà phòng đến tắm cho trẻ em nghèo trong xóm. Nhiều năm sau, chính đám trẻ này là những người đầu tiên gọi nữ tu là mẹ. Mẹ Teresa như nhân loại biết hôm nay.

Ngày 5 tháng 9 năm 1997 mẹ không đến nữa vì hôm đó là ngày mẹ ra đi. Quan tài Mẹ Teresa được phủ quốc kỳ Ấn Độ thay vì Albania, nơi mẹ chưa một lần trở lại. Ngày đi, mẹ vẫn mặc chiếc áo vải trắng viền xanh Sari trị giá 1 rupee mẹ tự sắm cho mình sau khi chính thức rời khỏi dòng tu Loreto Sisters. Đoạn đường từ quảng trường Netaji, nơi tổ chức thánh lễ, đến Căn Nhà Của Mẹ, nơi mẹ sẽ yên nghỉ, chìm trong không khí tôn nghiêm trang trọng. Những em bé Ấn Độ tay cầm những bông hoa nhỏ vẫy chào. Tất cả đều cúi đầu khi quan tài do một chiếc xe kéo súng quân đội kéo ngang qua. Chính phủ Ấn dành cho mẹ một vinh dự đặc biệt vì chính chiếc xe kéo pháo cũ kỹ này đã kéo quan tài của Thánh Mahatma Gandhi ra nghĩa trang 1948.

Nhân loại tiếc thương mẹ, nhân dân Ấn Độ biết ơn mẹ, và chính những người cùng khổ ở Calcutta đang sắp hàng hai bên đường cám ơn mẹ, nhưng ngoài tiếng máy xe kéo pháo nhịp đều, không có một sự ồn ào nào khác. Trên xe, những nữ tu và người lính ngồi im lặng. Không ai khóc lớn, không ai than van, không ai lăn lộn, không ai kể lể. Niềm thương tiếc chân thành thánh thiện đã cô đọng thành ngọc bích và lắng sâu xuống tận đáy lòng. Sự ra đi của Mẹ Teresa và nhiều bậc vĩ nhân khác đơn giản như họ một lần đã ghé thăm hành tinh chúng ta.

Bên kia những cuộc chia tay đầy ắp tình nhân loại như thế là những cái chết của các lãnh tụ CS đã diễn ra như những vở kịch được biên tập tất cả đặc tính bi, hài, tò mò, chân thành, giả dối đến tận cùng.

Trước tang lễ có một không hai của Kim Nhật Thành, tang lễ Stalin được xem như một tang lễ đáng ghi nhớ nhất trong lịch sử tang lễ các lãnh tụ CS. Ngày 9 tháng 3 1953, hàng triệu người tập hợp tại Hồng trường để chào vĩnh biệt "đại nguyên soái" Joseph Stalin của họ. Theo chi tiết ghi lại trong trang web của báo Pravada, cũng như theo mô tả của Brenda Haugen trong tác phẩm *Joselp Stalin: Dictator of the Soviet Union*, khoảng 500 người chết chỉ vì chen lấn nhau để đến gần khán đài. Tại Việt Nam vì xa xôi cách trở không tham dự được nhưng cũng "làng trên xóm dưới xôn xao" khi nghe tin "Ông mất" và ít ra cũng có Tố Hữu đã khóc đến mức "xé ruột, xé lòng" trong bài thơ Đời đời nhớ ông bất hủ. Cảnh khóc than thê thảm tương tự đã diễn ra tại Thiên An Môn 1976, Hà Nội 1969 với những cô công nhân mặt sưng húp vì mấy ngày đêm khóc không còn nước mắt. Nếu những tên đồ tể Nicolae Ceausescu không bị xử bắn, Pol Pot không chết trong rừng, Erich Honecker không chết trong lưu đày, tang lễ của họ hẳn cũng ngập đầy nước mắt.

Và mới đây, các cơ quan truyền hình trên thế giới đồng loạt đưa tin về cái chết đột ngột của lãnh tụ Bắc Hàn Kim Chính

Nhật và lồng trong các bản tin là cảnh hàng trăm ngàn người dân Bắc Hàn, từ cụ già đến em bé, từ thiếu nữ đến thanh niên đều khóc thê thảm, khó lăn lộn, khóc đến ngất xỉu. Theo tin chính thức của Bắc Hàn, đã có năm triệu người, tức hơn hai mươi phần trăm dân số, bằng nhiều cách bày tỏ lòng thương tiếc dành cho lãnh tụ kính yêu Kim Chính Nhật. Các cơ quan truyền thông quốc tế dành nhiều thời gian để tìm hiểu về hiện tượng khóc rất lạ đời này. Son Jeong Hun, trước đây vượt thoát từ Bắc Hàn cho biết *"Nếu bạn không khóc một cách công khai, bạn bị xem là có thái độ sỉ nhục lãnh tụ và có thể bị kết án chống lại nhà nước."*

Tuy nhiên, trong lúc rất nhiều người phải khóc, khóc không ra nước mắt, cũng có rất nhiều người đã khóc một cách chân thành chỉ vì các vi trùng tôn thờ cá nhân ăn sâu vào nhận thức và họ đã bị hoàn toàn tẩy não.

Tại Bắc Hàn, mỗi gia đình đều có một bức ảnh của Kim Nhật Thành và Kim Chính Nhật. Ban kiểm tra hình lãnh tụ theo định kỳ đến khám xét từng nhà. Gia chủ sẽ bị phạt nếu hình của cha con họ Kim không được lau chùi đúng tiêu chuẩn. Bịnh tôn thờ lãnh tụ tại Bắc Hàn trầm trọng đến nỗi người dân có thể chết chỉ để bảo vệ bức ảnh của "cha già dân tộc". Theo hồ sơ tội ác của Kim Nhật Thành và Kim Chính Nhật do giáo sư Grace M. Kang chuẩn bị để truy tố trước tòa án quốc tế, ngày 4 tháng Sáu 1997 một chiếc ghe đánh cá bị sóng đánh chìm, thủy thủ trên ghe đã buộc chân dung của Kim Nhật Thành và Kim Chính Nhật vào phao cấp cứu để hai bức ảnh khỏi chìm trong lúc các thủy thủ đã chết đuối. Khi hai bức ảnh được hải quân Bắc Hàn tìm được, những thủy thủ bị chết đuối được tặng danh hiệu Anh Hùng Cộng Hòa. Ngoài ra, tạp chí *Time* cũng đã tường thuật một trường hợp hỏa hoạn ở Bắc Hàn, chủ nhà đã lo cứu bức ảnh trước khi cứu con mình. Tháng 4/2003, theo tạp chí Economist, một chiếc xe lửa ở Bắc Hàn không may chạy trật đường rầy và đụng vào một toà nhà lớn, cả xe lửa lẫn toà nhà đều bốc cháy, hàng trăm khách trong xe, người trong toà nhà vừa chết vừa bị thương. Thế nhưng khi những người dân Bắc Hàn tới cứu, họ đã cố tìm cách dập tắt ngọn lửa đang đốt cháy tấm chân dung lớn của Kim Chính Nhật treo trên toà nhà trước khi cứu chữa những người bị thương đang sắp chết cháy trong nhà.

Người dân Bắc Hàn không có cùng một ý niệm về không gian và thời gian như phần còn lại của nhân loại. Ngày tháng và nơi chốn đã bị đổi thay sau khi Kim Nhật Thành xóa bỏ niên lịch AD và thay vào đó bằng lịch Juche, lấy năm sinh của ông ta làm chuẩn. Ví dụ, năm 2000 là năm cuối cùng của thiên niên kỷ đối với phần lớn thế giới nhưng tại Bắc Hàn chỉ mới là năm Juche 99. Trong một bài bình luận của Rodong Sinmun, cơ quan thông tin chính thức của Đảng Công nhân Triều Tiên phát hành ngày 31 tháng 8 năm 1997, viết về Kim Chính Nhật: *"Nhân dân Triều Tiên tuyệt đối tôn kính, tin tưởng và theo chân Tướng Quân như Thượng Đế. Tư tưởng quý giá này căn cứ vào sự kiện rằng họ đã cảm nhận một cách sâu sắc sự vĩ đại của Tướng Quân từ đáy lòng họ. Tướng Quân là thầy giáo vĩ đại dạy nhân dân Triều Tiên ý nghĩa thật sự của cuộc sống, là người cha đã ban cho họ đức tính liêm khiết chính trị quý giá và là một ân nhân có trái tim nồng ấm dịu dàng, đã mang đến cho nhân dân Triều Tiên niềm hạnh phúc trọn vẹn… Tướng Quân là cây trụ tinh thần và là vầng thái dương vĩnh cửu của nhân dân Triều Tiên".*

Một số nhà phân tích tâm lý cho rằng, vấn đề không phải người dân Bắc Hàn khóc thật hay khóc giả nhưng chỉ việc khóc một cách tự nhiên và công khai trước ống kính truyền hình đã cho thấy khả năng của chế độ kiểm soát hành vi của người dân chặt chẽ đến chừng nào.

Bộ máy tuyên truyền của đảng CS Bắc Hàn đã biến toàn xã hội thành một đại gia đình trong đó Kim Nhật Thành là ông nội, Kim Chính Nhật là cha già, và Kim Chính Ân (Kim Jong Un) đang là đích tôn gia trưởng. Các bức hình trẻ em vui mừng ngồi trên đùi Kim Nhật Thành hay những cặp vợ chồng mới cưới thay vì đến nhà thờ hay chùa, đã đến trước tượng Kim Nhật Thành làm lễ ra mắt tổ tiên cho thấy mối quan hệ giữa quần chúng và lãnh tụ đã vượt qua mối quan hệ chính trị bình thường để trở thành mối giây thiêng liêng bền bỉ rất thích hợp với văn hóa Á Đông.

Trong lúc, theo Katharina Zellweger, giám đốc cơ quan thiện nguyện Thụy Sĩ có văn phòng tại Nhưỡng Quang, mỗi người dân Bắc Hàn chỉ được cấp tiêu chuẩn thực phẩm 150 gram mỗi ngày và rất đông người quá đói phải ra đồng đào rễ, cắt cỏ và hái lá để ăn, gia đình Kim Chính Nhật sống như một đế vương. Theo hồi ký "*Tôi từng là đầu bếp của Kim Chính Nhật*" (I Was Kim Jong Il's Cook) của đầu bếp Nhật Bản từng phục vụ Kim Chính Nhật và ký dưới tên Kenji Fujimoto, món ăn khoái khẩu của họ Kim là sushi với tôm tươi. Các thức ăn phục vụ Kim được chọn lựa theo đặc sản của mỗi nước như thịt heo Đan Mạch, đồ biển Nhật, bia Tiệp Khắc, chuối Thái Lan, đu đủ Mã Lai... Kim Chính Nhật nghiện rượu vang. Hầm rượu của y có khoảng 10,000 chai. Theo hồ sơ của BBC trong thượng đỉnh năm 2000 tiếp cựu Tổng thống Nam Hàn Kim

Đại Trọng, Kim Chính Nhật đã uống 10 ly rượu vang. Phòng phim của Kim Chính Nhật chứa khoảng 20,000 phim, trong đó Rambo và Jame Bond là những bộ phim y thích nhất. Gia đình họ Kim không thiếu một món giải trí nào từ sân bóng rổ đúng tiêu chuẩn NBA, xe gắn máy trượt tuyết, giàn karaoke... Cũng theo lời kể của đầu bếp Kenji Fujimoto, Kim Chính Nhật nuôi chó đầy đủ hơn nuôi dân. Trong nạn đói, những nhân viên coi chó cho y đã phải ăn trộm thức ăn của chó để ăn. Bị bắt được, toán trưởng bị đày hai năm trong trại tập trung và các đội viên mỗi người bị đày một năm.

Nhân dân Bắc Hàn không biết đời sống xa hoa và tánh tình bịnh hoạn của Kim Chính Nhật. Với đa số người dân Bắc Hàn, Kim Chính Nhật từ khi còn sống cho đến lúc qua đời là thần thoại diệu kỳ. Cơ quan truyền hình chính thức của Bắc Hàn KCNA cho biết trước giờ họ Kim chết, đỉnh núi thánh Bạch Đầu Sơn (Paektu) được bao phủ bằng một ánh sáng màu đỏ rực đầy huyền bí. Cũng theo KCNA, không chỉ nhân dân Triều Tiên hay loài người mà cả trời đất cũng tiếc thương trước cái chết của lãnh tụ kính yêu. Nói theo kiểu Tố Hữu của Việt Nam là "Đời tuôn nước mắt, trời tuôn mưa". Mobutu Sese Seko trước đây được là người có những danh xưng rất độc đáo như "Nhà cứu rỗi dân tộc", "Cha già dân tộc"... nhưng so với cha con họ Kim, Mobutu chỉ đáng là học trò. Tại Bắc Hàn, Kim Chính Nhật ngoài các danh dự được gọi hàng ngày như "Lãnh tụ kính yêu", "Đồng chí vĩ đại", "Tư lịnh tối cao"... còn được gọi trong tiểu sử chính thức là "Con trời", "Ngôi sao sáng của đỉnh Bạch Đầu Sơn".

Với các bằng chứng tẩy não tinh vi như vậy, việc dân Bắc Hàn khóc thật cũng chẳng phải là chuyện lạ.

Nhân dịp bàn chuyện khóc lóc của người dân Bắc Hàn, thử phân tích một số lý do tại sao chế độ CS có thể tồn tại lâu dài hơn nhiều chế độ độc tài khác trong lịch sử nhân loại thời hiện đại. Một số lý do trực tiếp liên hệ đến Bắc Hàn trong khi một số lý do khác là lý do tổng quát chung cho cả phong trào CS.

Lý do thứ nhất là bộ máy kiểm soát chính trị và xã hội. Đảng CS kiểm soát chặt chẽ toàn bộ cơ cấu xã hội một cách tinh vi, từ các đơn vị nhỏ đến các ban ngành lớn. Cơ quan tuyên truyền trung ương đảng kiểm soát từng chi tiết các sinh hoạt tri thức, thông tin, truyền thanh, truyền hình, báo chí. Hệ thống kiểm duyệt trong chế độ CS không chỉ ở trung ương mà theo nhiều tầng lớp. Ngay cả khi tác giả viết bài cũng đã thực thi tự kiểm duyệt vì họ biết những gì nên viết và những gì không được viết trước khi nạp bản thảo cho cơ quan kiểm duyệt nhà nước. Bức tường bưng bít thông tin dày nhiều lớp như thế đã che đậy tội ác ngập trời của các lãnh tụ CS. Giáo sư Brian Reynolds Myers giảng dạy môn nghiên cứu quốc tế tại đại học Dongseo – Dongseo University in Busan, South Korea – cho biết ngoài một rất ít lén lút mua được vài bộ phim Nam Hàn, máy truyền hình Trung Cộng, tuyệt đại đa số sản phẩm văn hóa nghệ thuật là sản phẩm của tuyên truyền. Các tác phẩm phim ảnh được duyệt nhiều lần để bảo đảm khi đến người dân không có một tình tiết nào đi ngược với đường lối của Đảng.

Lý do thứ hai vì họ chỉ giết chính nhân dân nước họ. Không giống chế độ độc tài Đức Quốc Xã tàn sát dân Do Thái, lãnh đạo CS các nước thường giết chính đồng bào cùng máu mủ, cùng tổ tiên, cùng đất nước với họ. Ngay từ sau 1975, dư luận thế giới đã biết đến tội ác của chế độ Pol Pot. Tạp chí *Time* còn đăng cả bức hình một tội nhân đang bị đánh vào đầu bằng cuốc.

Tuy nhiên, ngoài Việt Nam tấn công chế độ bằng một lý do riêng vào tháng Giêng 1978, không một quốc gia nào, kể cả Liên Hiệp Quốc, có hành động cụ thể để ngăn chặn tội ác của Pol Pot. Khi một chế độ có toàn quyền sinh sát với nhân dân, họ cũng có điều kiện để tồn tại lâu dài. Giống như Pol Pot, cha con Kim Nhật Thành và Kim Chính Nhật đã can tội diệt chủng và chống lại nhân loại. Theo ước lượng của báo chí ít nhất một triệu người đã chết trong các trại tù Bắc Hàn từ ngày đình chiến đến nay. Bộ Ngoại Giao Mỹ cho biết khoảng 150 ngàn đến 200 ngàn người vẫn còn đang bị ở tù. Ngoài ra, khoảng 2.5 triệu người dân Bắc Hàn đã chết trong các nạn đói từ 1994

Lý do thứ ba, cũng khác với các lãnh tụ Đức Quốc Xã thường bị truy tố ngay sau chiến tranh, tội ác của các lãnh tụ CS còn được che giấu một cách tinh vi, có hệ thống dưới các nhãn hiệu vô cùng tốt đẹp như "độc lập, tự do, hạnh phúc". Vai trò của Kim Nhật Thành trong chiến tranh chống Phát Xít Nhật, Hồ Chí Minh trong chiến tranh chống Pháp, Fidel Castro trong chiến tranh chống độc tài Batista, Stalin trong chiến tranh chống Đức, Mao Trạch Đông trong chiến tranh chống Nhật được đề cao đến độ nếu không có họ có thể toàn dân tộc đã bị xóa tên khỏi lịch sử loài người. Hình ảnh Mao Trạch Đông chính thức tuyên bố thành lập nước Cộng Hòa Nhân Dân Trung Hoa, hình ảnh Hồ Chí Minh đọc "tuyên ngôn độc lập" đã được đánh bóng sáng đến mức mọi tội tác tày trời khác đã trở thành trộm vặt. Chỉ trong vòng vài năm sau ngày tuyên bố "Nhân dân Trung Hoa đã đứng lên" 30 triệu "nhân dân" đã bị giết trong hàng loạt các chiến dịch chống hữu khuynh, trăm hoa đua nở, bước tiến nhảy vọt, công xã nhân dân, cách mạng văn hóa. Tội ác của Mao chống lại nhân dân Trung Hoa nói riêng và loài người nói chung vượt qua con số do Hitler, Stalin và Leopold II cộng lại. Tương tự tại Hà Nội chỉ vài năm sau ngày "tôi nói đồng bào nghe rõ không", nhiều vạn "đồng bào" đã không còn cơ hội nghe rõ nữa vì họ đã chết một cách oan ức trong các cuộc đấu tố vô cùng tàn ác.

Lý do thứ tư, ngoại trừ trường hợp Khrushchev, ít khi nào một lãnh đạo CS đứng lên thẳng thắn vạch trần tội lỗi của lớp lãnh đạo trước, bởi vì làm như thế là tạo chỗ hở cho kẻ thù chung tấn công vào chế độ. Trường hợp Đặng Tiểu Bình đối với Mao Trạch Đông là một ví dụ điển hình. Đặng Tiểu Bình là một trong những người chịu đựng sự hành hạ và mất mát lớn lao về nhân mạng trong thời Cách mạng văn hóa. Bản thân Đặng Tiểu Bình bị chính Mao thanh trừng nhiều lần và con trai của Đặng Tiểu Bình trọng thương khi bị bị ném từ cửa sổ xuống đường. Chuyện đời tư của Mao, từ bản chất độc tài, nghi kỵ cho đến cá tính trăng hoa dâm dật, Đặng Tiểu Bình biết hơn ai hết, nhưng khi lên nắm quyền hành, họ Đặng vẫn tiếp tục sơn son thiếp vàng lên một hình tượng mà cá nhân y vô cùng căm hận. Trên đồng nhân dân tệ từ đơn vị một đồng cho đến một trăm đồng vẫn in khuôn mặt mỉm cười của kẻ từng điều khiển bộ máy giết người khủng khiếp nhất trong lịch sử nhân loại. Bởi vì, là một trong số rất ít lãnh đạo CS lão thành còn sót lại từ thời Vạn lý trường chinh và cũng quá thuộc sử Tàu, Đặng Tiểu Bình biết, giống như các triều đại phong kiến Trung Hoa, đặc tính kế thừa của một quyền lực trung tâm là một yếu tố sinh tử không thể phủ định của chế độ CS. Điểm trung tâm vỡ toàn bộ hệ thống cai trị sẽ vỡ theo.

Lý do thứ năm, các lãnh đạo CS thường tận dụng vị trí của kẻ thù đã chết. Những lãnh tụ CS thường tận diệt kẻ thù còn sống nhưng ca tụng kẻ thù đã chết. Stalin ca tụng Lenin, Fidel Castro ca tụng Ernesto "Che" Guevara, Đặng Tiểu Bình ca tụng Mao Trạch Đông. Lấy trường hợp Che làm ví dụ. Nếu Ernesto "Che" Guevara không làm cách mạng phiêu lưu Nam Mỹ mà tiếp tục ở lại Cu Ba, thật khó tưởng tượng ông ta có thể sống sót dưới bàn tay của Fidel Castro. Một rừng không có hai cọp, một nước không có hai vua, đừng nói chi là quan hệ giữa Che và Fidel Castro rạn nứt trước khi Che tạm biệt vợ con lần cuối và lên đường đi Bolivia cuối năm 1966. Che chủ trương kỹ nghệ hóa đất nước, Fidel Castro chủ trương củng cố quyền lực trung ương. Sự khác biệt của Che và Fidel Castro khá giống trường hợp của Lưu Thiếu Kỳ và Mao Trạch Đông. Nhưng hôm nay, nếu ai đến Havana, sẽ gặp hình ảnh Che trên khắp ngả đường. Xác chết không nghe được lời ca tụng, không nếm được mỹ vị cao lương, không sống trong các biệt thự có kẻ hầu người hạ, chỉ có đám độc tài đang thống trị đất nước mới thật sự là những kẻ hưởng thụ quyền lực.

Lý do thứ sáu, che đậy tội ác của nhau. Thật vậy, nếu không chính từ cửa miệng Khrushchev nói ra trong diễn văn dài 4 giờ đồng hồ giữa khuya ngày 2 tháng 5/1956 trước đại hội lần thứ 20 đảng CS Liên Xô, có thể sau khi chế độ Xô Viết sụp đổ, nhân loại mới biết Stalin là "một người luôn ngờ vực một cách bịnh hoạn… Sự hoài nghi bịnh hoạn đó làm cho Stalin không tin tưởng ngay cả những lãnh đạo cao cấp đã từng làm việc với y nhiều năm. Nhìn đâu Stalin cũng thấy những "kẻ thù", "người hai lòng dạ", "gián điệp"". Theo Khrushchev, Stalin đã dùng "tất cả các phương tiện lừa dối, xây dựng vinh quang cho chính bản thân y". Khrushchev kể, năm 1948, tác phẩm *Tiểu sử Ngắn của Stalin* được trình lên cho y coi lại trước khi in: "*Stalin không có một sự tự trọng tối thiểu nào khi tự sửa đổi bản thảo để gọi chính mình là lãnh tụ vĩ đại, nhà chiến lược siêu phàm của mọi thời đại và sửa bất cứ đoạn nào ca ngợi y không đủ*". Ở Việt Nam cũng có chuyện lãnh tụ tối cao tự ca ngợi đời mình như thế.

Thật vậy, nếu không phải do chính cửa miệng Nuon Chea, Anh Hai (Brother Number Two) của Khmer Đỏ, sau Anh Cả Pol Pot thốt ra, thế giới không biết lý do hàng triệu người dân Cambode bị giết chỉ vì "họ là kẻ thù của nhân dân". Tên đao thủ phủ Nuon Chea khi trả lời không hiện ra trên khuôn mặt một dấu hiệu xót thương, hối tiếc, dường như ông ta vừa giết một con gà, con vịt chứ không phải 1,7 triệu người trong một đất nước chỉ có 7 triệu dân. Chỉ trong thời gian 4 năm từ 1975 đến 1979, 21%, dân Cambode đã bị giết bằng các hình thức vô cùng thảm khốc, kể cả cắt cổ, chặt đầu, gây thương thích và để chảy máu cho đến chết. Những chi tiết trong hồ sơ tòa án do Liên Hiệp Quốc bảo trợ về nhà tù Tuol Sleng hay được gọi theo mã số S-21sẽ mãi mãi ám ảnh trong lịch sử Cambode. Phần lớn tù nhân tại S-21 bị giết sau thời gian tra tấn bằng các thủ đoạn tàn độc như xẻ thịt, đổ rượu vào vết thương. Trong số 17 ngàn tù nhân tại Tuol Sleng chỉ có 7 người sống sót. Trong phiên tòa hôm 8 tháng 12/2011, thậm chí Nuon Chea còn phản đối dư luận dám nói xấu đảng CS: "*Khờ Me Đỏ không phải là những người xấu đâu nhé*".

Thật vậy, nếu không phải do chính ngòi bút của Hoàng Tùng, nguyên bí thư Trung ương Đảng CS Việt Nam và là một trong số rất ít người gần gũi với Hồ Chí Minh nhiều năm viết ra có lẽ còn rất lâu người dân Việt Nam mới biết Hồ Chí Minh không những biết trước mà còn là người bỏ lá phiếu quyết định xử tử bà Nguyễn Thị Năm: "*Sau cố vấn Trung Quốc là La Quý Ba đề nghị mãi, Bác nói: 'Thôi tôi theo đa số, chứ tôi vẫn cứ cho là không phải'*". Nếu trong buổi họp đó, với tư cách Chủ tịch Ban chấp hành Trung ương đảng và người có quyền lực tối thượng bao trùm lên cả đám đệ tử "đa số" kia trong bộ chính trị, Hồ Chí Minh quyết định khác đi, chẳng những số phận của người phụ nữ yêu nước, cống hiến con cái của mình, tài sản của mình cho cuộc kháng chiến chống Thực Dân Pháp đầy gian khổ của dân tộc không phải chết một cách oan ức mà còn cứu mạng nhiều ngàn người dân vô tội khác trong những lần đấu tố sau đó. Tòa án lịch sử dân tộc Việt Nam hôm nay và ngàn đời sau phán xét ông Hồ không phải dựa vào việc ông ta "cho là phải" hay "cho là không phải" khi giết bà Nguyễn Thị Năm nhưng ở chỗ ông ta đã quyết định bỏ phiếu "theo đa số". Lá phiếu của ông Hồ chính là viên đạn bắn vào đầu bà Nguyễn Thị Năm.

Chủ nghĩa CS đã tàn rụi ở châu Âu nhưng trong năm nước còn sót lại sự khổ đau, chịu đựng vẫn còn đến hôm nay và không biết đến bao giờ mới hết. Chiến tranh lạnh đã tàn. Các nước tư bản tự do vì lý do kinh tế đã không còn giương cao ngọn cờ dân chủ như trước nữa. Họ mặc nhiên chấp nhận chế độ CS như là một thực tế của mỗi quốc gia hơn là một phong trào quốc tế. Nhân dân Bắc Hàn, Cu Ba, Việt Nam, Lào, Trung Hoa là những dân tộc chịu đựng trong cô đơn. Người dân Bắc Hàn khóc vì sợ hãi, giả dối, bắt buộc hay bị tẩy não, đều đáng thương, đáng được cảm thông hơn là đáng trách hay đáng bị cười khinh dễ. Những giọt nước mắt đó trước lương tâm nhân loại chính là những lời tố cáo hùng hồn về một chế đô phi nhân đang tồn tại ở Á Châu.

NỖI LO CỦA ĐẢNG: TÍNH CHÍNH DANH

Trong một phần tư thế kỷ qua, Mỹ có bốn tổng thống, hai ông Cộng Hòa và hai ông Dân Chủ. Cả bốn ông đều gây nhiều tranh luận. Tuy nhiên, không một ai có thể nói bất cứ ông nào trong số bốn ông đó không phải là tổng thống Mỹ. Cả bốn ông đều lãnh đạo quốc gia trên cơ sở chính danh do hiến pháp 1789 cộng với 27 Tu Chính Án quy định.

Chính danh là điều kiện tối cần thiết để một chính quyền xứng đáng lãnh đạo quốc gia. Đất nước như một con tàu, không phải bao giờ cũng gặp sóng êm biển lặng nhưng tính chính danh giúp cho con tàu vượt qua những giai đoạn sóng to gió lớn.

Kết quả thăm dò của Pew Research Center, một trung tâm thống kê quốc tế và thường được các nhà nghiên cứu hay phân tích sử dụng, cho biết năm 2017 chỉ còn 13 quốc gia, trong đó có Việt Nam, đang sống trong chế độ độc tài chuyên chế, tức một chế độ tuyệt đối không có tính chính danh. (Democracy Has Grown Across The World Over The Past Four Decades, Pew Research Center, December 4, 2017)

Theo thống kê của Economist Intelligence Unit năm 2017, Việt Nam, Bắc Hàn, Trung Cộng là ba chế độ có chỉ số chính danh thể hiện qua bầu cử là 0.00, tức đảng CSVN hoàn toàn không có chính danh để lãnh đạo Việt Nam. Việt Nam đứng tận cùng bảng số, thấp hơn cả Lào 0.83 và Cuba 1.33. (The Democracy Index compiled by the UK-based company the Economist Intelligence Unit)

Bắc Hàn không quan tâm đến tính chính danh vì không có một lực lượng đối lập hay phản kháng nào đáng kể nhưng Trung Cộng và CSVN rất sợ tính chính danh.

Sau 43 năm cai trị Việt Nam bằng khủng bố và tẩy não, CS Việt Nam ngày nay như một người mang gần hết các bịnh nan y. Không cần phải là một bác sĩ giỏi mới kê toa thuốc đúng, đơn giản vì bệnh gì cũng đúng và bệnh gì cũng làm đảng sợ.

Dưới đây là vài căn bệnh tiêu biểu và nổi bật.

Bệnh tham nhũng. Dưới chế độ CS tham nhũng có tính đảng. Sự tồn tại của tham nhũng gắn liền với sự tồn tại của đảng CS. Trước đây tại Liên Xô, Gorbachev biết điều đó và đã cố gắng để trong sạch hóa xã hội qua hai chính sách cải tổ kinh tế (perestroika) và cởi mở văn hóa chính trị (glasnost). Một câu hỏi đặt ra cho Gorbachev là làm thế nào để vừa thay đổi xã hội một cách căn bản nhưng cùng lúc có thể duy trì chế độ độc đảng? Gorbachev không thể trả lời được và kết quả Liên Xô sụp đổ.

Bệnh nghiện rượu. Như người viết đã trình bày trong bài "Bệnh Nghiện Rượu Dưới Chế Độ CS", các nghiên cứu cho thấy cơ chế chính trị CS là nguyên nhân tiềm ẩn sâu xa của bệnh nghiện rượu. Giấu cơn giận trong men cay, ngăn nỗi buồn nơi đáy cốc là thái độ tìm quên tiêu cực nhưng rất phổ biến của người dân thường trước những bất công đang đè lên số phận của họ.

Bệnh ung thư. Mỗi năm Việt Nam có thêm 150 ngàn người mắc bệnh ung thư và dự phóng năm 2020 Việt Nam sẽ có 200,000 người mắc ung thư và trong số đó 94,000 phải chết. Theo tỉ lệ dân số, Việt Nam trở thành một trong những quốc gia hàng đầu thế giới về tỉ lệ mắc và chết vì ung thư.

Nhưng căn bệnh sẽ dẫn đến sự sụp đổ chế độ không sớm thì muộn đó không phải vì tham nhũng, ung thư hay rượu chè mà là thiếu tính chính danh. Tính chính danh như máu trong cơ thể con người. Thiếu dòng máu luân lưu trái tim sẽ ngừng đập và óc sẽ ngừng hoạt động.

Đặng Tiểu Bình khi còn sống cũng đã ý thức cây cột duy nhất có thể giữ chế độ CS khỏi sụp đổ là bảo vệ cho được tính chính danh lãnh đạo của đảng CS.

Để nuôi dưỡng tính chính danh của đảng CSTQ sau khi phong trào CS Châu Âu tan rã và nhất là sau biến cố Thiên An Môn, giới cầm quyền Trung Cộng áp dụng hàng loạt chính sách, bao gồm (1) ngu dân bằng cách ngăn chặn mọi nguồn thông tin từ thế giới bên ngoài, (2) đun sôi lò lửa ái quốc cực đoan Đại Hán, đồng thời, (3) cố gắng cải thiện mức sống của người dân. Họ Đặng biết, một khi người dân đói khổ hay nhận thức nâng cao họ sẽ dễ dàng nhận ra những lãnh đạo đảng thực chất là những tên ăn cướp.

Việt Nam cũng thế. Thiếu tính chính danh lãnh đạo là mối lo lớn nhất của đảng. Trong chiến tranh, đảng CS lừa bịp người dân bằng chiêu bài "chống Mỹ cứu nước". Khi chủ nghĩa CS trên phạm vi thế giới chưa sụp đổ, đảng lừa bịp người dân bằng lý luận "ba dòng thác cách mạng", bằng khẩu hiệu "giai cấp tiên phong".

Tuy nhiên, khuôn mặt văn minh thế giới đã đổi thay và chủ nghĩa CS đã bị nhân loại ném vào sọt rác. Ngày nay chế độ CSVN chỉ còn dựa vào nhà tù, khủng bố và đám nịnh thần để điều hành bộ máy nhà nước. Những bản án nặng nề và bất nhân đảng CS dành cho hàng loạt các bạn trẻ đã lên tiếng phản đối Formosa và luật đặc khu bán nước vừa rồi là một bằng chứng quá rõ ràng.

Ai bầu ông Nguyễn Phú Trọng làm chủ tịch nước? Ai bầu ông Nguyễn Xuân Phúc làm thủ tướng chính phủ? Ai bầu bà Nguyễn Thị Kim Ngân làm chủ tịch quốc hội?

Ngoài những kẻ tận cùng ngu dốt vì bị tẩy não hay bán rẻ lương tri để làm bồi bút cho đảng, không một người dân có kiến thức chính trị tối thiểu nào có thể đồng ý rằng giới cầm quyền CS hiện nay có đủ chính danh để lãnh đạo Việt Nam.

Đảng CS là một đảng cướp, cướp máu xương của tuổi trẻ Việt Nam trong chiến tranh và cướp mồ hôi nước mắt của nhân dân Việt Nam trong hòa bình.

Tương tự các băng cướp ngân hàng chỉ nghĩ đến chia chác sau mỗi vụ trộm, giới chóp bu CS đang cai trị Việt Nam không hề nghĩ tới tương lai dân tộc. Họ có mắt như mù, có tai như điếc, có miệng nhưng chỉ để ăn. Đất nước đang đứng bên vực thẳm diệt vong không làm sáng mắt họ. Tiếng gầm thét của các chiến đấu cơ Trung Cộng trên các đảo nhân tạo ở Biển Đông không làm thức tỉnh họ.

Điều kiện văn hóa phương đông, các ngộ nhận lịch sử, nhận thức chính trị của người dân còn thấp đã giúp cho CS Trung Hoa và CS Việt Nam các lý do kéo dài quyền cai trị. Thế nhưng, trong lịch sử nhân loại không có một đảng cướp nào cầm quyền được lâu dài. Một đám mây đen dù lớn, dù dày bao nhiêu cũng không thể che mãi mãi ánh sáng mặt trời sự thật.

Mối lo âu hàng đầu của đảng CS là tính chính danh. Do đó, tấn công đảng CSVN dựa vào các tệ nạn tham nhũng, suy đồi đạo đức, giáo dục lạc hậu... có thể nhất thời làm cho đảng khó khăn nhưng không sụp đổ. Đảng CSVN chỉ sụp đổ nếu bị tấn công thẳng vào tính chính danh.

AI PHỈ BÁNG DÂN TỘC

Joseph Goebbels, Bộ trưởng Tuyên truyền của Đức Quốc xã, được xem như là một trong những người áp dụng thành công nhất kỹ thuật vận động quần chúng, có lần đã chỉ thị cho các cán bộ tuyên truyền của Đảng Quốc xã Đức không nên tổ chức các phiên họp quần chúng vào buổi sáng sớm. Theo Goebbels, vào buổi sáng đầu óc con người sáng sủa, sinh lực được hồi phục sau một giấc ngủ ngon, nhờ đó mà ý thức phản kháng của họ rất mạnh. Họp hành vào ban đêm sẽ đem lại nhiều hiệu quả hơn vì con người mệt mỏi, sinh lực cạn dần sau ngày dài làm việc và do đó khả năng phân biệt giữa đúng và sai, giữa thành thật và dối trá cũng yếu theo. Bộ trưởng Tuyên truyền của Đức Quốc xã còn nhấn mạnh: *"Nếu nói dối đủ to và cứ tiếp tục lặp đi lặp lại lời dối trá của mình, quần chúng rồi sẽ tin vào lời dối đó"*. Kỹ thuật tuyên truyền như Joseph Goebbels giải thích, tóm lại, là nói dối đúng lúc và nói dối nhiều lần.

Một trong những ví dụ nổi tiếng của nói dối đúng lúc là bản tin về người hành tinh khác đổ bộ vào nước Mỹ của Orson Welles, đạo diễn của đoàn kịch Mercury Theatre on the Air, được phát vào ngày 30 tháng 10 năm 1938. Trong lúc đang lôi cuốn người nghe trên đài phát thanh với vở kịch *Chiến tranh giữa các thế giới* (The War of the Worlds) phỏng theo tác phẩm cùng tên của Herbert George Wells, Orson Welles đã ngưng lại để công bố một bản tin sốt dẻo. Nội dung của bản tin cho biết người hành tinh khác đang xâm lăng trái đất tại một địa điểm gọi là Grover's Mill thuộc tiểu bang New Jersey. Trong số gần 12 triệu người nghe bản tin của Orson Welles, đã có khoảng 1 triệu người tin rằng người hành tinh khác thật sự đang đổ bộ tại New Jersey. Thế là, thành phố bị ngưng trệ, xa lộ kẹt xe vì hàng ngàn người bỏ thành phố để chạy về các khu vực nông thôn, nhà thờ ngưng thánh lễ, công sở đóng cửa, siêu thị tràn ngập người mua thức ăn để dự trữ cho cuộc chiến tranh hành tinh khủng khiếp sắp diễn ra. Hẳn nhiên, đó là tin thất thiệt, thế nhưng vẫn có hàng triệu người tin bởi vì được phát ra đúng thời điểm người nghe đang bị thu hút vào vở kịch *Chiến tranh giữa các thế giới*. Việc áp dụng cách nói dối như vậy được các nhà nghiên cứu về lý thuyết tuyên truyền gọi là những viên đạn thần thông (magic bullets) của kỹ thuật tuyên truyền.

Ngoài ra, một kỹ thuật khác được gọi là *big lie*, tạm dịch là "láo to" mà tôi đã trích trong bài trước. Kỹ thuật láo to rất xưa nhưng rất hữu hiệu. Một lời nói dối tày trời nếu được lặp đi lặp lại mãi rồi cũng sẽ có người tin. Một ví dụ quen thuộc với người Việt về phương pháp láo to này là chuyện Tăng Sâm giết người thời Xuân Thu. Chính mẹ Tăng Sâm còn tin là con mình giết người đừng nói chi ai khác. Hitler phân tích kỹ thuật này trong hồi ký *Đời tranh đấu của tôi* (Mein Kamf): "*Láo to luôn có một mức độ đáng tin cậy nhất định, bởi vì quảng đại quần chúng trong một nước bị sa một cách dễ dàng vào tầng sâu của bản chất xúc động hơn là một cách ý thức hay tự nguyện; và do đó, nhận thức sớm nhất của họ đã trở thành nạn nhân của láo to hơn là láo nhỏ, vì chính họ cũng thường hay nói dối những chuyện lặt vặt nhưng cảm thấy thật xấu hổ khi phải nói những chuyện láo tày trời. Việc bịa ra những chuyện láo to chưa bao giờ xuất hiện trong đầu óc họ và vì thế họ cũng không tin là những người khác lại có thể vô liêm sỉ đến mức có thể bóp méo sự thật một cách xấu xa như thế*". Mặc dù Hitler phân tích để phê bình người Do Thái đã "láo to" khi đổ lỗi sự thất bại của Đức trong Thế chiến Thứ nhất cho Ludendorff nhưng chính Đảng Quốc Xã đã tận dụng kỹ thuật này để tiêu diệt dân Do Thái.

Trong thế giới CS, từ Lenin, Stalin và hầu hết lãnh đạo các nước CS đã áp dụng một cách triệt để phương pháp láo to như một loại vũ khí nhằm triệt hạ uy tín đối thủ và tiêu diệt các thành phần đối kháng, các mầm mống chống đảng trong mọi lãnh vực. Tuyên truyền là vũ khí quyết định và cũng là phương tiện sống còn của Đảng. Và Việt Nam cũng không ra ngoài khuôn khổ. Hai kỹ thuật nói dối đúng lúc và nói dối lặp lại thịnh hành tại Việt Nam từ 1954 tại miền Bắc và từ 1975 trên phạm vi cả nước. Đọc các tài liệu về Cải cách Ruộng đất, *Nhân văn Giai phẩm*, các vụ án chống xét lại... để thấy rằng, trong hơn nửa thế kỷ qua, những viên đạn tuyên truyền độc ác đã sát hại không biết bao nhiêu người dân vô tội, trong số đó rất nhiều người yêu dân tộc, yêu hòa bình và tự do dân chủ.

Và mới đây, những viên đạn tuyên truyền lại nhắm vào đức Tổng Giám mục Hà Nội Ngô Quang Kiệt sau bài phát biểu của ngài tại Ủy ban Nhân dân Thành phố Hà Nội hôm 20 tháng 9 năm 2008.

Các cơ quan truyền thông, từ các báo phát hành với số lượng lớn như *Lao Động*, *Thanh Niên*, các đài phát thanh, truyền hình, cho đến trang web của các bộ, các ban ngành nhà nước, theo chỉ thị của Đảng, đồng loạt tố cáo đức Tổng Giám mục đã "phỉ báng dân tộc" vì ngài "cảm thấy nhục nhã khi cầm cái hộ chiếu Việt Nam". Đảng đã dịch chữ "hộ chiếu" thành "dân tộc". Và một lần nữa chiêu bài "bảo vệ dân tộc" lại được treo lên, những tiếng kèn thúc quân quen thuộc một thời đã đẩy hàng triệu thanh niên miền Bắc vào cuộc chiến tranh chém giết biết bao người miền Nam vô tội lại được thổi to lên và những khẩu hiệu đã từng dẫn đường cho bao nhiêu thế hệ Việt Nam như những con thiêu thân lao vào lò lửa tham vọng bá quyền của Trung Cộng và Liên Xô được giương cao trên đường phố.

Báo *Công An Đà Nẵng* chạy một tít dài: "Tổng Giám mục Ngô Quang Kiệt là người nước nào vậy?". Tờ *Việt Báo* bình luận: "Ông Ngô Quang Kiệt nên xấu hổ với giáo dân!" Báo *Công An Nhân Dân* tố cáo: "Lộ rõ ý đồ xấu của ông Ngô Quang Kiệt". Báo *Hà Nội Mới* nhận xét: "Ông Ngô Quang Kiệt đi ngược lại lợi ích của dân tộc". Trên trang web chính thức của chính phủ: "Lộ rõ bản chất xấu xa và tâm địa đen tối" và các báo khác đã liên tục viết những bài xã luận lên án nặng nề tương tự.

Tôi không phải là tín đồ Thiên Chúa giáo và cũng không theo dõi một cách chi tiết từ đầu cuộc tranh chấp Thái Hà nhưng sau khi đọc các bài viết trên báo chí và những ý kiến mang nặng đầu óc Vệ binh Đỏ trên các trang web trong nước so với toàn văn bài phát biểu của đức cha Ngô Quang Kiệt, tôi cảm thấy vô cùng bất nhẫn. Nguyên văn câu nói của đức Tổng Giám mục Hà Nội như thế này: "*Do đó, chúng tôi xin nhắc lại, chúng tôi rất mong muốn xây dựng một khối đại đoàn kết dân tộc. Chúng tôi đi nước ngoài rất nhiều, chúng tôi rất là nhục nhã khi cầm cái hộ chiếu Việt Nam, đi đâu cũng bị soi xét, chúng tôi buồn lắm chứ, chúng tôi mong muốn đất nước mình mạnh lên. Làm sao như một anh Nhật nó cầm cái hộ chiếu là đi qua tất cả mọi nơi, không ai xem xét gì cả. Anh Hàn Quốc bây giờ cũng thế. Còn người Việt Nam chúng ta thì tôi cũng mong đất nước lớn mạnh lắm và làm sao thật sự đoàn kết, thật sự tốt đẹp, để cho đất nước chúng ta mạnh, đi đâu chúng ta cũng được kính trọng.*"

Nếu tất cả những người biết đọc biết viết có cơ hội đọc nguyên văn bài phát biểu của đức cha Ngô Quang Kiệt và ngồi xuống lắng lòng suy nghĩ về những lời nói tự nhiên và chân thành của ngài mà tôi vừa trích dẫn, họ sẽ hiểu ra rằng chẳng những đức Tổng Giám mục không nhục mạ dân tộc mà còn là người có lòng yêu nước sâu đậm. Câu nói của đức cha Ngô Quang Kiệt không có một chữ nào dù trực tiếp hay gián tiếp, dù nghĩa đen hay nghĩa bóng gọi là phỉ báng dân tộc; ngài chỉ nói lên sự quan tâm, bức xúc của mình trước một Việt Nam yếu kém, thua sút đối với các quốc gia trong cùng một châu Á như Nhật Bản, Nam Hàn. Mặc cảm làm người dân của một đất nước bị phân hóa, hoài nghi, chia rẽ, nghèo nàn, tham nhũng, không được kính trọng mà đức cha cảm nhận trong những chuyến đi xa vẫn ngày đêm ám ảnh trong ý thức của ngài. Và đức cha hẳn đã nhiều lần tự hỏi làm sao dân tộc Việt Nam có thể vượt qua được cái bất hạnh của chính mình để đi đứng ngang hàng với các quốc gia khác. Nếu không phải là người yêu nước và biết tủi thẹn với những hy sinh xương máu của tổ tiên, nếu không mang trong lòng những thao thức về đất nước, đức cha đã không buông ra những câu nói đó. Càng yêu nước càng thấy đau cho đất nước, càng yêu lịch sử hào hùng của tổ tiên càng cảm thấy nhục nhã phải làm người Việt Nam trong thời đại hôm nay. Và hai điều kiện để có thể vượt qua cái nghèo nàn, yếu kém không gì khác hơn là "đoàn kết dân tộc" và đưa "đất nước lớn mạnh" như đức Tổng Giám mục đã phát biểu hôm 20 tháng 9. Những ai đang trăn trở về đất nước đều ý thức rằng không có đoàn kết đất nước sẽ không thể nào lớn mạnh và một đất nước không lớn mạnh sẽ không được thế giới kính trọng.

Nếu không đúng như thế, hãy chỉ cho tôi một niềm tự hào dân tộc.

Tự hào đã đánh thắng đế quốc Mỹ ư?

Có lẽ đó là chuyện mà những người có ý thức không ai còn muốn nhắc hay đem ra tranh cãi. Không phải vì thời gian đã trôi qua hay muốn quên đi quá khứ mà vì ngày nay sách vở viết về mưu đồ của Trung Cộng và Liên Xô trong cuộc chiến Việt Nam không còn hiếm hoi như trước. Sự thật về cuộc chiến đã phơi bày một cách chi tiết về con số bao nhiêu ngàn quân Trung Cộng đã tham chiến tại Việt Nam cũng như bao nhiêu vũ khí mà các đế quốc CS đã đổ xuống Việt Nam. Nếu có một thống kê chính xác, tôi tin số người dân Việt Nam vô tội bị giết bằng súng đạn của Liên Xô và Trung Cộng còn vượt xa số người chết do bom đạn Mỹ gây ra, bởi vì chiến trường diễn ra ở miền Nam chứ không phải miền Bắc. Thế thì ai mới đáng gọi là quân xâm lược đây? Nói như thế để so sánh chứ không có nghĩa là binh vực Mỹ. Đế quốc nào cũng là đế quốc và trò chơi của họ được tính bằng xương máu của các dân tộc nhược tiểu, trong đó có Việt Nam.

Khi gài Liên Xô vào chiếc bẫy Afghanistan để trả thù cho thất bại của Mỹ tại Việt Nam, Zbigniew Brzezinski, cố vấn an ninh quốc gia của Tổng thống Jimmy Carter, chắc chắn đã không quan tâm đến số phận của hàng triệu dân Afghanistan sắp sửa chết dưới bàn tay của Liên Xô xâm lược. Và hôm nay, hai mươi năm sau khi quân đội Liên Xô rút đi và cả hệ thống cuối cùng đã sụp đổ, Afghanistan vẫn còn là một bãi chiến trường. Khi chiến tranh Việt Nam chấm dứt, kẻ ngậm đắng nuốt cay không phải là Mỹ mà chính là Trung Cộng khi biết rằng thằng em CS mà họ đã tốn bao nhiêu công sức nuôi nấng từ lúc khó khăn đã quay lưng phản bội đàn anh. Cuộc chiến Việt Nam đã mang Trung Cộng và Mỹ lại gần nhau hơn và trong trận chiến tranh Việt - Trung năm 1979, để lôi kéo Trung Cộng vào phe chống Liên Xô, các cơ quan tình báo Mỹ đã cung cấp cho Trung Cộng các tin tức về khả năng quân sự của phía Việt Nam. Mỹ đưa quân sang Việt Nam ồ ạt từ giữa 1965 chẳng phải vì chính nghĩa quốc gia. Chính nghĩa quốc gia, lý tưởng tự do dân chủ là của nhân dân miền Nam, những người đã sống, chiến đấu và chết trong cuộc chiến tự vệ đầy anh dũng từ 1954 đến 1975. Có hay không có người Mỹ, nhân dân miền Nam cũng đứng lên bảo vệ các giá trị tự do mà họ đã chọn lựa và theo đuổi.

Tự hào về giang sơn gấm vóc ư?

Hãy nhìn ra Biển Đông, hai quần đảo quan trọng về cả quân sự lẫn kinh tế đang nằm trong vòng kiểm soát của hải quân Trung Cộng. Lịch sử như đang diễn ra theo một chu kỳ. Sau gần hai thế kỷ ngập chìm trong khói lửa, tương quan kỹ thuật quân sự giữa Việt Nam và Trung Cộng cũng không khác gì thời quân đội nhà Nguyễn đánh nhau với liên quân Pháp - Tây Ban Nha. Cái thuở tầm vông vót nhọn đương đầu với súng thần công và thuyền buồm ghe gỗ đương đầu với tàu chiến được đóng bằng sắt thép lại tái diễn. Từ xưa đến nay, Trung Cộng luôn chọn chiến tranh thôn tính như là phương pháp thích hợp nhất để giải quyết mọi cuộc xung đột với các nước nhỏ láng giềng. Khi dùng những chữ "trừng phạt" hay "dạy Việt Nam một bài học" theo giọng điệu của vua quan phong kiến thời nhà Tống, nhà Minh, trong đầu óc của lãnh đạo Trung Cộng, Việt Nam vẫn còn là một trong số chư hầu của họ.

Việt Nam và Trung Cộng có thể vài năm hay vài chục năm nữa rồi cũng sẽ đánh nhau. Tuy nhiên, nếu chiến tranh nổ ra vào thời điểm này, toàn bộ khả năng quân sự của Việt Nam có thể bị Trung Cộng vô hiệu hóa trong vòng vài giờ. Cái may mắn cho Việt Nam là vị trí của Trung Cộng ngày nay trên chính trường quốc tế không phải là một Trung Cộng mới bắt đầu chương trình hiện đại hóa vào năm 1979 khi họ xâm lăng Việt Nam. Trung Cộng ngày nay là một trong những siêu cường quốc hàng đầu thế giới nhưng đồng thời cũng là một siêu cường quốc dễ vỡ (fragile superpower) theo giáo sư Susan L. Shirk trong tác phẩm nghiên cứu về Trung Cộng. Trung Cộng đang cần sự ổn định để duy trì mức phát triển và chạy đua với các cường quốc trong G8. Đối tượng cạnh tranh của Trung Cộng là Mỹ, Nhật, Đức, Pháp, Ý, Anh, Canada, Nga chứ không phải Việt Nam. Một cuộc chiến có tác động quốc tế như năm 1979 có thể không diễn ra trong thời gian trước mắt, nhưng những đụng chạm ở tầm địa phương sẽ xảy ra liên tục.

Trung Cộng biết rằng trong một cuộc chiến tranh toàn diện với Việt Nam, dù có thắng về quân sự thì phần bất lợi kinh tế chính trị cũng nghiêng về phía họ, nhưng đồng thời họ sẽ không bao giờ để yên cho Việt Nam phát triển. Hải quân Trung Cộng sẽ tiếp tục bắn giết ngư dân Việt Nam như họ đã làm suốt ba chục năm qua, hạm đội Trung Cộng sẽ tiếp tục đe dọa hải lưu Việt Nam và lãnh đạo Trung Cộng sẽ ngăn chặn bất cứ một quốc gia nào hợp tác với Việt Nam để khai thác nguồn dầu khí quan trọng trong thềm lục địa của Việt Nam. Việt Nam sẽ làm gì? Đưa cuộc tranh chấp Hoàng Sa và Trường Sa ra Liên Hiệp Quốc? Liên Hiệp Quốc là ai nếu không phải là một Trung Cộng có quyền phủ quyết? Cầu viện Mỹ làm trung gian giải quyết chăng? Đế quốc không có bạn hay thù mà chỉ có quyền lợi, và với chính sách đối ngoại hàng hai của Việt Nam hiện nay, cái lợi Mỹ thu về chưa hẳn lớn bằng cái lợi họ có thể bị mất đi.

Tự hào về quá khứ oai hùng của dân tộc ư?

Không một người Việt Nam có ý thức dân tộc nào mà không biết hãnh diện với lịch sử hào hùng của dân tộc, nhưng đừng quên rằng dân tộc nào cũng có niềm tự hào riêng của họ. Một nước Bamahas có nền độc lập chỉ mới được ba mươi lăm năm (1973) nhưng không có nghĩa là người dân Bahamas ít hãnh diện về đất nước họ bằng một người Việt Nam có hơn bốn ngàn năm lịch sử. Ngoài ra, một truyền thống nếu không được kế thừa và phát huy một cách thích nghi với thời đại thì truyền thống đó sẽ sớm trở thành một thói quen lạc hậu và sẽ chết dần theo thời gian. Biết bao dân tộc vốn đã có một nền văn minh rực rỡ, có truyền thống tốt đẹp từ mấy nghìn năm trước nhưng các thệ hệ sau đã không biết giữ gìn và phát huy, cuối cùng cũng đi vào viện bảo tàng, và nếu còn được nhắc nhở chăng cũng chỉ trong giáo trình của các khoa văn minh hay nhân chủng học. Tôi chia sẻ tâm trạng của đức cha Ngô Quang Kiệt. Tôi cũng có dịp đi khá nhiều, tham dự nhiều hội nghị, làm việc trong một môi trường nơi các đồng nghiệp đến từ nhiều quốc gia khác nhau trên thế giới, nhưng thú thật tôi chưa bao giờ đem chuyện Việt Nam ra bàn trước với ai và rất khó chịu mỗi khi nghe ai nhắc đến Việt Nam, đơn giản bởi vì tôi biết sẽ không có câu bình luận nào tốt đẹp theo sau. Việt Nam cho đến hôm nay vẫn còn đồng nghĩa với chiến tranh, nghèo đói, độc tài.

Có gì đáng tự hào khi Việt Nam vẫn còn bị xếp vào một trong những nước tham nhũng trầm trọng trên thế giới. Trong thống kê 2008 vừa được tổ chức Transparency International công bố, Việt Nam bị xếp vào hàng 121 trong tổng số 180 nước được thăm dò. Phần lớn những nước đứng sau Việt Nam là các quốc gia Á - Phi nghèo nàn, lạc hậu. Báo chí Việt Nam đồng loạt đăng tải thống kê như loan báo một tin mừng bởi vì Việt Nam được tăng hai bậc so với thống kê 2007, mặc dù nước đứng sau Việt Nam không phải là thứ 122 mà là 126, vì có 5 quốc gia cùng hạng với Việt Nam. Trong lúc tham nhũng tại nhiều nước trong thế giới phát xuất từ lòng tham có tính cách cá biệt, tham nhũng tại Việt Nam có tính đảng, từ trong cơ chế mà ra và sẽ tồn tại cùng với cơ chế. Làm sao xây dựng một chế độ chính trị trong sạch khi toàn bộ quyền hành nằm trong tay một thiểu số người nắm quyền sinh sát cả một dân tộc? Mỗi khi có một ý kiến mới không hợp với chủ trương của Đảng gióng lên là toàn Đảng xúm vào đánh hội đồng, như vậy thì đất nước làm sao thăng tiến? Một đức Tổng Giám mục, lãnh đạo tinh thần của nhiều triệu tín đồ và có một vị trí quốc tế mà còn bị đối xử như vậy thì một người dân thấp cổ bé miệng ở các thôn làng xa xôi hẻo lánh sẽ bị đối xử ra sao?

Có người còn chiêm bao rằng một ngày nào đó Việt Nam sẽ trở thành một Singapore và Đảng CS Việt Nam cũng sẽ hoạt động giống như Đảng Nhân dân Hành động Singapore (People Action Party, gọi tắt là PAP) với các nhà lãnh đạo tài ba và liêm khiết. Đó chỉ là một mơ ước hão huyền. Trứng ngỗng chỉ có thể nở ra ngỗng. Nguồn gốc hình thành, cơ cấu lãnh đạo và mục tiêu của PAP hoàn toàn khác biệt so với Đảng CS Việt Nam. PAP là tập hợp những chuyên gia trí thức Singapore có tinh thần độc lập dưới sự lãnh đạo của Lý Quang Diệu, một nhà chính trị có tầm nhìn vượt xa thời đại và đã thắng cử qua một cuộc bầu cử tự do hợp pháp năm 1959. Các thành phần đối lập tại Singapore thời đó tuy thất cử nhưng vẫn hoạt động và tiếng nói của họ vẫn có một ảnh hưởng quan trọng trong đời sống chính trị quốc gia trong giai đoạn vừa giành được nền độc lập một cách hòa bình từ thực dân Anh. Trong lúc các nhà lãnh đạo Đảng CS Việt Nam phải sang chầu Trung Cộng hàng năm để xin súng đạn, Lý Quang Diệu không thấy cần thiết ngay cả việc thừa nhận nước Cộng hòa Nhân dân Trung Hoa là một nước có chủ quyền toàn vẹn. Những biện pháp cứng rắn của chính phủ Lý Quang Diệu sau khi Singapore tách khỏi Liên bang Mã Lai vào năm 1965 là nhằm bảo vệ sự tồn tại mong manh của hòn đảo nhỏ này và ngăn chặn sự xâm nhập của CS với sự yểm trợ tích cực của Trung Cộng. Mãi đến tháng 10 năm 1990, khi Singapore đủ mạnh về kinh tế và ổn định về chính trị, Lý Quang Diệu mới thừa nhận Trung Cộng. Trong thời kỳ mà "Bác đang cùng chúng cháu hành quân" vào Nam "chống Mỹ cứu nước" thì các nhà lãnh đạo Singapore và nhiều lãnh đạo sáng suốt ở châu Á đã lợi dụng chính sách chống cộng của Mỹ ở châu Á để hợp tác và phát triển kinh tế, nhờ đó, không chỉ nền kinh tế Singapore mà nhiều nước nhỏ khác ở châu Á như Nam Hàn, Đài Loan cũng đã lần lượt cất cánh và trong một thời gian ngắn được thế giới ca ngợi như là những con rồng châu Á.

Có gì đáng tự hào khi Việt Nam, một dân tộc có hơn bốn ngàn năm văn hiến nhưng ngoại trừ một thời gian ngắn ở miền Nam trước 1975, đại đa số nhân dân chưa bao giờ có một cơ hội để bầu người đại diện cho mình trong các cơ quan nhà nước. Cuộc chiến tranh lạnh đã chấm dứt. Sự phân cực thế giới dựa trên ý thức hệ không còn nữa. Lịch sử văn minh nhân loại được lật sang một chương khác. Hành trình của loài người đang bước vào một kỷ nguyên mới, kỷ nguyên dân chủ và phát triển toàn diện. Các quốc gia CS trước đây đã bừng tỉnh sau cơn ác mộng dài và đang hăng say làm lại cuộc đời. Từ một thời được xem là chư hầu của Liên Xô, các nước Đông Âu đã trở thành những thành viên kinh tế thương mại và cả chính trị quân sự quan trọng của cộng đồng châu Âu và thế giới. Việt Nam thì sao? Việt Nam chỉ là một trong 5 nước CS của phong trào CS thế giới còn sót lại, nơi con người sống trong bất an, nơi tất cả những quyền căn bản mà phần lớn mà nhân loại thụ hưởng đã không được tôn trọng. Một trong những chương trình thống kê gây nhiều chú ý nhưng cũng nhiều tranh cãi là thống kê về "Những quốc gia hạnh phúc nhất trên thế giới". Cánh chỉ trích cho rằng hạnh phúc là một trạng thái của ý thức, không thể đem ra cân, đo, đếm và xếp hạng như các đơn vị vật lý. Cánh ủng hộ cho rằng mục đích thực sự của thống kê không phải để so sánh giữa một người Đan Mạch và một người Zimbabwe ai hạnh phúc hơn ai, mà để đánh giá xu hướng ý thức của con người về hạnh phúc chuyển đổi theo thời gian. Xem xét kết quả 2008 không có ý nghĩa gì nếu không so sánh với kết quả 2007, 2006 cũng như với suốt 25 năm trước đó. Và theo giáo sư Ronald Inglehart, người điều hành thống kê World Values Survey trong 20 năm qua, kết luận sau buổi công bố kết quả thống kê năm 2008: "*Nói chung, ý thức toàn cầu đang gia tăng về tự do trong phần tư thế kỷ qua đã che khuất các lý do thuần túy kinh tế về hạnh phúc*", và ông cũng tìm thấy quan hệ hỗ tương giữa hạnh phúc và dân chủ. Giải thích của giáo sư Ronald Inglehart cho thấy hạnh phúc gắn liền với tự do dân chủ và đó cũng là xu hướng của thời đại. Việt Nam được xếp hàng thứ 36 trong bảng thống kê. Lẽ ra phải cao hơn. Rất tiếc Bắc Hàn không nằm trong danh sách các nước được thăm dò, nếu có, họ đã được xếp vào hàng thứ nhất.

Giới lãnh đạo Đảng CS Việt Nam có tật giật mình nên hiểu chữ "nhục" theo nghĩa tiêu cực như một hình thức cúi đầu, chịu làm tay sai cho ngoại bang. Đúng ra, cảm thấy nhục nhã không phải là thái độ phản quốc; trái lại trong hoàn cảnh đất nước hôm nay, biết nhục càng nhiều càng tốt. Ngoại trừ những kẻ ngày đêm sống trong bóng tối mới không thấy được cái yếu kém của đất nước. Muốn vượt qua cái nhục, cái yếu hèn, không nên trốn tránh mà phải đối diện với chúng. Nỗi nhục chính là phân bón cho cây xanh hy vọng của tương lai dân tộc được vươn lên tươi tốt. Trong suốt dòng lịch sử, dân tộc Việt Nam đã hơn một lần chịu nhục. Lời trách mắng của Hưng Đạo Đại Vương hơn bảy trăm năm trước như còn văng vẳng đâu đây: "*Ngồi nhìn chủ nhục mà không biết lo; Thân chịu quốc sỉ mà không biết thẹn*". Vâng, cũng từ cái đau xót, cái nhục nhã, cái nhược tiểu của dân tộc Việt Nam mà thời đó tổ tiên chúng ta đã đứng lên đánh bại cả một đạo quân Nguyên hùng mạnh mà vó ngựa đã giẫm nát cả một phần lớn châu Âu và châu Á.

Việt Nam đang đứng trước nhiều khó khăn nhưng không phải là không có một phương pháp giải quyết. Như đức cha Ngô Quang Kiệt đã nhấn mạnh trong buổi gặp gỡ Ủy ban Nhân dân Thành phố Hà Nội hôm 20 tháng 9, phương pháp đó là: "*Còn người Việt Nam chúng ta thì tôi cũng mong đất nước lớn mạnh lắm và làm sao thật sự đoàn kết, thật sự tốt đẹp, để cho đất nước chúng ta mạnh, đi đâu chúng ta cũng được kính trọng*". Đảng đã xé ra thì Đảng phải rào lại. Đoàn kết dân tộc là trách nhiệm của Đảng, nhưng đoàn kết không bao hàm nghĩa đầu hàng mà phải dựa trên sự bình đẳng, tương kính giữa các thành phần dân tộc và tôn trọng nhân phẩm con người với tất cả quyền tự do bẩm sinh của họ. Và nếu không làm được điều đó thì chính các lãnh đạo Đảng CS Việt Nam chứ không ai khác là những người phỉ báng dân tộc Việt Nam.

LÊ DUẨN
VÀ CHIẾN TRANH BIÊN GIỚI 1979

Lê Duẩn sinh ngày 7 tháng 4, 1907 tại làng Bích La, xã Triệu Đông, huyện Triệu Phong, tỉnh Quảng Trị. Học lực tiểu học. Họ Lê tham gia một số tổ chức chống Thực Dân Pháp trước khi tham gia đảng CS 1930. Chỉ trong một năm sau, 1931, Lê Duẩn trở thành ủy viên Tuyên Huấn, xứ ủy Bắc Kỳ. Bị bắt đày ra Côn Đảo. Ra tù, Lê Duẩn làm Bí Thư Xứ Ủy Trung Kỳ. Năm 1940, bị bắt và đày đi Côn Đảo lần nữa cho đến tháng Tám 1945. Sau thời gian làm việc bên cạnh Hồ Chí Minh tại Hà Nội, cuối năm 1946 Lê Duẩn vào Nam chỉ đạo bộ phận miền Nam của đảng CS. Năm 1957, Lê Duẩn được điều ra Bắc và từ đó đóng những vai trò quan trọng trong guồng máy lãnh đạo đảng CSVN trong chức vụ Bí Thư Thứ Nhất rồi Tổng Bí Thư cho tới khi chết ngày 10 tháng 7, 1986.

Khác với các lãnh tụ CS như Hồ Chí Minh, Trường Chinh, Phạm Văn Đồng, Võ Nguyên Giáp, Hoàng Văn Hoan có quan hệ gần gũi với giới lãnh đạo CS Trung Quốc (CSTQ) và nhiều dịp sang Trung Cộng, địa bàn hoạt động của Lê Duẩn là ở miền Nam.

Trong thời gian mặt trận Điện Biên Phủ không có Lê Duẩn. Khi Hiệp Định Geneva ký kết, Lê Duẩn đang ở tại tỉnh Hậu

Nghĩa. Đó cũng là lúc y nhận được lịnh của Hồ Chí Minh vào thẳng miền Nam để tái lập các tổ chức CS và giải thích với họ về hiệp định Geneva.

Lê Duẩn "chống Tàu"?

Lê Duẩn được biết như là lãnh tụ CS có khuynh hướng chống Tàu. Quan điểm chống Tàu của họ Lê dựa trên chủ nghĩa dân tộc cực đoan quá khích hơn là học từ kinh nghiệm quốc tế về địa lý chính trị của một "nước trái độn".

Trong bang giao quốc tế, ưu tiên tối thượng của một nước nhỏ nằm bên cạnh một nước lớn là bảo vệ cho được chủ quyền và toàn vẹn lãnh thổ, và tránh chiến tranh khi chưa đủ thế quốc tế và lực quốc nội.

Khi Thổ Nhĩ Kỳ vừa được độc lập năm 1921 và bị các cường quốc Châu Âu bỏ rơi, nền dân chủ chưa đủ mạnh, Tổng thống Mustafa Kemal phải làm bạn với Vladimir Lenin để, theo lời ông, "chủ quyền của Thổ không bị thương tổn" cho đến khi bắt tay được với Mỹ, tháng 3, 1947. Các nước nhỏ tồn tại nhờ dựa vào các liên minh và các lãnh đạo sáng suốt biết liên minh nào đáng tin cậy và liên minh nào không đáng tin cậy.

Các lãnh tụ CS từ Lê Duẩn trước đây cho tới Nguyễn Phú Trọng ngày nay đều không làm được điều đó vì quyền lợi của đảng và quyền lợi của dân tộc không phải lúc nào cũng đi đôi.

Lê Duẩn và Mao

Lê Duẩn gặp Mao Trạch Đông ba lần. Lần thứ nhất tại Vũ Hán năm 1963, lần thứ hai vào tháng tám, 1964 và lần thứ ba vào tháng 5, 1970.

Sau Chiến Tranh Biên Giới 1979, Lê Duẩn, dưới bút danh "Đồng chí B" kể lại thái độ chống Tàu của ông ta trong một lần đối đáp với Mao:

"Đối với Việt Nam, họ không dám nói thẳng về việc di dân như vậy. Tuy nhiên, ông ta [Mao] *nói với tôi: 'Các đồng chí, có thật người Việt Nam đã chiến đấu và đánh bại quân Nguyên không?' Tôi nói: 'Đúng.' 'Thế có thật là các anh cũng đánh bại cả quân Thanh nữa phải không?' Tôi đáp: 'Đúng.' Ông ta lại hỏi: 'Và cả quân Minh nữa, đúng không?' Tôi trả lời: 'Đúng, và cả các ông nữa. Tôi sẽ đánh bại cả các ông. Ông có biết thế không?' Tôi đã nói với Mao như vậy đó. Ông ấy nói: 'Đúng! Đúng!' Mao muốn chiếm Lào, cả nước Thái Lan… cũng như muốn chiếm toàn vùng Đông Nam Á. Mang người đến ở đó. Thật là phức tạp."* (Christopher E. Goscha, Le Duan and the Break with China, bản dịch của Bùi Xuân Bách, talawas)

Thái độ kiêu ngạo hay những phát biểu "nước lớn" của Lê Duẩn dù sao cũng chỉ giới hạn trong lời nói. Thực tế hành động chính trị mới là tai họa. Những biện pháp cực đoan chưa cần thiết của họ Lê như xua đuổi Hoa Kiều bên cạnh các lý do khác đã dẫn đến sự căng thẳng trong bang giao giữa CSVN và CSTQ và hậu quả là Chiến Tranh Biên Giới 1979.

Lê Duẩn và Đặng Tiểu Bình

Lê Duẩn không giấu thái độ chống Tàu nhưng cũng không xem đó là một ưu tiên.

Mục đích chính của Lê Duẩn là vận động phe CS quốc tế để thống nhất Việt Nam bằng súng đạn và thiết lập chế độ xã hội chủ nghĩa làm tiền đề cho chủ nghĩa CS trên toàn cõi Việt Nam như đã khẳng định trong đường lối của đảng.

Vì mục đích CS hóa Việt Nam, Lê Duẩn sẵn sàng chấp nhận không những 100,000 quân mà ngay cả nửa triệu quân Trung Cộng được đưa sang Bắc Việt cũng không sao.

Lê Duẩn khẳng định điều này trong buổi tiếp xúc với Đặng Tiểu Bình tại Bắc Kinh, tháng 4, 1966: "*Lo ngại về sự giúp đỡ của Trung Quốc đối với Việt Nam, chúng tôi muốn trình bày thật sáng tỏ và chúng tôi không có lo ngại gì về vấn đề đó. Hiện nay có hơn 100,000 quân Trung Quốc tại Việt Nam, nhưng chúng tôi nghĩ bất cứ khi nào có một biến cố trầm trọng xảy ra, có thể cần tới 500,000. Sự giúp đỡ này là từ một nước hữu nghị. Chúng tôi nghĩ rằng với tư cách một nước xã hội chủ nghĩa anh em, Trung Quốc có thể làm điều đó.*"(Digital History, Document 12. Zhou Enlai, Deng Xiaoping, Kang Sheng, Le Duan, Nguyen Duy Trinh, Beijing, 13 April 1966).

Phát biểu của Lê Duẩn cho thấy chủ quyền và sự toàn vẹn lãnh thổ Việt Nam không quan trọng bằng CS hóa Việt Nam và tổ quốc không cao hơn đảng.

Mặc dù có thái độ chống Tàu và tin hai nước có thể dẫn tới chiến tranh lớn, Lê Duẩn không nghĩ Đặng Tiểu Bình tấn công Việt Nam vào ngày 17 tháng 2, 1979.

Lê Duẩn và Đặng Tiểu Bình gặp nhau tại Bắc Kinh ngày 29 tháng 9, 1975. Trong dịp này vấn đề mấy trăm ngàn quân Trung Cộng đang đóng tại hai tỉnh Quảng Đông và Quảng Tây được đặt ra.

Theo Đặng Tiểu Bình, sở dĩ quân Trung Cộng với số lượng đông như thế đóng sát biên giới Việt Nam chẳng qua vì trước đây Trung Cộng đề phòng trường hợp Mỹ đổ bộ vào Bắc Việt như đã xảy ra tại Bắc Hàn. Đặng cũng nói nếu phía Việt Nam cảm thấy đó là một đe dọa, quân đội Trung Cộng sẽ rút đi. Các đơn vị quân Trung Cộng sau đó đã thật sự rút đi. (Wilson Center, Minutes Of Conversation Between Deng Xiaoping And Le Duan Beijing, 29 September 1975)

Qua thái độ của Đặng Tiểu Bình và việc rút mấy trăm ngàn quân Trung Cộng khỏi hai tỉnh Quảng Đông và Quảng Tây làm cho Lê Duẩn yên tâm rằng tranh chấp giữa hai nước căng thẳng nhưng chưa đạt đến bước chiến tranh với quy mô lớn.

Lê Duẩn đánh giá từng cá nhân trong giới lãnh đạo Trung Cộng. Lê Duẩn không thích Mao "một người có trái tim Đại Hán không đáng tin và còn tính chiếm cả Đông Nam Á". Họ Lê dành nhiều thiện cảm đối với Chu Ân Lai và Đặng Tiểu Bình. Chu nhiệt tình với ý kiến đoàn kết phe xã hội chủ nghĩa để ủng hộ CSVN dù Mao cho đó là việc không thể làm được.

Năm 1977, Lê Duẩn chia sẻ với Đại sứ Liên Xô tại Việt Nam rằng "Hoa Quốc Phong là người không hiểu chúng tôi" nhưng Đặng "đã đối xử với Việt Nam bằng sự hiểu biết sâu sắc".

Trong thời gian đó, Lê Duẩn còn hy vọng Đặng Tiểu Bình sẽ thắng cuộc đấu tranh quyền lực trong nội bộ đảng CSTQ và nếu vậy tình hình sẽ cải thiện. Ngay cả sau Chiến Tranh Biên Giới 1979, Lê Duẩn vẫn nghĩ Đặng phát động cuộc xâm lăng chẳng qua là do áp lực của các phe nhóm khác trong nội bộ lãnh đạo đảng CSTQ và để khỏi bị kết án là xét lại chứ bản thân họ Đặng không chủ trương vậy. (Stein Tonnesson, introduction Le Duan and the Break with China, trang 275).

Sự thật như cả thế giới biết ngày nay, chủ trương đánh Việt Nam là của Đặng Tiểu Bình và chính y đã chuẩn bị một cách chi tiết từng bước, từng giai đoạn, từng mặt đối nội lẫn quốc tế cho cuộc chiến xâm lăng. Các bản tin Tân Hoa Xã hằng ngày tố cáo Việt Nam khiêu khích nhiều nơi vùng biên giới, một chiến thuật tuyên truyền cổ điển trước khi bắt đầu một cuộc xâm lăng.

CSVN bị bất ngờ về "thời gian và quy mô binh lực"

Tài liệu nghiên cứu của trung tâm National Foreign Assessment Center trực thuộc CIA tổng hợp vào ngày 5 tháng 3, 1979 cho thấy sự tranh chấp giữa hai nước diễn ra sau 1975 không chỉ vùng biên giới mà cả khu vực vịnh Bắc Bộ và Hoàng Sa. Phi cơ chiến đấu của Trung Cộng nhiều lần vi phạm không phận Việt Nam bất chấp sự phản đối của phía CSVN. CSVN sau nhiều lần bị khiêu khích cũng đã đưa các phi cơ chiến đấu lên để bảo vệ không phận Cao Bằng, Lạng Sơn. Dù phi công Việt Nam kinh nghiệm và phi cơ cũng hiện đại hơn nhưng kém Trung Cộng xa về số lượng, CSVN, do đó, cũng tự kiềm chế vì không muốn mở rộng xung đột sang lãnh vực không quân. (The Sino-Vietnamese Border Conflict, National Foreign Assessment Center, March, 1979)

Hà Nội tiến hành xây dựng các tuyến phòng thủ dọc biên giới dài 1,285 km và lớn tiếng công khai thách thức Bắc Kinh. Giọng điệu hiếu chiến "đánh bại Thực Dân Pháp, đánh bại Đế Quốc Mỹ và sẽ đánh bại Trung Quốc" được lập đi lập lại trên các hệ thống truyền thông.

Ngược lại với một CSVN kiêu căng, Trung Cộng đóng vai "yêu chuộng hòa bình" ngay cả khi Đặng Tiểu Bình tính toán từng chi tiết nhỏ trong kế hoạch chiến tranh lớn sắp diễn ra.

Nhờ đóng kịch khéo léo nên dù là kẻ công khai xâm lược, ngoại trừ Liên Xô và chư hầu CS Đông Âu, không một quốc gia tự do dân chủ nào kết án Trung Cộng xâm lăng Việt Nam.

Các đụng độ nhỏ dọc biên giới kéo dài cho đến ngày 13 tháng 12, 1978 và đó cũng là ngày lần đầu tiên hai chữ "trừng phạt" xuất hiện trong một bản tin chính thức của Trung Cộng.

Cũng theo tài liệu của CIA, vào ngày 7 tháng Giêng, 1979, CSVN đã biết Trung Cộng tập trung các đạo quân lớn dọc biên giới.

CSVN vẫn cho các động tác đó chỉ nhằm hù dọa. Một tuần lễ trước ngày Trung Cộng tấn công, một viên chức Bộ Ngoại Giao CSVN tại Hà Nội vẫn cho rằng Đặng Tiểu Bình chỉ "đánh võ mồm".

Lãnh đạo CSVN, đứng đầu là Tổng Bí Thư Lê Duẩn, nghĩ Đặng Tiểu Bình không hay ít nhất chưa đánh Việt Nam.

Họ tin đến nỗi mang cả một phái đoàn quân sự hùng hậu sang Cambode trước ngày 17 tháng 2, 1979 để nhấn mạnh yếu tố quân sự trong bang giao giữa CSVN và CS Cambode. Vào tuần lễ đó, phần lớn các đại đơn vị thiện chiến của quân đội CSVN vẫn còn phối trí trong mặt trận Tây Nam. Quân đội CSVN chỉ có khoảng năm sư đoàn trải dài một phòng tuyến trên 1200 km. Tương quan giữa CSTQ và CSVN là sáu đánh một. Riêng tại mặt trận Lạng Sơn, Trung Cộng dùng chín sư đoàn để tấn công một sư đoàn chủ lực duy nhất của CSVN là sư đoàn 3.

Báo *New York Times*, ngày 21 tháng 2, 1979, viết: "*Việc ký hiệp ước quan trọng đến mức một phái đoàn do Thủ tướng Phạm Văn Đồng dẫn đầu vẫn tiếp tục ở lại Nam Vang sau khi Trung Cộng xâm lăng Việt Nam. Ý nghĩa quân sự của hiệp ước còn được nhấn mạnh với sự hiện diện của Tướng Văn Tiến Dũng.*" (*New York Times*, 21 tháng 2, 1979).

Dương Danh Dy, cựu Tổng lãnh sự Việt Nam tại Quảng Châu, thừa nhận: "*Trong bối cảnh trên, cuộc chiến tranh biên giới đẫm máu ngày 17/2/1979 do nhà cầm quyền Trung Quốc - mà người chủ xướng là Đặng Tiểu Bình, phát động, về tổng thể không bất ngờ đối với chúng tôi, nhưng về thời gian cụ thể và nhất là về qui mô binh lực mà Trung Quốc sử dụng thì quả là không tính tới.*" (Dương Danh Dy, "Nhớ lại đêm 17 tháng 2 năm 1979", *BBC* 18 Tháng 2, 2009)

Thái độ bình thường của Lê Duẩn trong buổi tiệc cưới của Lê Kiên Thành, con trai ông ta, là thái độ của những lãnh tụ CS từng trải, quá quen với giết chóc. Lê Kiên Thành kể:"*Đặc biệt, nét mặt cha tôi rất bình thản, không hề để lộ (hoặc có thể không có) cảm giác âu lo hay căng thẳng gì" dù anh ta cũng thừa nhận "Tôi thoáng thấy sự căng thẳng trên gương mặt của những lãnh đạo đơn vị và quân chủng không quân.*" (*Thanh Niên* 17.2.2014, "Ký ức đám cưới" ngày 17.2.1979 của con trai Tổng bí thư Lê Duẩn)

Lý luận cho rằng Lê Duẩn tin tưởng các lực lương dân quân thuộc các tỉnh biên giới và vài sư đoàn có khả năng bảo vệ đất nước là ngụy biện. Họ chiến đấu một cách anh dũng nhưng về nhân lực và vũ khí họ không phải là đối thủ với gần nửa triệu quân chính quy Trung Cộng.

Nếu Lê Duẩn đánh giá đúng đường đi nước bước của Đặng Tiểu Bình và tình báo CSVN hoạt động có hiệu quả nhiều ngàn thanh niên Việt Nam đã không chết, Lạng Sơn đã không bị san bằng, hai tiểu đoàn bảo vệ thị trấn Đồng Đăng đã không phải hy sinh đến người lính cuối cùng.

Đáp ứng của Liên Xô

Trong diễn văn chào đón phái đoàn Lê Duẩn tháng 9, 1975, Đặng gián tiếp kết án "chủ nghĩa bành trướng" Liên Xô, trong khi đó Lê Duẩn tiếp tục quan điểm cố hữu "xây dựng sự đoàn kết trong phe xã hội chủ nghĩa".

Lê Duẩn và phái đoàn rời Bắc Kinh hai ngày sớm hơn dự định, không kèn trống, không có tiệc tiễn đưa, không hứa hẹn trong một thông cáo chung. Quan điểm giữa hai đảng về Liên Xô vốn khác biệt đã tạm thời gác lại trong chiến tranh nhưng trở thành sâu sắc sau khi chiến tranh chấm dứt.

Khác với chuyến viếng thăm Bắc Kinh, Lê Duẩn và phái đoàn thăm viếng Moscow vào tháng 10, 1975 được đón tiếp một cách trang trọng. Một kế hoạch hợp tác kinh tế giữa CSVN và Liên Xô giai đoạn 1976 đến 1980 được đề ra. Hợp tác Liên Xô và CSVN mở đường cho việc CSVN trở thành hội viên chính thức của CMIA (The Council for Mutual Economic Assistance, Hội đồng Tương trợ kinh tế), một tổ chức hợp tác kinh tế do Liên Xô chế ngự. Tháng 11, CSVN và Liên Xô ký Hiệp Ước Hữu Nghị Và Hợp Tác. Hiệp ước này dưới mắt Trung Cộng, CSVN chính thức chấp nhận làm một chư hầu phương đông của Liên Xô và CSVN từ đó được xem như là kẻ thù của Trung Cộng.

Sau các hiệp ước này, viện trợ kinh tế của Liên Xô dành cho CSVN gia tăng rõ rệt. Liên Xô tham gia vào 30 đề án, với 30 phần trăm thuộc khu vực kỹ nghệ. Các công ty với sự tài trợ của Liên Xô đã sản xuất 47 phần trăm điện lực, 54 phần trăm chì, 85 phần trăm than đá, 30 phần trăm cement, 100 phần trăm các khoáng chất apatite, superphosphate, sulfuric acid và dụng cụ cơ khí. Liên Xô cũng cung cấp 2000 km đường dây điện cao thế chiếm 56 phần trăm tổng số hệ thống mạng điện của cả nước. Ngoài ra rất nhiều khoản viện trợ khác về các lãnh vực kinh tế. (Buu Hoan, Soviet Economic Aid to Vietnam, Contemporary Southeast Asia, trang 362).

Nhưng ngoài các hợp tác kinh tế, trong Chiến Tranh Biên Giới Việt-Trung 1979, Liên Xô không thực thi đúng mức các điều khoản khác về quân sự và phòng thủ ghi trong Hiệp Ước Hữu Nghị Và Hợp Tác. Quân số Liên Xô đóng tại biên giới phía Bắc quá ít không đủ tạo nên một mặt trận tương đương với mặt trận biên giới Việt-Trung. Đặng Tiểu Bình đánh bạc và thắng vì không có những động binh đáng kể của Liên Xô.

Trong lúc Lê Duẩn hy vọng Hiệp Ước Hữu Nghị Và Hợp Tác sẽ làm nhụt chí Đặng Tiểu Bình, các phản ứng của Liên Xô rất giới hạn và Đặng Tiểu Bình không nhụt chí.

Hành động cụ thể nhất của Liên Xô là đưa một lực lượng đặc nhiệm gồm 15 tàu chiến vào Biển Đông vào ngày 8 tháng 2, 1979. Nhưng phần lớn lực lượng này chỉ nhằm thu nhặt tin tức tình báo hơn là chiến đấu. Khi chiến sự bùng nổ, các phi cơ vận tải quân sự của Liên Xô giúp chuyển vận vũ khí, đạn dược và các máy bay thám thính được gởi tới khu vực để thăm dò tin tức. Ngay ngày hôm sau, Liên Xô cho biết họ có thể thực thi các cam kết trong Hiệp Ước Hữu Nghị Và Hợp Tác. Nhưng đó chỉ là tin đe doạ nhằm thăm dò phản ứng của Trung Cộng. Năm ngày sau, 22 tháng 2, Liên Xô chính thức thông báo sẽ không can thiệp vào xung đột quân sự. (Sally W. Sstoecker, Clients and Commitments: SoViet-Vietnamese Relations 1978-1988)

Kết luận

Liên Xô sụp đổ tháng 12, 1991. Sau hiệp ước bí mật tại Thành Đô, CSVN quay về với cội nguồn Trung Cộng. Dòng nước đỏ trôi đi rồi lại trôi về. Tròn một chu kỳ anh em, thù hận và trở lại anh em. Khác chăng, chu kỳ đó được lót bằng thân xác, máu xương của hàng triệu tuổi trẻ Việt Nam. Thân xác họ gởi lại ở Lạng Sơn, Cao Bằng, Vị Xuyên như đã gởi lại dọc Trường Sơn trước đó. Họ chết cho tổ quốc hay không tùy thuộc vào góc nhìn và trình độ nhận thức của mỗi người. Nhưng có điều chắc chắn, nếu không có ý thức hệ CS họ đã không phải chết.

Thế giới đã đổi thay. Những cuộc cách mạng khoa học kỹ thuật và cách mạng xã hội đã nâng cao nếp sống và cách suy nghĩ của con người. Những quốc gia Phi Châu cách đây không lâu điêu tàn vì nội chiến hay chịu đựng nạn đói chưa từng có như Botswana, Senegal, Tunisia nay đã trở thành những nước tự do dân chủ kiểu mẫu. Họ có lẽ vẫn còn nghèo nhưng không ai dám gọi người dân Botswana, Senegal, Tunisia là lạc hậu. Việt Nam thì khác. Việt Nam lạc hậu. Một con người không làm chủ được chính mình là lạc hậu, yếu hèn. Việt Nam thay vì bước tới cùng nhân loại lại trở về thời 1950 lệ thuộc vào Trung Cộng cả kinh tế lẫn tư tưởng.

Mọi chế độ độc tài, CSVN hay CSTQ với các mâu thuẫn đối kháng bên trong mầm mống đương nhiên một ngày sẽ sụp đổ. Nhưng không ai có thể trả lời là thời điểm nào. Chúng có thể tan rã ngày mai và chúng cũng có thể lê lết suốt trăm năm.

Người viết đã trình bày trong phần kết luận của bài "Hiểm họa Trung Cộng, bài học Thổ Nhĩ Kỳ", yếu tố duy nhất và quyết định vẫn là những người Việt còn quan tâm đến tương lai Việt. Không ai sống thay hay chết thế cho mình. Chính các thành phần dân tộc Việt Nam trong và ngoài nước là lực duy nhất nằm ngoài sự kiểm soát của đảng CS và cũng là lực duy nhất có khả năng đưa Việt Nam ra khỏi bờ vực chiến tranh và đưa đất nước tới một tương lai sáng lạn cho con cháu mai sau.

Các thành phần dân tộc không chỉ là những người đang công khai chống đảng, những người đứng ngoài cơ chế lãnh đạo, những người không CS mà là bất cứ ai nhận thức được manh tâm của chủ nghĩa bành trướng Trung Cộng, bản chất sai lầm trong cơ chế độc tài đang thống trị Việt Nam và chọn lựa dứt khoát đứng về phía dân tộc. Thấy được con đường dân tộc phải đi và dâng hiến tình yêu cho đất nước không bao giờ quá trễ.

Chọn lựa của thời đại ngày nay không chỉ là chọn lựa giữa dân chủ hay độc tài nhưng quan trọng hơn thế nữa, là mất hay còn, tồn tại hay diệt vong của một dân tộc. Hãy cùng nhau lên đường cứu nước.

"NỔ"

Việt Nam không đốt pháo vào dịp Tết Dương Lịch nhưng pháo miệng vẫn nổ tưng bừng. "Nổ" lớn nhất là từ miệng Nguyễn Phú Trọng.

"Nổ" không hẳn là một căn bịnh nhưng chắc là một thói xấu trong những người thích khoe khoang, thích được tôn vinh trọng vọng nhưng lại không có khả năng, tư cách và đạo đức để xứng đáng được tôn vinh, kính trọng. Người đó chỉ "nổ" để thỏa lòng thèm khát.

Nhưng đó chỉ là thói xấu trong con người và không gây nhiều tác hại, "nổ" của các lãnh đạo đảng và nhà nước CSVN mới là "nổ" gây tác hại.

Nhiều người cho rằng phát biểu của Nguyễn Phú Trọng tại "Hội nghị trực tuyến Chính phủ" cuối tháng 12, 2019 "Không biết có phải vì thế mà Ngân Hàng Thế Giới đưa ra một nhận định, mây đen phủ lên toàn cầu, nhưng mặt trời vẫn đang tỏa sáng ở Việt Nam" chỉ là "nổ".

Người viết cố tìm nhưng không thấy các báo trong nước dẫn nguồn Ngân Hàng Thế Giới (World Bank) cho câu nói của Nguyễn Phú Trọng. Trong tổng kết mới nhất , bản tiếng Việt, năm 2019 của Ngân Hàng Thế Giới về kinh tế Việt Nam không có câu "mặt trời tỏa sáng ở Việt Nam" hay ý nào tương tự.

Nếu không do Ngân Hàng Thế Giới nhận xét, ngoài việc "nổ" Nguyễn Phú Trọng còn can tội đạo văn của Nguyễn Xuân Phúc.

Hai năm trước tại Hội Nghị Doanh Nghiệp 17 tháng 5, 2017 Nguyễn Xuân Phúc đã "nổ" ý này khi phát biểu: "Tôi nghĩ rằng bình minh đang tới đất nước chúng ta."

Cách đây mười năm, tại hội nghị thứ 12 trung ương đảng CS khóa X 2010, Nông Đức Mạnh "nổ" rất to: "Năm 2020 Việt Nam trở thành một nước công nghiệp hiện đại."

Trước đó Lê Duẩn "nổ" to hơn:"Chúng ta sẽ đuổi kịp Nhật trong 15, 20 năm và nhân dân ta sẽ đi trên thảm vàng."

Hồ Chí Minh nổ to nhất trong "di chúc": "Thắng giặc Mỹ, ta sẽ xây dựng hơn mười ngày nay."

Nói chung, không chỉ Hồ Chí Minh, Nguyễn Phú Trọng, Nguyễn Xuân Phúc, Nông Đức Mạnh, Lê Duẩn mà hầu hết các lãnh đạo CS các cấp từ đời này sang đời khác suốt 44 năm qua liên tục thi nhau "nổ". Chắc phải cần một cuốn sách dày như cuốn tự điển Nguyễn Văn Khôn để ghi lại các câu "nổ" của giới lãnh đạo CSVN.

Vậy "nổ" là một thói xấu của các lãnh tụ CSVN hay là đặc tính gắn liền với cơ chế CS?

Đó là đặc tính của cơ chế CS. "Nổ" ở Liên Xô, "Nổ" ở Trung Cộng và đang "nổ" ở CSVN.

Giống như tham nhũng, "nổ" có tính đảng, nghĩa là "nổ" sinh ra, tồn tại và mất đi theo đảng CS.

Như lịch sử phong trào CS quốc tế cho thấy, "nổ" là một trong những phương pháp tuyên truyền căn bản nhất cấu thành chủ nghĩa Marx-Lenin.

Nhắc lại cho các bạn trẻ nhớ, không có chủ nghĩa Lenin, chủ nghĩa Marx chỉ là một hệ tư tưởng triết học như nhiều hệ tư tưởng khác.

Về lý thuyết, chủ nghĩa Marx chỉ tồn tại trong các thư viện Đức, Anh, Pháp và trong thực tế chủ nghĩa Marx đã dừng lại ở CS Quốc Tế Thứ Hai, 1916.

Từ 1917, chủ nghĩa Marx có thêm một vế Lenin phía sau và được gọi là chủ nghĩa Marx-Lenin. Chủ nghĩa Marx-Lenin là hệ thống chính trị chuyên chế và tàn bạo nhất trong lịch sử loài người bắt đầu với CS Quốc Tế Thứ Ba ra đời 1919. Thảm họa dân tộc Việt Nam đang chịu đựng cho tới ngày nay cũng phát xuất từ chủ nghĩa này.

Hồ Chí Minh kể lại chuyện bắt gặp chủ nghĩa Marx-Lenin qua "Luận Cương Về Dân Tộc Và Thuộc Địa" trên báo *Nhân Dân* ngày 22 tháng 4, 1960: "Luận cương của Lênin làm cho tôi rất cảm động, phấn khởi, sáng tỏ, tin tưởng biết bao? Tôi vui mừng đến phát khóc lên."

Giọt nước mắt của Hồ Chí Minh, sau này đã loang thành biển máu, bắt đầu từ mấy trang giấy nháp của Lenin.

Trở lại chuyện "nổ".

Hai trong số nhiều phương pháp tuyên truyền được áp dụng tại Liên Xô và vẫn còn đang được giới cầm quyền CSVN áp dụng thường xuyên từ 1954 tới nay: (1) dựng tượng đài và (2) "nổ".

Tại sao dựng tượng đài lại quan trọng đến mức dù lạc hậu và nghèo đói CSVN vẫn tiếp tục dựng tượng đài?

Bởi vì ông tổ Lenin của họ dạy rằng với điều kiện dân trí còn thấp tượng đài, bích chương, biểu ngữ bằng hình ảnh dễ xâm nhập và điều khiển nhận thức người dân hơn là các sách lý thuyết CS dày và khó hiểu.

Lenin không chỉ cho dựng một vài tượng đài đây đó mà còn xây nguyên một nhà máy lớn chỉ để đúc tượng đài.

Ngoài tượng đài, Lenin cho rằng "nổ" là một hình thức tuyên truyền CS hữu hiệu khác để vận dụng tình trạng dân trí còn thấp ở Nga. "Không nói thành có", "ít xít ra nhiều" rất tác dụng và rất phổ biến dưới chế độ CS Nga sau 1917.

Những năm 1950, Khrushchev nhiều lần "nổ" rằng Liên Xô sẽ sớm qua mặt các quốc gia Tây Âu vì chế độ tư bản là chế độ giãy chết trong khi chủ nghĩa xã hội là chế độ của tương lai.

Luận điệu này được bộ máy tuyên truyền CS ở miền Bắc lập lại và được rất nhiều người tin. Không ít người nay vẫn còn tin.

Theo hồ sơ Quốc Hội Mỹ còn lưu trữ trong văn khố (Congressional Record: Proceedings and Debates of the Congress), Khrushchev còn đi xa hơn khi đưa ra các con số thống kê để chứng minh trong vòng một hai năm thôi nền kinh tế Liên Xô sẽ mạnh hơn nền kinh tế Mỹ.

Lời tuyên bố, trong lúc không ít nhà lập pháp Mỹ lo lắng, Đại sứ Mỹ tại Liên Xô lúc đó cho Bộ Ngoại Giao Mỹ biết Khrushchev chỉ "nổ". Những con số Khrushchev đưa ra là con số giả do bộ máy tuyên truyền Liên Xô ngụy tạo để làm "nức lòng dân" và làm "kẻ thù lo lắng."

Trung Cộng "nổ" thì khỏi nói. Quá nhiều sách viết về những trò mị dân, lừa bịp từ "Bước Tiến Nhảy Vọt" với các "nhà máy luyện kim sau hè" để nấu chảy nồi niêu xoong chảo cho đến những năng suất lúa ngoài tưởng tượng.

Mao "nổ" to đến mức cho rằng chỉ cần 15 năm sản lượng sắt thép do Trung CS xuất sẽ qua mặt Anh Quốc.

CSVN cũng "nổ" giống hệt như vậy.

Trước khi nắm quyền cai trị đất nước, các lãnh đạo đảng CSVN phần lớn là những cán bộ tuyên truyền nên "nổ" riết quen miệng và trở thành phản xạ không cần điều kiện trong ý thức họ. Nông Đức Mạnh, Nguyễn Phú Trọng, Nguyễn Xuân Phúc... "nổ" rất hồn nhiên và không hề ngượng miệng.

Nhưng trong lúc nhận thức của giới lãnh đạo đảng CS gần như đứng yên tại chỗ, nhận thức của con người đổi mới mỗi ngày. Không bạo lực nào có thể ngăn chặn được sức chảy của dòng thác văn minh.

Phần đông người dân ngày nay đã biết khinh thường, nhạo báng và sáng tác những chuyện cười dựa vào những câu "nổ" của giới cầm quyền như chúng ta đang thấy tràn ngập trên các mạng xã hội trong thời gian qua.

Cách đây khá lâu người viết có đọc trên FB một suy nghĩ ngắn: "*Dù chúng ta có cười, có mỉa mai, nhạo báng đám lãnh đạo bao nhiêu thì cuối ngày chúng vẫn là những kẻ cai trị và chúng ta vẫn là những người bị trị.*"

Câu than thở đó đúng một phần nhưng từ kinh nghiệm Liên Xô cho thấy việc mỉa mai, chọc quê, nhạo báng đám lãnh đạo cũng là một hình thức phản đối, một thái độ tích cực, một hành động can đảm, một cách xói mòn bức tường chuyên chính, một cách làm giảm hiệu năng của bộ máy cầm quyền.

Nhà văn Ben Lewis, người chuyên sưu tập các chuyện cười chính trị ở Nga viết "Chủ nghĩa CS là một bộ máy sản xuất chuyện cười" và như lịch sử cho thấy những chuyện cười chính trị đó đã góp một phần làm sụp đổ chế độ CS.

TỘI ÁC VẪN LÀ TỘI ÁC

Nếu ai đó đố bạn có bao nhiêu sách viết về Hitler, nhiều lắm bạn sẽ đoán chừng mười ngàn cuốn là cùng. Sai rất xa. Theo Quora, sử gia Đức Volker Ullrich cho biết có tới 128 ngàn cuốn sách viết về Hitler. Nếu thống kê đó đúng, mỗi năm trong đời sống của Hitler từ lúc lọt lòng cho tới khi tự tử có trung bình 2285 cuốn sách viết về ông ta.

Nhà sách Barnes & Noble trưng bày cả một khu sách mới trực tiếp hay gián tiếp viết về Hitler. Lý do, các nhà văn, nhà sử học gốc Do Thái không muốn nhân loại quên Holocaust. Những người cầm bút này mang một trách nhiệm đạo đức là không bao giờ để tội ác của Đức Quốc Xã rơi vào quên lãng. Sách về Hitler nhiều đến mức người đọc có cảm tưởng y vẫn còn đang ẩn náu một nơi nào đó ở Argentina, Brazil hay Chile chứ không phải tự tử trong ngày gần cuối của Thế Chiến Thứ Hai.

Mặc dù con số nạn nhân do chủ nghĩa CS gây ra gấp nhiều lần hơn so với số nạn nhân do Hitler gây ra, trên giá của các nhà sách lớn số sách viết về tội ác CS chỉ lưa thưa vài cuốn. Nếu độc giả muốn tìm sách về Bắc Hàn thời Kim Nhật Thành, Trung Cộng thời Mao, Liên Xô thời Stalin không chỉ phải vào thư viện mà còn phải là thư viện lớn.

Sự trống vắng của sách viết về một chương vô cùng đen tối của lịch sử nhân loại nói lên sự lẻ loi, cô độc đáng thương của nạn nhân CS đã và đang chịu đựng ở khắp nơi trên thế giới.

Như người viết tóm tắt trong bài Sáu Lý Do Giúp Chế Độ CS Tồn Tại, vì chế độ độc tài CS giết nhân dân nước họ nên thế giới ít quan tâm. Nhìn lại lịch sử của láng giềng Campuchia, nếu CSVN không vì lý do riêng để tấn công Campuchia, không ai có thể tiên đoán dân tộc này còn có mặt trên trái đất hay đã bị diệt vong trong bàn tay Pol Pot.

Giống như các thức ăn khác, sách là món ăn tinh thần và chỉ được in nếu có độc giả. Đối với phần lớn độc giả Mỹ, Chiến Tranh Lạnh đã tàn và chủ nghĩa CS chỉ còn là bóng mờ trong quá khứ. Tranh chấp của các cường quốc ngày nay là tranh chấp kinh tế và do đó các liên minh hay chống đối đều phát xuất từ các lý do kinh tế chứ không phải vì ý thức hệ như trước năm 1991.

Bắc Hàn là địa ngục trần gian và vẫn đang là địa ngục trần gian.

Tổ chức Ân Xá Quốc Tế ước lượng khoảng 200 ngàn người Bắc Hàn đang bị giam trong những trại tập trung biệt lập tận các vùng rừng núi với điều kiện vô cùng tồi tệ. Chẳng hạn trại tù Yodok vào mùa đông lạnh -20 độ C và -30 độ C nhưng tù nhân không được cấp mền. Các hình phạt xử bắn được thực hiện công khai trước mặt các tù nhân khác như một cách răn đe. Cũng theo Tổ chức Ân Xá Quốc Tế, bốn mươi phần trăm tù nhân chết vì thiếu dinh dưỡng.

Một bằng chứng về đàn áp dã man. Vì không chịu đựng nổi sự hành hạ của chế độ Kim, năm 1987, tù nhân tại Trại Tập Trung Số 12 nổi loạn. Kết quả, 5,000 người trong tổng số 15 ngàn tù nhân của trại bị giết. Tội ác của gia đình họ Kim đối với nhân dân Bắc Hàn không thể viết hết trong vài bản tường trình, vài cuốn sách mà phải viết trong nhiều năm và hàng ngàn cuốn sách.

Đồ tể Kim Jong-un "buông dao"?

Không phải. Tập Cận Bình cần một thời kỳ ổn định để hoàn thành kế hoạch đưa Trung Cộng vào hàng cường quốc số một thế giới vào dịp đánh dấu 100 năm nhà nước CSTQ ra đời.

Trong thời đại mới những hù dọa bằng vũ khí nguyên tử không còn tác dụng. Với sự khuyến khích của Trung Cộng, Kim Jong-un thay đổi chính sách đối với Nam Hàn và tỏ ra hòa hoãn với Mỹ.

Nếu ai đó khen họ Kim qua mặt được họ Tập khi tuyên bố hòa giải với Nam Hàn và đàm phán với TT Trump, người đó không hiểu gì về quan hệ máu xương giữa Trung Cộng và Bắc Hàn từ tháng 1,1949 tới nay.

Tập Cận Bình trong lúc có thể làm việc với Kim Jong-un qua trung gian của bộ ngoại giao hay đại sứ nhưng y muốn chỉ thị trực tiếp cho Kim Jong-un.

Sự kiện Kim Jong-un phải đến Bắc Kinh bốn lần trong một thời gian ngắn cho thấy vai trò chủ động của Tập Cận Bình trong cuộc đàm phán nguyên tử giữa Mỹ và Bắc Hàn.

Vai trò của Tập đối với Bắc Hàn ngày nay tương tự như vai trò của Mao đối với CSVN trước hiệp định Geneva.

Một chương mới trong chính sách đối ngoại của Bắc Hàn có thể sắp mở ra nhưng 25 triệu người dân Bắc Hàn sẽ còn rất lâu mới nhìn thấy được tia sáng của hòa bình và hy vọng.

Các cường quốc chỉ quan tâm đến quyền lợi riêng của họ và trên phía bắc của bán đảo Triều Tiên, tội ác của ba đời họ Kim vẫn còn là tội ác.

VIỆN KHỔNG TỬ

Các nước trên thế giới, dù nhỏ hay lớn đều muốn nhân loại biết đến những cái hay cái đẹp của nước mình. Viện Goethe (Goethe-Institut), đặt tên theo nhà văn và chính khách Đức Johann Wolfgang von Goethe, có 159 cơ sở hoạt động gần khắp thế giới để trao đổi văn hóa và ngôn ngữ. Viện Goethe tự trị về tài chánh và độc lập điều hành với chính phủ Đức. Hội Liên Minh Pháp (Alliance Française) do một số trí thức Pháp trong đó có nhà khoa học Louis Pasteur, nhà văn Jules Verne, sáng lập từ 1883, có mặt trên 137 quốc gia với tổng số gồm 850 trung tâm cũng hoạt động độc lập với chính phủ Pháp.

Các nước Phi Châu tuy nghèo nàn, lạc hậu về kỹ thuật, bị thực dân xâm lược rồi nội chiến triền miên nhưng không phải vì thế mà họ không kiêu hãnh với nền văn hóa và cũng luôn tìm mọi cách để giới thiệu cùng nhân loại những nét đặc thù của dân tộc họ. *Hiến chương Phục Hưng Văn Hóa Phi Châu* được Đại Hội Đồng Liên Hiệp Quốc chuẩn y ngày 24 tháng Giêng 2006 đã tạo điều kiện phục hưng các giá trị và giới thiệu văn hóa Phi Châu đến các quốc gia thành viên Liên Hiệp Quốc. Ngày nay nhiều viện văn hóa Phi Châu do tư nhân tài trợ có mặt nhiều nơi trên thế giới.

Phát huy văn hóa là lẽ tự nhiên và đáng ca ngợi. Ngoại trừ những kẻ tự thu mình trong góc tối, sống trong ảo tưởng "quê hương mình là đẹp hơn cả" dù suốt đời không ra khỏi nhà để rồi trở nên ngày thêm u mê lạc hậu, phần lớn các lãnh đạo và con người trên thế giới đều biết trong cái riêng bao giờ cũng có cái chung, văn hóa của một dân tộc là một phần của văn minh nhân loại.

Thế nhưng, những khái niệm văn hóa, độc lập, tự trị, phi chính phủ của các trung tâm, các viện văn hóa nêu trên không áp dụng trong trường hợp các Viện Khổng Tử của Trung Cộng, bởi vì thực chất của các viện này chỉ là cơ quan tuyên truyền, tình báo và được đặt dưới sự lãnh đạo của Cục Tuyên Truyền Trung Ương đảng CS Trung Quốc.

Tuyên truyền là xương sống của chế độ CS. Từ khi thành lập đảng CSTQ năm 1921 đến nay, tuyên truyền luôn đóng một vai trò quyết định trong việc thực thi các chính sách của đảng. Cục Tuyên Truyền Trung Ương do Lý Trường Xuân, Ủy viên Bộ chính trị đứng hàng thứ năm, làm Cục Trưởng.

Tại sao là Viện Khổng Tử mà không là Viện Mao Trạch Đông hay Viện Đặng Tiểu Bình?

Bản chất của CS từ Âu sang Á là giấu mặt và vận dụng ảnh hưởng của các nhân vật lịch sử trong đó Khổng Tử là một trong những nạn nhân.

Trong thời kỳ sau 1949 đến 1966, lãnh đạo Trung Cộng dựa vào Khổng Tử như biểu tượng của quyền hạn gia đình bởi vì trong giai đoạn đó Mao chủ trương phân tán quyền sở hữu đất đai xuống các đơn vị gia đình qua trung gian các chính sách cải cách ruộng đất và *Bước Tiến Nhảy Vọt* đầy thảm họa.

Mao ca ngợi Khổng Tử "*nhiệm vụ của chúng ta là nghiên cứu các thành tựu lịch sử và đánh giá chúng với quan điểm Mác Lê.*

Trung Hoa có một lịch sử dài nhiều ngàn năm với đặc tính riêng và là những kho tàng quý báu... Chúng ta phải tổng hợp từ Khổng Tử đến Tôn Dật Tiên và kế thừa các truyền thống giá trị này." Lưu Thiếu Kỳ còn đi xa hơn khi cho rằng Khổng Tử có nhiều đặc điểm của một người CS tốt.

Tuy nhiên, trong thời kỳ *Cách Mạng Văn Hóa*, bao nhiêu thất bại, sai lầm của Mao đều được đổ lên đầu Khổng Tử khi chiến dịch *Chống Bốn Cũ* (nhận thức cũ, văn hóa cũ, truyền thống cũ, tập quán cũ) được phát động. Nội dung của Cách Mạng Văn Hóa được tóm tắt là "cái mới" chống "cái cũ" và trong đó Khổng Tử đại diện cho mọi "cái cũ" và biểu tượng của xã hội giai cấp.

Không chỉ chống Khổng Tử về mặt tư tưởng mà cả đền thờ, di tích, sách vở đều bị đục bỏ hay đốt phá. Mao phát biểu "*đọc sách nhiều quá sẽ làm tê liệt khả năng nhận thức.*" Mục đích chống Khổng Tử của Mao là để đương đầu với sự thất bại kinh tế do chính y gây ra và chống lại những lãnh đạo thực tâm sùng bái Khổng Tử trong đó có Lưu Thiếu Kỳ. Kết quả, 60 phần trăm lãnh đạo CS các cấp bị thanh trừng qua nhiều hình thức.

Khi nhân loại bước vào thiên niên kỷ thứ ba, thế giới thay đổi và sẽ thay đổi một cách nhanh chóng trong thời gian tới. Sự toàn cầu hóa không chỉ diễn ra trong lãnh vực kinh tế mà cả văn hóa, xã hội. Nhân vật lịch sử cần được đánh bóng không phải là hai hồn ma CS Mao hay Đặng mà chính là Khổng Tử. Lãnh đạo Trung Cộng Hồ Cẩm Đào khi giới thiệu Khổng Tử đã ca ngợi ông ta chủ trương một "xã hội hài hòa." Bộ máy tuyên truyền Trung Cộng in *Luận Ngữ* và là tác phẩm phát hành nhiều nhất ở Trung Quốc, và các ấn bản ngoại ngữ cũng được giới thiệu nhiều nơi trên thế giới.

Theo Giáo sư Gilbert Rozman thuộc khoa xã hội học, đại học Princeton, Trung Cộng "*muốn thế giới nhìn vào lịch sử Trung Quốc và những vinh quang quá khứ để khuyến khích họ chấp nhận một Trung Quốc hiện nay nhiều hơn.*" Phê bình quan điểm của Hồ Cẩm Đào, Giáo sư Perry Link, Ban Đông Á, đại học Princeton cho rằng có sự mâu thuẫn về căn bản là cái cách chính phủ Trung Cộng sử dụng Khổng Tử để đại diện cho văn hóa Trung Hoa hài hòa ở nước ngoài trong khi đó đảng áp dụng chính sách toàn trị hà khắc đối với người dân trong nước.

Lịch sử hình thành Viện Khổng Tử

Kế hoạch Viện Khổng Tử được chính thức ra đời vào tháng Sáu năm 2004. Sau vài lần thử nghiệm tại Uzbekistan, viện đầu tiên được khánh thành ngày 21 tháng 11 năm 2004 tại Seoul, Nam Hàn. Đến nay, 2014, đã có 480 Viện Khổng Tử rải rác khắp sáu lục địa. Lãnh đạo Trung Cộng tuyên bố vào năm 2020 con số Viện Khổng Tử sẽ lên đến một ngàn viện.

So với Hội Liên Minh Pháp (Alliance Française) được thành lập 131 năm trước, con số một ngàn đầy tham vọng và cấp bách của Trung Cộng rõ ràng không phải chỉ thuần mục đích văn hóa. Tạp chí *The Economist* nhận xét Viện Khổng Tử chỉ là "cơ quan nhà nước" CS và do đó chấp hành một cách nghiêm chỉnh các chủ trương của đảng. Với điều kiện thông tin ngày ngay, nhận xét của tạp chí *The Economist* có thể kiểm chứng một cách dễ dàng.

Các chức năng mặt nổi của Viện Khổng Tử

Theo tài liệu chính thức, Viện Khổng Tử là bộ phận của Hán Ban (汉办) "*một cơ quan của Hội Đồng Quốc Tế Hoa Ngữ, một tổ chức không lợi nhuận, phi chính phủ, liên kết với Bộ Giáo Dục*

Trung Quốc." Nhiệm vụ công khai của Viện Khổng Tử là "*giảng dạy Hoa ngữ* " và "*đóng góp vào sự thành hình một thế giới đa dạng và hài hòa.*"

Hán Ban, về cơ cấu trực thuộc Hội Đồng Quốc Tế Hoa Ngữ, trong thực tế chẳng phải phi lợi nhuận, tự trị gì mà do một lãnh đạo CS cấp trung ương điều hành. Chủ tịch Hội Đồng Quốc Tế Hoa Ngữ là bà Chen Zhili.

Bà Chen sinh tháng 11 năm 1942, nguyên Cố Vấn Nhà Nước kiêm Bộ Trưởng Giáo Dục Trung Cộng. Bà gia nhập đảng CSTQ năm 1961. Nguyên là Bí Thư đảng bộ Ban Khoa Học Kỹ Thuật Thượng Hải, sau đó được thăng cấp giữ chức Giám Đốc Ban Tuyên Truyền Thượng Hải kiêm Phó Bí Thư Ban Chấp Hành Đảng Bộ Thượng Hải. Từ năm 2008 bà Chen là Phó Chủ Tịch Quốc Hội Trung Cộng. Về cấp bậc đảng, bà Chen là ủy viên Ban Chấp Hành Trung Ương đảng CSTQ tại các đại hội 15, 16, 17 đảng CSTQ.

Tổng giám đốc hiện nay của Hán Ban là bà Xu Lin, cấp thứ trưởng trong chính phủ, thành viên của Hội Đồng Nhà Nước và ủy viên Hội Đồng Tham Vấn Chính Trị. Điều đó cho thấy cả hai lãnh đạo Viện Khổng Tử đều là cán bộ tuyên truyền cao cấp chứ chẳng thuần túy văn hóa, ngôn ngữ gì.

Về tài chánh, theo *China Digital Times*, Viện Khổng Tử được sử dụng một ngân sách rất cao lên đến nhiều tỉ yuan và website của Viện Khổng Tử cũng được xếp vào một trong những website tốn kém nhất tại Trung Cộng.

Bà Chen Zhili ra ngoại quốc được quyền sử dụng tiền bạc một cách rộng rãi so với các ngân sách giáo dục khác. Mặc dù rất ngạc nhiên trước thái độ yểm trợ tài chánh dồi dào của Trung

Cộng, nhiều đại học quốc tế, kể cả Hoa Kỳ, cần tiền bảo trợ cho các chương trình Hoa Ngữ nên cũng không khó khăn lắm trong việc chấp nhận sự thành lập Viện Khổng Tử.

Các chức năng mặt chìm của Viện Khổng Tử

- Thực hiện chủ trương tuyên truyền "sức mạnh mềm": Theo Giáo sư Joseph Nye Jr., sức mạnh mềm được định nghĩa như là khả năng đạt được mục tiêu bằng ảnh hưởng, hợp tác với đối phương thay vì ép buộc đối phương phải tuân hành. Người viết đã phân tích chi tiết trong bài *Từ Hồ Cẩm Đào đến Obama, bài học về chính sách Sức mạnh mềm (Soft power).*

Joseph Nye Jr. tóm tắt quan điểm này trong tác phẩm Sức mạnh Mềm: Phương tiện để Thành công trong Chính trị Thế giới (Soft Power: The Means to Success in World Politics): "*Một quốc gia có thể đạt được kết quả mong muốn trong chính trị thế giới bởi vì các quốc gia khác khâm phục giá trị của nó, tích cực noi gương các thành tựu nó đạt được, khát vọng để đạt đến mức độ thịnh vượng và mở rộng của nó, muốn theo chân nó. Trong ý nghĩa đó, quan trọng là đặt ra một nghị trình và thu hút các quốc gia khác trong chính trị thế giới, và không chỉ buộc họ thay đổi bằng các đe dọa quân sự hay trừng phạt kinh tế.*"

Cũng theo Joseph Nye Jr., sức mạnh mềm của một quốc gia đặt trên ba nguồn: văn hóa, giá trị chính trị và chính sách đối ngoại. Áp dụng chính sách sức mạnh mềm trong phạm vi thế giới đã trở thành mục tiêu hàng đầu trong chính sách tuyên truyền quốc tế của Hồ Cẩm Đào và các lãnh đạo Trung Cộng hiện nay.

Trung Cộng có hai đường lối tuyền truyền tương đối độc lập gồm tuyên truyền đối nội nhằm kiểm soát nhận thức người dân và tuyên truyền đối ngoại tập trung vào việc ảnh hưởng dư luận quốc tế một cách phù hợp với chính sách đối ngoại của đảng CSTQ. Tạp chí *Economist* giải thích các Viện Khổng Tử được sử dụng nhằm giành được sự đồng thuận của dư luận thế giới.

Mục đích cụ thể của đường lối tuyên truyền đối ngoại gồm (1) trấn an dư luận thế giới về một Trung Cộng đe dọa, (2) bảo đảm nguồn nguyên vật liệu cung ứng cho nền kinh tế, (3) xây dựng các liên minh quốc tế và làm yếu vai trò của Đài Loan trong cộng đồng thế giới, và (4) phát huy một thế giới đa phương và giới hạn sức mạnh của Mỹ.

Khi Hồ Cẩm Đào công bố chủ trương áp dụng "sức mạnh mềm" trên thế giới đầu năm 2009, Lý Trường Xuân không giấu giếm khi cho rằng các Viện Khổng Tử là "*cửa ngõ quan trọng để làm sáng danh văn hóa Trung Quốc, giúp mở rộng văn hóa Trung Quốc, đó là phần của chiến lược tuyên truyền quốc tế.*"

Mặc dù luôn bào chữa là "khách quan", "độc lập", các vấn đề nhạy cảm như biến cố Thiên An Môn, Pháp Luân Công, Tây Tạng... đều bị gạch bỏ khỏi các chương trình giảng dạy tại các Viện Khổng Tử và các học viên không được phép bàn đến các vấn đề này. Do đó, khác với nội dung do Joseph Nye phác họa, chính sách của CSTQ thực chất là một chính sách tuyên truyền và mua chuộc, tương tự như chính sách thực dân trước đây.

- Hang ổ tình báo: Trung Cộng hiện có 60 triệu Hoa Kiều sinh sống gần như tại hầu hết quốc gia trên thế giới và việc sử dụng nguồn lực của đạo quân thứ năm này để phục vụ một cách hữu hiệu đường lối đảng là một quan tâm lớn của lãnh đạo Trung Cộng.

Tờ báo có uy tín của Mỹ *Forbes*, trong tháng 10-2014, tố cáo một trong những trường đại học rất uy tín tại Hoa Kỳ, đại học Stanford, đã hợp tác với Trung Cộng qua trung gian Viện Khổng Tử. Ngân sách của viện do Trung Cộng tài trợ. Tác giả bài viết trên Forbes trích lời phát biểu của Arthur Waldron khi nói rằng "*Viện Khổng Tử có thể đóng vai trò then chốt trong việc ảnh hưởng chính sách tình báo của Trung Cộng*."

Cũng trên *Forbes*, tác giả Eamonn Fingleton, chỉ trích các trường đại học Mỹ bán rẻ lương tâm trí thức qua việc im lặng trước sự kiện Thiên An Môn. Lý do, tiền của Bộ Giáo Dục Trung Cộng đổ vào các đại học này một cách ồ ạt qua cửa Viện Khổng Tử. Hiện nay có khoảng 220 ngàn sinh viên Hoa Kỳ theo học các Viện Khổng Tử. Tuy nhiên, điều ngạc nhiên và nguy hiểm là các hợp đồng giữa Bộ Giáo Dục Trung Cộng và các đại học Hoa Kỳ đều phải được giữ kín.

Theo Fabrice de Pierrebourg, một cựu chuyên viên ngành tình báo Pháp, nhiều "chuyên viên ngôn ngữ Trung Quốc" lại có lý lịch gốc an ninh tình báo. Chức năng của những người này không phải là giáo dục mà là kiểm soát sinh viên gốc Hoa sinh ra ở nước ngoài và đồng thời tuyển dụng tình báo để làm việc cho Trung Cộng.

Phóng viên Omid Ghoreishi của báo *The Epoch Times*, trong điều tra Bắc Kinh Sử Dụng Viện Khổng Tử cho mục đích Gián Điệp (*Beijing Uses Confucius Institutes for Espionage*) đã trích dẫn lời của Michel Juneau-Katsuya, cựu Trưởng Cơ Quan An Ninh Tình Báo đặc trách Á Châu Thái Bình Dương của chính phủ Canada rằng với kinh nghiệm nhiều chục năm của ông hoạt động trong khu vực, cho thấy Trung Cộng không ngừng nỗ lực để gây ảnh hưởng đến các quốc gia khác.

Cũng theo lời ông Michel Juneau-Katsuya, đương kim chủ tịch chấp hành công ty an ninh Northgate SSI và một trong những chuyên viên an ninh được trích dẫn nhiều nhất tại Canada, Viện Khổng Tử là một đe dọa đối với chính phủ và nhân dân Canada. Ông khẳng định "*Có những thông tin cho thấy rõ ràng các cơ quan tình báo Tây phương đã xác định Viện Khổng Tử như hình thức của cơ quan tình báo do Trung Cộng sử dụng và cũng do Trung Cộng tuyển dụng.*"

Bài báo trên tờ *The Epoch Times* cũng nhắc lại lời tuyên bố của Hồ Cẩm Đào như một bằng chứng cho thấy các Viện Khổng Tử thực chất là hang ổ gián điệp. Họ Hồ phát biểu "*Sau nhiều năm nỗ lực, chúng ta đã tìm ra cách để trồng cấy và chuẩn bị những người ủng hộ đảng chúng ta.*" Dĩ nhiên các lãnh đạo Trung Cộng luôn bác bỏ những lời tố cáo của các chuyên viên tình báo quốc tế và uy tín như Michel Juneau-Katsuya.

Các lãnh đạo Trung Cộng hãnh diện khi nhắc đến Viện Khổng Tử như một phần của "mặt trận đoàn kết" chống kẻ thù. Nhưng kẻ thù của "mặt trận" này là ai? Không ai khác hơn là "năm nọc độc" gồm Đài Loan, Tây Tạng ly khai, thiểu số Uighurs, Falun Gong, các nhà tranh đấu dân chủ, và "thế lực thù địch Tây Phương" đứng đầu là Mỹ.

Một chế độ dựa trên lừa dối và khủng bố sớm muộn cũng sẽ sụp đổ

Mặc dù phát triển kinh tế nhanh trong hai chục năm qua, Trung Cộng đang đương đầu với những khó khăn khách quan về lâu dài không thể vượt qua bao gồm yếu tố dân số thặng dư và mất cân đối, y tế công cộng thiếu hụt trầm trọng, môi sinh độc hại nhưng quan trọng nhất vẫn là cơ chế chính trị độc tài toàn trị, bóp nghẹt hầu hết các quyền căn bản của con người và tham nhũng đã trở thành một đặc tính trong mọi ngành, mọi cấp từ trung ương đến địa phương.

Lãnh đạo CSTQ đã và đang làm mọi cách để tồn tại bất chấp dư luận và thể diện của một đất nước có nhiều ngàn năm văn hóa.

Sự lừa dối bỉ ổi thể hiện khi Ủy Ban Thế Vận Quốc Tế đến kiểm nghiệm điều kiện môi sinh tại Bắc Kinh vào năm 2001 trước khi chấp thuận cho Trung Cộng làm quốc gia tổ chức.

Ngày trước đó, lãnh đạo Trung Cộng đã ra lịnh xịt nước xanh lên hai hàng cây dọc đường phố có đoàn xe của Ủy Ban Thế Vận chạy qua để đánh lừa họ rằng Bắc Kinh là thành phố cây xanh. Hành động này giống hệt chuyện xảy ra hơn nửa thế kỷ trước khi các lãnh đạo CS tỉnh Hồ Bắc cho dời các ruộng lúa ra sát đường nơi có xe lửa của Mao chạy qua để gây tượng cho Mao rằng mùa màng dư dả.

Bản chất lừa dối của chế độ CS không thay đổi và một chế độ dựa trên lừa dối và khủng bố để tồn tại, chế độ đó sớm hay muộn rồi sẽ sụp đổ.

Tham khảo:

Meisner, M. (1977). *Mao's China: A history of the People's Republic.* The Free Press.

Terrill, R. (2004, August 4) *The New Chinese Empire: And what it means for the United States.* Basic Books.

Charter for African Cultural Renaissance (2006, January 24). UNESCO. http://www.unesco.org/new/fileadmin/

MULTIMEDIA/FIELD/Dakar/pdf/CharterAfricanCulturalRenaissance.PDF

Chen Zhili http://en.wikipedia.org/wiki/Chen_Zhili

Confucius Institute – Confucius Institute (http://en.wikipedia.org/wiki/Confucius_Institute)

Zhang, T., Schwartz, B. (1997). Confucius and the Cultural Revolution: A Study in Collective Memory. *International Journal of Politics, Culture and Society*, 11(2).

Propaganda in the People's Republic of China, https://en.wikipedia.org/wiki/Propaganda_in_the_People%27s_Republic_of_China

Fingleton, E. (2014, June 1). Follow The (Chinese) Money: The Tiananmen Anniversary And A Scandalous Silence On U.S. Campuses. Forbes.

Ghoreishi, O. (2014, October 14). Beijing Uses Confucius Institutes for Espionage. *Epoch Times*.

Nye, J. (2006, October 27). Soft Power, Hard Power and Leadership. Harvard University.

TÁC DỤNG CỦA CHUYỆN CƯỜI CHÍNH TRỊ TRONG CÁCH MẠNG DÂN CHỦ TẠI LIÊN XÔ

Sự sụp đổ của Liên Xô được giải thích, biện luận, phân tích từ các góc độ kinh tế, chính trị, quân sự nhưng đều là những góc nhìn từ bên ngoài.

Chính góc bên trong nơi gần 300 triệu nạn nhân của chế độ CS đã kiên trì chống đỡ và vượt qua mới là điểm bắt đầu quyết định. Đó là góc nhận thức và nhận thức thể hiện không chỉ bằng những tác phẩm lớn mà có khi chỉ là những chuyện cười chính trị ngắn.

Một anh bán rượu kể chuyện cười mỉa mai chế độ, các nhà văn, nhà thơ âm thầm phổ biến các tác phẩm cổ xúy quyền tự do, chị bán hàng rong một mình chống chính sách thuế đánh vào giới tiểu thương, các bạn thanh niên sinh viên phát động phong trào mặc quần jeans xanh theo lối Mỹ trong thập niên 1960... đã góp phần tẩy chay chế độ. Chế độ dù ba đầu sáu tay trăm con mắt cũng không thể chống cự hay ngăn cản được đội quân phản kháng hữu hình nhưng cũng rất vô hình, vô dạng kia.

Những nỗ lực của họ không được thấy và có khi còn không được ghi nhận nhưng chính những mạch nước chảy ngầm đó đã góp phần xói mòn chế độ.

Suốt thời kỳ Chiến tranh Lạnh, cơ quan CIA của Mỹ thu thập và lưu trữ nhiều tài liệu về Liên Xô, không chỉ số lượng bom nguyên tử mà còn số lượng những chuyện cười chính trị mỉa mai chế độ, làm giảm uy tín của chế độ, và dĩ nhiên CIA cũng đã tìm cách phổ biến những chuyện cười đó tại Liên Xô và các nước CS bằng nhiều cách.

Sau đây là vài chuyện cười chính trị tiêu biểu trích trong hồ sơ của CIA:

"Một bà cụ bước vào một Ủy Ban Nhân Dân nơi bà sống để đặt câu hỏi, nhưng khi tới nơi bà cụ quên mất mình tính hỏi gì. "Chắc bà muốn hỏi về tiền hưu trí chứ gì?" Cán bộ gợi ý giúp bà. "Không, 20 Rup một tháng và cũng được rồi", bà cụ đáp. "Vậy chắc bà thắc mắc về căn hộ bà đang ở?" "Không, tôi ở chung phòng với ba người khác trong khu tập thể, tôi sống được." Bất ngờ bà cụ sực nhớ ra câu hỏi "Ai phát minh ra chủ nghĩa CS, những người CS hay các nhà khoa học?" "Tại sao phải hỏi, đương nhiên là những người CS đã khám phá ra chủ nghĩa CS", viên cán bộ đáp một cách hãnh diện. "Tôi cũng nghĩ vậy", bà cụ đồng ý và nói tiếp "bởi vì nếu các nhà khoa học khám phá ra thì họ đã thí nghiệm với chó trước rồi."

Một chuyện khác.

"Nhập đề một bài luận văn của một học sinh Liên Xô: "Con mèo nhà em vừa sinh được bảy con mèo con và tất cả đều là CS". Tuần sau cũng em học sinh này trong giờ làm luận nhưng em nhập đề khác đi: "Con mèo nhà em vừa sinh được bảy con mèo con và tất cả đều là tư bản." Thầy giáo nhắc em là tuần trước em viết bảy mèo con đều là CS. Em đáp "đúng vậy, như tuần này bảy con mèo mở mắt.""

Một chuyện khác.

"Một người Mỹ kể với một người Nga rằng ở Mỹ anh ta có thể ra trước Tòa Bạch Ốc và hô "đả đảo Reagan!". "Chuyện đó không có gì lạ", người Nga đáp, "Tôi cũng có thể ra trước Điện Kremlin và hô lớn "đả đảo Reagan" vậy."

Một chuyện khác.

"Một người đàn ông lái xe hơi chở vợ và một đứa con nhỏ. Cảnh sát giao thông chặn xe và bắt anh ta phải thử bằng máy kiểm tra lượng rượu đã uống. Máy báo anh ta uống cao hơn lượng rượu cho phép. Người đàn ông chống đối rằng máy thử có thể bị hư và yêu cầu viên cảnh sát thử vợ của anh. Kết quả máy cho biết vợ của anh ta uống nhiều hơn lượng rượu cho phép. Bực tức, anh ta yêu cầu viên cảnh sát thử luôn đứa con nhỏ. Máy cũng báo cháu bé uống quá lượng rượu cho phép. Lúc đó anh cảnh sát viên cũng đồng ý là máy đo lượng rượu bị hư. Khi viên cảnh sát đi rồi, anh chàng quay sang vợ "Anh đã nói em rồi mà, không có gì nguy hiểm nếu cho con uống năm gram rượu Vodka.""

Rất nhiều chuyện cười chính trị khác đã được CIA bạch hóa.

Điều đó cho thấy, các lực tác động từ bên ngoài sẽ không thể nào làm sụp bức tường dày CS nếu cơ chế CS đã không bị đục rỗng từ trước bằng những bàn tay nhỏ, bằng những chịu đựng, hy sinh, tranh đấu của bao thế hệ người dân 15 nước thuộc Liên bang Xô Viết dưới nhiều hình thức từ năm 1917 tới 1991.

Bên cạnh Doctor Zhivago của Boris Pasternak, Quần Đảo Ngục Tù của Alexandr Solzhenitsyn và các tác giả tên tuổi, đã có hàng trăm tác giả sáng tác và phổ biến những mẩu chuyện cười chính trị để vạch trần bộ mặt độc tài và thối nát của chế độ. Họ là những người lính phản tuyên truyền vô danh, âm thầm, không tên tuổi nhưng rất hữu hiệu.

Tối ngày 25 tháng 12, 1991, hàng triệu người khắp năm châu hồi hộp chờ đợi trước máy truyền hình để xem Mikhail Gorbachev đọc diễn văn từ chức Chủ tịch Liên Xô.

Phần đông nhân loại đều nghĩ đó quả là một biến cố vượt sự tưởng tượng của con người.

Làm thế nào một cường quốc với dân số gần 300 triệu sống trên một phần sáu quả địa cầu được trang bị với 45 ngàn đầu đạn nguyên tử và được bảo vệ bởi một đạo quân năm triệu người, đã phải sụp đổ?

Không ít người vẫn khó mà tin vào mắt mình ngay cả khi nhìn Gorbachev đọc diễn văn từ chức.

Tuy nhiên với đa số người dân Liên Xô thì không. Họ rất lạnh lùng và bàng quan. Ngoài phố, không một cuộc biểu tình phản đối hay ủng hộ Gorbachev và cũng không có pháo bông mừng cách mạng dân chủ thành công. Bởi vì cách mạng dân chủ đã diễn ra trước đó rồi. Không phải diễn ra trên đường phố mà trong nhận thức của người dân.

Dòng chảy của nhận thức vẫn chảy dù chảy qua những dốc đá cheo leo nguy hiểm nhưng như lịch sử nhân loại đã chứng minh chính những tia nước nhỏ trong lòng dân cuối cùng đã đục thủng bức tường chuyên chính.

CHU ÂN LAI, NGÔ ĐÌNH LUYỆN VÀ HỘI NGHỊ GENEVA

Trên Facebook, người viết luôn cố gắng trả lời các câu hỏi mang tinh thần cầu tiến và xây dựng. Một câu hỏi được đặt ra hơn một lần "Anh nói rõ về thêm chuyện Chu Ân Lai ve vãn Ngô Đình Luyện?"

Chuyện Chu Ân Lai gặp Ngô Đình Luyện xuất hiện ít nhất trong năm tác phẩm tiếng Việt và tiếng Anh: (1) *Nhớ Lại Những Ngày Ở Cạnh Tổng Thống Ngô Đình Diệm* của tác giả Nguyễn Hữu Duệ, (2) *Bên Thắng Cuộc*, tập I, của Huy Đức, (3) Hồi ký của ông Nguyễn Thành Lê, thư ký kiêm phụ trách báo chí của phái đoàn Phạm Văn Đồng tại hội nghị Geneva cũng do Huy Đức trích dẫn, 4) *Sự thật về quan hệ Việt Nam - Trung Quốc trong 30 năm qua* của Nhà Xuất Bản Sự Thật và (5) tác phẩm Anh Ngữ *Vietnam, A History* của Standley Karnow.

Ông Nguyễn Hữu Duệ, theo thông tin thu thập từ internet, sinh năm 1931 tại Hưng Yên, nhập ngũ ngày 15-4-1954, xuất thân trường sĩ quan Võ Bị Đà Lạt Khóa 6, nguyên Tư Lệnh Phó Liên Binh Phòng Vệ Phủ Tổng Thống và chức vụ sau cùng là tỉnh Trưởng Thừa Thiên (1974-75) cấp bậc Đại Tá.

Trong hồi ký *Nhớ Lại Những Ngày Ở Cạnh Tổng Thống Ngô Đình Diệm* ông Nguyễn Hữu Duệ viết:

"Việc Thủ Tướng Trung cộng Chu Ân Lai muốn có liên lạc ngoại giao với Việt Nam Cộng Hòa. Ông Luyện kể cho tôi nghe một bí mật hết sức quan trọng mà tôi chưa nghe bao giờ. Ngày Thủ Tướng Chu Ân Lai viếng Anh quốc (tôi quên không nhớ năm nào), phái đoàn của Chu Ân Lai đông lắm, có đến hơn 100 người và được chính phủ Anh đón tiếp rất long trọng. Ông Luyện được một tham vụ ngoại giao của Toà Đại Sứ Trung Quốc đem biếu hai vò rượu "Mao Thái", kèm thiệp của Thủ Tướng Chu Ân Lai mời dự tiếp tân ở Toà Đại Sứ Trung Quốc với sự hiện diện của Nữ Hoàng Anh. Khi ông được đại sứ Trung Quốc giới thiệu với Thủ Tướng Chu Ân Lai, Thủ Tướng rất niềm nở, nói đã biết ông là em của Tổng Thống Việt Nam, là người ông rất kính trọng và ngưỡng mộ, xin ông Luyện chuyển lời thăm của Mao chủ tịch đến Ngô Tổng Thống. Ông Chu nói ông không có cơ hội để nói nhiều với đại sứ Luyện nhưng đã chỉ thị đại sứ Trung Quốc đến gặp đại sứ Luyện trình bày chi tiết sau. Sau đó, đại sứ Trung Quốc đến thăm ông Luyện ở Toà Đại Sứ Việt Nam. Đại sứ Trung Cộng nói với ông Luyện rằng chủ tịch Mao rất cảm phục lòng yêu nước và những gì Ngô Tổng Thống đã làm cho miền Nam Việt Nam được phồn thịnh như ngày nay. Ý chủ tịch Mao muốn có liên lạc ngoại giao với miền Nam Việt Nam.Theo ý Mao Trạch Đông, trước tiên hai bên sẽ đặt liên lạc trên cấp tổng lãnh sự, sau đó sẽ nâng lên cấp đại sứ nếu tình thế cho phép. Theo Mao Trạch Đông hai bên sẽ có liên lạc chặt chẽ về văn hóa và bình thường hóa việc buôn bán giữa hai quốc gia, Trung Quốc sẽ dàn xếp để hai miền Nam Bắc Việt Nam có đại diện giữa hai miền, sau đó sẽ đi đến việc liên lạc, tiếp tế và buôn bán giữa hai miền..."

Xin lưu ý, người viết chỉ đọc các phần có liên quan đến Chu Ân Lai và Ngô Đình Luyện trong tác phẩm của ông Nguyễn Hữu Duệ.

Huy Đức theo thông tin trên internet, tên thật là Trương Huy San, sinh năm 1962, quê Hà Tĩnh. Ông nguyên là một nhà báo với các phóng sự điều tra xã hội và một blogger nổi tiếng tại Việt Nam. Năm 2012, ông tu nghiệp một năm tại Mỹ trong chương trình học bổng của Nieman Foundation for Journalism tại đại học Harvard. Trong thời gian đó, nhà báo Huy Đức xuất bản bộ sách hai cuốn *Bên Thắng Cuộc*.

Trong tác phẩm *Bên Thắng Cuộc*, tập I, Huy Đức viết:

"*Hành động của Chu Ân Lai tối 22-7-1954 cũng khiến cho nhiều nhà ngoại giao miền Bắc Việt Nam "để bụng". Hôm ấy, sau khi ký Hiệp định Geneva, Chu tổ chức một dạ tiệc chia tay, mời cả Ngô Đình Luyện, người của phía Việt Nam Quốc gia. Trong bữa tiệc, Chu còn đề nghị chính quyền Sài Gòn mở cơ quan đại diện ngoại giao ở Bắc Kinh: 'Tất nhiên, về mặt ý thức hệ thì Phạm Văn Đồng gần gũi chúng tôi hơn, nhưng điều đó không loại bỏ việc có đại diện từ miền Nam. Suy cho cùng, chẳng phải tất cả các đồng chí đều là người Việt Nam, và chẳng phải tất cả chúng ta đều là người châu Á hay sao.*'"

Trong *Bên Thắng Cuộc*, Huy Đức còn trích dẫn hồi ký của Nguyễn Thành Lê, thư ký kiêm phụ trách báo chí của phái đoàn Phạm Văn Đồng cũng có nhắc đến việc Chu Ân Lai tiếp xúc với Ngô Đình Luyện:

"*Trong hồi ký được công bố chính thức trên báo Nhân Dân, thư ký kiêm phụ trách báo chí của đoàn Việt Nam trong Hội nghị Geneva, ông Nguyễn Thành Lê, gọi sự kiện Chu Ân Lai mời Ngô Đình Luyện mở tòa lãnh sự tại Bắc Kinh là 'câu kết với Pháp và tay sai.*'"

Tác phẩm *Sự Thật Về Quan Hệ Việt Nam - Trung Quốc Trong 30 Năm Qua* của Nhà Xuất Bản Sự Thật viết:

"Ngày 22 tháng 7 năm 1954, khi ăn cơm với Ngô Đình Luyện, em ruột của Ngô Đình Diệm tại Giơnevơ (Geneva), thủ tướng Chu Ân Lai đã gợi ý đặt một công sứ quán của Sài Gòn tại Bắc Kinh. Dù Ngô Đình Diệm đã bác bỏ gợi ý đó, nhưng đây là một bằng chứng rõ ràng là chỉ 24 giờ sau khi Hiệp định Giơnevơ (Geneva) được ký kết, những người lãnh đạo Bắc Kinh đã lộ rõ ý họ muốn chia cắt lâu dài nước Việt Nam."

Trong tác phẩm *Vietnam, A History*, Stanley Karnow viết:

"Điều tệ hại hơn đã chờ đợi nhà lãnh đạo Việt Minh vào buổi tối hai hôm sau đó, trong một bữa ăn tối chia tay do Chu tổ chức. Khách mời có một thành viên trong phái đoàn của Bảo Đại, Ngô Đình Luyện, em trai của Ngô Đình Diệm. Phạm Văn Đồng rất ngạc nhiên và thất vọng rằng Chu, một đồng chí CS, đã mời một "bù nhìn" của Pháp. Nhưng Chu thậm chí còn đi xa hơn, một cách gián tiếp chỉ ra rằng Trung Cộng ủng hộ một phân vùng vĩnh viễn đối với Việt Nam. Quay sang Luyện vào buổi tối, ông gần như tình cờ đề nghị chính phủ đang được thành lập ở Sài Gòn mở một cơ quan đại diện ngoại giao ở Bắc Kinh:'Tất nhiên, Phạm Văn Đồng gần với chúng tôi hơn về mặt tư tưởng, nhưng điều đó không loại trừ đại diện của miền Nam. Rốt cuộc, quý vị không phải vừa là người Việt Nam, không phải vừa là người châu Á sao?'"

Như vậy, Chu Ân Lai có gặp ông Ngô Đình Luyện tại London, Anh Quốc như ông Nguyễn Hữu Duệ viết theo lời kể của ông Ngô Đình Luyện không?

Câu trả lời là không.

Ông Nguyễn Hữu Duệ chép sai lời kể hoặc ông Ngô Đình Luyện nhớ sai thời điểm của sự kiện.

Chu Ân Lai chưa từng chính thức thăm viếng Anh Quốc trong cương vị Thủ tướng Quốc Vụ Viện Cộng Hòa Nhân Dân Trung Hoa. Chu Ân Lai đến London năm 1921 trong thời sinh viên nhưng quay trở lại Pháp sau năm tuần lễ. Không có tác phẩm, tài liệu hay hình ảnh nào cho thấy Chu Ân Lai đã viếng thăm Anh Quốc sau Hiệp Định Geneva.

Và xin đừng quên, năm 1954, Mỹ còn xem Trung Cộng là kẻ thù, bằng chứng Ngoại Trưởng Mỹ John Foster Dulles đã từ chối bắt tay với Chu Ân Lai tại hội nghị Geneva. Do đó, việc Anh Quốc, đồng minh số một của Mỹ tiếp đón Chu như quốc khách lại có cả Nữ Hoàng Elizabeth II tham dự là việc không thể xảy ra.

Chu Ân Lai đã gặp ông Ngô Đình Luyện trong buổi tiếp tân tại Thụy Sĩ sau khi Hiệp Định Geneva được ký kết không?

Câu trả lời là có.

Trong thời gian đàm phán và ký kết Hiệp định Geneva ông Ngô Đình Luyện có mặt tại Thụy Sĩ với tư cách đại diện cho Quốc Trưởng Bảo Đại để theo dõi tiến trình hội nghị nên việc ông được mời tham dự buổi tiếp tân của họ Chu hẳn đã xảy ra.

Độc giả hẳn muốn biết quan điểm của Tổng thống Ngô Đình Diệm về sự kiện Chu Ân Lai gặp Ngô Đình Luyện. Rất tiếc ngoài tác phẩm của ông Nguyễn Hữu Duệ, người viết chưa tìm ra một tài liệu nào khác trích dẫn hay giải thích quan điểm của cố tổng thống. Có thể vì sự kiện này chỉ mới là quả bóng thăm dò của họ Chu chứ chưa có gì chính thức. Nếu tìm được thêm tài liệu, người viết sẽ bổ sung vào bài viết này hay viết thêm một bài khác đầy đủ hơn.

Về mặt lý luận, việc gặp gỡ này phản ảnh đường lối đối ngoại của Mao trong giai đoạn từ 1952 cho đến chiến tranh Trung-Ấn 1962:

1. Các quốc gia Tây Tạng, Triều Tiên, Việt Nam, Lào, Cambode nói riêng và Á Châu Thái Bình Dương nói chung có ảnh hưởng trực tiếp đối với an ninh của Trung Cộng. Đây là những tiền đồn, những vùng độn ngoài biên giới Trung Cộng mà trong suốt dòng lịch sử từ phong kiến đến CS đều muốn duy trì ảnh hưởng.

2. Mao chủ trương tích cực nâng cao vị trí của Trung Cộng trong chính trường quốc tế, nhất là tại Á Châu, bằng cách đóng vai trò hòa hoãn, yêu chuộng hòa bình. Năm nguyên tắc "Sống chung hòa bình" gồm (1) tôn trọng chủ quyền và toàn vẹn lãnh thổ của nhau, (2) không xâm lược nhau, (3) không can thiệp vào công việc nội bộ của nhau, (4) bình đẳng và cùng có lợi, (5) cùng chung sống hòa bình là đường lối ngoại giao chính của Trung Cộng.

3. Mao muốn ngăn chặn tham vọng thống trị Đông Dương của CSVN. Mặc dù là đồng chí và nước bảo trợ chính của CSVN, Mao cũng đề phòng đàn em CSVN có thể sẽ một ngày phản trắc. Do đó, thay vì ủng hộ quan điểm của CSVN để có sự tham gia hội nghị của các lực lượng kháng chiến Lào và Cambode, Chu Ân Lai đưa ra đề nghị 8 điểm không nhắc rõ về vai trò của hai nước Đông Dương kia theo đề nghị của Phạm Văn Đồng. CSVN dĩ nhiên thất vọng nhưng không làm gì khác hơn được. Mọi việc đều do Chu Ân Lai sắp xếp với sự đồng ý của Vyacheslav Molotov, trưởng phái đoàn Liên Xô tại hội nghị Geneva.

4. Mao chủ trương duy trì hai nước Việt Nam. Sau Chiến Tranh Triều Tiên với khoảng 600 ngàn quân bị giết, Mao không muốn tham dự vào một xung đột quân sự khác với Mỹ. Thay vào đó, Mao thỏa mãn với mô hình hai nước Triều Tiên và hai nước Việt Nam. Như người viết đã viết trong chính luận MAO VÀ "MẶT TRẬN GIẢI PHÓNG MIỀN NAM", Mao ủng hộ chủ trương hai nước Việt Nam không phải phát xuất từ lòng thương xót người dân miền Nam mà chỉ muốn tiếp tục chi phối chính trị Việt Nam. Tìm hiểu quan điểm của Mao qua các giai đoạn của cuộc chiến để thấy phía sau những khẩu hiệu tuyên truyền đường mật, dã tâm của Trung Cộng vẫn là khống chế Việt Nam bằng mọi cách.

Chính sách đối ngoại của Trung Cộng trong mười năm từ 1952 đến 1962, đặc biệt suốt hội nghị Geneva cho thấy Mao và Chu đã đi trước CSVN hàng mấy mươi năm. Trong mắt Mao và Chu trung ương đảng CSVN từ Hồ Chí Minh trở xuống là một đoàn cừu dễ bảo, khờ khạo đến mức tội nghiệp.

Hồ Chí Minh không biết các thảo luận diễn ra giữa các nước lớn mãi cho đến khi nhận điện tín của Chu Ân Lai ký ngày 11 tháng 3, 1954. Nội dung điện tín không phải để hỏi ý mà là vừa khuyên nhủ và vừa ra lịnh: "*Hội nghị Geneva đã quyết định sẽ bắt đầu được tổ chức vào ngày 26 tháng 4. Tình hình quốc tế và tình hình quân sự ở Việt Nam hiện nay rất thuận lợi cho Việt Nam tiến hành đấu tranh ngoại giao. Dù Hội nghị Geneva có thể đạt được kết quả gì, chúng ta cũng nên tích cực tham gia.*"

Nhắc lại, vấn đề một hội nghị về xung đột Đông Dương tổ chức tại Geneva đã được Anh, Pháp, Liên Xô và Mỹ đặt ra trong gặp gỡ giữa tứ cường tại Berlin ngày 25 tháng 1, 1954.

Chu Ân Lai cũng không biết nhưng khi được Liên Xô thông báo trong điện văn ký ngày 26 tháng 2, 1954 Mao và Chu đã vận dụng biến cố như một sân khấu chính trị quốc tế riêng cho Trung Cộng và họ Chu đã nhập vai xuất sắc. Bộ Ngoại Giao Trung Cộng năm 2004 khi bạch hóa các tài liệu về hội nghị Geneva cho rằng hội nghị này là một cơ hội giá trị của Trung Cộng để lần đầu bước lên diễn đàn thế giới.

Trung Cộng và CSVN "đồng sàng dị mộng". Trung Cộng muốn thắng trận Điện Biên Phủ để buộc Pháp phải ký kết hiệp định chấm dứt chiến tranh trong khi CSVN muốn thắng trận Điện Biên Phủ để có lợi thế trong đàm phán.

Sau trận Điện Biên Phủ, Pháp ký kết hiệp định Geneva đúng ý muốn của Trung Cộng nhưng CSVN dù nhiều ngàn người phơi xác dọc các phòng tuyến trong các cuộc tấn công biển người vào Điện Biên Phủ đã không giành được lợi thế nào trên bàn hội nghị. Đường phân chia lãnh thổ là vĩ tuyến 17 chứ không phải 13 theo ý muốn của CSVN. Nhắc lại đoạn này không phải để tiếc giùm cho Hồ hay Phạm mà chỉ để thấy CSVN hoàn toàn không đóng vai trò gì chủ động trong đàm phán mà hoàn toàn lệ thuộc vào Chu Ân Lai.

Các tài liệu đảng CSVN đổ thừa cho những thất bại về bang giao quốc tế phát xuất từ sự thiếu phương tiện thông tin, thiếu nhân sự được huấn luyện về ngoại giao nói theo kiểu Hà Văn Lâu trong tổng kết Bộ *Ngoại Giao: 70 Năm Xây Dựng Và Phát Triển (1945 - 2015)* là "vừa chạy vừa sắp hàng". Tổng kết này cũng thú nhận "*Phương án tập kết quân, chia cắt nước ta thành hai miền chủ yếu do Trung Quốc xếp đặt. Nhiều điều kiện vật chất, thậm chí cả việc chuyển - nhận điện từ trong nước cũng phải thực hiện qua Đoàn đại biểu Trung Quốc.*"

Tạm cho khó khăn là đúng. Nhưng dù khó khăn thiếu thốn bao nhiêu cũng không trầm trọng đến mức bốn năm sau phải dâng hai phần đất vô cùng quan trọng về tài nguyên và chiến lược cho Trung Cộng sau hiệp định Geneva như sự kiện "Công hàm Phạm Văn Đồng 1958" để lấy lòng Mao.

Chu Ân Lai không phải là nhân vật xa lạ gì với Hồ Chí Minh và Phạm Văn Đồng. Hồ Chí Minh từng làm việc với Chu một thời gian dài. Biết nhau từ khi còn ở Paris. Deng Yingchao, vợ chưa cưới của họ Chu là người làm chứng cho hôn lễ của Hồ Chí Minh và Tăng Tuyết Minh tại Quảng Châu ngày 18 tháng 10, 1926.

Phạm Văn Đồng cũng vậy. Chỉ riêng tại hội nghị Geneva, họ Phạm gặp họ Chu nhiều lần, đã nhìn cách ứng xử của họ Chu trên bàn hội nghị, đã thấy cách họ Chu dàn xếp kín với Pháp và Liên Xô bên trong hội nghị. Rõ ràng Chu Ân Lai có nghị trình riêng và theo đuổi nghị trình đó từ trước khi có hội nghị cho đến khi đặt bút ký.

Nhưng ý thức hệ CS đã làm Hồ Chí Minh và Bộ Chính Trị đảng CSVN có mắt cũng như mù, có tai cũng như điếc, không thấy cái lo, cái khó của Mao. Thừa nhận Hoàng Sa, Trường Sa là của Trung Cộng trong giai đoạn này không phải do vụng về ngoại giao hay thiếu thốn thông tin mà là hành động bán nước. Đào mả cha mẹ, ông bà, tổ tiên không thể đổ thừa vì ngu dốt hay thiếu học mà là táng tận lương tâm và đạo đức làm người.

Hội nghị Geneva đã có hàng trăm tác phẩm viết về, người viết không thêm gì mới mà chỉ phân tích để độc giả thấy dưới triều đại Tập Cận Bình não trạng cừu trong giới cai trị tại Việt Nam vẫn không thay đổi.

Đọc lại để thấy các chính sách cai trị dân, đường lối kinh tế, chủ trương đối ngoại, tư tưởng lý luận của CSVN năm 2020 này bị chi phối bởi Tập Cận Bình như đã từng bị Mao Trạch Đông chi phối.

Sinh viên học sinh Việt Nam tối ngày vẫn bị nhồi sọ bằng khẩu hiệu "Thời đại Hồ Chí Minh rực rỡ tên vàng". Tuy nhiên, để mô tả đúng nhất về "thời đại Hồ Chí Minh" có lẽ nên dùng câu nói của Trần Việt Phương, thư ký của Phạm Văn Đồng được Huy Đức trích trong bài viết Miếng Bả Chủ Nghĩa Quốc Tế Vô Sản Trong Tay Trung Quốc đăng ngày 22 tháng 4, 2020: "*Trong lịch sử nghìn năm giữ nước của Việt Nam, chưa có thời đại nào ngây thơ, mất cảnh giác với Trung Quốc như thời đại Hồ Chí Minh*".

Tham khảo:

Nhớ Lại Những Ngày Ở Cạnh tổng Thống Ngô Đình Diệm, Nguyễn Hữu Duệ, tác giả xuất bản tại Hoa Kỳ, 2003.

Bên Thắng Cuộc tập I, Huy Đức, xuất bản tại Hoa Kỳ, 2012

Sự thật về quan hệ Việt Nam – Trung Quốc trong 30 năm qua, nhà xuất bản Sự Thật, tháng 10, 1979.

Bộ Ngoại Giao: 70 Năm Xây Dựng Và Phát Triển (1945 - 2015), nhà xuất bản chính trị quốc gia, Hà Nội, 2015.

Các biên bản, điện tín thuộc "Geneva Conference of 1954" được lưu trữ tại Wilson Center.

The Pentagon Papers. Volume 1, Chapter 3, "The Geneva Conference, May-July, 1954", Boston: Beacon Press, 1971.

Zhou Enlai: a profile, Fang, Percy Jucheng, 1986.

Zhou Enlai and the foundations of Chinese foreign policy, Kuo-kang Shao, St. Martin's Press, 1996.

An informal biography of China's legendary Chou En-lai, John McCook Roots, 1978.

Zhou Enlai perceive. An assessment of his diplomacy at the Geneva Conference of 1954, Li Wang, The University of Montana, 1994.

China's Exercise of Realpolitik and 'Containment' during the First and Second Indochina Wars, 1954-1973, Kyuhyun Jo, University of Chicago.

Mao's China and the Cold War, Chen, Jian, Chapel Hill: University of North Carolina Press 2001.

The Geneva Conference of 1954: New Evidence from the Archives of the Ministry of Foreign Affairs of the People's Republic of China, Wilson Center.

Vietnam, A History. Stanley Karnow, Viking Adult; First Edition October 4, 1983

BUỔI SÁNG Ở LION PLAZA, SAN JOSE

Tháng 8 năm 2017, tôi và gia đình ghé thăm San Jose, một thành phố có đông người Việt định cư ở Bắc California. Buổi sáng trong ngày cuối trước khi về lại Boston, tôi bỗng dưng muốn ghé thăm khu thương mại Lion Plaza. Tôi đến San Jose nhiều lần nhưng chưa trở lại Lion Plaza lần nào và tự nhiên thấy nhớ.

Tôi dừng xe trên bãi đậu của Lion Plaza. Tính nhẩm trong lòng, thì ra đã hai mươi lăm năm mình mới trở lại đây.

Năm 1990, tôi làm việc cho một hãng computer của Mỹ có trụ sở chính đặt ở Milpitas, gần San Jose. Dù nhóm tôi ở miền Đông Bắc, tôi vẫn thường qua đây làm việc, để được huấn luyện các chương trình hay đề án mới. Nhiều khóa huấn luyện kéo dài hai hay ba tuần lễ.

Thời điểm đó trong nước Bác sĩ Nguyễn Đan Quế vừa công bố "Lời Kêu Gọi của Cao Trào Nhân Bản". Bác sĩ bị CS bỏ tù từ 1978 đến 1988 nhưng sau khi công bố lời kêu gọi đó, ông bị bắt lần nữa và bị tuyên án 20 năm tù.

Những ngày cuối tuần, một nhóm bạn trẻ ở San Jose thường đặt một chiếc bàn nhỏ bên lối đi vào Lion Plaza để phân phối lời kêu gọi của Bác sĩ Nguyễn Đan Quế. Khi qua San Jose, cuối tuần tôi cũng đến đó để phụ với các bạn. Có khi tôi đến một mình và đứng trước cổng chợ để phân phối lời kêu gọi của ông.

Một số người đi chợ tưởng là giấy quảng cáo hàng hạ giá nên đưa tay cầm lấy nhưng lặng lẽ ném đi khi biết đó là bản tin ngắn viết về một người trung niên đeo kính cận dày mà họ không biết là ai.

Vài đồng hương chịu khó dừng lại hỏi han. Tôi có cơ hội giải thích họ biết người trong hình là Bác sĩ Nguyễn Đan Quế đang bị tù vì gióng lên tiếng nói đòi tự do, dân chủ và nhân bản cho dân tộc Việt Nam. Họ gật đầu thông cảm nhưng rồi cũng tiếp tục đi.

Không chỉ đồng hương mà ngay cả những người trẻ chúng tôi ngày đó cũng không biết gì nhiều về bác sĩ ngoài tiểu sử vắn tắt và lời kêu gọi của ông. Nhưng chúng tôi ủng hộ, đơn giản vì ông gióng lên tiếng nói từ ngục tù CS. Chúng tôi không muốn tiếng nói của ông cất lên trong cô đơn sẽ rơi vào quên lãng.

Bạn bè tôi ngày đó rồi cũng ra đi theo chọn lựa riêng của mỗi người và tôi vẫn tiếp tục kiên nhẫn làm công việc mang từng giọt nước nhỏ vào lòng sông đang trong mùa đại hạn bởi vì tôi tin chỉ có thay đổi nhận thức mới có thể thay đổi được tương lai như họa sĩ Maurizio Nannucci đã viết trong tác phẩm của ông: "*Thay đổi nơi chốn, thay đổi thời gian, thay đổi nhận thức, thay đổi tương lai*".

Hai mươi bốn năm sau, 11 tháng 5, 2014, tôi được mời đến thuyết trình về các phong trào xã hội tại Việt Nam trong ngày Nhân Quyền 11 tháng Năm được tổ chức hàng năm tại Washington DC. Trong dịp đó tôi nhắc lại sự kiện công bố Lời Kêu Gọi của Bs Nguyễn Đan Quế năm 1990 rằng nếu ngày đó

CS đưa ông ra sau nhà giam Chí Hòa bắn chết, ngoại trừ một số rất ít trong gia đình và thân hữu, có lẽ không bao nhiêu người biết. Ông không phải là Nelson Mandela hay Desmond Tutu mà chỉ một thầy thuốc ở bịnh viện Chợ Rẫy, Sài Gòn. Nhưng từ điểm khởi hành khiêm nhượng đó, phong trào xã hội đã từng bước đi lên. Ngày nay, hàng trăm mạng lưới, hàng ngàn nhóm xã hội dân sự đang hoạt động.

Không có trường đại học nào dạy làm cách mạng. Cách mạng bắt đầu từ trái tim, từ lòng yêu nước, từ lý tưởng sắt son. Các thế hệ đi trước có chọn lựa thích hợp với nhận thức chính trị, điều kiện lịch sử và hoàn cảnh riêng của họ. Họ thành công và họ thất bại. Họ đi đúng và họ bước sai. Nhưng tôi luôn dặn lòng, không chỉ ngồi đó than trách hay đổ thừa những bậc cha chú đã đi qua mà hãy kính trọng họ và làm hết sức của mình.

Con đường đúng phải bắt đầu từ việc thay đổi nhận thức chính trị và lịch sử của người dân Việt nói chung và tuổi trẻ nói riêng. Vận dụng các điều kiện quốc tế là việc nên làm nhưng phục hồi và phát huy nội lực dân tộc vẫn là quan trọng nhất bởi vì chính nội lực sẽ đào thải chủ nghĩa CS. Lịch sử các quốc gia Nga, Đông Âu và vùng Baltics cho thấy đó là con đường đúng và bền bỉ nhất.

Nhưng phục hồi và phát huy nội lực dân tộc cần nhiều thời gian, công sức và kiên nhẫn.

Trường hợp Việt Nam, yếu tố kiên nhẫn lại càng cần thiết hơn các nước CS Châu Âu bởi vì lý do lịch sử. Không giống sự hình thành các đảng CS Châu Âu, quá trình hình thành và phát triển của đảng CS Việt Nam là một quá trình đầy ngộ nhận lịch sử và họ tồn tại đến nay, một phần cũng nhờ vào những ngộ nhận đó.

Năm 2005, tôi có giải thích lý do này trên talawas rằng không giống như trường hợp Tiệp Khắc, Đông Đức, Ba Lan, Bulgaria, Albania... nơi đó các đảng CS thực chất chỉ là những dây chùm gởi sống nhờ vào sức mạnh của đồng Rup, xe tăng và hỏa tiễn Liên Sô, khi cây đại thụ Liên Sô thối ruột và ngã quỵ thì cả chùm cũng khô héo theo, đảng CS Việt Nam qua chiếc bánh vẽ "đánh đuổi thực dân giành độc lập" đã mê hoặc không chỉ một thế hệ Việt Nam trước đây mà nhiều người còn bị tẩy não đến bây giờ.

Những người này cho rằng chế độ CS hư thối nhưng có lý do để tồn tại. Họ thành thật tin rằng nếu diệt được hết tình trạng tham nhũng chế độ sẽ tốt hơn và xứng đáng để lãnh đạo Việt Nam. Nhưng họ quên rằng tham nhũng có tính đảng, tức là một trong những đặc tính thuộc về bản chất của chế độ CS.

Thế nào là "tính đảng"? Trong một bài viết nặng phần lý luận "Nâng cao tính Đảng của người đảng viên" đăng trên Tạp Chí CS tháng 5, 2012, tác giả định nghĩa tính đảng là "*thuộc tính căn bản, cốt lõi và bản chất*" được sinh ra, lớn lên và sẽ tồn tại suốt chiều dài của đảng CS.

Đảng CS, bằng mọi phương tiện, mọi biện pháp để đạt cho được mục tiêu xây dựng một chế độ độc tài, độc đảng, chuyên chính và toàn trị dựa trên chủ nghĩa CS. Một khi quyền lực tập trung tuyệt đối đặt trong tay một đảng toàn trị sẽ dẫn tới sự lạm dụng quyền lực và hậu quả đương nhiên là tham nhũng.

Nếu tham nhũng có thể ngăn chặn mà không phải xóa bỏ cơ chế thì Liên Sô đã không sụp đổ.

Mikhail Gorbachev cương quyết chống tham nhũng nhưng ông không phải là lãnh tụ CS đầu tiên làm việc đó. Trước ông, chiến dịch chống tham nhũng của Yury Andropov còn quyết liệt hơn nhiều. Andropov, một hung thần CS được gọi là "đồ tể của Budapest" vì vai trò của y trong vụ đàn áp cuộc nổi dậy tại Hungary 1956 và Mùa Xuân Tiệp Khắc 1968, từng là giám đốc KGB từ 1967 đến 1982, đã ra lịnh xử bắn hàng loạt cán bộ các cấp lãnh đạo đảng.

Nhưng như lịch sử đã chứng minh bịnh cơ chế chỉ có thể được chữa trị sau khi cơ chế độc tài toàn trị bị xóa bỏ.

Ngày đó tác phẩm *The Rise and Fall of Communism* của Gs Archie Brown chưa ra đời. Khi tác phẩm được phát hành lần đầu năm 2009, Gs Archie Brown cũng đưa ra nhận xét tương tự, các đảng CS Trung Quốc, Việt Nam còn sống đến hôm nay vì chúng bám vào lịch sử đất nước. Tháo gỡ các ngộ nhận lịch sử, vì thế, trở thành mục tiêu hàng đầu và quan trọng nhất trong tiến trình dân chủ hóa Việt Nam.

Từ những ngày ở Lion Plaza đầu thập niên 1990 tới nay là một quãng thời gian khá dài nhưng cuộc đấu tranh vì tự do, dân chủ và nhân bản cho cả dân tộc Việt Nam không còn cô đơn như hai mươi lăm năm trước. Phong trào xã hội chưa tập hợp thành một lực lượng cách mạng nhưng rõ ràng đang đi trên con đường đúng. Nhiều người có mặt trong những năm tháng đó nay đã qua đời, im lặng hay quy ẩn dù tuổi còn khá trẻ. Nhưng không sao. Chuyến tàu lịch sử dừng lại ở mỗi ga, có người bước xuống nhưng nhiều người khác bước lên và tiếp tục hành trình.

Một ngày nào đó những giọt nước từ tâm hồn tôi sẽ cạn theo tuổi tác và tôi sẽ ra đi nhưng con đường đúng thì sẽ có những tâm hồn Việt Nam khác tiếp tục gieo mầm xanh trên quê hương. Mùa xuân sẽ đến.

NGƯỜI MỸ BỎ PHIẾU BẰNG GÌ?

Trong bài trước người viết có nhắc đến trường hợp anh nông dân Sierra Leone bỏ phiếu bằng chân vì hai tay của anh bị quân phiến loạn độc tài Sierra Leone chặt đứt. Giống như anh nông dân Sierra Leone, theo nghĩa bóng, người dân miền Nam trước 1975 cũng bỏ phiếu bằng chân khi quân CS mở các cuộc tấn công lớn như Mậu Thân 1968, Mùa Hè Đỏ Lửa 1972.

Vậy người Mỹ bỏ phiếu bằng gì?

Người Mỹ rất thực tế. Họ bỏ phiếu không phải bằng tay như người dân Nam Phi, bằng chân như người dân Sierra Leone hay miền Nam Việt Nam mà bằng bao tử. Đời sống áo cơm, điều kiện kinh tế, mức ổn định trong xã hội Mỹ quyết định cho lá phiếu.

Từ sau Thế Chiến Thứ Hai tính cả thời kỳ Harry Truman đến nay, Mỹ có bốn tổng thống, hai ông Dân Chủ và hai ông Cộng Hòa, chỉ làm được một nhiệm kỳ hay thậm chí ngắn hơn. Họ gồm Lyndon B. Johnson, Dân Chủ (1963-1969), Gerald Ford, Cộng Hòa, (1974-1977), TT Jimmy Carter, Dân Chủ, (1977-1981), George H. W. Bush, Cộng Hòa, (1989-1993).

TT Jimmy Carter được quốc tế kính trọng khi giúp mang lại hòa bình cho Trung Đông qua thỏa ước Camp David giữa

Thủ tướng Do Thái Menachem Begin và Tổng thống Ai Cập Anwar Sadat. Ai Cập là quốc gia mạnh nhất trong khối Á Rập và TT Anwar Sadat là lãnh đạo có uy tín nhất trong các lãnh đạo Á Rập.

TT George H. W. Bush, lãnh đạo liên minh quân sự gồm 35 quốc gia đạt đến chiến thắng lẫy lừng trong Chiến Tranh Vùng Vịnh (Gulf War) 1990-1991.

Hai tổng thống Mỹ này đều nổi tiếng khắp thế giới về các chính sách đối ngoại nhưng cả hai đều không thắng nhiệm kỳ hai. Họ thua chỉ vì thất bại trong các chính sách đối nội.

Trước đó, TT Lyndon B. Johnson không tìm kiếm nhiệm kỳ hai không phải lý do trực tiếp vì chiến tranh Việt Nam mà vì sự phân hóa trong nội bộ nước Mỹ do cách tham dự của Mỹ vào cuộc chiến.

TT Gerald Ford thất bại ngay khi ứng cử lần đầu vào tay Jimmy Carter vì không giải quyết được gánh nặng kinh tế suy thoái trầm trọng nhất kể từ Đại Suy Thoái 1929-1933 và lạm phát gia tăng sau chiến tranh Việt Nam.

Do đó, để tái đắc cử, một tổng thống nhiệm kỳ thứ nhất phải duy trì cho được sức mạnh kinh tế và ổn định xã hội, và đó là hai mục tiêu hàng đầu của một lãnh đạo nước Mỹ. Và để được lòng người trong nước, tổng thống Mỹ thường phải tái ưu tiên hóa các chính sách đối ngoại. Nói rõ hơn, bất cứ chính sách, đường lối nào có ảnh hưởng bất lợi cho việc tái đắc cử đều phải được điều chỉnh, bị trì hoãn, và chỉ tiến hành nếu có lợi cho việc tái đắc cử. Số phận Hong Kong là một bằng chứng còn nóng hổi trên mặt báo.

Chính trị là chính trị. Niccolò Machiavelli, người được xem như là cha đẻ của khoa chính trị học và tác giả của *Quân Vương* (The Prince) viết "Chính trị không có liên quan gì đến đạo đức".

Điều đó không có nghĩa Tập Cận Bình sẽ rảnh tay thao túng theo ý thích. Giống như Hitler phải đi từ Rhineland qua Áo tới Sudetenland nuốt Tiệp Khắc rồi mới tấn công Ba Lan. Tập Cận Bình phải tính toán những rủi ro khi đương đầu với Mỹ bằng quân sự trong thời điểm này.

Mỹ có thể sẽ đóng vai trò trung lập nếu chiến tranh giữa hai đảng CSVN và CS Trung Quốc, bùng nổ lần nữa, nhưng vì các lý do kinh tế, cam kết lịch sử và chiến lược Mỹ sẽ không đứng yên nhìn Đài Loan rơi vào tay Trung Cộng.

Hoa Kỳ là một cường quốc hàng đầu thế giới nên việc bầu cử tổng thống Mỹ cũng như các chính sách của quốc gia này có ảnh hưởng đến khắp các quốc gia trên thế giới, không chỉ trong giới lãnh đạo mà cả người dân.

Phản ứng của lãnh đạo các quốc gia và người dân các quốc gia khác thường phát xuất từ những lãnh vực mà họ quan tâm nhất, có ảnh hưởng đến họ nhất như một người nước ngoài chứ không phải với tư cách một công dân Mỹ.

Người nước ngoài không đóng thuế Mỹ, không lãnh trợ cấp xã hội, không sinh đẻ ở Mỹ, không bị chi phối bởi các nguyên tắc chỉ đạo hay lập trường chính trị của đảng Cộng Hòa hay đảng Dân Chủ. Lãnh vực họ quan tâm nhất là chính sách đối ngoại của Mỹ. Nhưng như đã phân tích ở phần trên, chính sách đối ngoại phần lớn không phải là yếu tố quyết định cho lá phiếu của một cử tri Mỹ.

Dùng Châu Âu để phân tích. Biểu đồ thiện cảm của các lãnh đạo và người dân Châu Âu đối với các tổng thống Mỹ từ sau Thế Chiến Thứ Hai cho thấy yếu tố chính sách đối ngoại có ảnh hưởng lớn đến cảm tình của người dân Châu Âu đối với Mỹ.

Để tránh bị chi phối bởi thành kiến chính trị mang tính thời sự, thay vì dùng trường hợp tổng thống hiện nay hay vừa qua, lấy TT George W. Bush năm 2001 ra để phân tích.

Theo thăm dò của Pew Research Center năm 2001 chỉ 16% người Pháp, 23% người Đức, 17% người Anh thích TT G.W Bush. Lý do chính là vì thời điểm đó Mỹ rút ra khỏi Hiệp Ước Chống Hỏa Tiễn Đạn Đạo (Anti-Ballistic Missile Treaty).

Trong diễn văn ngày 13 tháng 12, 2001, TT G.W. Bush phát biểu: "*Bảo vệ nhân dân Hoa Kỳ là ưu tiên tối thượng của một Tổng Tư Lịnh, và tôi không thể và sẽ không cho phép Hoa Kỳ duy trì một hiệp ước ngăn cản chúng tôi phát triển các biện pháp phòng thủ hiệu quả.*"

TT G.W Bush nhấn mạnh "Bảo vệ nhân dân Hoa Kỳ là ưu tiên tối thượng" bởi vì ngoài quyền lợi của nước Mỹ, chỉ có cử tri Mỹ mới quyết định liệu ông có thể tiếp tục nhiệm kỳ thứ hai vào năm 2004 hay không.

Theo các nhà chiến lược Mỹ dưới chính quyền George W. Bush, Chiến Tranh Lạnh đã tàn, Leonid Brezhnev, Tổng bí thư đảng CS Liên Xô và là một trong hai người ký trong ABM Treaty lần đầu 1972, đã vào địa ngục thì không lý do gì Mỹ phải bắt buộc tuân thủ một hiệp ước lỗi thời.

Nhiều lãnh đạo và dân chúng Châu Âu lại nghĩ khác. Họ lo lắng và có cảm giác bị Mỹ bỏ rơi nhất là khi năm ngàn đầu đạn nguyên tử của Nga vẫn còn đang chĩa mũi sang Châu Âu. Nhưng Châu Âu của thế kỷ 21 không phải là một Châu Âu điêu tàn đổ nát sau Thế Chiến Thứ Hai. Đống gạch vụn Berlin đã trở thành một trong những thành phố hiện đại nhất thế giới. Người dân Tây Berlin không còn phải thấp thỏm chờ từng ổ bánh mì, từng lít xăng được thả xuống từ những chiếc phi cơ vận tải trong thời gian bị phong tỏa 1948 và 1949. Kế hoạch Marshall đã hoàn tất. CS Liên Xô và Đông Âu đã sụp đổ. Chiến tranh Lạnh đã chấm dứt. Những em bé Châu Âu năm xưa như Hasso Plattner, 5 tuổi hay Dieter Schwarz, 10 tuổi khi Tây Bá Linh bị phong tỏa nay đã thành tỷ phú.

Nước Nga ngày nay không phải là Liên Xô trước đây. Tham vọng của Putin có giới hạn và không khó để nhận ra. Mối quan tâm hàng đầu của Putin là bảo vệ vòng đai an ninh quanh nước Nga theo truyền thống của các Nga Hoàng. Dù có hàng ngàn đầu đạn nguyên tử trong tay, theo tạp chí *Forbes*, với nền kinh tế đứng hạng thứ 11 trên thế giới sau cả Ba Tây và Canada, thứ 55 về cơ hội đầu tư, thứ 151 về tự do tiền tệ Nga chưa phải là một đe dọa trực tiếp với nền an ninh Châu Âu trong một tương lai gần.

Đành rằng bảo vệ an ninh Châu Âu là một cách bảo vệ an ninh và quyền lợi của Mỹ nhưng một khi điều kiện địa lý chính trị thay đổi, chiến lược an ninh và phòng thủ cũng phải thay đổi một cách thích nghi.

Người viết giải thích hơi dài dòng để độc giả thấy chính trị mang đủ các đặc tính giành giật quyền lực, dùng quyền lực để gây ảnh hưởng và tác động đến quyết định như trong định nghĩa của tự điển Oxford: "*Chính trị là các hoạt động liên quan đến việc giành và sử dụng quyền lực trong đời sống công cộng, và có thể tác động đến các quyết định làm ảnh hưởng đến một quốc gia hay một xã hội.*"

Nhưng định nghĩa trên thiếu một đặc tính phổ biến khác là vận dụng chính trị. Vận dụng là phương pháp để tìm ra những điểm tích cực trong mọi hoàn cảnh ngay cả khi tuyệt vọng.

Trong Chiến tranh Lạnh chống Liên Xô, nhiều quốc gia trở nên giàu có nhờ vận dụng các điều kiện quốc tế và tận dụng thời gian giằng co giữa các cường quốc để xây dựng thực lực cho mình.

Trong thời gian từ 1985 đến 1990, các phong trào dân chủ Đông Âu và Baltics đã vận dụng chính sách đối ngoại hòa hoãn với tây phương và không can thiệp bằng quân sự vào Đông Âu của Mikhail Gorbachev để xây dựng phong trào dân chủ. Kết quả, hầu hết các quốc gia này đã có dân chủ trước khi Liên Xô chính thức cáo chung vào tháng 12, 1991. Họ không đợi Liên Xô sụp đổ rồi CS chư hầu sẽ tự động sụp đổ theo như cách một số người Việt quan niệm trong quan hệ giữa Trung Cộng và CSVN.

Có được sự yểm trợ quốc tế dĩ nhiên quá tốt nhưng nếu không, không có nghĩa là đường cùng. Một dân tộc tồn tại và lớn lên nhờ niềm tin sức mạnh của chính họ chứ không phải nhờ vào ngoại lực.

Thăng Long không chỉ thất thủ một lần, Lê Lợi ở núi Chí Linh củ chuối không có mà ăn nhưng Việt Nam vẫn còn có mặt sau bao nhiêu hy sinh và chịu đựng. Niềm tin và sức mạnh của một dân tộc là nguồn vốn thiêng liêng, có khi mạnh khi yếu nhưng không bao giờ mất.

TỪ "LUẬN CƯƠNG" ĐẾN "BÒ DÁT VÀNG", CON ĐƯỜNG MÁU CỦA ĐẢNG CỘNG SẢN VIỆT NAM

Ngày 24 tháng 9 năm 2017, ông Nguyễn Trung, cựu đại sứ CSVN tại Thái Lan công bố một "thư kiến nghị" mà ông gọi là "kiến nghị tâm huyết" gởi trung ương đảng CSVN.

"Tâm huyết" vì trong "kiến nghị" khá dài đó ông đã trình bày một cách chi tiết các lý do lịch sử, các yếu tố khách quan và chủ quan dẫn đến tình trạng đất nước đầy dẫy những thất bại và kết luận bằng những điểm cần phải làm ngay.

Trong khoa học xã hội, có hai phương pháp để trình bày ra một luận cứ. Phương pháp thứ nhất nhằm chứng minh mình đúng và mọi quan điểm khác sai, và phương pháp thứ hai nhằm phân tích tình trạng bế tắc trước khi đưa ra một giải pháp dung hòa. Ông Nguyễn Trung chọn phương pháp thứ hai khi viết "thư kiến nghị".

Thất bại lớn nhất của đảng theo ông Nguyễn Trung là thất bại "của 42 năm đầu tiên độc lập thống nhất đất nước phải hứng chịu về nhiều mặt chính là thất bại của việc lấy chủ nghĩa chà đạp trí tuệ và các giá trị của tự do - dân chủ - quyền con người, là do người nắm quyền giành được một số lợi ích phe nhóm nhưng phải hủy hoại nhiều lợi ích quốc gia và lợi ích của dân tộc, là thất bại của xây dựng chủ nghĩa xã hội - với kết quả gặt hái được là để mọc lên trên đất nước ta hôm nay một chế độ toàn trị khắc nghiệt, nhưng đối với bên ngoài độc lập 42 năm mà vẫn chưa độc lập!"

Kết luận, ông cựu đại sứ đề nghị thẳng cho Nguyễn Phú Trọng, "với trách nhiệm là người giữ cương vị cao nhất trong đảng" chuyển đổi đảng CSVN thành "đảng của dân tộc."

Trước hết người viết công nhận ông Nguyễn Trung đã dành hết tâm huyết để viết bản kiến nghị dài. Độc giả có thể đọc "thư kiến nghị" của ông bằng cách google tựa đề "Cùng nhau mở con đường cải cách, đưa đất nước vào thời kỳ phát triển mới."

Trước khi bàn đến chuyện đúng hay sai, phải thừa nhận ông Nguyễn Trung, 82 tuổi khi viết "thư kiến nghị", là một người đáng kính trọng. Trong lúc hàng vạn "tiến sĩ", "trí thức", "giáo sư" nằm im như hến trong rổ của mấy bà ngoài chợ, ông Trung đã cất lên tiếng nói bằng tâm huyết của một người ưu tư đến vận nước.

Rất tiếc ông Trung sai về cả lý luận lẫn thực tế.

Về lý luận, sự ra đời và phát triển của các nhà nước CS trên thế giới không phải là kết quả của một tiến trình chuyển hóa xã hội theo lý luận "năm hình thái sản xuất."

Theo Mác, cách mạng bùng nổ do các mâu thuẫn đối kháng trong xã hội không còn có thể khoan nhượng mà chỉ còn cách triệt tiêu nhau. Friedrich Engels gọi đó là "quy luật lượng chất" trong triết học duy vật lịch sử. Tuy nhiên, chưa có một nhà nước CS nào, kể cả Nga, ra đời như kết quả của cách mạng vô sản trong đó giai cấp vô sản tiên tiến chiếm số đông và một nền kinh tế tư sản phát triển đạt đến một mức xã hội hóa cao chín muồi cho cách mạng vô sản.

Chính bản thân ông tổ của chủ nghĩa Lenin, một tháng trước "Cách Mạng Tháng Mười" còn chưa biết "cách mạng" sẽ bùng nổ tại Nga. Milovan Djilas viết trong Giai Cấp Mới trích dẫn từ Lenin toàn tập, Lenin nói như trối trước các đảng viên đảng Xã Hội Thụy Sĩ vào tháng Giêng, 1917 như sau: "Những người già cả như tôi sẽ không được nhìn thấy những trận chiến quyết định của cuộc cách mạng tương lai".

Nhưng sự thất bại của Nga Hoàng trong Thế Chiến Thứ Nhất, khủng hoảng chính trị sau "Cách mạng Tháng Hai" dựng nên "chính phủ lâm thời" do Aleksandr Kerenskii lãnh đạo, đã giúp Lenin nhiều cơ hội và ông ta chụp lấy cơ hội một cách nhanh chóng để làm nên "Cách Mạng Tháng Mười" theo lịch Julian tức tháng 11, 1917 Dương Lịch.

Như vậy có thể nói, sự thành công của "cách mạng tháng mười" là kết quả của cơ hội chủ nghĩa, bộ máy tuyên truyền tinh vi và chính sách khủng bố không nhân tính theo sau.

Về mặt thực tế, chưa có một đảng CS nào tự nguyện thay tên đổi họ thành "đảng dân tộc" một cách hòa bình để "cùng với nhân dân mở ra trang sử mới đổi đời này của đất nước" như ông Nguyễn Trung mong muốn.

CS Đông Đức sụp theo "Bức tường Berlin", CS Ba Lan sụp nhờ cuộc đấu tranh bền bỉ của Công Đoàn Đoàn Kết, CS ba nước vùng Baltic sụp do phong trào độc lập "thoát Liên Xô", CS Tiệp sụp nhờ Cách Mạng Nhung, CS Hungary, CS Bulgary và CS Albany sụp vì sức đẩy của phe đối lập mạnh hơn khả năng bám vào quyền lực của đảng CS, CS Romania sụp sau cái chết của vợ chồng Nicolae Ceaușescu, CS Mông Cổ sụp do các cuộc biểu tình của các bạn trẻ trong phong trào dân chủ, CS Ethiopia sụp sau khi nhà độc tài Haile Mariam Mengistu bị lực lượng của Mặt Trận Dân Chủ Ethiopia đánh bại và phải bỏ trốn khỏi thủ đô Addis Ababa.

Tóm lại, các chế độ CS chỉ có thể bị lật đổ bằng cách này hay cách khác chứ chưa một lãnh đạo CS nào tự nguyên bước xuống khi họ đang trong thế mạnh.

Ngay cả Mikhail Gorbachev, một lãnh đạo có đầu óc tiến bộ được cả thế giới ca ngợi nhưng khi còn là tổng bí thư CS Liên Xô cũng tìm nhiều cách để bảo vệ Liên Xô chứ không nghĩ đến việc từ chức sớm, thay đổi tên đảng hay giải tán đảng CS để thành lập một đảng khác. Ông ta chỉ từ chức khi Liên Xô, từ một liên bang rộng nhất thế giới đến không còn một tấc đất nào.

Trong buổi phỏng vấn dành cho ký giả Jonathan Steele của báo The Guardian nhân dịp đánh dấu 20 năm sụp đổ của Liên Xô, khi được hỏi điều gì đã làm ông hối tiếc nhất Gorbachev trả lời lẽ ra ông nên rời bỏ đảng CS sớm hơn.

Khi được hỏi tiếp nếu các lãnh đạo CS bảo thủ trong biến cố ngày 19 tháng 8, 1991 bắt giữ cả ông lẫn Boris Yeltsin thì hậu quả ra sao. Gorbachev trả lời hoàn cảnh năm 1991 đã khác. Ông nhất định không từ chức. Nếu sáng ngày 19 tháng 8, 1991, một viên đạn bắn ra có thể có một người dân chết hay ngay cả Boris Yeltsin đang đứng trên xe tăng, chết. Cách mạng dân chủ Nga sẽ đẫm máu nhưng kết quả vẫn không thay đổi, dân chủ tự do sẽ thắng.

Cũng theo báo *The Guardian*: "*Gorbachev nói, lẽ ra ông nên từ chức vào tháng 4 năm 1991 và thành lập một đảng dân chủ cải cách.*"

Sau hai mươi năm suy nghĩ Gorbachev mới biết chọn lựa lẽ ra ông nên làm. Trong hồi ký xuất bản năm 1996, Gorbachev cũng không viết về điểm này. Một người tiến bộ và có tầm nhìn rộng như Gorbachev đã không nghĩ ra lúc đó. Lý do đơn giản là quyền lực. Con sâu quyền lực ăn sâu tận xương tủy của các lãnh đạo CS dù người đó là ai. Gorbachev chỉ là con người và hơn ai hết ông biết có quyền lực là có tất cả. Trong thời điểm Liên Xô đang dầu sôi lửa bỏng mà Gorbachev vẫn dắt gia đình đi nghỉ hè để rồi sự nghiệp suýt tan thành mây khói nếu không có Boris Yeltsin cứu vãn. Sau này ông cũng hối hận về chuyến đi nghỉ hè này.

Trong các đảng CS trên toàn thế giới, đảng CSVN là đảng chịu đựng nhiều thiệt hại nhất để chiếm được quyền lực trên phạm vi cả nước Việt Nam ngày 30 tháng 4, 1975. Con đường của đảng CS bắt đầu từ luận cương của Lenin và Luận cương Trần Phú cho đến thời kỳ hưởng thụ như Tô Lâm và giới CS cai trị tại Việt Nam đang làm đã được tưới bằng máu không chỉ của các thế hệ đảng viên CS mà còn có cả máu của nhiều triệu người Việt do bùa mê "chống Mỹ cứu nước" gây ra.

Dù trải qua con đường máu rất dài, từ 1975 giang sơn Việt Nam này đã thuộc vào đảng và dân tộc Việt Nam này đã thuộc vào quyền sinh sát của đảng.

Các thế hệ lãnh đạo CSVN đang sống trong thời kỳ hưởng thụ. Những người như Tô Lâm, 18 tuổi vào năm 1975 và có cha là "anh hùng các lực lượng võ trang nhân dân", thừa hưởng gia sản của các lớp CS đi trước. Các lãnh đạo CSVN chẳng quan tâm và chưa hẳn đã biết gì nhiều về những vấn đề thuộc ý thức hệ. Trách nhiệm của ban tuyên giáo là để tẩy não các em nhỏ như hoa hậu Đỗ Thị Hà chứ không phải họ. Việc đặt vòng hoa trên mộ Mác của Tô Lâm chỉ để đóng kịch. Cách ăn uống tối hôm sau mới là đời sống thật của giai cấp chủ nô đỏ tại Việt Nam.

Đại đa số trong 97 triệu dân Việt ngày nay là nô lệ sống nhờ sự bố thí của đảng. Thời nô lệ ở Mỹ có *Luật Đen* (Black Codes), thời CSVN có *Luật Hình Sự*. Cả hai đều do giới cai trị đặt ra. Nhìn cảnh hàng trăm ngàn người Việt thất tha thất thểu trên đường tay ẵm em bé mới sinh còn đau lòng hơn nhìn những bức ảnh của người nô lệ da đen ở Mỹ 400 năm trước đây. Người nô lệ ở Mỹ mất quê hương và người Việt cũng thế, khác chăng người Việt mất quê hương ngay trên chính quê hương mình.

Trong mùa dịch, trên thế giới hàng trăm bộ trưởng, thứ trưởng bị mất chức, bị phê bình hay phải từ chức chỉ vì mắc phải những lỗi lầm rất nhẹ như dắt gia đình đi tắm biển vào ngày con được nghỉ học. Việt Nam thì khác. Tô Lâm ăn "thịt bò dát vàng" với hóa đơn lên đến hàng chục ngàn bảng Anh xong về lại Việt Nam như không có chuyện gì xảy ra. Càng mỉa mai hơn vài hôm sau chính Tô Lâm lại đăng đàn hô hào chống tham nhũng. Một người có thể tự chửi mình một cách công khai như thế chỉ có ở Việt Nam. Sở dĩ Tô Lâm nói không ngượng miệng bởi vì đám cán bộ ngồi nghe bên dưới cũng đều là những diễn viên trong các vai phụ trên sấu khấu chính trị đầy chất bi hài và thối nát của Việt Nam thời CS.

Cung đình của tổng bí thư gốc thợ rừng Nông Đức Mạnh, biệt thự của tổng bí thư gốc nông dân Lê Khả Phiêu, khu mộ 55 ngàn mét vuông của Trần Đại Quang là những điều dễ thấy.

Rất nhiều thứ khác như những con số trong ngân hàng ở ngoại quốc chỉ có thể được công khai hóa sau khi chế độ cáo chung.

Dù sao người viết cũng cám ơn ông Tô Lâm đã xát muối vào vết thương của những người Việt Nam còn lương tri, còn biết đau xót cho số phận của đồng bào bất hạnh, còn biết chia sẻ mối nhục chung của dân tộc để từ nỗi đau đó họ biết chọn một thái độ, một hướng đi phù hợp với thời đại và nhất là không kỳ vọng gì vào sự thay đổi của đảng CSVN.

NGƯỜI VIỆT TỰ DO CÓ NÊN TỰ NHẬN MÌNH LÀ "BÊN THUA CUỘC"?

Lý luận cần thiết nếu không muốn nói là quyết định. Một người đi lạc trong rừng không có đầu óc lý luận để biết việc gì nên làm trước và việc gì nên làm sau có thể phải chết trong rừng già.

Mục tiêu trước mắt của người đi lạc là tồn tại chứ không phải là ra khỏi khu rừng. Do đó, việc nên làm trước là bình tĩnh đi tìm chung quanh mình một con suối hay ít nhất một khe nước thay vì hoảng sợ chạy tứ tung để tìm một lối thoát cho đến khi tuyệt vọng quỵ xuống và chết trong đói khát.

Một nhận xét tôi thường gặp trên Facebook: "Nói hoài, nói mãi, vấn đề là làm gì". Người viết nhận xét đó thật ra không có ý khinh thường hay nặng lời với các tác giả cặm cụi suốt ngày đọc và viết nhưng chứng tỏ tâm lý thất vọng trước các vấn nạn của đất nước.

Lý luận bắt đầu từ những khái niệm căn bản

Qua trung gian bạn bè tôi biết đến tác phẩm *Bên Thắng Cuộc* khá sớm. Khi chưa đọc, một người bạn hỏi tôi về cái tựa sách. Tôi nhớ mình đã trả lời "Không thích lắm vì có vẻ hụt hẫng, phải chi có thêm vài chữ để chỉ rõ hơn nội dung mà tác phẩm tập trung vào, "Bên thắng cuộc" thôi tổng quát quá." Nhưng sau khi sách phát hành, đọc và thấy có thêm hai tiểu đề "giải phóng" và "quyền bính" đánh dấu mốc thời gian và chỉ rõ nội dung hơn, tôi nghĩ khác về tựa sách. Đảng CSVN đúng là "bên thắng cuộc".

Lịch sử đảng CSVN chứng minh CS hóa miền Nam là cuộc cờ, là canh bạc của đời họ. Các thế hệ lãnh đạo CS trước chiến tranh, trong chiến tranh và ngay bây giờ đều xem dải đất hình cong chữ S là một bàn cờ. Duy trì quyền lực đảng là tối thượng và tất cả nỗ lực, mọi hoạt động đều nhằm phục vụ cho các mục đích thắng cuộc cờ của đảng.

Từ 1930 đến nay, đảng CS đưa ra nhiều văn bản chỉ đạo từ Luận Cương (10-1930) đến Chính Cương của Đảng Lao Động Việt Nam (2-1951), Cương Lĩnh Xây Dựng Đất Nước Trong Thời Kỳ Quá Độ Lên Chủ Nghĩa Xã Hội (6-1991) và các văn bản khác nhưng nội dung vẫn thống nhất. Đảng CS đã, đang và sẽ làm tất cả những gì cần để bảo vệ cho được quyền cai trị của đảng.

Sau hiệp định Geneva, nếu có tổng tuyển cử thì tốt. Họ sẽ chiếm miền Nam không cần súng đạn. Nếu không có tổng tuyển cử cũng không sao. Họ vẫn chiếm miền Nam nhưng bằng xương máu Việt Nam và súng đạn Nga, Tàu. Dù qua phương cách tuyên truyền, gian lận hay phải "đốt cháy cả dãy Trường Sơn", mục tiêu toàn trị vẫn không thay đổi.

Đương đầu với Mỹ, một cường quốc dư thừa bom đạn, các lãnh tụ CS biết nhiều triệu người Việt sẽ phải chết, viễn ảnh một Việt Nam nghèo nàn thua sút phần lớn nhân loại có thể phải xảy ra. Biết thì biết nhưng đảng không hề bận tâm. Không có văn bản nào cho thấy các lãnh đạo CS đặt số phận 20 triệu dân miền Nam lên bàn tính. Khi cần có đàn anh bảo bọc, đảng bán nước không một chút đắn đo. Năm 1958, Mao Trạch Đông chưa chính thức mở miệng đòi Hoàng Sa, Hồ Chí Minh, Phạm Văn Đồng và Bộ Chính Trị CSVN đã biết ý nên tặng trước để lấy lòng.

Trải qua nhiều thời kỳ, có khi đảng phải tự diễn biến để thích nghi với những đổi thay trên thế giới hay làm dịu lòng căm phẫn của người dân nhưng bộ máy công an, nhà tù, các biện pháp đàn áp, trừng phạt, các bản án dành cho những người chống lại các chính sách hà khắc của đảng CS không hề thay đổi.

Năm 1990, Bác sĩ Nguyễn Đan Quế bị kết án 20 năm tù vì đòi hỏi CSVN phải tôn trọng nhân quyền. Năm 2017, anh Lê Đình Lượng đòi hỏi CSVN tôn trọng nhân quyền nên bị kết án 20 tù. Hai mươi bảy năm nhưng giá một người Việt Nam yêu chuộng tự do phải trả không bớt được một ngày.

Ba chữ "đảng CS" khắc trong tim, hòa trong máu của các thế hệ lãnh đạo CSVN

Không ai trong số 13 đảng viên Việt Nam Quốc Dân Đảng lên đoạn đầu đài ngày 17 tháng 6, 1930 tại Yên Báy đã hô "Việt Nam Quốc Dân Đảng muôn năm". Ngược lại, không ai trong số các lãnh tụ CS bị xử bắn tại Hóc Môn ngày 28 tháng 8 năm 1941 như Võ Văn Tần, Nguyễn Thị Minh Khai, Nguyễn Hữu Tiến... đã hô "Việt Nam muôn năm."

Báo đảng CS viết về cái chết của Võ Văn Tần, Bí thư Xứ Ủy Nam Kỳ thuộc đảng CS Đông Dương: "Trước lúc hy sinh, tất cả các đồng chí đã giật tung mảnh vải bịt mắt và hô vang khẩu hiệu: "Đảng CS Đông Dương muôn năm", "Cách mạng Việt Nam thành công muôn năm" (Cách mạng đây là cuộc cờ, canh bạc của đảng CS).

Báo đảng CS viết về cái chết của Nguyễn Thị Minh Khai, Bí thư Thành Ủy Sài Gòn Chợ Lớn: "*Sau khi Khởi nghĩa Nam Kỳ thất bại, bà bị thực dân Pháp kết án tử hình và bị xử bắn tại Ngã ba Giồng, Hóc Môn ngày 26 tháng 8 năm 1941. Trước khi bị xử tử, bà đã khẳng khái lên án tội ác thực dân Pháp và hô to: "Đảng CS Việt Nam muôn năm!", thể hiện tinh thần bất khuất, kiên trung của bà.*"

Lê Hồng Phong không bị xử bắn. Ông ta bị bịnh và chết ngoài Côn Đảo. Trước khi qua đời, ông Phong không nhờ các bạn tù thắp nén hương trên mộ mẹ hay chào vĩnh biệt nơi chôn nhau cắt rốn, không, theo các báo đảng, ông nhắn nguyên văn thế này: "Xin chào tất cả các đồng chí. Nhờ các đồng chí nói với Đảng rằng: Tới giờ phút cuối cùng, Lê Hồng Phong vẫn một lòng tin tưởng ở thắng lợi vẻ vang của cách mạng". (Cách mạng đây là cuộc cờ, canh bạc của đảng CS).

Di chúc Hồ Chí Minh, bản do đảng CSVN công bố có 22 chữ "đảng" và một chữ "dân tộc"

Giống như Võ Văn Tần, Lê Hồng Phong, Nguyễn Thị Minh Khai và các lãnh tụ CS khác, Hồ Chí Minh sống là lãnh tụ CS và chết cũng về với các lãnh tụ CS khác: "*Vì vậy, tôi để sẵn mấy lời này, phòng khi tôi sẽ đi gặp cụ Các Mác, cụ Lênin và các vị cách mạng đàn anh khác, thì đồng bào cả nước, đồng chí trong Đảng và bầu bạn khắp nơi đều khỏi cảm thấy đột ngột.*"

Tóm lại tất cả lãnh tụ CS chết vì bị xử tử, chết già, chết bịnh đều chỉ nghĩ tới đảng, không ai trong số họ nghĩ tới dân tộc Việt.

Nhưng sau khi tác phẩm *Bên Thắng Cuộc* được phát hành, một phong trào gồm những người dễ dãi bắt đầu dùng chữ "Bên Thua Cuộc" để chỉ phía Việt Nam Cộng Hòa nói riêng và khối người Việt yêu tự do nói chung.

Đảng CS tự đánh cuộc với chính họ. Người Việt tự do không đánh cuộc nên không "thua cuộc" ai cả.

Dân tộc Việt Nam không ký vào Hiệp định Geneva 1954. Đây là dây thòng lọng của các cường quốc quấn trên cổ dân tộc Việt. Dân tộc Việt phải chấp nhận để sống cho đến khi đủ lớn mạnh.

Sự phân cực tự do và CS sau Thế chiến Thứ Hai không chỉ diễn ra trong phạm vi ý thức hệ mà còn diễn ra về địa lý tại một số quốc gia, trong đó có Việt Nam. Không một người Việt Nam nào muốn đất nước phải chia đôi và lòng người ly tán, nhưng phải chấp nhận và thuận theo hướng đi của thời đại mà phát triển cho đến một cơ hội thích hợp để đoàn viên dân tộc.

Một lãnh đạo sáng suốt là lãnh đạo biết vận dụng chính sách đối ngoại của các cường quốc và đi theo hướng đi của thời đại.

Konrad Adenauer của Đức là một chính trị gia yêu nước và thức thời. Mục đích trước mắt của Thủ tướng Adenauer sau 1945 không phải là thống nhất nước Đức mà xây dựng Tây Đức thành một quốc gia độc lập, dân chủ, có chủ quyền và một cường quốc được thế giới công nhận.

Chỉ 10 năm sau Thế Chiến thứ Hai, 1955, Cộng Hòa Liên Bang Đức (Tây Đức) trở thành hội viên của NATO hùng mạnh. Chỉ 12 năm sau Thế Chiến thứ Hai, 1957, Tây Đức trở thành một trong những quốc gia lãnh đạo của Cộng Đồng Kinh Tế Châu Âu.

Tương tự, Việt Nam Cộng Hòa không có ý định chiếm đoạt lãnh thổ miền Bắc hay lật đổ cơ chế CS miền Bắc. Chính phủ và nhân dân VNCH hoàn toàn không muốn chiến tranh. Sau một trăm năm chịu đựng không biết bao nhiêu đau khổ dưới ách thực dân, mục đích trước mắt của nhân dân miền Nam là có được cơm no, áo ấm, có được cuộc sống tự do và xây dựng miền Nam thành một nước cộng hòa hiện đại.

Dân chủ là một tiến trình chứ không phải là một cái máy cày hay máy xay lúa được nhập từ nước ngoài và sử dụng giống nhau dù ở Mỹ, Pháp hay Việt Nam.

Trong quá trình xây dựng nền dân chủ, nước Mỹ đã phải hy sinh trên bảy trăm ngàn thanh niên trong Nội Chiến Hoa Kỳ 1861-1865. Miền Nam Việt Nam cũng có những vấn đề riêng của một quốc gia đang tìm cách vươn lên sau thời kỳ bị lệ thuộc quá dài. Tuy nhiên, đó là chuyện riêng của VNCH, không dính líu hay liên can gì đến chế độ CS ở miền Bắc.

Nhưng đảng CS không tha

Tháng 5, 1959, Ban Chấp hành Trung ương đảng Lao Động (CS) sau khi biết rằng việc chiếm miền Nam bằng phương tiện chính trị không thành, đã quyết định đánh chiếm miền Nam bằng võ lực dù phải "đốt cháy cả dãy Trường Sơn" như Hồ Chí Minh nói. Gần hết đồng bào miền Bắc bị đảng lừa vào cuộc chiến "giải phóng dân tộc" và hàng triệu người đã uống phải viên thuốc độc bọc đường "chống Mỹ cứu nước" nên bỏ thây trên khắp hai miền.

Suốt 20 năm, quân dân miền Nam đã phải chiến đấu trong cuộc chiến tự vệ mà họ không chọn lựa. Miền Nam Việt Nam là nạn nhân của đảng CSVN chứ không "thua cuộc".

Hàng ngàn người dân vô tội chết ở Huế trong Tết Mậu Thân không "thua cuộc" với ai cả, họ chết vì bị chôn, trong nhiều trường hợp bị chôn sống.

Các em bé chết trong tay mẹ ở nhà hàng Mỹ Cảnh không "thua cuộc" với ai cả, các em bị giết bằng bom của đặc công CS tối 25, tháng 6, 1965.

Những em bé học sinh tuổi mới lên mười ở trường tiểu học Cai Lậy, Định Tường không "thua cuộc" với ai cả, các em chết oan ức vì đạn pháo kích sáng ngày 9 tháng 3, 1974.

Những bà mẹ che đạn cho con bằng chiếc nón lá và những bà mẹ gánh con chạy giặc trên "Đại Lộ Kinh Hoàng" 1972 không "thua cuộc" với ai cả, nước mắt của các mẹ là máu chảy nhiều năm.

Việt Nam Cộng Hòa là một quốc gia bị CS cưỡng chiếm và một ngày sẽ được phục hồi. Ngày phục hồi không chỉ Miền Nam thôi mà cả nước Việt Nam sẽ yên vui dưới chế độ Cộng Hòa.

NẾU VIỆT NAM KHÔNG CÓ ĐẢNG CỘNG SẢN

Không ít người đến nay vẫn lấy làm tiếc vì chính phủ Mỹ đã bỏ lỡ cơ hội khi không đoái hoài gì đến những lá thư của Hồ Chí Minh gởi TT Truman và Bộ Ngoại Giao Mỹ.

TT Truman không trả lời nhưng có kiểm chứng.

Mặc dù Mỹ đã có tài liệu và bằng chứng Hồ Chí Minh là lãnh tụ CSVN và là nhân viên của Đệ Tam Quốc Tế, những lá thư của Hồ không phải vì thế mà được tự động đưa vào văn khố. Chính phủ Mỹ qua trung gian tòa đại sứ Mỹ tại Paris trực tiếp liên lạc với Hồ.

Như người viết đã trình bày trong Chính Luận, theo tài liệu lưu trữ trong văn khố Hoa Kỳ, tổng số gồm 11 lá thư Hồ Chí Minh gởi TT Truman, Ngoại trưởng James Byrnes và Bộ Ngoại Giao Hoa Kỳ. Lá thư thứ nhất ký ngày 17 tháng 10 năm 1945 và lá cuối cùng vào ngày 28 tháng Hai năm 1946.

Ngày 12 tháng 9 năm 1946, George M. Abbott, lúc đó là Đệ nhất Tham Vụ Tòa Đại Sứ Hoa Kỳ tại Paris, đã điện đàm với Hồ Chí Minh. Dĩ nhiên quan tâm hàng đầu của Hoa Kỳ vẫn là gốc gác của họ Hồ. Theo báo cáo của George M. Abbott cho đại sứ Hoa Kỳ tại Pháp, Hồ Chí Minh không thừa nhận ông ta là CS. Không những thế, Hồ còn chỉ ra cho George M. Abbott thấy: "*Không một người nào trong nội các của ông ta là CS.*"

Trong thực tế, các chức vụ then chốt gồm Chủ tịch (Hồ Chí Minh), Bộ trưởng Quốc Phòng (Võ Nguyên Giáp), Bộ trưởng Tài Chánh (Lê Văn Hiến), Bộ trưởng Tư Pháp (Vũ Đình Hòe) trong nội các liên hiệp kháng chiến đều do các đảng viên đảng CS hay đảng Dân Chủ (ngoại vi của đảng CS) nắm giữ.

Khi George M. Abbott hỏi có hay không có một đảng CS tại Việt Nam, Hồ Chí Minh thừa nhận là trước đây có nhưng đã giải tán mấy tháng trước rồi. Dĩ nhiên, như viết trong báo cáo, George M. Abbott cũng biết những câu trả lời của Hồ Chí Minh chỉ là những câu nói dối.

Với đảng CS, việc thay tên đổi họ, từ một người hay thậm chí cả đảng, theo nhu cầu chiến lược mỗi thời kỳ là chuyện bình thường. Đảng CS tổ chức tinh vi và chặt chẽ đến mức dù dùng tên gì vẫn hoạt động thống nhất và tuân chỉ triệt để một cương lĩnh. Vào thời điểm 1946, trước khi CSTQ chiếm toàn lục địa Trung Hoa, nếu Mỹ viện trợ, Hồ Chí Minh sẽ nhận và nếu Mỹ lên tiếng phản đối Pháp, Hồ Chí Minh sẽ cám ơn nhưng chắc chắn không bao giờ có chuyện "giải tán đảng CS" hay thành thật từ bỏ đảng CS.

Mỹ không đánh giá cao tinh thần dân tộc hay chủ nghĩa dân tộc trong người Hồ Chí Minh. Hầu hết các đảng CS từ Á sang Phi đều núp dưới bình phong "giải phóng dân tộc".

Bản thân hai tổng thống Franklin D. Roosevelt và người kế nhiệm là Harry Truman đều là những người có cảm tình với các dân tộc bị trị.

TT Franklin D. Roosevelt là người đã khẳng định việc tôn trọng quyền tự quyết dân tộc của các quốc gia như ông đã đề ra trong Hiến Chương Đại Tây Dương (Atlantic Charter) tháng 8, 1941.

Ngày 24 tháng 1, 1944, TT Roosevelt khẳng định lần nữa ước muốn của ông để đặt Đông Dương dưới sự quản trị của quốc tế thay vì trả lại cho Pháp.

TT Roosevelt viết: "*Tôi gặp Halifax* [Ngoại trưởng Anh] *tuần trước và nói với ông ta một cách thẳng thắn rằng một điều hoàn toàn đúng là hơn một năm trước tôi đã bày tỏ ý kiến Đông Dương không nên trả lại cho Pháp mà đặt dưới sự quản trị của một cơ quan ủy thác quốc tế (international trusteeship). Pháp đã chiếm dân tộc này, với ba chục triệu người, gần cả thế kỷ, và điều kiện của người dân còn tệ hại hơn lúc bắt đầu.*" (*Tài liệu Mật Bộ Quốc Phòng Hoa Kỳ, bạch hóa 2011 theo Quyết Định Tổng Thống 13526*)

Trong cùng tài liệu, TT Roosevelt cũng viết một câu cảm động: "*Pháp đã vắt sữa các dân tộc Đông Dương suốt một trăm năm và người dân của các nước Đông Dương xứng đáng được sống một cuộc sống tốt đẹp hơn.*" (France has milked it for one hundred years and people of Indo-china are entitled to something better than that).

TT Truman kế nhiệm đã chia sẻ quan điểm TT Roosevelt. Trong thời gian sau khi Thế Chiến Thứ Hai chấm dứt, TT Truman nghiêm cấm các tàu bè Mỹ giúp chở quân đội và võ khí của Pháp để tái chiếm Việt Nam. Chính phủ Anh, vì quyền lợi của một đế quốc thực dân đã thông đồng để đưa Pháp trở lại Việt Nam.

Ngay trong lúc Hồ Chí Minh nói với George M. Abbott không có một đảng viên CS nào trong chính phủ thì Võ Nguyên Giáp, Trần Quốc Hoàn và Văn Thừa Vũ đang ra tay tận diệt các đảng phái không CS như Việt Nam Quốc Dân Đảng, Đại Việt... Vụ Ôn Như Hầu tiêu diệt Việt Nam Quốc Dân Đảng vào tháng 8, 1946 là một bằng chứng.

"*Cuối tháng* 5 [1946] *khi quân đội Trung Quốc bắt đầu rút hết ra khỏi Việt Nam, Võ Nguyên Giáp ra lệnh cho các lực lượng Việt Minh tấn công vào các cánh quân quốc gia tại miền Trung, tiêu diệt số lực lượng nhỏ nhoi của các đảng quốc gia tại vùng này.*" (Lê Mạnh Hùng, *Nhìn Lại Sử Việt, thời cận hiện đại* 1945-1975, chương 6).

Các vụ tàn sát các đảng phái quốc gia chống thực dân diễn ra suốt 1946 không chỉ riêng tại Hà Nội, miền Bắc mà cả nước. Một chương sử đầy máu xương và hận thù trên đất nước Việt Nam vốn đã chịu đựng gần một trăm năm dưới gót thực dân bắt đầu từ đó.

Lịch sử không có "nếu" nhưng cần phải đặt lại những "nếu" để đọc, để ôn, để học và để đi về phía trước là trách nhiệm của các thế hệ Việt Nam yêu nước ngày nay.

Chữ "nếu" lớn nhất là với xu hướng giải thể chế độ thực dân sau Thế Chiến Thứ Hai, sự suy yếu của Pháp, quyết tâm ủng hộ của các TT Mỹ, nếu không có đảng CSVN thì ngày nay Việt Nam không phải mất đất, mất biển, lệ thuộc mọi thứ vào Trung Cộng mà là một quốc gia dân chủ giàu mạnh, đứng oai hùng và đầy kiêu hãnh như bên bờ Thái Bình Dương.

MỤC LỤC

•• GIÁ TRỊ CỦA VIỆT NAM CỘNG HÒA

INDEX

A

B

C

D

E

F

G

H

J

K

L

M

N

O

P

R

S

T

www.ingramcontent.com/pod-product-compliance
Lightning Source LLC
LaVergne TN
LVHW060310051026
849517LV00004B/1050
* 9 7 9 8 3 4 9 2 5 9 8 8 3 *